LỊCH SỬ VIỆT NAM
THỜI TỰ CHỦ
[TẬP HAI]

LỊCH SỬ VIỆT NAM
THỜI TỰ CHỦ
- HỒ BẠCH THẢO -

Thiết kế bìa: UYÊN NGUYÊN TRẦN TRIẾT

Dàn trang: ĐỖ HUỲNH ĐĂNG NGỌC

Nhà Xuất Bản
NHÂN ẢNH, 2023
ISBN: 979-8-8690-8644-0

HỒ BẠCH THẢO

LỊCH SỬ
VIỆT NAM
THỜI TỰ CHỦ

TẬP HAI

NHÂN ẢNH

2 0 2 3

HỒ BẠCH THẢO

LỊCH SỬ
VIỆT NAM
THỜI TỰ CHỦ

TẬP HAI

NHÃ NAM
2023

35.
Trần Thái Tông.
[1225-1257] (1)

Niên hiệu:

Kiến Trung 1225-1231

Thiên Ứng Chính Bình 1232-1250

Nguyên Phong 1251-1257

Vua họ Trần, tên húy là Cảnh, trước tên húy là Bồ, làm Chi hậu chính triều Lý, được Chiêu Hoàng nhường ngôi, ở ngôi 33 năm [1226-1258], nhường ngôi cho con 19 năm, thọ 60 tuổi [1218-1277] băng tại cung Vạn Thọ, táng ở Chiêu Lăng. Truyền thuyết kể rằng trước kia, tổ tiên Vua là người đất Phúc Kiến; lại có người bảo là người Quế Lâm, Quảng Tây. Tổ 5 đời tên là Kinh đến sinh sống tại hương Tức Mặc [huyện Xuân Trường, Nam Định], mấy đời làm nghề đánh cá. Vua là con thứ của Phụ quốc thái úy đời Lý, Trần Thừa; mẹ họ Lê, sinh ngày 16 tháng 6 năm Mậu Dần Kiến Gia thứ 8 [1218]; nhà Vua tướng mạo uy nghi mũi cao, mặt rộng. Khi mới 8 tuổi, làm Chi hậu chính chi ứng cục triều Lý; được vào hầu trong cung. Lý Chiêu Hoàng thấy vua thì ưa; ngày 12 tháng 12 năm Ất Dậu [1225], được Chiêu Hoàng nhường ngôi Hoàng Đế, đổi niên hiệu là Kiến Trung.

Vua lên ngôi, sách phong Chiêu Hoàng làm Hoàng hậu, phong Trần Thủ Độ làm Thái sư; phế Thượng hoàng Lý Huệ Tông, cho trụ trì tại chùa Chân Giáo:

"Ngày Bính Tuất, tháng giêng năm Kiến Trung thứ 2 [1266], sách phong Chiêu Hoàng làm hoàng hậu, đổi gọi là Chiêu Thánh. Phong Trần Thủ Độ làm Thái sư thống quốc hành quân vụ chinh thảo sự. Phế thượng hoàng nhà Lý ra ở chùa Chân Giáo, gọi là Huệ Quang đại sư." **Toàn Thư**, Bản Kỷ, quyển 5.

Bấy giờ Trần Thủ Độ chuyên chính; muốn giành độc quyền cho họ Trần, mưu dẹp mối lo về sau, bèn tìm cách giết Thượng hoàng Huệ Tông:

"Ngày mồng 10, mùa thu tháng 8 năm Kiến Trung thứ 2 [1266], Trần Thủ Độ giết Lý Huệ Tông ở chùa Chân Giáo. Trước đó, Thượng hoàng nhà Lý có lần ra chơi chợ Đông, dân chúng tranh nhau chạy đến xem, có người thương khóc. Thủ Độ sợ lòng người nhớ vua cũ, sinh biến loạn, cho dời đến ở chùa Chân Giáo; bề ngoài giả vờ là để phụng sự, nhưng bên trong thực ra là để dễ bề giữ chặt.

Có lần Thủ Độ qua trước cửa chùa, thấy Huệ Tông ngồi xổm nhổ cỏ, Thủ Độ nói: 'Nhổ cỏ thì phải nhổ cả rễ sâu'.

Huệ Tông đứng dậy, phủi tay nói:

'Điều ngươi nói, ta hiểu rồi'.

Đến nay, sai người bày biện hương hoa đến bảo Huệ Tông:

'Thượng phụ sai thần đến mời'.

Thượng hoàng nhà Lý nói:

'Ta tụng kinh xong sẽ tự tử'.

Nói rồi vào buồng ngủ khấn rằng:

'Thiên hạ nhà ta đã vào tay ngươi, ngươi lại còn giết ta, ngày nay ta chết, đến khi thác con cháu ngươi cũng sẽ bị như thế'.

Bèn thắt cổ tự tử ở vườn sau chùa. Thủ Độ ra lệnh cho các quan đến khóc, khoét tường thành phía nam cửa, người bấy giờ gọi là "cửa khoét", đưa linh cữu ra phường Yên Hoa để thiêu, chứa xương vào tháp chùa Bảo Quang, tôn miếu hiệu là Huệ Tông. Giáng hoàng hậu của Huệ Tông làm Thiên Cực công chúa, gả cho Trần Thủ Độ, cho châu Lạng làm ấp thang mộc (1).

Đưa các cung nhân và con gái họ hàng nhà Lý Huệ Tông gả cho các tù trưởng người Man." **Toàn Thư**, Bản Kỷ, quyển 5.

Vì ông nội của Vua Trần Thái Tông tên Lý, lại muốn dẹp bỏ lòng tưởng nhớ triều Lý cũ, nên cho đổi họ Lý thành họ Nguyễn. Ngoài ra Trần Thủ Độ âm mưu cho làm bẫy chôn sống Tôn thất họ Lý, trong ngày giỗ tổ. Việc làm độc ác này, **Toàn Thư** chú thích rằng **Đại Việt Sử Ký** (tục biên) của Sử gia Phan Phu Tiên, không ghi; nên tại đây chỉ chép vào để tham khảo:

"Ngày Nhâm Thìn tháng 6, năm Kiến Trung thứ 8 [1232]. Vì nguyên tổ tên húy là Lý, mới đổi triều Lý làm triều Nguyễn, vả lại cũng để dứt bỏ lòng mong nhớ của dân chúng đối với nhà Lý.

Trần Thủ Độ giết hết tôn thất nhà Lý.

Khi ấy, Thủ Độ chuyên chính lâu ngày, đã giết Huệ Tông, tôn thất nhà Lý đều bùi ngùi thất vọng.

Mùa đông năm ấy, nhân người họ Lý làm lễ tế các vua Lý ở Thái Đường, Hoa Lâm (2), Thủ Độ ngầm đào hố sâu, làm nhà lên trên, đợi khi mọi người uống rượu say, giật máy chôn sống hết.

(Xét thời Trần Anh Tông còn có người họ Lý làm tướng, hơn nữa Phan Phu Tiên không ghi lại, việc này chưa chắc đã có thực, hãy tạm chép vào đây).” **Toàn Thư**, Bản Kỷ, quyển 5.

Thời cuối triều Lý còn lưu lại 2 mối loạn lớn là Nguyễn Nộn và Đoàn Thượng; Nộn cát cứ tại Bắc Giang, Bắc Ninh, Thượng chiếm cứ vùng Hải Dương; Trần Thủ Độ không đánh dẹp nổi, bèn dùng chước phong đất chiêu an:

“Tháng 2 năm Kiến Trung thứ 2 [1226], định luật lệnh, điều lệ. Sai Trần Thủ Độ đem quân đi đánh Nguyễn Nộn, Đoàn Thượng và các man.

Lúc ấy, nhân thế suy yếu của triều Lý, giặc cướp tụ tập nhiều. Người Man ở vùng núi Tản Viên, vùng núi Quảng Oai xâm phạm đánh lẫn nhau. Nguyễn Nộn chiếm cứ Bắc Giang, Đoàn Thượng chiếm cứ Hồng Châu [Hải Dương]. Thủ Độ điều động các quân đi đánh dẹp.

Bấy giờ Nộn và Thượng binh thế còn mạnh, chưa dễ hàng phục được, mới phong cho Nộn làm Hoài Đạo Vương, chia cho các huyện Bắc Giang Thượng, Bắc Giang Hạ, Đông Ngạn [Bắc Ninh](2); cũng hẹn phong làm vương cho Thượng, định ngày đến thề, nhưng Thượng không đến.” **Toàn Thư**, Bản Kỷ, quyển 5.

Vào năm 1228, Nguyễn Nộn đánh giết được Đoàn

Thượng; Trần Thủ Độ tuy gửi thư chúc mừng nhưng rất lo lắng về thực lực của Nộn lớn mạnh thêm, bèn xin phong cho Nộn tước Vương và đưa Công chúa gả cho y:

"Tháng 12, năm Kiến Trung thứ 4 [1228]. Nguyễn Nộn đánh giết Đoàn Thượng.

Nộn đã phá được Thượng, nhân gộp cả quân của Thượng, cướp bắt con trai, con gái, tài sản, trâu ngựa đất Hồng Châu. Con của Thượng là Văn đem gia thuộc đến hàng.

Thanh thế của Nộn rất lừng lẫy. Thủ Độ lo lắm, chia quân chống giữ và sai sứ đem thư đến chúc mừng, gia phong Nộn làm Hoài Đạo Hiếu Vũ Vương, đưa công chúa Ngoạn Thiềm gả cho hắn để ngầm dò la tin tức. Nộn cũng chia nha tướng riêng cho công chúa ở. Vì thế công chúa không thể báo được tin gì." **Toàn Thư**, Bản Kỷ, quyển 5.

Năm sau [1229] Nguyễn Nộn bị bệnh mất, triều đình nhà Trần như trút được gánh nặng, thiên hạ quy về một mối:

"Năm Kiến Trung thứ 5 [1229], Nguyễn Nộn ốm chết. Sau khi kiêm tính quân của Thượng, Nộn tự xưng là Đại Thắng Vương, chè chén chơi bời bừa bãi. Nhưng Nộn cũng biết là thế không thể cùng đối lập với nhà Trần, định đến tháng 10 sẽ vào chầu, song còn do dự chưa quyết.

Đến khi ốm nặng, vua sai nội nhân tới hỏi thăm, Nộn cố gượng ăn cơm, phi ngựa để tỏ ra còn khoẻ mạnh, không bao lâu thì chết. Người dưới quyền là Phan Ma Lôi ngầm phóng ngựa chạy trốn, không biết là đi đâu.

Ma Lôi là người Chiêm Thành, buôn bán ở Ai Lao, được Nộn nhận làm nô, có tài chủ động đánh thắng, dùng binh như thần. Sau khi Nộn chết, thiên hạ lại quy về một mối."

Toàn Thư, Bản Kỷ, quyển 5.

Tôn thất nhà Trần tuy có ưu điểm là người trong họ đoàn kết đem hết sức lực để mưu đồ việc lớn, như việc phò giúp cha con Vua Lý Huệ Tông rồi cướp ngôi, hoặc trường kỳ tranh đấu chống quân Nguyên Mông xâm lược; nhưng vấp phải khuyết điểm tồi tệ, đó là tội loạn luân. Bằng chứng từng được nêu lên trong văn bản ngày mồng 10, tháng 8 năm Kiến Trung thứ 2 [1266], về việc đem Hoàng hậu họ Trần của Vua Lý Huệ Tông gả cho Trần Thủ Độ người trong họ:

"Giáng hoàng hậu của Huệ Tông làm Thiên Cực công chúa, gả cho Trần Thủ Độ" **Toàn Thư**, Bản Kỷ, quyển 5.

Rồi đến việc Trần Liễu, thân phụ của Hưng đạo vương Trần Quốc Tuấn, anh ruột của Vua Trần Thái Tông, được nhà Vua kính trọng phong tước Hiển Hoàng, lại vào cung cưỡng dâm cung phi triều Lý:

"Năm Thiên Ứng Chính Bình thứ 3 [1234], Lấy thái úy Trần Liễu làm phụ chính, sách phong làm Hiển Hoàng" **Toàn Thư**, Bản Kỷ, quyển 5.

"Năm Thiên Ứng Chính Bình] thứ 4 [1236], Bấy giờ Hiển Hoàng Trần Liễu làm tri Thánh Từ cung, nhân nước to, đi thuyền vào chầu, thấy người phi cũ của triều Lý liền cưỡng dâm ở cung Lệ Thiên. Đình thần hặc tâu, vì thế mới đổi tên cung Thưởng Xuân, giáng Hiển Hoàng làm Hoài Vương." **Toàn Thư**, Bản Kỷ, quyển 5.

Lại xảy việc Trần Thủ Độ và công chúa Thiên Cực thấy Vua chưa có con trai nối dõi, bèn bàn với Vua đem Công chúa Thuận Thiên vợ của Liễu đang có mang 3 tháng về làm Hoàng hậu. Việc này khiến Vua hối hận, phải từ bỏ cung điện ra đi, Trần Liễu mang quân nổi loạn bị đánh dẹp; tuy nhà Vua cố gắng dàn xếp, nhưng mối hận của An sinh vương Liễu đến lúc chết vẫn không nguôi:

"Năm Thiên Ứng Chính Bình thứ 6 [1237], Lập công chúa Thuận Thiên họ Lý, là vợ của Hoài Vương Liễu, anh vua, làm hoàng hậu Thuận Thiên. Giáng Chiêu Thánh làm công chúa.

Bấy giờ Chiêu Thánh không có con mà Thuận Thiên đã có mang Quốc Khang 3 tháng. Trần Thủ Độ và công chúa Thiên Cực bàn tính với vua là nên mạo nhận lấy để làm chỗ dựa về sau, cho nên có lệnh ấy. Vì thế, Liễu họp quân ra sông Cái [sông Hồng] làm loạn. Vua trong lòng áy náy, ban đêm, ra khỏi kinh thành đến chỗ quốc sư Phù Vân (quốc sư là bạn cũ của Thái Tông) trên núi Yên Tử [Quảng Ninh] rồi ở lại đó.

Hôm sau, Thủ Độ dẫn các quan đến mời vua trở về kinh sư. Vua nói:

'Vì trẫm non trẻ, chưa cáng đáng nổi sứ mạng nặng nề, phụ hoàng lại vội lìa bỏ, sớm mất chỗ trông cậy, nên không dám giữ ngôi vua mà làm nhục xã tắc'.

Thủ Độ cố nài xin nhiều lần vẫn chưa được vua nghe, mới bảo mọi người rằng:

'Xa giá ở đâu tức là triều đình ở đó'.

Thế rồi Thủ Độ cắm nêu trong núi, chỗ này là điện Thiên An, chỗ kia là các Đoan Minh, sai người xây dựng. Quốc sư nghe thấy thế bèn, tâu rằng:

'Bệ hạ nên gấp quay xa giá trở về, chớ để làm hại núi rừng của đệ tử'.

Vua bèn trở về kinh đô. Được hai tuần, Liễu tự lượng thế cô, khó lòng đối lập được, ngầm đi thuyền độc mộc giả làm người đánh cá, đến chỗ vua xin hàng.

Lúc ấy vua đang ở trong thuyền, vội vàng bảo Thủ Độ:

'Phụng Càn Vương (Phụng Càn là tên hiệu cũ của Liễu hồi còn nhà Lý) đến hàng đấy!'

Rồi lấy thân mình che đỡ cho Liễu. Thủ Độ tức lắm, ném gươm xuống sông nói:

'Ta chỉ là con chó săn thôi, biết đâu anh em các người thuận nghịch thế nào?'.

Vua nói giải hòa, rồi bảo Thủ Độ rút quân về.

Lấy đất Yên Phụ, Yên Dưỡng, Yên Sinh, Yên Hưng, Yên Bang (3) cho Liễu làm ấp thang mộc. Nhân đất được phong, mà Liễu có tên Hiệu là Yên Sinh Vương. Binh lính theo Liễu làm loạn ở sông Cái đều bị giết." **Toàn Thư**, Bản Kỷ, quyển 5.

Tập quán xấu ăn sâu vào lòng con cháu họ Trần, đến nỗi một người trung hiếu vẹn toàn như Hưng đạo đại vương lại thông dâm với người cô ruột là Công chúa Thiên Thành (4); rồi Công chúa Thụy Bà đích thân đưa sinh lễ tác thành cho 2 người:

"Năm Thiên Ứng Chính Bình thứ 19 [1250], Gả trưởng công chúa Thiên Thành cho Trung Thành Vương không rõ tên. Con trai Yên Sinh Vương là Quốc Tuấn cướp lấy. Công chúa về với Quốc Tuấn.

Ngày 15 tháng ấy, vua mở hội lớn 7 ngày đêm, bày các tranh về lễ kết tóc và nhiều trò chơi cho người trong triều ngoài nội đến xem, ý muốn cho công chúa Thiên Thành là lễ kết tóc với Trung Thành Vương.

Trước đó, vua cho công chúa Thiên Thành đến ở trong

dinh Nhân Đạo Vương (Nhân Đạo Vương là cha Trung Thành Vương). Quốc Tuấn muốn lấy công chúa Thiên Thành, nhưng không làm thế nào được, mới nhân ban đêm lẻn vào chỗ ở của công chúa thông dâm với nàng. Công chúa Thụy Bà chị ruột của Thái Tông, cô của Quốc Tuấn, nuôi Quốc Tuấn làm con liền đến gõ cửa điện cáo cấp. Người coi cửa vội vào tâu. Vua hỏi có việc gì, Thụy Bà trả lời:

"Không ngờ Quốc Tuấn ngông cuồng càn rỡ, đang đêm lẻn vào chỗ Thiên Thành, Nhân Đạo đã bắt giữ hắn rồi, e sẽ bị hại, xin bệ hạ rủ lòng thương, sai người đến cứu"

Vua vội sai nội nhân đến dinh Nhân Đạo Vương. Đến nơi, thấy yên lặng, bèn vào chỗ Thiên Thành, thì thấy Quốc Tuấn đã ở đấy. Nhân Đạo bấy giờ mới biết chuyện.

Hôm sau, Thụy Bà dâng 10 mâm vàng sống, tâu rằng:

'Vì vội vàng nên không sắm được đủ lễ vật'.

Vua bất đắc dĩ phải gả công chúa Thiên Thành cho Quốc Tuấn, lấy 2000 khoảnh ruộng ở phủ Ứng Thiên (5) để hoàn lại sính vật cho Trung Thành Vương." **Toàn Thư**, Bản Kỷ, quyển 5.

Bàn về việc này; thiết tưởng Vua Tự Đức có lý, với lời phê sau đây trong **Khâm Định Việt Sử Thông Giám Cương Mục:**

"**Lời phê** - Trần Quốc Tuấn là người văn võ toàn tài, đủ cả trung lẫn hiếu, duy phải một vết xấu này, nên không được là người hoàn toàn. Có lẽ cái thói chung chạ của nhà Trần đã ăn sâu vào đầu óc người ta, đến nỗi họ cho việc ấy là tự nhiên không có gì là quái lạ." **Cương Mục**, Chính Biên, quyển 6.

Vua Trần Thái Tông dùng lần lượt 3 niên hiệu: Kiến Trung 1225-1231, Thiên Ứng Chính Bình 1232-1250, và Nguyên Phong 1251-1257; nhằm trình bày có mạch lạc trước tiên xin khảo tiếp các sự kiện khác dưới thời Kiến Trung.

Thông thường lúc Vua lên ngôi báu có lệ phong chức tước; vào năm Kiến Trung thứ 2 [1226] nhà Vua phong cho em Nhật Hiệu tước Đại vương, trao chức tước phẩm trật cho các quan văn võ; tôn cha lên làm Thượng hoàng, mẹ làm Hoàng thái hậu:

"Năm Kiến Trung thứ 2 [1226], Mùa hạ, tháng 5, phong em là Nhật Hiệu làm khâm Thiên Đại Vương khi ấy mới 2 tuổi.

Trao phẩm cấp cho các quan văn võ theo hầu theo thứ bậc khác nhau.

Mùa đông, tháng 10, tôn cha là Thừa làm Thượng hoàng, ở cung Phụ Thiên, phường Hạc Kiều phía bên tả. Hễ khi nhà nước có việc lớn, thì ở trong đó xem xét, quyết định. Tôn mẹ là Lê thị làm Quốc Thánh hoàng thái hậu." **Toàn Thư**, Bản Kỷ, quyển 5.

Lại bắt chước triều Lý, bắt đầu từ năm Kiến Trung thứ 3 [1227], hàng năm cho các quan làm lễ thề trung thành tại đền thờ thần núi Đồng Cổ, Thanh Hóa; nơi được xem là linh ứng:

"Năm Kiến Trung thứ 3 [1227], Tuyên bố các điều khoản lễ minh thệ, theo như lệ cũ của triều Lý và bắt đầu định việc thực hiện.

Nghi thức lễ đó như sau: Hàng năm vào ngày mồng 4 tháng 4, tể tướng và trăm quan đến trực ngoài cửa thành từ lúc gà gáy, tờ mờ sáng thì tiến vào triều. Vua ngự ở cửa Hữu Lang điện Đại Minh trăm quan mặc nhưng phục lạy hai lạy rồi lui ra. Ai nấy đều thành đội ngũ, nghi trượng theo hầu ra cửa Tây thành, đến đền thờ thần núi Đồng Cổ (6), họp nhau lại uống máu ăn thề. Quan Trung thư kiểm chính tuyên đọc lời thề rằng:

'Làm tôi tận trung, làm quan trong sạch, ai trái thề này, thần minh giết chết'.

Đọc xong, tể tướng sai đóng cửa điểm danh, người vắng mặt phải phạt 5 quan tiền. Ngày hôm ấy, trai gái bốn phương đứng chật ních bên đường để xem như ngày hội lớn." **Toàn Thư**, Bản Kỷ, quyển 5

Năm thứ 4 [1228] lại phong cho em Nhật Hiệu tước Quận vương, phong cho anh Trần Liễu làm Thái úy:

"***Ngày Mậu Tý****, Mùa xuân, tháng giêng năm Kiến Trung thứ 4 [1228]. phong Khâm Thiên Vương Nhật Hiệu làm Quận vương.*

Mùa thu, tháng 8, phong anh là Liễu làm thái úy." **Toàn Thư**, Bản Kỷ, quyển 5

Vào năm thứ 6 [1230], mẹ mất, bèn truy phong tước Thuận từ hoàng thái hậu:

"*Tháng 9, năm Kiến Trung thứ 6 [1230], Quốc Thánh hoàng thái hậu băng, truy tôn làm Thuận Từ hoàng thái hậu.*" **Toàn Thư**, Bản Kỷ, quyển 5.

Năm thứ 8 [1231] trở về quê tại hành cung Tức Mặc, làm lễ dâng hương, thết yến khoản đãi các bô lão. Nhân kỷ niệm thời Thượng hoàng hàn vi, ngài đi đường từng nghỉ chân tại nhà trạm, được một nhà sư khen là có tướng quý, đến nay thấy ứng nghiệm nên lệnh cho xây tượng Phật tại các nhà trạm trong nước:

"Mùa thu, tháng 8 năm Kiến Trung thứ 7 [1231], vua ngự đến hành cung Tức Mặc [huyện Xuân Trường, Nam Định], dâng lễ hưởng ở tiên miếu, thết yến và ban lụa cho bô lão trong hương theo thứ bậc khác nhau.

Thượng hoàng xuống chiếu rằng trong nước hễ chỗ nào có đình trạm đều phải đắp tượng Phật để thờ. Trước đây, tục nước ta vì nóng bức, nên làm nhiều đình cho người đi đường nghỉ chân, thường quét vôi trắng, gọi là đình trạm. Thượng hoàng khi còn hàn vi từng nghỉ ở đó, có một nhà sư bảo rằng:

'Người trẻ tuổi này ngày sau sẽ đại quý'.

Nói xong thì không thấy nhà sư đâu nữa. Đến nay vua lấy được thiên hạ mới có lệnh này." **Toàn Thư**, Bản Kỷ, quyển 5.

Năm thứ 8, Thượng hoàng nhận người con riêng chính thức làm con, được ban ơn phong tước:

"Tháng giêng năm Kiến Trung thứ 8 [1232], phong con của thượng hoàng là Bà Liệt làm Hoài Đức Vương. Xưa Thượng hoàng còn hàn vi, lấy người con gái thôn Bà Liệt thuộc huyện Tây Chân [Nam Trực, Nam Định]. Người đó có mang thì bị Thượng hoàng ruồng bỏ. Đến khi Bà Liệt ra đời, Thượng hoàng không nhận con.

Lớn lên Bà Liệt khôi ngô, giỏi võ nghệ, xin sung vào đội đánh vật. Một hôm, bà Liệt đánh cầu với người trong đội, người kia vật ngã Bà Liệt, bóp cổ Liệt đến suýt tắt thở. Thượng hoàng thét lên:

'Con ta đấy'.

Người ấy sợ hãi lạy tạ. Ngay hôm đó, Thượng hoàng nhận Bà Liệt làm con, cho nên có lệnh này." **Toàn Thư**, Bản Kỷ, quyển 5.

Về lãnh vực học hành thi cử, năm Kiến Trung thứ 3 [1227] mở kỳ thi về 3 tôn giáo Nho, Lão, Thích. Năm thứ 4 [1228], thi các quan lại về thể thức các loại công văn, kẻ trúng tuyển được bổ vào làm việc tại sảnh, viện:

"Ngày Đinh Hợi năm Kiến Trung thứ 3 [1227]. Thi tam giáo tử nghĩa là những người nối nghiệp Nho giáo, Đạo giáo, Thích giáo."

"Tháng 9, năm Kiến Trung năm thứ 4 [1228], thi lại viên bằng thể thức công văn gọi là bạ đầu. Người trúng tuyển được sung làm thuộc lại ở các sảnh viện." **Toàn Thư**, Bản Kỷ, quyển 5.

Năm Kiến Trung thứ 8 [1232] mở kỳ thi đại khoa Thái học sinh tức Tiến sĩ; lấy Trương Hanh người đất Hồng Châu [Hải Dương] đệ nhất giáp, Trần Chu Phổ (7) người Bắc Giang đệ tam giáp:

"Tháng 2, năm Kiến Trung thứ 8 [1232] thi thái học sinh. Đỗ đệ nhất giáp là Trương Hanh, Lưu Diễm; đệ nhị giáp là Đặng Diễn, Trịnh Phẫu; đệ tam giáp là Trần Chu Phổ." **Toàn Thư**, Bản Kỷ, quyển 5.

Ngoài ra về phương diện hành chánh cai trị, phải kể thêm các việc như vào năm Kiến Trung thứ 2 [1266] cho áp dụng tiền tỉnh bách (8), cứ 100 đồng thì thực số giảm đi còn 69, hoặc 70 đồng; tuyển thiếu nữ vào làm cung nữ. Lại giao quyền lớn cho Phụ quốc thái phó Phùng Tá Chu; Tá Chu nguyên là Thái phó triều Lý, có công trong việc giúp chuyển quyền từ nhà Lý sang Trần, nên được trọng dụng :

"Năm *Kiến Trung thứ 2* [1226], xuống chiếu cho dân gian dùng tiền "tỉnh bách" mỗi tiền là 69 đồng. Tiền nộp cho nhà nước (tiền "thượng cung") thì mỗi tiền là 70 đồng.

Tuyển thục nữ trong nước sung làm cung nhân.

Sai Phụ quốc thái phó Phùng Tá Chu quyền Tri phủ Nghệ An, cho phép ban tước từ tá chức, xá nhân trở xuống cho người khác, rồi sau về triều tâu lên." **Toàn Thư**, Bản Kỷ, quyển 5.

Năm thứ 3 [1277], bắt đầu dùng phép điểm chỉ làm bằng cứ, cho in ngón tay vào các giấy tờ quan trọng như văn khế:

"*Năm Kiến Trung thứ 3* [1227], *xuống chiếu rằng tất cả các đơn từ văn khế đều dùng phép in ngón tay vào nửa tờ giấy.*" **Toàn Thư**, Bản Kỷ, quyển 5.

Năm thứ 4 [1228] lập sổ đinh tại tỉnh Thanh Hóa; chiếu lệ cũ đầu năm cho điều tra dân số; vào tháng 10, Sứ bộ Chiêm Thành sang cống:

"*Năm Kiến Trung thứ 4* [1228]. *Xác định số đinh tỉnh Thanh Hóa.*

Lệ cũ, hằng năm vào đầu mùa xuân, xã quan nay là xã trưởng khai báo nhân khẩu gọi là đơn số, rồi căn cứ vào số, kê rõ các loại tông thất, văn quan văn giai, võ quan võ giai, quan theo hầu, quân nhân, tạp lưu, hoàng nam, già yếu, tàn tật, phụ tịch, xiêu tán v.v... Người có quan tước, con cháu được tập ấm mới được ra làm quan, người giàu có khoẻ mạnh mà không có quan tước thì sung quân đội, đời đời làm lính.

Mùa đông, tháng 10, nước Chiêm Thành sang cống." **Toàn Thư**, Bản Kỷ, quyển 5.

Năm thứ 5 [1229] sai Sứ sang Tống, nhà Tống phong Vua tước An Nam Quốc vương:

"*Năm Kiến Trung thứ 5 [1229], Sai sứ sang thăm nước Tống. Nhà Tống phong vua làm An Nam Quốc Vương.*" **Toàn Thư**, Bản Kỷ, quyển 5.

Năm thứ 6 [1230] cho soạn sách về hiến chương như **Quốc Triều Thống Chế** 20 quyển, **Quốc Triều Thường Lễ** 10 quyển; định tội lưu đày; tu sửa kinh đô; đặt quan chức chính phủ, ty Bình bạc (9):

"*Ngày Canh Dần, mùa xuân, tháng 3 năm Kiến Trung năm thứ 6 [1230], khảo xét các luật lệ của triều trước, soạn thành Quốc triều thống chế và sửa đổi hình luật lễ nghi, gồm 20 quyển.*

Định tội đồ có mức độ khác nhau: Loại bị đồ làm Cảo điền hoành thì thích vào mặt 6 chữ, cho ở Cảo xã, nay là xã Nhật Cảo, cày ruộng công, mỗi người 3 mẫu, mỗi năm phải nộp 300 thăng thóc. Loại bị đồ làm Lao thành binh thì thích vào cổ 4 chữ, bắt dọn cỏ ở Phượng Thành, thành Thăng Long (10), lệ vào quân Tứ sương (11).

Định các phường về hai bên tả hữu của kinh thành, bắt chước đời trước chia làm 61 phường. Lại mở rộng phía ngoài thành Đại La [Hà Nội], bốn cửa thành giao cho quân Tứ sương thay phiên nhau canh giữ. Trong thành dựng cung, điện, lầu, các và nhà lang vũ ở hai bên phía đông và tây. Bên tả là cung Thánh Từ nơi thượng hoàng ở, bên hữu là cung Quan Triều nơi vua ở.

Đặt ty Bình bạc.

Sửa đổi quan chức các phủ lộ. Đặt 2 viên An phủ sứ và An

phủ phó sứ.

Chép công việc của quốc triều làm bộ Quốc triều thường lễ, 10 quyển.

Mùa xuân, tháng 7, xuống chiếu rằng phàm người đi đòi người kiện tụng, thì cho lấy tiền cước lục tùy theo quãng đường gần hay xa.” **Toàn Thư**, Bản Kỷ, quyển 5.

Năm thứ 7 [1231], cho đào kênh từ Thanh Hóa tới Diễn Châu Nghệ An:

“Ngày Tân Mão, mùa xuân, tháng giêng, năm Kiến Trung thứ 7 [1231], sai Nội minh tự Nguyễn Bang Cốc (hoạn quan) chỉ huy binh lính phủ mình đào vét kênh Trầm và kênh Hào [huyện Tĩnh Gia, Thanh Hóa] từ phủ Thanh Hóa đến địa giới phía nam Diễn Châu. Việc xong, thăng Bang Cốc làm Phụ Quốc thượng hầu.” **Toàn Thư**, Bản Kỷ, quyển 5.

Năm thứ 8 [1232], cho định nghi thức triều đình, ban bố lệnh cấm các chữ húy:

“Ngày Nhâm Thìn, mùa xuân, tháng giêng năm Kiến Trung thứ 8 [1232], mùa xuân, tháng giêng, bắt đầu định triều nghi.

Mùa hạ, tháng 6, ban bố các chữ quốc húy và miếu húy.” **Toàn Thư**, Bản Kỷ, quyển 5.

Chú thích:

1. Thang mộc: thang là nước ấm, mộc có nghĩa tắm gội. Ấp thang mộc là ấp Vua ban cho Hoàng tử, Công chúa hoặc chư hầu.

2. **Cương Mục**, Chính Biên, quyển 6; chú là thuộc huyện Đông Ngàn, nay là huyện Tiên Sơn, tỉnh Bắc Ninh, chỗ này là hành cung của nhà Lý cũ.

3. Thuộc hai huyện Đông Triều và Yên Hưng, tỉnh Quảng Ninh ngày nay.

4. **Cương Mục**, Chính Biên, quyển 6 chú thích: Thiên Thành công chúa, An Sinh vương Liễu, Thụy Bà và Trần Thái Tông đều là con Trần Thừa.

5. Phủ Ứng Thiên: tương đương với các huyện Ứng Hòa, Chương Mỹ, Mỹ Đức, Thanh Oai tỉnh Hà Tây hiện nay.

6. Núi Đồng Cổ: vốn ở Thanh Hóa, tục gọi là núi Khả Phong. Đời Lý, các vua cho rằng thần núi Đồng Cổ đã có công giúp Thái Tông đánh thắng Chiêm Thành, sau lại thác mộng báo cho biết âm mưu làm phản của ba vương Vũ Đức, Đông Chinh, Dực Thánh, nên đã dựng đền thờ trong đại nội, bên hữu chùa Thánh Thọ. Hằng năm các quan phải đến thề ở đền để tỏ lòng trung thành với nhà vua. Nhà Trần cũng theo lệ ấy. [Xem **Việt Điện U Linh**, xem thêm **Toàn Thư**, Bản Kỷ quyển 2)

7. Trần Chu Phổ: theo **An Nam Chí Lược** của Lê Trắc chép Trần Phổ làm sách **Việt Chí**; phải chăng Trần Phổ là Trần Chu Phổ?

8. Tỉnh bách: có người đọc là "tỉnh mạch". Ở Trung Quốc, thời Ngũ Đại về sau, lấy 77 làm 100, gọi là "tỉnh bách", nghĩa là 100 thiếu, hay 100 bớt.

9. **Cương Mục**, Chính biên, quyển 6 chú là: chức kinh doãn, chuyên xét đoán việc kiện tụng ở kinh thành. Thực ra, Bình bạc ty năm 1265 đổi thành đại an phủ sứ, sau lại đổi

thành Kinh sư đại doãn là cơ quan hành chính và tư pháp ở kinh đô Thăng Long lúc đó.

10. **Thành Thăng Long**: trong văn bản này ghi 3 tên thành: Thăng Long, Đại La, Phượng thành. Đại La là tên cũ thành Thăng Long thời Cao Biền nhà Đường đô hộ; riêng Phượng Thành có lẽ là thành Long Phượng tên thành nội của thành Thăng Long; bởi vậy **Cương Mục** nêu sử liệu này, chỉ dùng từ Thăng Long mà thôi; xem **Cương Mục**, Chính Biên, quyển 6.

11. **Quân tứ sương**: Trấn binh của kinh đô, chuyên việc phòng vệ, canh gác.

36.
Trần Thái Tông [1225-1257]
Thời Thiên Ứng Chính Bình
(2) [1232-1250].

Triều Vua Trần Thái Tông với 8 năm thời Kiến Trung đã trình bày ở phần trên; xin khảo tiếp sự việc khoảng gần 20 năm dưới thời Thiên Ứng Chính Bình [1232-1250]. Bấy giờ đất nước tương đối thanh bình, nên triều đình chú trọng củng cố chính quyền, xây dựng, sắp xếp học hành thi cử, đắp đê ngăn lụt; lưu ý an ninh biên giới phía bắc, nhằm ngăn chặn đám du binh Nguyên Mông từ Vân Nam sang quấy phá tỉnh Quảng Tây, để có thể tiếp tục liên lạc ngoại giao với triều Tống tại miền đông bắc.

Nhằm củng cố chính quyền, nguồn nhân lực quan trọng đứng hàng đầu; tại Thanh Hóa, Nghệ An thời Kiến Trung [1225-1231] đã có lệnh xét duyệt về hộ tịch, đến nay lại giao cho các viên trọng thần như Phùng Tá Chu, Trần Thủ Độ xét duyệt lại; riêng toàn quốc thì đến các năm Thiên Ứng Chính Bình thứ 11, 12 [1242-1243] mới làm. Sử gia Ngô Thì Sĩ có nhận xét rằng Nghệ An, Thanh Hóa là các vùng thuộc phía nam đất nước, các đời trước chưa có dịp làm công tác hộ tịch kỹ như tại miền bắc, nên đòi hỏi phải làm kỹ hơn:

"*Ngày Quý Tỵ, năm Thiên Ứng Chính Bình năm thứ 2 [1233], sai Phùng Tá Chu duyệt định các ấp lớn phủ Nghệ An.*" **Toàn Thư**, Bản Kỷ, quyển 5.

"*Năm Thiên Ứng Chính Bình thứ 3 [1234] Phong Trần Thủ Độ làm Thống quốc thái sư, tri Thanh Hóa phủ sự. Gia phong thái phó triều Lý là Phùng Tá Chu làm Hưng Nhân Vương; Quan nội hầu Phạm Kính Ân làm Thái phó, tước Bảo Trung quan nội hầu.*" **Toàn Thư**, Bản Kỷ, quyển 5.

"*Năm Thiên Ứng Chính Bình thứ 5 [1236] Gia phong Hưng Nhân Vương Phùng Tá Chu làm Đại Vương; Quan nội hầu Phạm Kính Ân làm Thái úy, ban cho mũ áo đại vương. Năm thứ 10 [1241] Phùng Tá Chu mất.*" **Toàn Thư**, Bản Kỷ, quyển 5.

"*Ngày Mậu Tuất, mùa xuân, tháng 2 năm Thiên Ứng Chính Bình thứ 7 [1238], sai Thống quốc thái sư Trần Thủ Độ duyệt định sổ đinh phủ Thanh Hoá.*" **Toàn Thư**, Bản Kỷ, quyển 5.

"*Năm Thiên Ứng Chính Bình thứ 11 [1242], Làm đơn số hộ khẩu. Con trai lớn gọi là đại hoàng nam, con trai nhỏ gọi là tiểu hoàng nam, 60 tuổi gọi là lão, già lắm thì gọi là long lão. Nhân đinh có ruộng đất thì nộp tiền thóc, người không có ruộng đất thì miễn cả. Có 1, 2 mẫu ruộng thì nộp 1 quan tiền, có 3, 4 mẫu thì nộp 2 quan tiền, có từ 5 mẫu trở lên thì nộp 3 quan tiền. Tô ruộng mỗi mẫu nộp 100 thăng thóc.*" **Toàn Thư**, Bản Kỷ, quyển 5.

"*Ngày Quý Mão, tháng giêng năm Thiên Ứng Chính Bình thứ 12 [1243], lệnh cho quan các lộ làm sổ dân đinh, hạn trong hai tháng phải xong.*" **Toàn Thư**, Bản Kỷ, quyển 5.

"*Lời bàn của Ngô Thì Sĩ - Năm Kiến Trung thứ 4 (1228) đã xét định trưởng tịch Thanh Hóa, đến nay lại giao việc ấy cho Thủ Độ đứng làm, ngoài ra chỉ có một lần sai Tá Chu duyệt các danh sắc ở Nghệ An, còn số dân đinh các lộ khác đến năm Thiên Ứng Chính bình thứ 12 [1243] mới làm. Việc làm trưởng tịch, duy có Thanh Hóa là làm trước và tường tận hơn, lại giao việc ấy cho viên quan thân tín trông coi. Như thế, có lẽ vì cuối triều Lý, việc sắp xếp trưởng tịch ở Thanh, Nghệ hãy còn sơ lược, đến nay mới một phen sắp xếp lại, nên không thể không làm cẩn thận như thế chăng?*" **Cương Mục**, Chính Biên, quyển 6.

Riêng đối với quan lại cai trị dân phẩm hàm chức tước được quy định rõ; đại thần cấp cao có các chức như Thái sư, Thái phó, Thái bảo, Thái uý, hoặc Tư đồ, Tả Hữu tướng quốc. Con Vua thì các Hoàng tử Quốc Khang, Quang Khải, Nhật Vĩnh, Ích Tắc, Nhật Duật được phong Vương; các Hoàng tử khác đều phong Thượng vị hầu; con các Vương chỉ có con đầu được phong Vương mà thôi. Trừ trường hợp đặc biệt, theo thường lệ các quan cứ 15 năm được thăng 1 cấp, 10 năm thăng 1 bậc:

"*Tháng 2, năm Thiên Ứng Chính Bình thứ 5 [1236] định quan hàm cho các đại thần. Phàm người tôn thất vào chính phủ, hoặc là Thái sư, Thái phó, Thái bảo, Thái uý, hoặc là Tư đồ, Tả Hữu tướng quốc, đều kiêm hàm Kiểm hiệu đặc tiến nghi đồng tam ty bình chương sự (1).*" **Toàn Thư**, Bản Kỷ, quyển 5.

"*Tháng 10, năm Thiên Ứng Chính Bình thứ 10 [1241] Hoàng tử thứ ba Quang Khải sinh, là em cùng mẹ với thái* tử Hoảng. Quốc Khang là anh trưởng, sau đều phong đại vương. Thứ đến Nhật Vĩnh, Ích Tắc, Chiêu Văn, đều phong vương. Thứ nữa thì phong thượng vị hầu. Con trưởng của các vương thì phong vương, các con thứ thì phong thượng vị hầu, coi đó là chế độ lâu dài." **Toàn Thư**, Bản Kỷ, quyển 5.

"*Tháng 3, năm Thiên Ứng Chính Bình năm thứ 15 [1246] xét duyệt các quan văn, võ, trong ngoài. Cứ 15 năm 1 lần xét duyệt, 10 năm thăng tước 1 cấp, 15 năm thăng chức 1 bậc. Chức quan nào khuyết thì chức chánh kiêm chức phó. Chánh phó đều khuyết thì lấy quan khác tạm giữ, đợi đủ hạn xét duyệt thì bổ chức ấy.*

Bấy giờ quốc gia vô sự, nhân dân yên vui, người làm quan giữ mãi một chức, người ở quán, các, 10 năm mới được xuất thân, người ở sảnh, cục, 15 năm mới được xuất thân, chức tể tướng thì chọn người hiền năng trong tôn thất, có đạo đức, tài nghệ, thông hiểu thi thư thì cho làm." **Toàn Thư**, Bản Kỷ, quyển 5.

Triều đình định lệ cấp lương bổng cho các quan văn võ trong nước; đặt quy chế cấp phương tiện di chuyển xe thuyền cho quan lại Vương Hầu, Công chúa:

"*Ngày Bính Thân, mùa xuân, tháng giêng, năm Thiên Ứng Chính Bình thứ 5 [1236] định lệ cấp lương bổng cho các quan văn võ trong ngoài và các quan ở cung điện, lăng miếu; chia tiền thuế, ban cấp theo thứ bậc.*" **Toàn Thư**, Bản Kỷ, quyển 5.

"*Tháng 8, năm Thiên Ứng Chính Bình thứ 7 [1238], định quy chế thuyền xe cho vương hầu, công chúa, các quan văn võ và người tông thất.*" **Toàn Thư**, Bản Kỷ, quyển 5.

"*Mùa đông, tháng 10, năm Thiên Ứng Chính Bình thứ*

13 [1244] quy định lương bổng cho các quan làm việc trong ngoài và các quan túc vệ." **Toàn Thư**, Bản Kỷ, quyển 5.

Về mặt quân sự, nhà Trần có khuynh hướng dùng quân theo mức độ tin cẩn, sử dụng người dân thuộc tỉnh Thái Bình, Nam Định quê hương nhà Vua vào các đơn vị quan trọng như Thiên thuộc, Thiên cương, Chương thánh và Củng thần; chú ý bổ sung cho đủ quân số:

"Ngày Tân Sửu, mùa xuân, tháng 2, năm Thiên Ứng Chính Bình thứ 10 [1241], chọn người có sức khoẻ, am hiểu võ nghệ sung làm quân Túc vệ thượng đô." **Toàn Thư**, Bản Kỷ, quyển 5.

"Mùa đông, tháng 10, năm Thiên Ứng Chính Bình thứ 12 [1243] chọn người bổ sung vào các quân bộ để sai khiến." **Toàn Thư**, Bản Kỷ, quyển 5.

"Ngày Bính Ngọ mùa xuân, tháng 2 năm Thiên Ứng Chính Bình năm thứ 15 [1246], định quy chế các quân. Chọn người khoẻ mạnh sung làm quân Tứ thiên, Tứ thánh, Tứ thần. Đinh tráng lộ Thiên Trường [Nam Định] và Long Hưng [Thái Bình], sung vào các quân Thiên thuộc, Thiên cương, Chương thánh và Củng thần; lộ Hồng [Hải Dương] và lộ Khoái [Hưng Yên] sung quân tả hữu Thánh dực; lộ Trường Yên [Ninh Bình] và lộ Kiến Xương [nam Thái Bình] sung vào Thánh dực, Thần sách. Còn các lộ khác thì sung vào cấm quân trong Cấm vệ. Hạng thứ ba thì sung vào đoàn đội trạo nhi (2)." **Toàn Thư**, Bản Kỷ, quyển 5.

Chia đất nước thành 12 lộ, **Cương Mục**, chép danh sách 12 lộ gồm: Thiên Trường, Long Hưng, Quốc Oai, Bắc Giang, Hải Đông, Trường Yên, Kiến Xương, Hồng, Khoái, Thanh Hoá, Hoàng Giang, Diễn Châu. (3); đặt quan lại viên chức từ lộ đến phủ, châu, xã:

"*Ngày Nhâm Dần, Mùa xuân, tháng 2 năm Thiên Ứng Chính Bình thứ 11 [1242], chia nước làm 12 lộ. Đặt chức an phủ, trấn phủ, có 2 viên chánh, phó để cai trị. Các xã, sách thì đặt chức đại, tiểu tư xã. Từ ngũ phẩm trở lên là đại tư xã, từ lục phẩm trở xuống là tiểu tư xã. Có người làm kiêm cả 2, 3, 4, xã, cùng xã chính, xã sử, xã giám gọi là xã quan.*" **Toàn Thư**, Bản Kỷ, quyển 5.

"*Năm Giáp Thìn, Mùa xuân, tháng giêng năm Thiên Ứng Chính Bình thứ 13 [1244], sai các văn thần chia nhau đi trị nhậm các phủ, lộ trong nước gồm 12 nơi. Phủ có tri phủ, lộ có thông phán, châu có tào vận sứ và phó sứ, giữ việc vận chuyển.*" **Toàn Thư**, Bản Kỷ, quyển 5.

"*Năm Thiên Ứng Chính Bình thứ 19 [1250] Đổi Đô vệ phủ làm Tam ty viện, gồm các viện Phụng tuyên, Thanh túc, Hiến chính.*" **Toàn Thư**, Bản Kỷ, quyển 5.

Về phương diện pháp luật, triều đình cho san định hình luật, án xử xong phải cùng quan thẩm hình phúc thẩm mới định tội; giấy tờ quan trọng phải lấy dấu tay làm bằng; quy định thu tiền án phí:

"*Tháng 9, năm Thiên Ứng Chính Bình thứ 10 [1241], xuống chiếu cho các ty xét án được lấy tiền bình bạc (4).*" **Toàn Thư**, Bản Kỷ, quyển 5.

"*Mùa hạ, tháng 6, năm Thiên Ứng Chính Bình thứ 12 [1243] sai viên ngoại lang Trương Thất xét xử các án ở Đô vệ phủ.*" **Toàn Thư**, Bản Kỷ, quyển 5.

"*Năm Thiên Ứng Chính Bình thứ 13 [1244], định các cách thức về luật hình.*" **Toàn Thư**, Bản Kỷ, quyển 5.

"*Tháng 5 năm Thiên Ứng Chính Bình thứ 19 [1250] Mùa hạ, tháng 5, xuống chiếu các việc kiện tụng đã thành án, phải cùng quan thẩm hình viện xem xét định tội.*" **Toàn Thư**, Bản Kỷ, quyển 5.

"*Ngày Đinh Dậu, mùa xuân, tháng giêng năm Thiên Ứng Chính Bình năm thứ 6 [1237], xuống chiếu rằng: khi làm giấy tờ về chúc thư, văn khế ruộng đất và vay mượn tiền bạc thì người làm chứng in tay ở 3 dòng trước, người bán in tay ở 4 dòng sau.*" **Toàn Thư**, Bản Kỷ, quyển 5.

Về phương diện giáo dục, tại kinh sư lập Quốc Tử Viện, tương tự như Quốc Tử Giám triều Nguyễn, là trường đại học quốc gia đầu tiên. Cứ 7 năm 1 lần, mở kỳ thi Tiến sĩ, bắt đầu chọn tam khôi: Trạng nguyên, Bảng Nhãn, Thám hoa vào năm 1247; mở kỳ thi Tam giáo, chia làm 2 khoa Giáp và Ất ; định lệ cho các tân khoa vào chầu Vua:

"*Mùa thu, tháng 8, năm Thiên Ứng Chính Bình thứ 5 [1236] chọn các nho sinh đã thi đỗ vào chầu, sau làm định lệ.*" **Toàn Thư**, Bản Kỷ, quyển 5.

"*Mùa đông, tháng 10, năm Thiên Ứng Chính Bình thứ 5 [1236] cho Phạm Ứng Thần làm Thượng thư tri Quốc tử viện, đưa con em văn thần và tụng thần vào học.*" **Toàn Thư**, Bản Kỷ, quyển 5.

"*Tháng 2 năm Thiên Ứng Chính Bình thứ 8 [1239], thi thái học sinh. Đỗ đệ nhất giáp là Lưu Miễn, Vương Giát; đệ nhị giáp là Ngô Khắc; đệ tam giáp là Vương Thế Lộc.*" **Toàn Thư**, Bản Kỷ, quyển 5.

"*Mùa thu, tháng 7, năm Thiên Ứng Chính Bình thứ 15 [1246] định lệ thi tiến sĩ, cứ 7 năm 1 khoa.*" **Toàn Thư**, Bản Kỷ, quyển 5.

"Đinh Mùi, Mùa xuân, tháng 2, năm Thiên Ứng Chính Bình thứ 16 [1247], mở khoa thi chọn kẻ sĩ. Ban cho Nguyễn Hiền đỗ trạng nguyên, Lê Văn Hưu đỗ bảng nhãn; Đặng Ma La đỗ thám hoa lang. Cho 48 người đỗ thái học sinh, xuất thân theo thứ bậc khác nhau.

Trước đây, hai khóa Nhâm Thìn (1232) và Kỷ Hợi (1239) chia làm giáp, ất, chưa có chọn tam khôi. Đến khoa này mới đặt tam khôi." **Toàn Thư**, Bản Kỷ, quyển 5.

"Mùa thu, tháng 8, năm Thiên Ứng Chính Bình thứ 16 [1247] thi các khoa thông tam giáo. Ngô Tần (người Trà Lộ) đỗ giáp khoa, Đào Diễn, Hoàng Hoan (người Thanh Hóa) và Vũ Vị Phủ (người Hồng Châu) đỗ ất khoa." **Toàn Thư**, Bản Kỷ, quyển 5.

Ngành xây dựng thực hiện các công trình lớn như xây thành Long Phượng tức thành nội của Thăng Long [Hà Nội]; xây 2 hành cung, 1 sở tại quê nhà Vua làng Tức Mặc, 1 sở tại Thanh Hóa. Trong thành Thăng Long cho xây cầu Lâm Ba gần chùa Chân Giáo, dựng điện Linh Quang; và trùng tu chùa Diên Hựu tức chùa Một Cột, xây từ thời vua Lý Thái Tông:

"Tháng 2, năm Thiên Ứng Chính Bình thứ 6 [1237] dời dựng điện Linh Quang ở Đông Bộ Đầu (5), gọi là điện Phong Thủy. Khi xa giá dừng ở đây, các quan đưa đón, đều dâng trầu cau và trà, nên tục gọi là điện Trà." **Toàn Thư**, Bản Kỷ, quyển 5.

"Ngày Kỷ Hợi, mùa xuân, tháng giêng năm Thiên Ứng Chính Bình thứ 8 [1239], lại cho Phùng Tá Chu chức Nhập nội thái phó. Sai Chu về hương Tức Mặc [Xuân Trường, Nam Định] xây dựng nhà cửa, cung điện." **Toàn Thư**, Bản

Ký, quyển 5.

"Ngày Canh Tý, mùa xuân, tháng giêng năm Thiên Ứng Chính Bình thứ 9 [1240]. Mùa xuân, tháng giêng, sai Phùng Tá Chu dựng 5 sở hành cung ở phủ Thanh Hoá." **Toàn Thư**, Bản Kỷ, quyển 5.

"Tháng 2, năm Thiên Ứng Chính Bình thứ 12 [1243], đắp thành nội, gọi là thành Long Phượng và trùng tu Quốc tử giám." **Toàn Thư**, Bản Kỷ, quyển 5.

"Mùa hạ, tháng 4, năm Thiên Ứng Chính Bình thứ 17 [1248], làm cầu Lâm Ba ở chùa Chân Giáo, qua hồ Ngoạn Thiềm, đến quán Thái Thanh cung Cảnh Linh, cực kỳ tráng lệ." **Toàn Thư**, Bản Kỷ, quyển 5.

"Kỷ Dậu, Mùa xuân, tháng giêng, năm Thiên Ứng Chính bình thứ 18 [1249], trùng tu chùa Diên Hựu, xuống chiếu vẫn làm ở nền cũ." **Toàn Thư**, Bản Kỷ, quyển 5.

Từ xưa đến nay thiên tai hạn hán, lụt lội xảy ra bất cứ lúc nào; bấy giờ những nơi cao ráo như cung các Lệ Thiên, Thưởng Xuân cũng bị ngập, vào năm 1243 nước lớn vỡ thành Đại La [Hà Nội]. Nhưng triều đình thời Thiên Ứng Chính Bình có ưu điểm, không để xảy ra nạn đói, lại còn tìm cách cấp tuất cho dân, như miễn một nửa tô ruộng, đại xá:

"Ngày Ất Mùi, [Thiên Ứng Chính Bình] năm thứ 4 [1236]. Mùa xuân, tháng giêng, sét đánh 30 chỗ trong thành." **Toàn Thư**, Bản Kỷ, quyển 5.

"Mùa hạ, năm Thiên Ứng Chính Bình thứ 5 [1236] tháng 6, nước to, vỡ tràn vào cung Lệ Thiên." **Toàn Thư**, Bản Kỷ, quyển 5.

"Mùa thu, tháng 7, năm Thiên Ứng Chính Bình thứ 7

[1238], nước to, vỡ tràn vào cung Thưởng Xuân." **Toàn Thư**, Bản Kỷ, quyển 5.

"*Mùa thu, tháng 7, năm Thiên Ứng Chính Bình thứ 9 [1240] gió lớn, mưa to, động đất.*" **Toàn Thư**, Bản Kỷ, quyển 5.

"*Tháng 5, tháng 6, năm Thiên Ứng Chính Bình thứ 11 [1242] hạn hán, soát tù, đại xá. Mùa thu, tháng 7, mưa, miễn một nửa tô ruộng.*" **Toàn Thư**, Bản Kỷ, quyển 5.

"*Mùa thu, tháng 8, năm Thiên Ứng Chính Bình thứ 12 [1243] nước to, vỡ thành Đại La.*" **Toàn Thư**, Bản Kỷ, quyển 5.

"*Mùa thu, tháng 8, năm Thiên Ứng Chính Bình thứ 12 [1243] nước to, vỡ đê Thanh Đàm [Thanh Trì, Hà Đông]. Mùa đông, tháng 12, gió to, mưa lớn 3 ngày, nước sông tràn ngập, rắn, cá chết nhiều.*" **Toàn Thư**, Bản Kỷ, quyển 5.

"*Mùa hạ, tháng, năm Thiên Ứng Chính Bình năm thứ 15 [1246] tháp trên núi Long Đội đổ.*" **Toàn Thư**, Bản Kỷ, quyển 5.

"*Mùa hạ, tháng 4, năm Thiên Ứng Chính Bình thứ 16 [1247] động đất.*" **Toàn Thư**, Bản Kỷ, quyển 5.

Điểm tích cực nhất là bắt đầu đắp đê ngăn lụt, thực hiện tại sông Hồng và các tỉnh; lại đặt quan hà đê ngày đêm săn sóc:

"*Tháng 3, năm Thiên Ứng Chính Bình thứ 17 [1248] lệnh các lộ đắp đê phòng lụt, gọi là để quai vạc, từ đầu nguồn đến bờ biển, để ngăn nước lũ tràn ngập. Đặt hà đê chánh phó sứ để quản đốc. Chỗ đắp thì đo xem mất bao nhiêu ruộng đất của dân, theo giá trả lại tiền. Đắp đê quai vạc là bắt đầu từ* đó." **Toàn Thư**, Bản Kỷ, quyển 5.

Than ôi! Điểm son này bị Vua Tự Đức phê bình một cách bất công rằng:

*"**Lời phê** - Một lần thất sách, để tai hại về sau không biết chừng nào!"* **Cương Mục**, Chính Biên, quyển 6.

Tự Đức chê Vua Trần Thái Tông thất sách, vậy có dám phá đê không? Tự Đức trị vì mấy chục năm, đã không thực hiện được giải pháp gì khác lại để cho đê vỡ hàng chục lần, như đê Văn Giang [tỉnh Hưng Yên] vỡ 18 năm liền, từ 1863-1886 dân cư phiêu bạt, xóm làng trở thành đầm lầy, dân chúng cùng cực đói khổ; lại còn dám hạ bút chê người xưa, mà không biết ngượng!

Năm 1234 cha Vua là Thượng hoàng Trần Thừa mất tại cung Phụ Thiên lúc 51 tuổi, chôn tại làng Tĩnh Cương nay thuộc huyện Đông Hưng tỉnh Thái Bình. Thượng hoàng được tôn xưng là Thái Tổ; điều này giải thích tại sao nhà Vua là vị Vua đầu tiên của nhà Trần, mà chỉ xưng miếu hiệu Thái Tông mà thôi:

"Ngày Giáp Ngọ, năm Thiên Ứng Chính Bình thứ 3 [1234]. Mùa xuân, tháng giêng, ngày 18, Thượng hoàng băng ở cung Phụ Thiên, thọ 51 tuổi. Mùa thu, tháng 8, ngày 28, táng Thượng hoàng ở Thọ Lăng phủ Long Hưng. Lăng ở hương Tinh Cương [huyện Đông Hưng, tỉnh Thái Bình]. Miếu hiệu là Huy Tông, tên thụy là Khai Vận Lập Cực Hoằng Nhân Ứng Đạo Thuần Chân Chí Đức Thần Vũ Thánh Văn Thùy Dụ Chí Hiếu Hoàng Đế." **Toàn Thư**, Bản Kỷ, quyển 5.

"Ngày Mậu Thân, tháng giêng năm Thiên Ứng Chính Bình thứ 17 [1248], đổi miếu hiệu của Huy Tông gọi là Thái Tổ, Thọ Lăng gọi là Huy Lăng." **Toàn Thư**, Bản Kỷ, quyển 5.

Nhà Vua được các quan tôn xưng là Vũ Hiếu Nguyên Hoàng Đế; năm 1250 đích thân xuống chiếu cho gọi Vua là Quan gia:

"Năm Thiên Ứng Chính Bình năm thứ 6 [1237] Các quan dâng tôn hiệu là Thống Thiên Ngự Cực Long Công Hậu Đức Hiền Công Hựu Thuận Thánh Văn Thần Vũ Hiếu Nguyên Hoàng Đế." **Toàn Thư**, Bản Kỷ, quyển 5.

"Năm Thiên Ứng Chính Bình thứ 19 [1250], xuống chiếu cho thiên hạ gọi vua là quan gia." **Toàn Thư**, Bản Kỷ, quyển 5.

Năm 1940 Thái tử Hoảng sinh, tức Vua Thánh Tông sau này; triều đình ăn mừng lớn, đại xá cho tù tội:

"Tháng 9, ngày 25 năm Thiên Ứng Chính Bình thứ 9 [1240], hoàng đích trưởng tử là Hoảng sinh, lập làm Đông cung thái tử. Đại xá." **Toàn Thư**, Bản Kỷ, quyển 5.

Thời Thiên Ứng Chính Bình [1232-1250], từng đặc cách phong tước cho các đại thần có công như Phùng Tá Khang làm Tả nhai đạo lục; Trương Mông Ngự sử đại phu; Lê Phụ Trần Ngự sử trung thừa, Lưu Miễn An phủ sứ:

"Tháng 3, năm Thiên Ưng Chính Bình thứ 13 [1244] cho Phùng Tá Khang, cha Phùng Tá Chu, làm tả nhai đạo lục, tước Tả Lang.

Bấy giờ các vương hầu bổ quan tăng đạo thì gọi la Tả nhai, vì không thể cho đứng vào hàng ngũ các quan trong triều. Tả nhai là phẩm cao nhất của tăng đạo. Không phải là người thông thạo tôn giáo của mình thì không được dự càn. Nay đem phong cho Tá Khang là lễ ưu hậu lắm." **Toàn Thư**, Bản Kỷ, quyển 5.

"Mùa đông, tháng 12, năm Thiên Ứng Chính Bình thứ 15 [1246] cho Trương Mông làm Ngự sử đại phu Mông người Thanh Hóa, có hùng tài." **Toàn Thư**, Bản Kỷ, quyển 5.

"Năm Thiên Ứng Chính Bình thứ 19 [1250] cho Lê Phụ Trần làm Ngự sử trung tướng, tri Tam ty viện sự." **Toàn Thư**, Bản Kỷ, quyển 5.

"Mùa thu, tháng 7, năm Thiên Ứng Chính Bình thứ 19 [1250] cho Minh tự Lưu Miễn làm an phủ sứ phủ lộ Thanh Hóa." **Toàn Thư**, Bản Kỷ, quyển 5.

Năm 1248 Trần Thủ Độ sai thầy phong thủy đi trấn yểm khắp nước để mong nhà Trần giữ ngôi cao mãi mãi; đây là việc làm ngu xuẩn, phá hoại thiên nhiên, gây sự mê tín bất ổn trong lòng dân. Y là kẻ vô học, không biết chữ; làm những việc mù quáng như giết tôn thất nhà Lý, trấn yểm long mạch. Qua lịch sử chứng minh, cho dù âm mưu làm bẫy chôn sống, nhưng làm sao giết hết được con cháu họ Lý; riêng việc chặn long mạch thì thời Tần Thủy Hoàng đã làm rồi, nhưng nào có chặn nổi Hán Cao Tổ nổi dậy tại phương đông; Cao Biền thời giữ chức An Nam Đô hộ phủ đã làm, nhưng y chết mồ chưa xanh cỏ, thì Tiên chúa Khúc Thừa Dụ đã dấy lên giành độc lập cho nước ta; đó là những chứng cớ hùng hồn không nên mê tín trấn yểm, phong thủy:

"Năm Thiên Ứng Chính Bình thứ 17 [1248] Sai các nhà phong thủy đi xem khắp núi sông cả nước, chỗ nào có vượng khí đế vương thì dùng phép thuật để trấn yểm, như các việc đào sông Bà Lễ (6) đục núi Chiêu Bạc (7) ở Thanh Hóa; còn lấp các khe ở kênh mở đường ngang dọc thì nhiều không kể xiết. Đó là làm theo lời Trần Thủ Độ." **Toàn Thư**, Bản Kỷ, quyển 5.

Về việc giao thiệp với Trung Quốc, tình hình nhà Tống lúc bấy giờ suy yếu, tại phía bắc sông Dương Tử quân Mông Cổ tiếp tục tấn công. Cùng lúc Mông Cổ điều một đạo quân khác đánh chiếm Tứ Xuyên; dùng chiến lược vu hồi đánh thọc xuống Vân Nam, để mong lập một mặt trận khác sau lưng quân Tống. Tuy nhiên nhà Trần vẫn chủ trương thân thiện với nhà Tống, năm 1236, sai Sứ sang cống sản vật địa phương:

"Tục Tư Trị Thông Giám, quyển 168, Tống Lý Tông năm Đoan Bình thứ 2 [1236]. Ngày Mậu Tý tháng 11 [9/1/1236], nước An Nam cống sản vật địa phương."

(戊子，安南國貢方物)

"Tục Tư Trị Thông Giám quyển 168. Tống Lý Tông năm Đoan Bình thứ 3 [1236]. Ngày Bính Ngọ tháng 10 năm Đoan Bình thứ 3 [22/11/1236], Trần Nhật Cảnh nước An Nam sai người đến cống, vẫn ban cho chức Hiệu trung thuận hóa công thần."

(安南國陳日煚遣人入貢。制授安南國王，仍賜效忠順化功臣。)

Bấy giờ nhà Tống không kiểm soát được vùng đất giáp An Nam, lực lượng cát cứ nổi lên cướp phá, nhà Vua bèn sai người đến biên giới bày tỏ:

"Mùa đông, tháng 10, [Thiên Ứng Chính Bình] *năm thứ 9* [1240] *quan đóng giữ Lạng Giang sai chạy trạm tâu về việc người phương Bắc đến bắt người cướp của dân cư trong hạt*

ấy. Vua sai thị thần là Bùi Khâm đến biên giới phía bắc để bày tỏ." **Toàn Thư**, Bản Kỷ, quyển 5.

Năm 1241, dân tộc thiểu số tại tỉnh Quảng Tây lại vượt biên cướp phá, sai Đốc tướng Phạm Kính Ân sang đánh chiếm các động để cảnh cáo, rồi mang quân trở về:

"*Mùa đông, tháng 10, năm Thiên Ứng Chính Bình thứ 10 [1241], người Man phương bắc đến cướp biên giới. Sai đốc tướng Phạm Kính Ân đi đánh lấy được các động Man rồi về.*" **Toàn Thư**, Bản Kỷ, quyển 5.

Cùng năm nhà Vua đích thân cầm quân làm cuộc hành quân đánh phá vùng Bằng Tường, châu Khâm, châu Liêm tại đất Quảng Tây ngày nay, rồi trở về:

"*Năm Thiên Ứng Chính Bình thứ 10 [1241] Vua thân hành cầm quân đi đánh các trại Vĩnh An [châu Khâm, Quảng Tây], Vĩnh Bình [Bằng Tường thị, Quảng Tây] của nước Tống phía đường bộ; vượt qua châu Khâm, châu Liêm, tự xưng là Trai Lang, bỏ thuyền lớn ở trong cõi, chỉ đi bằng các thuyền nhỏ Kim Phụng, Nhật Quang, Nguyệt Quang. Người châu ấy không biết là vua, đều sợ hãi chạy trốn. Đến sau biết là vua mới chăng xích sắt giữa sông để chặn đường thủy. Khi trở về, vua sai nhổ lấy vài chục cái neo đem về.*" **Toàn Thư**, Bản Kỷ, quyển 5.

Bấy giờ quân Mông Cổ đã chiếm được Vân Nam, thường mang du binh đến phía nam tỉnh Quảng Tây đe dọa, khiến An Nam không thể liên lạc với nhà Tống, Vua bèn ra lệnh chiếm đất Bằng Tường để tiện đường thông sứ:

"*Mùa hạ, tháng 4, năm Thiên Ứng Chính Bình thứ 11 [1242] Khi ấy, nước Mông Cổ lấy được Vân Nam, quân của*

Mông Cổ đi tuần hành đến châu Ung, châu Quảng nhà Tống, thành ra nơi quan ải bị nghẽn đường. Sứ bộ nhà Trần phái sang bên Tống, được đi độ bốn người, chỉ được đem giấy tờ đi theo, còn lễ cống thì niêm phong lại đưa đến biên giới, do quan địa phương chuyển đệ về triều, nhưng cũng không lần nào đệ về được đầy đủ. Vì thế, nhà vua sai Khuê Kình đem quân đi trấn ngự, đánh chiếm đất Bằng Tường, để lấy đường thông sang nhà Tống." **Cương Mục**, Chính Biên, quyển 6.

Riêng về phía nam, nước Chiêm Thành vẫn theo thông lệ sang triều cống:

"Mùa đông, năm Thiên Ứng Chính Bình thứ 11 [1242] tháng 10, Chiêm Thành sang cống." **Toàn Thư**, Bản Kỷ, quyển 5

Chú thích:

1. Nghi đồng tam ty: nghĩa là nghi thức ngang với nghi thức của Tam ty hay Tam công. Bình chương sự: nghĩa là xếp đặt cho tốt đẹp, chỉ chức tể tướng. Đồng bình chương sự: nghĩa là ngang với tể tướng.

2. Trạo nhi: chèo thuyền.

3. **Toàn Thư** không ghi tên các lộ; **Cương Mục**, Chính Biên quyển 6 chép danh sách 12 lộ gồm: Thiên Trường, Long Hưng, Quốc Oai, Bắc Giang, Hải Đông, Trường Yên, Kiến Xương, Hồng, Khoái, Thanh Hoá, Hoàng Giang, Diễn Châu. Riêng **An Nam Chí Lược** của Lê Trắc đưa ra một danh sách 15 lộ, nhưng chỉ có 6 lộ là có tên trong danh sách của **Cương mục**.

4. Tiền bình bạc: chỉ tiền xét án.

5. Đông Bộ Đầu: tức bến sông Hồng phía trên cầu cầu Long Biên gần dốc Hàng Than, Hà Nội ngày nay.

6. Sông Bà Lễ: **Cương Mục**, Chính Biên, quyển 6 chép là sông Bà Mã. Nguyên văn: "Bà Lễ giang", có lẽ là sông Bà Mã và sông Lễ gọi tắt. Bà Mã tức sông Mã ở Thanh Hóa, còn sông Lễ **thì Cương mục** chú là sông Mã, nhưng có lẽ là sông Chu, cũng tại Thanh Hóa.

7. Núi Chiêu Bạc: Bản dịch cũ chú có lẽ là núi Chiếu Bạch; hiện có sông Chiếu Bạch ở huyện Hà Trung, tỉnh Thanh Hóa.

37.

Trần Thái Tông [1225-1257]
Thời Nguyên Phong
[1251-1257] (3)

Đời Vua Trần Thái Tông, đầu năm Thiên Ứng Chính Bình thứ 20 [1251], đổi sang niên hiệu Nguyên Phong thứ nhất :

"Ngày Tân Hợi, mùa xuân, tháng 1, năm Thiên Ứng Chính Bình thứ 20 [2/1251] Mùa xuân, tháng 1; đổi nguyên hiệu là Nguyên Phong năm thứ 1." **Toàn Thư**, Bản Kỷ, quyển 5

Nhà Vua mở tiệc vui trong nội điện, mọi người đều hân hoan ca hát, viên Ngự sử Trần Chu Phổ cũng cùng mọi người đứng dậy, nhưng không hát theo:

"Vua ban yến ở nội điện, các quan đều dự. Đến khi say, mọi người đứng cả dậy, dang tay mà hát. Ngự sử trung tướng Trần Chu Phổ cũng dang tay theo mọi người, nhưng không hát câu gì khác, chỉ nói:

'Sử quan ca rằng, sử quan ca rằng' ". **Toàn Thư**, Bản Kỷ, quyển 5

Việc vua tôi nhà Trần cùng vui vẻ ca hát trong buổi tiệc liên hoan, bị Sử thần Ngô Sĩ Liên phê phán như sau:

"*Sử thần Ngô Sĩ Liên nói: Xem thế đủ thấy, tuy bấy giờ vua tôi cùng vui, không gò bó vào lễ pháp, cũng là điều giản dị, chất phác của phong tục, nhưng không còn chừng mực gì nữa. Hữu Tử nói:*

'Biết được hòa đồng rồi hòa đồng, nhưng không lấy lễ mà tiết chế, thì cũng không thể làm được.'

Ngự sử là bề tôi giữ việc can ngăn, chức phận là phải uốn nắn, đã không nói thì thôi, lại còn vào hùa với họ thì kỷ cương của triều đình để đâu?" **Toàn Thư**, Bản Kỷ, quyển 5.

Thiết tưởng Ngô Sĩ Liên sống vào triều Lê, chịu ảnh hưởng khắt khe của Tống Nho, chăm chăm giữ tôn ty trật tự; khác với văn hóa đời Trần "Tam giáo đồng lưu" có phần phóng khoáng hơn. Bởi vậy người đọc sử cảm thấy hứng thú thấy các Vương hầu nhà Trần cùng hăng hái chung lo việc nước, dẹp quân Nguyên Mông; nhưng trong chốn riêng tư thì anh em hòa đồng như chung một nhà. Hãy xem cách xử sự của Vua Trần Thánh Tông đối với Hoàng gia tôn thất trong dịp tết, đáng biểu dương một nếp sống đẹp:

"*Ngày Mậu Thìn, mùa Xuân, tháng giêng* [Thiệu Long] *năm thứ 11* [2/1268]*, vua từng nói với tôn thất rằng:*

'Thiên hạ là thiên hạ của tổ tông, người nối nghiệp của tổ tông phải cùng hưởng phú quý với anh em trong họ. Tuy bên ngoài có một người ở ngôi tôn, được cả thiên hạ phụng sự, nhưng bên trong thì ta với các khanh là đồng bào ruột thịt. Lo thì cùng lo, vui thì cùng vui. Các khanh nên truyền những lời này cho con cháu để chúng đừng bao giờ quên, thì đó là phúc muôn năm của tông miếu xã tắc'.

Đến đây, xuống chiếu cho các vương hầu tôn thất, khi bãi triều thì vào trong điện và lan đình. Vua cùng ăn uống với họ. Hôm nào trời tối không về được thì xếp gối dài, trải chăn rộng, kê giường liền cùng ngủ với nhau để tỏ hết lòng yêu quý nhau. Còn như trong các lễ lớn như triều hạ, tiếp tân, yến tiệc thì phân biệt rõ ngôi thứ, cấp bậc" **Toàn Thư**, Bản Kỷ, quyển 5.

Tháng 4 năm Nguyên Phong thứ nhất, Yên sinh vương Liễu mất, được ban tước Đại vương:

"Mùa hạ, tháng 4, Nguyên Phong năm thứ nhất [5/1251]:Yên Sinh Vương Liễu mất, thọ 41 tuổi, gia phong đại vương." **Toàn Thư**, Bản Kỷ, quyển 5.

Con Yên sinh vương là Hưng đạo vương Trần Quốc Tuấn, và Vũ thành vương Doãn đã chọn cách xử sự khác nhau đối với mối hiềm khích giữa cha và chú ruột tức Vua Trần Thái Tông:

"Yên Sinh Vương trước đây vốn có hiềm khích với Chiêu Lăng [Vua Trần Thái Tông] , mang lòng hậm hực, tìm khắp những người tài nghệ để dạy Quốc Tuấn. Lúc sắp mất, Yên Sinh cầm tay Quốc Tuấn giối giăng rằng:

"Con không vì cha lấy được thiên hạ, thì cha chết dưới suối vàng cũng không nhắm mắt được?.

Quốc Tuấn ghi điều đó trong lòng, nhưng không cho là phải." **Toàn Thư**, Bản Kỷ, quyển 6.

""Mùa thu, tháng 7, năm Nguyên Phong thứ 6 [8/1256] Vũ Thành Vương Doãn đem cả nhà trốn sang nước Tống. Thổ quan Tư Minh là Hoàng Bính bắt lại đưa trả cho ta.

Doãn là con Yên Sinh Vương do Hiến Từ sinh. Yên Sinh

có hiềm khích với vua, đến khi Hiển Từ mất, bị thất thế, nên trốn sang nước Tống. Vua thưởng vàng lụa cho Bính. Do đấy việc giữ phòng quan ải càng thêm nghiêm ngặt." **Toàn Thư**, Bản Kỷ, quyển 5.

Vào tháng giêng năm Nguyên Phong thứ 2 [2/1252] Vua Thái Tông thân chinh đi đánh Chiêm Thành, bắt được vợ Vua Chiêm, cùng thần dân nước này:

"Ngày Nhâm Tý, tháng giêng năm Nguyên Phong thứ 2 [2/1252], vua thân đi đánh Chiêm Thành, sai Khâm Thiên Đại vương Nhật Hiệu làm lưu thủ.

Chiêm Thành từ khi nhà Lý suy yếu, thường đem thuyền nhẹ đến cướp bóc dân cư ven biển. Vua lên ngôi, lấy đức vỗ về, sai sứ sang dụ, tuy họ có thường sang cống, nhưng lại đòi xin lại đất cũ, và có ý dòm ngó nước ta. Vua giận, nên có việc thân chinh này.

Mùa đông, tháng 12, bắt được vợ của chúa Chiêm Thành là Bố Da La và nhiều thần thiếp, nhân dân của y rồi về." **Toàn Thư**, Bản Kỷ, quyển 5.

Nhà Trần chính thức dùng sách giáo khoa do Tống Nho chọn gồm **Tứ Thư, Lục Kinh** (1), tổ chức việc học và thi cử theo Nho Học:

"Tháng 6, năm Nguyên Phong năm thứ 3 [7/1253], lập Quốc học viện. Đắp tượng Khổng Tử, Chu Công và Á Thánh Mạnh Tử, vẽ tranh 72 người hiền (2) để thờ." **Toàn Thư**, Bản Kỷ, quyển 5.

"Tháng 9, năm Nguyên Phong năm thứ 3 [10/1253], xuống chiếu vời nho sĩ trong nước đến Quốc tử viện giảng tứ thư lục kinh." **Toàn Thư**, Bản Kỷ, quyển 5.

"Ngày Bính Thìn, tháng 2, năm Nguyên Phong thứ 6 [3/1256], mở khoa thi chọn kẻ sĩ. Ban cho Trần Quốc Lặc đỗ kinh trạng nguyên; Trương Xán đỗ trại trạng nguyên; Chu Hinh đỗ bảng nhãn; Trần Uyên đỗ thám hoa lang (3). Lấy đỗ thái học sinh 43 người (kinh 42 người, trại 1 người), xuất thân có thứ bậc khác nhau."

Hồi quốc sơ, cử người chưa phân kinh trại, người đỗ đầu ban cho danh hiệu trạng nguyên. Đến nay, chia Thanh Hóa, Nghệ An làm trại, cho nên có phân biệt kinh trại." **Toàn Thư**, Bản Kỷ, quyển 5.

Năm Nguyên Phong thứ 3 cho lập Giảng võ đường; các Vương Hầu lúc bấy giờ có khuynh hướng chuộng võ nghệ, truyền thống này rất thuận lợi trong công cuộc chống Nguyên Mông sau này:

"Mùa thu, tháng 8, Nguyên Phong năm thứ 3 [9/1253] lập Giảng võ đường." **Toàn Thư**, Bản Kỷ, quyển 5.

"Năm Nguyên Phong thứ 4 [1254], bấy giờ các vương hầu phần nhiều coi việc đánh nhau bằng tay không và một mình đi cướp là dũng cảm. Vũ Uy vương Duy con Thái Tông cũng làm thế. Một hôm, Vũ Uy vương đánh nhau tay không ở Đông Bộ Đầu, vua vi hành qua đấy trông thấy hỏi rằng:

'Người béo và trắng kia là ai, bắt lại đây để sai bảo'.

Vũ Uy vương nghe thế trốn mất." **Toàn Thư**, Bản Kỷ, quyển 5.

Triều đình lưu ý việc đắp đê, trồng cây ven bờ giữ đê; chăm sóc vét sông Tô Lịch tại kinh thành Thăng Long:

"Ngày Ất Mão, tháng 2, [Nguyên Phong] năm thứ 5 [3/1255], sai Lưu Miễn bồi đắp đê sông các xứ ở Thanh Hóa.

Mùa hạ, tháng 4, chọn tản quan làm hà đê chánh phó sứ các lộ. Khi việc làm ruộng nhàn rỗi thì đốc thúc quân lính đắp đê đập, đào mương ngòi để phòng lụt, hạn." **Toàn Thư**, Bản Kỷ, quyển 5.

"*Tháng 5, năm Nguyên Phong thứ 5 [6/1255] trồng 500 trượng toàn cây muỗm suốt từ bến Hồng đến đê quai vạc Cầu Thần.*"" **Toàn Thư**, Bản Kỷ, quyển 5

"*Năm Nguyên Phong thứ 6 [1256], vét sông Tô Lịch.*" **Toàn Thư**, Bản Kỷ, quyển 5

Ngoài ra xin kể tiếp các sự kiện lịch sử khác, theo thứ tự từng năm:

"*Năm Nguyên Phong năm thứ nhất [1251] Phạm Kính Ân mất, Kính Ân là thái úy quan nội hầu của triều Lý cũ.*" **Toàn Thư**, Bản Kỷ, quyển 5.

"*Ngày Quý Sửu, tháng 4, năm Nguyên Phong thứ 3 [5/1253], cho Khâm Thiên Đại Vương Nhật Hiệu làm Thái úy.*" **Toàn Thư**, Bản Kỷ, quyển 5

"*Ngày Giáp Dần, tháng 5 năm Nguyên Phong thứ 4 [6/1254], định quy chế xe kiệu, mũ áo và người hầu cho tôn thất và các quan văn võ theo thứ bậc khác nhau.*

Từ tông thất cho đến quan ngũ phẩm đều được đi kiệu, ngựa và võng. Tôn thất thì kiệu đầu đòn chạm phượng sơn son, tướng quốc thì kiệu đầu đòn chạm vẹt sơn đen, lọng tía; từ tam phẩm trở lên thì kiệu đầu đòn chạm mây, lọng xanh; từ tứ phẩm đến lục phẩm thì kiệu đầu đòn bằng dầu; ngũ phẩm trở lên thì lọng xanh; lục thất phẩm thì lọng giấy đen. Người theo hầu nhiều thì 1.000 người, ít thì 100 người." **Toàn Thư**, Bản Kỷ, quyển 5.

"Tháng 6, bán ruộng công, mỗi diện là 5 quan tiền (bấy giờ gọi mẫu là diện), cho phép nhân dân mua làm ruộng tư." **Toàn Thư**, Bản Kỷ, quyển 5

"Mùa đông, tháng 10, ban tiền cho Phạm Ứng Mộng, bảo tự hoạn để vào hầu.

Trước đó, vua nằm mơ đi chơi thấy thần nhân chỉ một người bảo vua:

'Người này có thể làm hành khiển'.

Tỉnh dậy, không biết là người nào. Một hôm tan buổi chầu, vua ngự ra ngoài thành, thấy một người con trai theo học ở cửa nam thành, hình dáng giống hệt người trong mộng, Vua gọi đến hỏi, người đó ứng đối giống như những lời trong mộng. Vua muốn trao cho chức hành khiển, nhưng thấy khó, mới cho 400 quan tiền bảo tự hoạn." **Toàn Thư**, Bản Kỷ, quyển 5.

"Tháng 4 năm Nguyên Phong thứ 5 [5/1255] Hoàng tử thứ 6 Nhật Duật sinh. Trước đó, đạo sĩ cung Thái Thanh tên là Thậm cầu tự cho vua. Đọc sớ xong đạo sĩ tâu vua:

'Thượng đế đã y lời sớ tấu, sắp sai Chiêu Văn đồng tử giáng sinh, ở trần thế bốn kỷ'.

Thế rồi hậu cung có mang. Sau quả nhiên sinh con trai, hai cánh tay có chữ "Chiêu Văn đồng tử", nét chữ rất rõ, vì thế đặt hiệu là Chiêu Văn (tức là Nhật Duật). Lớn lên, nét chữ mới mất đi.

Đến năm [Nhật Duật] 48 tuổi, bị ốm hơn 1 tháng, các con ông làm chay, xin giảm tuổi thọ của mình để kéo dài tuổi thọ cho cha. Đạo sĩ đọc sớ xong, đứng dậy nói:

Thượng đế xem số xong, cười bảo:

'Sao hắn quyến luyến trần tục muốn ở lại lâu thế, nhưng các con hắn thực lòng hiếu thảo, cũng đáng cho. Thôi cho thêm hai kỷ nữa'.

Bệnh liền khỏi. Sau Nhật Duật mất, thọ 77 tuổi, thế là được đủ 6 kỷ lẻ 5 năm." **Toàn Thư**, Bản Kỷ, quyển 5.

"Mùa thu, tháng 8, nước to, vua ngự chơi Hồ Tây." **Toàn Thư**, Bản Kỷ, quyển 5.

"Mùa đông, tháng 10, Vua ngự đến hành cung phủ Thiên Trường." **Toàn Thư**, Bản Kỷ, quyển 5.

"Tháng 3, nhuận, năm Nguyên Phong thứ 6 [4/1256] đúc 330 quả chuông." **Toàn Thư**, Bản Kỷ, quyển 5

"Mùa hạ, tháng 5, sét đánh điện Thiên An, lại đánh cung Thái Thanh, tượng Thiên Tôn gãy mất một ngón tay." **Toàn Thư**, Bản Kỷ, quyển 5

"Ngày Đinh Tỵ, tháng 2, năm Nguyên Phong thứ 7 [3/1257], Hoàng Bính đem cả nhà đến cửa khuyết, dâng con gái vào cung. Vua nhận, sách phong làm Huệ Túc phu nhân." **Toàn Thư**, Bản Kỷ, quyển 5.

Vào hạ bán niên năm Nguyên Phong thứ 7 [1257] quân Mông Cổ lần đầu tiên xâm lăng nước ta, sự kiện lịch sử trọng đại này các sử sách 2 nước Việt Trung chép nhiều chỗ không giống nhau; nay xin trưng ra sử liệu của từng bộ sử để phân tích, ngõ hầu rút ra được chỗ hợp lý. **Đại Việt Sử Ký Toàn Thư** nước ta chép như sau:

"Mùa thu, tháng 8, năm Nguyên Phong thứ 7 [9/1257] chủ trại Quy Hóa [Yên Bái, Phú Thọ] (4) là Hà Khuất sai chạy trạm tâu vua là có sứ Nguyên sang." **Toàn Thư**, Bản Kỷ, quyển 5.

"*Tháng 9, xuống chiếu, lệnh tả hữu tướng quân đem quân thủy bộ ra ngăn giữ biên giới, theo sự tiết chế của [Trần] Quốc Tuấn.*" **Toàn Thư**, Bản Kỷ, quyển 5.

"*Mùa đông, tháng 11, lệnh truyền cả nước sắm sửa vũ khí.*" **Toàn Thư**, Bản Kỷ, quyển 5.

"*Tháng 12, ngày 12, tướng Nguyên Ngột Lương Hợp Đải (5) xâm phạm Bình Lệ Nguyên (6).*

Vua thân hành đốc chiến, xông pha tên đạn. Quan quân hơi núng, vua ngoảnh trông tả hữu, chỉ có Lê Phụ Trần một mình một ngựa, ra vào trận giặc, sắc mặt bình thản như không.

Lúc ấy, có người khuyên vua dừng lại để chỉ huy chiến đấu. Phụ Trần cố sức can vua:

'Nay thì bệ hạ chỉ đánh một ván dốc túi thôi! Hãy nên tạm lánh chúng, sao lại có thể dễ dàng tin lời người ta thế!'.

Bấy giờ, vua mới lui quân đóng ở sông Lô [sông Hồng phần phía bắc Hà Nội] (7). Phụ Trần giữ phía sau. Quân giặc bắn loạn xạ, Phụ Trần lấy ván thuyền che cho vua khỏi trúng tên giặc. Thế giặc rất mạnh, vua lại phải lui giữ sông Thiên Mạc [sông Hồng nam Hà Nội] (8). Phụ Trần theo vua bàn những việc cơ mật, rất ít người biết được đều đó.

Vua ngự thuyền nhỏ đến thuyền Thái úy Nhật Hiệu hỏi kế sách chống giặc. Nhật Hiệu đương dựa mạn thuyền, cứ ngồi chứ không đứng dậy nổi, chỉ lấy ngón tay chấm nước viết hai chỉ "nhập Tống" (9) lên mạn thuyền. Vua hỏi quân Tinh Cương ở đâu? (Tinh Cương là quân do Nhật Hiệu chỉ huy).

Nhật Hiệu trả lời:

'Không gọi được chúng đến'

Vua lập tức dời thuyền đến hỏi Thái sư Trần Thủ Độ, Thủ Độ trả lời:

'Đầu thần chưa rơi xuống đất, bệ hạ đừng lo gì khác'." **Toàn Thư**, Bản Kỷ, quyển 5.

"Ngày 24, vua và Thái Tử [Trần Thánh Tông] ngự lâu thuyền, tiến quân đến Đông Bộ Đầu [phía bắc cầu Long Biên] (10), đón đánh, cả phá được quân giặc. Quân Nguyên chạy trốn về, đến trại Quy Hóa, chủ trại là Hà Bổng chiêu tập người Man ra tập kích, lại cả phá bọn chúng.

Khi ấy, người Nguyên mới lấy được Vân Nam, bọn du binh đến, không có ý đánh chiếm, nên bây giờ người ta gọi chúng là "giặc Phật". Giặc rút, ban cho Bổng tước hầu." **Toàn Thư**, Bản Kỷ, quyển 5.

Toàn Thư lại chép tiếp 2 sử liệu về việc tha tội cho viên quan nhỏ Hoàng Cự Đà và tìm lại được ấn sau cuộc chiến; nội dung như sau:

"Tháng 12, năm Nguyên Phong thứ 7 [1257], tha tội cho tiểu hiệu Hoàng Cự Đà.

Trước kia có lần vua ban xoài cho những người hầu cận, Cự Đà không được ăn. Đến khi quân Nguyên tới Đông Bộ Đầu, Cự Đà ngồi thuyền nhẹ chạy trốn. Đến Hoàng giang [khúc sông Hồng phíc bắc Nam Định] gặp hoàng thái tử đi thuyền ngược lên, Đà lánh sang bờ sông bên kia, thuyền chạy rất gấp. Quan quân gọi lớn:

'Quân Nguyên ở đâu'.

Cự Đà trả lời:

'Không biết, đi mà hỏi những người ăn xoài ấy'.

Đến đây, thái tử xin ghép Cự Đà vào cực hình để răn những kẻ làm tôi bất trung. Vua nói:

'Cự Đà tội đáng giết cả họ, song đời xưa đã có chuyện Dương Châm không được ăn thịt dê, đến nỗi làm quân nước Tống bị thua (11). Việc Cự Đà là lỗi ở ta, tha cho hắn tội chết, cho phép hắn đánh giặc chuộc tội".

"Khi vua thân hành thống lĩnh sáu quân đi chống giặc, quan giữ ấn vội vàng giấu ấn báu lên rường điện Đại Minh, chỉ đem ấn nội mật đi theo. Giữa đường, ấn ấy lại mất. Giấy tờ trong quân không có ấn. Vua sai thợ khắc gỗ làm ấn. Đến khi xa giá về kinh, lại có người đem dâng con ấn bị mất, ấn báu giấu đi vẫn còn nguyên ở chỗ cũ." **Toàn Thư**, Bản Kỷ, quyển 5.

Qua tư liệu của **Toàn Thư**, có thể hình dung vị trí sông Hồng thời xưa được chia làm 3 phần như sau: phía bắc kinh thành Thăng Long gọi là sông Lô; phía nam kinh thành phần chảy qua tỉnh Hưng Yên gọi là sông Thiên Mạc; đoạn qua tỉnh Thái Bình, Nam Định là sông Hoàng Giang. Khởi đầu quân ta yếu thế, Vua Trần Thái Tông phải rút lui từ sông Lô xuống giữ sông Thiên Mạc, như vậy phải bỏ ngỏ kinh thành Thăng Long, trước khi di tản có kẻ đem ấn báu dấu trên rường điện Đại Minh. Rồi đạo quân tinh nhuệ từ quê Vua, phủ Thiên Trường, do Thái tử [Vua Thánh Tông] chỉ huy kéo lên tăng viện. Có quân mạnh, quân ta chiến thắng quân Mông Cổ tại Đông Bộ Đầu vị trí tại phía trên cầu Long Biên gần dốc Hàng Than, Hà Nội ngày nay. Quân Mông Cổ rút lui, ta chiếm lại kinh đô; quân giặc lại bị Thổ quan Hà Bổng đánh bại tại châu Quy Hóa, nên rút lui êm không có dịp để phá phách, nên sử gọi là "giặc Phật".

Phối kiểm với sử Trung Quốc; **Tục Tư Trị Thông Giám** của Tất Nguyên đời Thanh Càn Long phiên âm tên viên chủ tướng Ngột Lương Hợp Đải thành Ô Lan Cáp Đạt. Chép rằng Viên tướng này từ Vân Nam sai Sứ giả đến An Nam khuyên hàng; nhưng Sứ bị An Nam bắt giam:

*"**Thông Giám**, quyển 175, Ngày Tân Dậu tháng 9 năm Bảo Hựu thứ 5 [18/10/1257], Ô Lan Cáp Đạt, Mông Cổ, sai Sứ bảo An Nam hàng; người An Nam bỏ tù viên Sứ; bèn bàn đánh. Biên giới Bá Châu [thuộc Quý Châu] báo động."*

(蒙古烏蘭哈達遣使招安南降，安南人囚其使，遂議征之。播州邊境告警。)

Thông Giám chép tiếp, hai tháng sau Ô Lan Cáp Đạt mang quân sang đánh nước ta, hành quân theo hướng xuôi dòng sông Hồng, tương tự như **Toàn Thư** đã mô tả; rồi chiếm được thành Thăng Long, sau đó khải hoàn:

*"**Thông Giám**, quyển 175. Ngày Canh Tý tháng 10 [26/11/1257], Ô Lan Cáp Đạt, Mông Cổ, mang quân sát biên giới An Nam; Quốc vương An Nam Trần Nhật Cảnh bày trận voi ngựa, rất nhiều bộ binh, ở bên bờ sông Thao [sông Hồng]. Ô Lan Cáp Đạt chia quân thành 3 đội vượt sông; Tề Tề Khắc Đồ theo hạ lưu vượt sông trước, đại quân ở chính giữa, Phò mã Hoài Đồ cùng A Châu ở phía sau. Cáp Đạt truyền phương lược cho Tề Tề Khắc Đồ như sau:*

'Sau khi quân ngươi vượt sông, đừng giao chiến; bọn chúng sẽ đến đánh ta, Phò mã mang quân ngăn phía sau; người chờ lúc thuận tiện cướp lấy thuyền, bọn chúng tất bị ta bắt. Khi quân lên bờ, tức giao chiến.'

Tề Tề Khắc Đồ làm trái lệnh, người An Nam tuy thua nặng, còn có thể leo lên thuyền tránh. Ô Lan Cáp Đạt giận bảo rằng:

'Tiên phong làm trái sự tiết chế của ta, nước có hình luật.'

Tề Tề Khắc Đồ sợ, uống thuốc độc chết. Ô Lan Cáp Đạt vào nước An Nam, Nhật Cảnh trốn ra hải đảo. Mông Cổ tìm được những Sứ giả bị giam trong ngục, trói bằng dây lạt tre thấu thịt; khi mở trói có một người chết, bèn giết cả thành. Nhật Cảnh xin quy phục, bèn mở yến tiệc khao quân rồi khải hoàn."

(蒙古烏蘭哈達進兵壓交南境，安南國王陳日煚隔洮江列象騎、步兵甚盛。烏蘭哈達分軍為三隊濟江，齊齊克圖從不流先濟，大師居中，駙馬懷圖與阿珠在後，仍授齊齊克圖方略曰：「汝軍既濟，勿與之戰，彼必來逆我，駙馬斷其後，汝伺便奪其船，蠻若潰走，至江無船，必為我擒矣。師既登岸，即與戰。」齊齊克圖違命，安南人雖大敗，得駕舟逸去。烏蘭哈達怒曰：「先鋒違我節度，國有常刑！」齊齊克圖懼，飲藥死。烏蘭哈達入安南，日煚遁入海島。蒙古得前所遣使於獄中，以破竹束體入膚，比釋縛，一使死，因屠其城。日煚請款，烏蘭哈達乃大饗軍士而還.)

Nguyên Sử cũng chép sự việc tương tự, nhưng phiên âm tên chủ tướng Ô Lan Cáp Đạt thành Ngột Lương Hợp Thai. **Nguyên Sử** phần **Bản Kỷ** ghi tổng quát như sau:

"**Nguyên Sử**, quyển 3, Hiến Tông. Mùa đông tháng 11 năm thứ 7 [12/1257-1/1258], Ngột Lương Hợp Thai đánh bại Giao

Chỉ, vào nước này. Vua An Nam Trần Nhật Cảnh trốn tại hải đảo, bèn mang quân trở về."

(冬十一月，兀良合台伐交趾，敗之，入其國。安南主陳日煚竄海島，遂班師)

Riêng phần **Liệt Truyện** An Nam, chép chi tiết hơn, xin trích dẫn như sau:

*"**Nguyên Sử**, quyển 209...Tháng 11 năm thứ 7 Đinh Tỵ [8/12/1257-5/1/1258], Ngột Lương Hợp Thai tiến binh đến phía bắc Giao Chỉ. Trước hết sai 2 viên sứ giả đến dụ, nhưng không thấy về; bèn sai bọn Triệt Triệt Đô mỗi người mang 1.000 quân, chia đường tiến quân đến phía bắc kinh thành An Nam tại thượng nguồn sông Thao; lại sai con là A Truật đến tăng viện, cùng trinh sát hư thực. Người Giao Chỉ cũng bày binh nhiều phòng vệ; A Truật sai người về báo. Ngột Lương Hợp Thai bèn tiến gấp, lệnh Triệt Triệt Đô làm tiên phong, A Truật hậu vệ. Tháng 12 [6/1-4/2/1258], hai quân giao chiến, quân Giao chấn hãi. A Truật thừa thế, đánh bại thủy quân An Nam, lấy được chiến thuyền, rồi trở về. Ngột Lương Hợp Thai cũng phá được lục quân, phối hợp với A Truật đánh bại địch, vào được nước này; Nhật Cảnh trốn ngoài hải đảo. Tìm được sứ giả trước kia gửi đến, bị trói bằng sợi tre vết thương vào đến xương, đến khi mở trói thì một người chết; bèn phá thành này. Quân đóng 9 ngày, thấy khí hậu nóng bức, bèn ban sư. Lại sai 2 Sứ kêu gọi Nhật Cảnh ra hàng; Nhật Cảnh trở về thấy quốc đô bị tàn phá, rất giận dữ, trói hai Sứ, rồi cho về.*

Tháng 2 Mậu Ngọ năm thứ 8 [1258], Nhật Cảnh truyền ngôi cho con trưởng Quang Bính, đổi kỷ nguyên Thiệu Long". [Theo **An Nam Chí Lược**, vào năm này nhà vua đổi tên, xưng với nhà Nguyên là Quang Bính].

(七年丁巳十一月，兀良合台兵次交趾北，先遣使二人往諭之，不返，乃遣徹徹都等各將千人，分道進兵，抵安南京北洮江上，復遣其子阿朮往為之援，并覘其虛實。交人亦盛陳兵衛。阿朮遣軍還報，兀良合台倍道兼進，令徹徹都為先鋒，阿朮居後為殿。十二月，兩軍合，交人震駭。阿朮乘之，敗交人水軍，虜戰艦以還。兀良合台亦破其陸路兵，又與阿朮合擊，大敗之，遂入其國。日煚竄海島。得前所遣使於獄中，以破竹束體入膚，比釋縛，一使死，因屠其城。國兵留九日，以氣候鬱熱，乃班師。復遣二使招日煚來歸。日煚還，見國都皆已殘毀，大發憤，縛二使遣還。

八年戊午二月，日煚傳國于長子光昞，改元紹隆)

Phối kiểm sử liệu từ 2 nguồn Trung Việt có thể thấy mỗi bên nói bớt đi một phần sự thực, phía sử Việt không chép rõ việc thành Thăng Long bị chiếm; sử Trung Quốc không chép việc bị đánh thua phải rút, lại chép rằng vì nóng bức phải ban sư, sự thực tại Thăng Long tức Hà Nội ngày nay, vào tháng chạp âm lịch, mùa giáp tết chưa bao giờ nóng bức!.

Vào năm Nguyên Phong thứ 8 [1258] Vua chỉ trị vì trong vòng 2 tháng, sau đó truyền ngôi cho con. Trước khi lui về Bắc Cung làm Thái thượng hoàng, Vua cho họp các quan để định công phong tước. Lê Phụ Trần công đầu được ban tước Ngự sử đại phu, gả Công chúa cho, và giao cho đi Sứ Mông Cổ tại hành cung Vân Nam:

"Ngày Mậu Ngọ, ngày mồng một tháng giêng năm Nguyên Phong thứ 8 [2/1258], (Từ tháng 3 về sau là Thánh Tông Thiệu Long năm thứ 1), vua ngự chính điện, cho trăm quan vào chầu. Trăm họ yên nghiệp như cũ. Định công phong

tước: cho Lê Phụ Trần làm Ngự sử đại phu; lại đem công chúa Chiêu Thánh gả cho. Vua nói:

'Trẫm không có khanh, thì đâu có ngày nay. Khanh hãy cố gắng để cùng được trọn vẹn về sau'.

Sai sứ sang thông hiếu với nhà Tống. Sai Lê Phụ Trần, Chu Bác Lãm sang Nguyên. Lúc này, sứ Nguyên sang đòi lễ vật hằng năm, đòi tăng thêm tiến cống, lung tung không định; Vua sai Lê Phụ Trần đi sứ, lấy Bác Lãm làm phó. Cuối cùng quy định 3 năm một lần tiến cống, coi là thường lệ.

Tháng 2, ngày 24, vua nhường ngôi cho Hoàng thái tử Hoảng [tức Vua Trần Thánh Tông], lui về ở Bắc Cung."

Thái tử lên ngôi Hoàng đế, đổi niên hiệu là Thiệu Long năm thứ 1. Đại xá. Vua tự xưng là Nhân Hoàng, tôn thượng hoàng là Hiển Nghiêu Thánh Thọ Thái Thượng Hoàng Đế."

Việc đem Công chúa Chiêu Thánh gả cho Lê Phụ Trần, sử triều Nguyễn, **Khâm Định Việt Sử Thông Giám Cương Mục** cho là Vua Trần Thái Tông đã đưa vợ cũ của mình gả cho Lê phụ Trần:

"Tháng giêng, mùa xuân năm thứ 8 [1258]. Đem Hoàng hậu cũ là Lý Thị [Lý Chiêu Hoàng] gả cho Ngự sử Đại phu Lê Phụ Trần."**Cương Mục**, Chính Biên, quyển 6.

Thiết tưởng đây là một điều ngộ nhận, xin được tìm hiểu thêm. Mặc dầu Lý Chiêu Hoàng lúc chưa lên ngôi được gọi là Chiêu Thánh, nhưng Công chúa Chiêu Thánh gả cho Lê Phụ Trần chỉ là người cùng tên, hay viết nhầm tên, chứ không phải là Lý Chiêu Hoàng; bởi những lý do sau đây:

- Thứ nhất, vào năm 1258, Lý Chiêu Hoàng đã gần 50 tuổi, thời xưa 50 tuổi là một bà già, không ai lấy chồng ở tuổi đó.

- Thứ hai, theo 2 bộ sử Trung Quốc **Nguyên Sử** và **Tục Tư Trị Tông Giám** trích dẫn dưới đây, đều xác nhận Sứ thần Lê Phụ Trần được Vua Trần Thái Tông cử đi Sứ Mông Cổ là con rể nhà Vua; như vậy người gọi là Chiêu Thánh lấy Phụ Trần là con gái Vua, chứ không thể là vợ cũ của Vua:

"Tháng 2 năm thứ 8 [3-4/1258] Trần Nhật Cảnh truyền ngôi cho con trưởng là Quang Bính [Theo **An Nam Chí Lược**, vào năm này nhà vua Trần Thái Tông đổi tên, xưng với nhà Nguyên là Quang Bính]. *Quang Bính sai rể cùng người trong nước mang sản vật địa phương đến cống, Ngột Lương Hợp Thai chuyển đến hành tại."* **Nguyên Sử**, Bản Kỷ thứ 3, Hiến Tông.

(...二月，陳日煚傳國于長子光昺。光昺遣壻與其國人以方物來見，兀良合台送詣行在所。)

*"**Tục Tư Trị**, quyển 175. Ngày Nhâm Thìn tháng 2 năm Bảo Hựu thứ 6 [18/3/1258], Vương nước An Nam Trần Nhật Cảnh truyền ngôi cho con trưởng là Nhật Bính. Nhật Bính sai người rể mang sản vật địa phương đến cống Mông Cổ."*

(安南國王陳日煚傳國于長子光昺，光昺遣其壻以方物入貢於蒙古.)

Chú thích:

1. **Tứ Thư** (四書) là bốn tác phẩm kinh điển của Nho Học, được Chu Hy thời nhà Tống lựa chọn; bao gồm:

Đại Học (大學)

Trung Dung (中庸)

Luận Ngữ (論語)

Mạnh Tử (孟子)

Lục Kinh: gồm 6 cuốn sách cổ của Trung Hoa, gồm kinh Thi, kinh Thư, kinh Dịch, kinh Lễ, kinh Nhạc và kinh Xuân Thu. Khi nói Ngũ kinh tức là không kể kinh Nhạc.

2. 72 người hiền: chỉ 72 học trò xuất sắc của Khổng Tử.

3. **Cương Mục**, Chính Biên, quyển 6 chú: Quốc Lặc người huyện Thanh Lâm, châu Hồng [Hải Dương]; Trương Xán người huyện Tế Giang [Bắc Giang]; Trần Uyên người huyện Đường Hào châu Hồng [Hải Dương].

4. Trại Quy Hóa: thời Trần gồm đất tỉnh Yên Bái, phần hữu ngạn sông Hồng và đất các huyện sông Thao, Thanh Hòa và Yên Lập, tỉnh Vĩnh Phú hiện nay.

5. Tên Mông Cổ là Uy-ry-ang-kha-đai (Uriyangqadai), có sách phiên âm là Ngột Lương Hợp Thai hay Ngột Lương Cáp Thai.

6. Bình Lệ Nguyên: Có lẽ là chỗ sông Cà Lồ gặp quốc lộ số 2, tức là vùng gần Hương Canh, huyện Bình Xuyên, Vĩnh Phúc.

7. Sông Lô: Thời Trần, gọi đoạn sông Hồng từ Bạch Hạc trở xuống là sông Lô.

8. Sông Thiên Mạc: theo **Cương Mục** là khúc sông Hồng chảy qua vùng bãi Mạn Trù, nay thuộc xã Tân Châu, huyện Khoái Châu, tỉnh Hưng Yên.

9. Nhập Tống: khuyên theo nhà Tống.

10. Đông Bộ Đầu: tức bến sông Hồng phía trên cầu cầu Long Biên gần dốc Hàng Than, Hà Nội ngày nay.

11. Dương Châm: Theo Tả truyện, Dương Châm là người đánh xe cho Hoa Nguyên nước Tống. Tống và Trịnh sắp đánh nhau, Hoa Nguyên làm thịt dê cho binh sĩ ăn, nhưng không cho Dương Châm dự. Khi đánh nhau, Dương Châm nói: Thịt dê hôm trước là quyền ở ngài, đánh nhau hôm nay là việc của tôi; rồi đánh xe chạy theo quân Trịnh, nước Tống do vậy bị thua.

38.

Vua Trần Thánh Tông (1)

Niên hiệu:

Thiệu Long 1258-1272

Bảo Phù 1273-1278

Ngài tên húy là Hoảng, sinh vào giờ Ngọ ngày 25 tháng 9 năm Thiên Ứng Chính Bình thứ 9 (1240), sau đó lập làm Hoàng thái tử. Ngày 24 tháng 2 năm Nguyên Phong thứ 8 [1258] được Vua cha Thái Tông nhường ngôi; ở ngôi Vua 21 năm, nhường ngôi cho Vua Nhân Tông 13 năm, thọ 51 tuổi. Vua trung hiếu nhân từ, tôn hiền trọng đạo, cha khai sáng trước, con kế thừa sau; nhờ đó cơ nghiệp nhà Trần được bền vững.

Vua lấy con gái thứ năm của Yên Sinh Vương tên là Thiều làm Thiên Cảm phu nhân; ít lâu sau, phong Hoàng hậu; ngày 11 tháng 11 [1258] sinh Hoàng trưởng tử Khâm. Cùng tháng 11, phong em là Trần Quang Khải làm Chiêu Minh Đại Vương.

Năm Thiệu Long thứ 2 [1259]; vào tháng giêng, phu nhân Trần Thủ Độ là Linh Từ quốc mẫu Trần thị mất; bà từng là Hoàng hậu Vua Lý Huệ Tông, nên được phong làm

Quốc mẫu. Là nữ lưu có ảnh hưởng lớn đến lịch sử nước nhà; trước kia An sinh vương Liễu hiềm khích với vua Thái Tông, bà ra công điều đình hòa giải, khiến tình nghĩa anh em trở lại như cũ. Năm 1257, quân Nguyên đi tắt đường Vân Nam vào cướp, kinh thành thất thủ, bấy giờ Linh Từ ở sông Hoàng Giang, tức sông Hồng thuộc vùng Thái Bình Nam Định, lo giữ gìn Hoàng thái tử, Cung phi, Công chúa và vợ con các tướng soái thoát khỏi giặc; lại khám xét thuyền các nhà chứa giấu vũ khí, để đưa dùng vào việc quân; công của bà giúp nhà Trần trong việc nội trị rất lớn.

Tháng 6, Vua phong cho Nguyên Giới Huân làm Đại hành khiển, Thượng thư tả phụ; Lê Phụ Trần làm Thủy quân đại tướng quân.

Năm Thiệu Long thứ 3 [1260], Nguyên chúa Hốt Tất Liệt sai Sứ giả đến nước ta và nước Đại Lý, tức Vân Nam:

"Ngày Bính Thân tháng 12 năm Trung Thống thứ nhất [1/1261] sai Lang trung bộ Lễ Mạnh Giáp, Viên ngoại lang bộ Lễ Lý Văn Tuấn đi sứ An Nam, Đại Lý." **Nguyên Sử**, quyển 4, Bản Kỷ thứ 4: Thế Tổ.

(…十二月丙申，以禮部郎中孟甲、禮部員外郎李文俊使安南，大理.)

Bấy giờ lịch sử Nguyên Mông trải qua bước ngoặt quan trọng, Đại hãn nối dõi Mông Kha tấn công thành Điều Ngư tại tỉnh Tứ Xuyên, bị thương rồi mất vào năm 1259. Hốt Tất liệt phải tạm hòa với nhà Tống, trở về phương Bắc tranh quyền lãnh đạo đế quốc Mông Cổ. Cùng lúc, Hốt Tất Liệt với danh nghĩa Thế Tổ, sai Sứ giả đến bày tỏ thiện chí hòa hoãn với Đại Việt, tôn trọng phong tục tập quán, hứa không xâm lược quấy nhiễu; qua chiếu thư gửi đến như sau:

"Ngày mồng 3 tháng 12 năm Trung Thống thứ nhất [1260] Thế Tổ Thánh Đức Thần Công Văn Vũ Hoàng đế chiếu dụ Vương An Nam họ Trần: Tổ tông ta lấy vũ công sáng nghiệp, về đường văn đức chưa kịp tu chỉnh, ta từ khi kế thừa ngôi báu, sửa cũ đổi mới, vỗ về vạn bang, vào năm Canh Thân đặt niên hiệu Trung Thống thứ nhất ban chiếu chỉ xá miễn lần lượt thi hành. Không để lỡ người gần, không quên kẻ xa; với tấm lòng thành chấp nhận. Nhân lúc đó có quan Đại Lý tự An phủ Nhiếp Mạch Đình dùng ngựa trạm dịch dâng biểu tâu rằng nước ngươi có lòng thành hướng theo phong hóa, mộ điều nghĩa; lại nghĩ ngươi tại triều trước đã quy phụ, từ xa đến cống phương vật; nên ban chiếu chỉ sai Lang trung bộ Lễ Mạnh Giáp làm An Nam tuyên phủ sứ, Viên ngoại lang bộ Lễ Lý Văn Tuấn làm Phó sứ; dụ quan liêu sĩ thứ nước ngươi rằng:

Phàm y phục, khăn đội đầu, điển lễ phong tục trăm sự, đều y theo lệ cũ của nước ngươi, không cần phải sửa đổi; huống hồ nước Cao Ly mới đây sai Sứ đến xin, đã y theo lệ như vậy. Ra lệnh cho các tướng biên giới Vân Nam không được mang binh mã xâm lược biên cương, nhiễu loạn nhân dân. Quan liêu sĩ thứ nước ngươi sống yên ổn như cũ. Nay ban chiếu để hiểu rõ." **An Nam Chí Lược**, quyển 2, **Đại Nguyên chiếu chế**.

(中统元年十二月初三日世祖圣德神功文武皇帝
旨谕安南国陈诏.我祖宗以武功创业文德未修朕續承
丕绪鼎新革故抚绥万邦遂以庚申岁建元为中统元年
诞敷诏赦次.第颁行其不泄迩不忘逖诚之所在事有未
逮也适大理寺臣安抚职聂陌丁驰驿表闻尔邦向风慕
义之诚及念卿在先朝已归欵臣附逺贡方物故颁诏
遣礼部郎中孟甲充安南宣谕使礼部员外郎李文俊充

副使谕尔国官僚士庶凡衣冠典礼风俗百事一依本国
旧例不须更改况高丽比遣使来请已经下诏悉依此例
除戒云南等处边将不得擅兴兵甲侵掠疆場挠乱人民
卿国官僚士民各宜安堵如故故兹诏示念宜知悉)

Năm Thiệu Long thứ 4 [1261], bọn Sứ giả nhà
Nguyên Mạnh Giáp, Lý Văn Tuấn đến nước ta; triều
đình sai Đại phu Trần Phụng Công mang thư sang
đáp lễ, sau đó nhà Nguyên phong Vua làm An Nam
quốc vương:

*"Mùa hạ, tháng 6, nhà Nguyên sai Lễ bộ lang
trung Mạnh Giáp, Viên ngoại lang Lý Văn Tuấn, đưa
thư sang dụ. Đãi yến bọn Mạnh Giáp ở cung Thánh
Từ."* **Toàn Thư**, Bản Kỷ, quyển 5.

*"Sai Thông thị đại phu Trần Phụng Công, Chư vệ ký ban
Nguyễn Thám, Viên ngoại lang Nguyễn Diễn mang thư sang
Nguyên thông hiếu.*

*Nhà Nguyên phong vua làm An Nam Quốc Vương, ban
cho 3 tấm gấm tây, 6 tấm gấm kim thục."* **Toàn Thư**, Bản Kỷ,
quyển 5

Bấy giờ Vua Thánh Tông vẫn dùng tên thân phụ, xưng
với nhà Nguyên là Trần Quang Bính, nên trong mục **Đại
Nguyên Phụng Sứ**, **An Nam Chí Lược** chép về sự kiện nêu
trên như sau:

*"Năm Đinh Tỵ (1257) nước An Nam bắt đầu thần phục
thiên triều. Vua Thế Tổ lấy năm Canh Thân (1260) làm kỷ
nguyên Trung Thống năm thứ nhất ; An Nam vương Trần
Quang Bính sai sứ dâng biểu mừng và cống phương vật.
Năm sau, chiếu phong Trần Quang Bính làm An Nam Quốc
vương. Sai Lang trung bộ Lễ Mạnh Giáp, Viên Ngoại lang bộ*

Lễ Lý Văn Tuấn làm Sứ-thần đến An Nam tuyên bố chỉ dụ
."**An Nam Chí Lược**, quyển 3.

(丁巳年安南始臣附天朝世祖皇帝即以庚申崴建元为中統元年安南国王陈日[]遣使上表称贺贡方物明年诏封陈光昺为安南国王遣礼部郎中孟甲礼部员外郎李文俊充安南宣谕使)

Ngoài ra trong năm Thiệu Long thứ 4 [1261], **Toàn Thư** chép tiếp các sự kiện sau đây:

"Mùa xuân, tháng 2, chọn đinh tráng các lộ làm lính; còn thì sung làm sắc dịch các sảnh, viện, cục và đội tuyển phong các phủ, lộ, huyện.

Thi lại viên bằng viết chữ và làm tính. Người đỗ sung làm duyên lại nội lệnh sử. Các ty thái y, thái chúc, khảo thi những người tinh thông nghề mình để bổ các chức.

Tháng 6, cho Chiêu Minh Đại Vương Quang Khải làm Thái úy. Bấy giờ, anh vua là Quốc Khang lớn tuổi hơn, nhưng tài năng tầm thường, nên phong Quang Khải làm tướng."

Năm Thiệu Long thứ 5 [1262], vào tháng 2, Thượng hoàng Trần Thái Tông ngự đến hành cung Tức Mặc, ban tiệc lớn. Các hương lão từ 60 tuổi trở lên, mỗi người được ban tước hai tư (1), đàn bà được hai tấm lụa. Đổi hương Tức Mặc làm phủ Thiên Trường, cũng gọi là Trùng Quang; xây riêng một khu cung khác cho vua nối ngôi ngự khi về chầu, gọi là cung Trùng Hoa. Lại làm chùa ở phía tây cung Trùng Quang gọi là chùa Phổ Minh. Từ đó về sau, các vua nhường ngôi đều ngự ở cung này. Do đó, đặt sắc dịch hai cung để hầu hạ, lại đặt quan lưu thủ để trông coi.

Tháng 3, xuống chiếu cho các quân chế tạo vũ khí, chiến

thuyền. Quân thủy, lục tập trận ở chín bãi phù sa sông Bạch Hạc.

Tháng 9, soát lại tù tội, kẻ nào khi giặc Bắc sang mà đầu hàng quân Nguyên thì không tha.

Chiêm thành sang cống.

Tháng 11, nước Nguyên sai bọn Mã Hợp Bộ, 10 người sang hỏi về lễ khánh hạ.

Riêng **Nguyên Sử** chép về sự giao thiệp giữa nhà Nguyên và An Nam trong năm này như sau:

"Ngày Kỷ Vị tháng 9 năm Trung Thống thứ 3 [10-11/1262], Trần Quang Bính nước An Nam sai sứ cống phương vật.... Ban cho An Nam Quốc vương Trần Quang Bính, cùng Đạt lỗ hoa xích (2) Nột Thứ Đinh hổ phù (3)." **Nguyên Sử**, quyển 5, Bản Kỷ thứ 5: **Thế Tổ.**

安南國陳光丙遣使貢方物。⋯授安南國王陳光丙及達魯花赤訥剌丁虎符。)

Năm Thiệu Long thứ 6 [1263]. Tháng giêng, sai Điện tiền chỉ huy sứ Phạm Cự Địa và Trần Kiều sang nhà Nguyên. Vua Nguyên xuống chiếu ưu đãi, cho 3 năm một lần cống.

Tháng 4, cho Lê Cư làm trại chủ Thanh Hoá.

Tháng 7, Trần Thủ Độ đi tuần các nguồn sông ở Lạng Sơn.

Tháng 9, có bệnh dịch.

Thổ quan phủ Tư Minh (4) nước Tống là Hoành Bính dâng sản vật địa phương và đem 1200 bộ thuộc sang quy phụ.

Năm Thiệu Long thứ 7 [1264]. Tháng giêng, Thái Sư

Trần Thủ Độ mất, **Toàn Thư** chép về thân thế sự nghiệp của ông như sau:

"Thái sư Trần Thủ Độ chết thọ 71 tuổi, truy tặng Thượng phụ Thái sư Trung Vũ Đại Vương. Thủ Độ tuy không có học vấn, nhưng tài lược hơn người, khi làm quan triều Lý được mọi người suy tôn. Vua Thái Tông lấy được cơ nghiệp cho nhà Trần đều nhờ mưu sức của ông cả. Vì thế ông được nhà nước dựa cậy, quyền át cả vua. Bấy giờ có kẻ đàn hặc ông, vào gặp Thái Tông khóc mà nói rằng:

'Bệ hạ còn thơ ấu mà Thủ Độ quyền át cả vua, xã tắc rồi sẽ ra sao'?.

Thái Tông lập tức lệnh xe ngự đến dinh Thủ Độ, bắt cả người đàn hặc ấy đem theo và nói hết những lời người ấy nói cho Thủ Độ biết. Thủ Độ trả lời:

'Đúng như những lời hắn nói'.

Rồi lấy ngay tiền lụa thưởng cho người ấy. Linh từ quốc mẫu có lần ngồi kiệu đi qua thềm cấm, bị quân hiệu ngăn lại, về dinh khóc bảo Thủ Độ:

'Mụ này làm vợ ông, mà bị bọn quân hiệu khinh nhờn đến thế '.

Thủ Độ tức giận, sai đi bắt. Người quân hiệu ấy nghĩ rằng mình chắc phải chết. Khi đến nơi, Thủ Độ vặn hỏi trước mặt, người quân hiệu ấy cứ theo sự thực trả lời. Thủ Độ nói:

'Ngươi ở chức thấp mà giữ được luật pháp, ta còn trách gì nữa '.

Lấy vàng lụa thưởng cho rồi cho về. Thủ Độ có lần duyệt định số hộ khẩu, quốc mẫu xin riêng cho một người làm Câu đường (5). Thủ Độ gật đầu, rồi ghi họ tên quê quán của người đó. Khi xét duyệt đến xã ấy, hỏi tên mỗ ở đâu, người đó mừng rỡ; bèn bảo hắn:

'Ngươi vì có công chúa xin cho được làm Câu đương, không thể ví những Câu đường khác được, phải chặt một ngón chân để phân biệt với người khác'.

Người đó kêu van xin thôi mãi mới tha cho. Từ đó không ai dám đến nói về việc riêng nữa.

Thái Tông có lần muốn cho người anh của Thủ Độ là An Quốc làm Tể tướng. Thủ Độ tâu:

'An Quốc là anh thần, nếu cho là giỏi hơn thần thì thần xin trí sĩ, nếu cho thần giỏi hơn An Quốc thì không thể cử An Quốc. Nếu anh em đều làm Tể tướng cả thì việc triều đình sẽ ra làm sao?'.

Vua bèn thôi.

Thủ Độ tuy làm Tể tướng, nhưng mọi việc không việc gì không để ý. Vì thế đã giúp nên vương nghiệp và giữ được tiếng tốt cho đến lúc mất. Thái Tông có làm bài văn bia ở sinh từ để tỏ lòng đặc biệt quý mến ông. Thế nhưng cái tội giết vua Lý và thông dâm với Hoàng hậu thì không thể lẩn tránh được." **Toàn Thư**, bản kỷ, quyển 5.

Tháng 3, lấy Khâm Thiên Đại Vương Nhật Hiệu làm Tướng quốc thái úy, nắm chung việc nước. Vua cho Nhật Hiệu làm Thái sư, nhưng Nhật Hiệu cố ý từ chối không nhận vì xấu hổ về việc trước đó lúc quân Mông Cổ xâm lăng, đã viết chữ *"nhập Tống"* lên mạn thuyền. Vua tuy bằng lòng cho ông không nhận chức Thái sư, nhưng lại ban thêm hai chữ *"Tướng quốc"*, thành *"Tướng quốc thái uý"*.

Bấy giờ lãnh thổ Trung Quốc chia đôi, Nguyên Mông và

nhà Tống tiếp tục tranh giành; triều Tống đóng đô tại Lâm An tỉnh Chiết Giang. Nhà Trần chủ trương liên lạc ngoại giao với cả hai phe, nên vẫn tiếp tục giữ lễ cống với triều Tống:

"Ngày Ất Vị tháng 5 Tống Lý Tông Cảnh Định thứ 5 [17/6/1264], An Nam dâng biểu tiến sản vật địa phương, chiếu ban từ khước; vẫn đáp lại hậu hỉ để tưởng lệ sự cung thuận." **Tục Tư Trị Thông Giám** quyển 177.

(乙未，安南表進方物，詔卻之，仍厚賚以獎恭順)

Năm Thiệu Long thứ 8 [1265]. Tháng 2, nước Chiêm Thành sai sứ sang cống.

Tháng 3, đổi ty Bình bạc (6) ở Kinh sư làm Đại an phủ sứ. Theo chế độ trước, An phủ sứ khởi đầu trị nhậm các lộ, đủ lệ khảo duyệt thì vào làm An phủ sứ phủ Thiên Trường, lại đủ lệ khảo duyệt nữa thì bổ làm việc ở Thẩm hình viện, rồi mới được làm An phủ sứ Kinh sư.

Tháng 7, nước to, vỡ đê ở phường Cơ Xá gần cầu Long Biên hiện nay. Người và súc vật bị chết đuối nhiều.

Riêng **Nguyên Sử** chép, vào tháng 7 năm này nước ta sai Sứ đến cống:

"Ngày Quý Hợi tháng 7 năm Chí Nguyên thứ 2 [8/9/1265] Quốc vương An Nam Trần Quang Bính sai sứ dâng biểu và đến cống. Chiếu ban cho Quang Bính lịch năm Chí Nguyên thứ 3." **Nguyên Sử**, Bản Kỷ quyển 6.

安南國王陳光丙遣使奉表來貢。甲子，詔賜光丙至元三年歷。)

Năm Thiệu Long thứ 9 [1266]. Tháng giêng, sứ thần

Chiêm Thành là Bố Tin, Bố Hoằng, Bố Đột đến cống.

Tháng 2, nhà Nguyên sai Nậu Lạt Đinh (7) sang bảo:

"Trước kia, ta đã sai sứ sang thông hiếu, kẻ thừa hành u mê không cho sứ trở về (8), do đó mới có việc dụng binh năm trước (9)"

Vua sai Dương An Dưỡng và Vũ Hoàn sang Nguyên đáp lễ.

Tháng 2, thủy quân lộ Đông Hải đi tuần biên giới đến núi Ô Lôi do đó biết được kỳ hạn quân Nguyên sẽ sang xâm lược.

Tháng 3, mở khoa thi chọn học trò, Ban đỗ kinh trạng nguyên Trần Cố, trại trạng nguyên Bạch Liêu; bảng nhãn (khuyết tên họ); thám hoa lang Hạ Nghi; thái học sinh 47 người, xuất thân theo thứ bậc khác nhau. Liêu người Nghệ An, thông minh nhớ lâu, đọc sách ngàn dòng một mạch. Bấy giờ, thượng tướng Quang Khải coi Nghệ An, Liêu làm môn khách mà không làm quan.

Tháng 10, xuống chiếu cho vương hầu, công chúa, phò mã, cung tần chiêu tập dân phiêu tán không có sản nghiệp làm nô tỳ để khai khẩn ruộng bỏ hoang, lập thành điền trang; Vương hầu có điền trang bắt đầu từ đấy.

Năm Thiệu Long thứ 10 [1267]. Tháng 2, Chiêm Thành sang cống.

Tháng 3, định ngọc diệp; phái chính dòng họ vua các vương hầu, công chúa được tập ấm, gọi là "kim chi ngọc diệp". Cháu 3 đời được phong tước Hầu hay Quận vương, cháu 4 đời được ban tước Minh tự, cháu 5 đời ban tước Thượng phẩm. Tước phong theo ngũ phục đồ (10).

Tháng tư, chọn dùng nho sinh hay chữ sung vào quán, các, sảnh, viện. Bấy giờ Đặng Kế làm Hàn lâm viện học sĩ, Đỗ Quốc Tá làm Trung thư sảnh trung thư lệnh, đều là nho sĩ văn học. Trước kia, không phải là hoạn quan thì không được giữ chức Hành khiển, chưa bao giờ dùng nho sĩ văn học. Bắt đầu từ đây, nho sĩ văn học mới giữ được quyền bính.

Tháng 5, phong em là Trần Ích Tắc làm Chiêu Quốc Vương. **Toàn Thư** chép về tư chất Ích Tắc như sau:

"Ích Tắc là con thứ của Thượng hoàng, thông minh hiếu học, thông hiểu lịch sử, lục nghệ, văn chương nhất đời. Dù nghề vặt như đá cầu, đánh cờ, không nghề gì không thông thạo; từng mở học đường ở bên hữu phủ đệ, tập hợp văn sĩ bốn phương cho học tập, cấp cho ăn mặc, đào tạo thành tài như bọn Mạc Đĩnh Chi ở Bàng Hà, Bùi Phóng ở Hồng Châu v.v... gồm 20 người, đều được dùng cho đời." **Toàn Thư**, Bản Kỷ, quyển 5.

Tháng 8, xuống chiếu định quân ngũ, mỗi quân 30 đô, mỗi đô 80 người, chọn người tôn thất giỏi võ nghệ, tinh binh pháp để chỉ huy.

Phong em là Nhật Duật làm Chiêu Văn Vương.

Bọn Dương An Dưỡng từ nước Nguyên trở về, mang theo luôn lễ vật của vua Nguyên đáp lại.

Hãy ôn lại lịch sử Nguyên Mông, sau khi Đại hãn Mông Kha tử trận tại Tứ Xuyên vào năm 1259, Hốt Tất Liệt đang tranh chấp với nhà Tống tại hạ lưu sông Trường Giang bèn tạm hòa với Tống, rồi trở về phương bắc tranh quyền Đại hãn với em là Ha Lý Bất Ca [阿里不哥]. Năm 1264 Ha Lý Bất Kha đầu hàng, Hốt Tất Liệt xưng là Thế Tổ, đổi sang niên hiệu Chí Nguyên, trở lại phương nam chuẩn bị tấn công quân Tống tại phòng tuyến Tương Dương tại lưu vực sông Hán Thủy [Hồ Bắc, Hà Nam]. Đối với nước Đại Việt, nhà Nguyên không còn đối đãi một cách mềm dẻo hòa hoãn như trong chiếu thư ngày mồng 3 tháng 12 năm Trung Thống thứ nhất [1260]; chiếu thư mới đòi hỏi Vua nước Đại Việt phải thực hiện 6 điều:

"Ngày Mậu Thân tháng 9 năm Chí Nguyên năm thứ 4 [13/10//1267], Quốc vương An Nam Trần Quang Bính sai sứ đến triều kiến, ban chiếu ưu đãi. Lại chiếu dụ nước An Nam: người đứng đầu nước phải vào chầu, đưa con em đến làm con tin, biên dân số cho quân dịch, nạp thuế; đặt quan Đạt lỗ hoa xích để cai trị." **Nguyên Sử**, quyển 6, Bản Kỷ thứ 6: **Thế Tổ.**

(...安南國王陳光丙遣使來貢，優詔答之。...又詔諭安南國，俾其君長來朝，子弟入質，編民出軍役、納賦稅，置達魯花赤統治之。)

Tục Tư Trị Thông Giám của Tất Nguyên cũng chép tương tự:

"Tục Tư Trị, quyển 178, Tống Độ Tông Hàm Thuần năm thứ 3 [1267]. Ngày Mậu Thân tháng 9 [13/10/1267], Quốc vương An Nam Trần Quang Bính sai Sứ cống Mông Cổ. Mông Cổ ban chiếu ưu đãi; lại sai Quân trưởng đến triều, con em vào làm con tin, lập danh sách dân làm lính, nạp thuế, đặt Đạt lỗ cát tề cai trị."

(安南國王陳光昺遣使貢於蒙古，優詔答之。又俾其君長來朝，子弟入質，編民出軍，投納賦稅，置達嚕噶齊統治之。)

Riêng **An Nam Chí Lược** sao lại nguyên văn chiếu thư như sau:

"*Tháng 7 năm Chí Nguyên thứ 4 [1267] chiếu dụ An Nam. Thái Tổ Hoàng đế thánh chế: Phàm nước đến quy phụ, Quân trưởng thân đến triều cận, con em đến làm con tin, biên dân số để thi hành quân dịch, nạp phú thuế, đặt quan Đạt lỗ hoa xích để cai trị; làm mấy việc này để biểu lộ lòng thành sâu đậm. Ngươi nay đến cống chưa quá 3 năm 1 lần, lòng thành có thể thấy được; nên đem phép của tổ tông ta về lòng thành ra dụ. Vả lại việc Quân trưởng đến triều, con em vào cống, ghi sổ hộ tịch để định thuế, mang quân trợ giúp, từ xưa đã có lệ đó, nào phải mới đặt ra ngày hôm nay đâu! Nếu khanh làm đầy đủ mấy việc đó, thì Trẫm có việc gì phải nói nữa đâu. Nếu như chưa làm được Trẫm, cũng không trách, chỉ mong khanh làm cho trọn vẹn thôi.*

Hãy nêu lên một việc mang quân đi, không phải lo chinh phạt xa; chỉ nhân Sứ thần Dương An Dưỡng nói có mối lo về hai giặc Chiêm Lạp, Sơn Liêu; nếu như bọn chúng nội phụ thì có việc gì nữa đâu. Việc quân giao tranh có kẻ bảo rằng dễ, chỉ khi chúng không tuân mệnh mới đáng thảo phạt. Huống quân Vân Nam trú binh tại đó, khanh trợ giúp, việc thành công tâu lên cho biết, cư xử như người chung một nhà. Nay nghe Nạp Thứ Đan tâu tại nước ngươi có nhiều người Hồi Hột, nhưng cấm ước không cho giao tiếp đàm luận, nếu đúng như thế, thì cái lễ coi như người một nhà đáng như vậy ư! Cái nghĩa quân thần, coi như cha con; há lại có thần tử phản lại quân vương; nếu Trẫm không nói ra, thì chưa đem hết lòng thành đãi khanh; đáng suy nghĩ kỹ để trước sau đều được tốt đẹp."**An Nam Chí Lược**, quyển 2, **Đại Nguyên Chiếu Chế**.

(至元四年七月谕安南诏太祖皇帝圣制凡有归附
之国君长亲朝子弟入质编民数出军役输纳税赋仍置
达噜噶齐统治之以数事请表来附之深诚也卿今来贡
不逾三年之期其诚足知故告以我祖宗之法亦以诚谕
也且君长来朝子弟入质籍民定赋出军相助古亦有之
岂今日创为之哉卿能备行数事朕复何言彼卒未能朕
亦不责卿行而全之也畧举出军一事无以征行遂戍为
虑但来使杨安养称有占腊山獠之患彼二寇如能内附
复有何事交兵之道孰以为易倘不用命必当讨伐况云
南之驻兵于彼汝即助军以成其功又当来奏尝有一家
之言今闻纳喇丹在彼中多有回鹘禁约不使交谈果如
所言一家之礼岂有如是耶君臣之义实同父子岂有臣
子而背其君父者耶朕若不言是又不以诚待卿也当熟
思以全终始之好)

Năm Thiệu Long thứ 11 [1268]. Tháng giêng, vua Trần Thánh Tông nói với tôn thất rằng:

"Thiên hạ là thiên hạ của tổ tông, người nối nghiệp của tổ tông phải cùng hưởng phú quý với anh em trong họ. Tuy bên ngoài có một người ở ngôi tôn, được cả thiên hạ phụng sự, nhưng bên trong thì ta với các khanh là đồng bào ruột thịt. Lo thì cùng lo, vui thì cùng vui. Các khanh nên truyền những lời này cho con cháu để chúng đừng bao giờ quên, thì đó là phúc muôn năm của tông miếu xã tắc ".

Đến đây, xuống chiếu cho các vương hầu tôn thất, khi bãi triều thì vào trong điện và lan đình Vua cùng ăn uống với họ. Hôm nào trời tối không về được thì xếp gối dài, trải chăn rộng, kê giường liền cùng ngủ với nhau để tỏ hết lòng yêu quý nhau. Còn như trong các lễ lớn như triều hạ, tiếp tân, yến tiệc thì phân biệt rõ ngôi thứ, cấp bậc cao thấp. Vì thế, các vương hầu thời ấy không ai là không hòa thuận, kính sợ và cũng không phạm lỗi khinh nhờn, kiêu căng.

Tháng 6, đại hạn. Ngoại thích là Lý Cát phạm tội ngồi vào ngai vua ở điện Thiên An. Khi xét hỏi trị tội thấy hắn có chứng điên, bèn đánh trượng rồi tha.

Tướng quốc thái úy Nhật Hiệu chết, thọ 44 tuổi, truy tặng Tướng quốc thái sư.

Tháng 10, vua cùng anh là Tĩnh Quốc Đại Vương Quốc Khang cùng vui đùa trước mặt Thượng hoàng. Thượng hoàng lúc bấy giờ mặc áo vải bông trắng. Tĩnh Quốc múa điệu múa của người Hồ, Thượng hoàng cởi áo ban cho Quốc Khang. Vua cũng múa điệu múa của người Hồ để xin chiếc áo ấy. Quốc Khang nói:

"Cái quý nhất là ngôi hoàng đế, hạ thần còn không tranh với chú hai. Nay đức chí tôn ban cho thần một vật nhỏ mọn mà chú hai cũng muốn cướp lấy chăng?".

Thượng cả cười nói:

"Thế ra mày coi ngôi vua với cái áo xoàng này chẳng hơn kém gì nhau".

Khen ngợi hồi lâu rồi Thượng hoàng cho Tĩnh Quốc chiếc áo ấy; trong chỗ cha con, anh em hòa thuận vui vẻ.

Với ý định bắt triều đình nước ta thực hiện việc giúp quân đã ghi trong chiếu chỉ năm trước [1267], Vua Nguyên đưa chiếu dụ mới đòi hỏi trợ giúp quân đóng tại Vân Nam:

"Ngày Kỷ Sửu [1268], chiếu dụ Quốc vương An Nam Trần Quang Bính: Có lời tâu rằng 2 bọn cướp Chiêm Thành, Chân

Lạp đến quấy phá; đã dụ ngươi điều binh, cùng với các nước không gây hấn đồng đánh dẹp. Nay lại mệnh cho Vân Nam vương Hốt Ca Xích cầm quân xuống phương nam. Khanh hãy tuân theo chiếu chỉ trước, gặp bọn phản loạn không chịu đến sân đình triều cống thì thẳng tay đánh dẹp, kẻ hàng phục thì tìm cách chiêu phủ.” **Nguyên Sử**, Bản Kỷ thứ 6: **Thế Tổ.**

(…詔諭安南國陳光昺：「來奏稱占城、真臘二寇侵擾，已命卿調兵與不斡並力征討，今復命雲南王忽哥赤統兵南下，卿可遵前詔，遇有叛亂不庭為邊寇者，發兵一同進討，降服者善為撫綏。」)

Chú thích:

1. Tư: Quan chức đời xưa, mỗi cấp bậc chia làm nhiều tư, đủ số tư nhất định thì thăng một cấp.

2. Đạt lỗ hoa xích: chức quan do Mông Cổ đặt ra, có nghĩa như chưởng ấn, trưởng quan.

3. Hổ phù: một loại binh phù để điều binh khiển tướng thời xưa, khắc hình con cọp.

4. Tư Minh: tức huyện Ninh Minh, tỉnh Quảng Tây; lúc này phần đất Ninh Minh do nhà Tống kiểm soát sắp bị Nguyên Mông thôn tính, nên dân bỏ đi.

5. Câu đương: chức dịch trong xã, giữ việc bắt bớ, giải tống.

6. Ty bình bạc: **Cương Mục**, Chính biên, quyển 6 chú là: chức kinh doãn, chuyên xét đoán việc kiện tụng ở kinh thành.

7. Nậu Lạt Đinh: **Nguyên Sử** phiên âm là Nột Thứ Đinh.

8. Chỉ lần xâm lược Đại Việt năm 1258, nhà Nguyên sai sứ sang doạ nạt, yêu sách. Nhà Trần đã bắt giam bọn chúng.

9. Chỉ lần tiến quân xâm lược Đại Việt năm 1258 của quân Nguyên do Ngột Lương Hợp Thai chỉ huy.

10. Ngũ phục: tức là đồ dẫn về tang phục theo 5 bậc, ứng với quan hệ gần xa đối với người chết.

39.
Vua Trần Thánh Tông (2)

Niên hiệu:

Thiệu Long 1258-1272

Bảo Phù 1273-1278

Vào tháng 2 năm Thiệu Long thứ 12 [1269]; Chiêm Thành dâng voi trắng.

Tháng 6, trời hạn hán rồi có mưa; mãi đến tháng 7, dân mới cày cấy được.

Tháng 9, phong Tĩnh Quốc Đại Vương Quốc Khang làm Vọng Giang phiêu kỵ đô thượng tướng quân.

Tháng 10, được mùa nhỏ.

Tháng 12, sứ nhà Nguyên Lung Hải Nha sang dụ về việc biên giới. Vua sai Lê Đà, Đinh Củng Viên sang Nguyên thương lượng.

Riêng **Nguyên Sử** chép vào tháng 11 Vua nước ta sai Sứ sang cống Nguyên:

*"Ngày Canh Ngọ tháng 11 năm Chí Nguyên thứ 6 [23/12/1269], Quốc vương An Nam Trần Quang Bính sai sứ đến cống."***Nguyên Sử**, Quyển 6, Bản Kỷ thứ 6: **Thế Tổ.**

(, , , 安南國王陳光昺遣使來貢。)

Tục Tư Trị Thông Giám chép về việc giao thiệp giữa Sứ giả Nguyên và Vua nước ta như sau:

*"**Tục Tư Trị Thông Giám**, quyển 179, ngày Canh Ngọ tháng 11 Tống Độ Tông Hàm Thuần năm thứ 5 [23/12/1269]. Trước đó chúa Mông Cổ cho rằng An Nam đến cống bất thường, bèn sai Đồng thiêm thổ phiên kinh lược sứ Trương Đình Trân giữ chức Triều liệt đại phu làm Đạt lỗ cát tề (1) An Nam; do đường từ Thổ Phồn [Tây Tạng], Đại Lý [Vân Nam], đến An Nam. Thế tử Quang Bính đứng nhận mệnh, Đình Trân trách rằng:*

"Hoàng đế không muốn lấy đất của người làm quận, huyện; nhưng muốn ngươi xưng phiên thần, sai Sứ nhận chỉ dụ, đức thật lớn thay! Vương vẫn còn giữ thế môi răng với Tống, tự cho mình là lớn. Nay trăm vạn quân ta vây Tương Dương [Hồ Bắc], lấy thành này trong sớm chiều, đánh cuốn chiếu, chắc Tống sẽ thua ngay, Vương dựa vào đâu? Vả lại quân Vân Nam không đầy 2 tháng sẽ đến biên cảnh ngươi, làm sụp đổ họ hàng giống nòi ngươi không khó, hãy suy xét đi."

Quang Bính sợ hãi, cúi đầu bái nhận chiếu; rồi nói với Đình Trân rằng:

"Thiên tử thương ta, nhưng Sứ giả phần nhiều vô lễ. Ngươi chỉ là quan trong triều, ta là Vương; làm lễ ngang nhau, xưa có vậy không?"

Đình Trân nói:

"Xưa có; người của Vua tuy nhỏ nhưng đứng trên chư hầu."

"Ngươi qua Ích châu Tứ Xuyên, gặp Vân Nam vương, có bái không?"

Đình Trân nói:

"Vân Nam vương là con của Thiên tử; còn ngươi là man di tiểu bang, cho làm giả Vương vậy thôi, làm sao so sánh với Vân Nam vương được. Huống Thiên tử mệnh ta đứng đầu ở An Nam, địa vị trên ngươi đấy."

Quang Bính nói:

"Nước lớn sao lại đòi hỏi tê ngưu, voi của ta?"

Đình Trân nói:

"Cống hiến sản vật địa phương là bổn phận của phiên thần."

Quang Bính không đáp lại được, càng thêm thẹn giận; sai vệ binh mang đao đứng xung quanh để đe dọa Đình Trân. Đình Trân cởi đao, nằm thản nhiên trong nhà, rồi bảo:

"Nghe những lời ta mà làm."

Quang Bính và các quan của y đều phục, rồi sai Sứ theo Đình Trân vào triều cống."

(先是蒙古主以安南入貢不時，以同簽土番經略使張庭珍為朝列大夫、安南國達嚕噶齊，由吐蕃、大理至安南。世子光昺立受詔，庭珍責之曰：「皇帝不欲以汝土地為郡縣，而聽汝稱藩，遣使喻旨，德至厚也。王猶與宋為唇齒，妄自尊大！今百萬之師圍襄陽，拔在旦夕，席捲渡江，則宋亡矣，王將何恃？且雲南之兵，不兩月可至汝境，覆汝宗祀有不難者，其審謀之！」光昺惶恐，下拜受詔。既而語庭珍曰：「天子憐我，而使者多無禮。汝官朝列，我王也，相與抗禮，古有之乎？」庭珍曰：「有之。王人雖微，序于諸侯之上。」光昺曰：「汝過

益州，見雲南王，拜否？」庭珍曰：「雲南王，天子之子；汝
蠻夷小邦，特假以王號，豈得比雲南王？況天子命我為安南之
長，位居汝上耶？」光昺曰：「大國何索我犀象？」庭珍曰：
「貢獻方物，藩臣職也。」光昺無以對，益慚憤，使衛兵露刃
環立以恐庭珍，庭珍解所佩刀，坦臥室中，曰：「聽汝所為。
」光昺及其臣皆服。至是遣使隨庭珍入貢.

Tháng 3 năm Thiệu Long thứ 13 [1270], Tĩnh Quốc Đại
Vương Quốc Khang dựng phủ đệ ở Diễn Châu; hành lang,
điện vũ bao quanh, tráng lệ khác thường. Vua nghe tin , sai
người đến xem;Tĩnh Quốc sợ, mới tạc tượng phật để đó,
nay là chùa Thông.

Tháng 4, Chiêm Thành sang cống.

Tháng 7, nước to. Các đường phố ở kinh đô phần nhiều
phải đi lại bằng thuyền bè.

Tháng 9, Vua ngự đến hành cung Thiên Trường.

Nguyên Sử chép vào tháng 11, nước ta sai Sứ đến cống:

"*Ngày Đinh Tỵ tháng 11 năm Chí Nguyên thứ 7 [5/12/1270],
Quốc vương An Nam Trần Quang Bính sai sứ cống, chiếu
đáp lại với lời ưu đãi.*" **Nguyên Sử**, quyển 7, Bản Kỷ thứ 7:
Thế Tổ.

(安南國王陳光丙遣使來貢，優詔答之。}

Tháng giêng nămThiệu Long thứ 14 [1271], cho soát
xét tù tội.

Ngày mồng 1 tháng 2, động đất.

Tháng 3, phong Chiêu Minh Đại Vương Quang Khải làm
Tướng quốc thái úy, nắm giữ việc nước.

Năm này Mông Cổ đặt quốc hiệu là Đại Nguyên, sai sứ sang dụ vào chầu. Vua lấy cớ có bệnh, từ chối không đi.

Tháng giêng năm Thiệu Long thứ 15 [1272], Hàn lâm viện học sĩ kiêm Quốc Sử viện giám tu Lê Văn Hưu vâng sắc chỉ soạn xong bộ **Đại Việt Sử Ký** từ Triệu Vũ đến đến Lý Chiêu Hoàng, gồm 30 quyển, dâng lên. Vua xuống chiếu khen ngợi.

Tháng 4, sứ Nguyên Ngột Lương sang dụ, hỏi giới hạn cột đồng cũ. Vua sai Viên ngoại lang Lê Kính Phu đi hội khám. Phu trở về nói rằng, cột đồng Mã Viện dựng lâu năm đã bị mai một, không còn tung tích gì nữa.

Sai Đồng Tử Dã, Đỗ Mộc, đi Sứ sang triều Nguyên.

Tháng 10, xuống chiếu tìm người tài giỏi, đạo đức, thông hiểu kinh sách làm Tư nghiệp Quốc tử giám, tìm người có thể giảng bàn ý nghĩa của Tứ thư (2), Ngũ kinh (3) sung vào hầu nơi vua đọc sách.

Năm Bảo Phù thứ 1 [1273]. Ngày mồng 1 tháng giêng, đổi niên hiệu là Bảo Phù.

Tháng 11, cho Nhân Túc Vương Toản làm Nhập nội phán đại tông chính phủ đại tông chính (4).

Nguyên Sử chép Sứ giả từ nước ta trở về, tâu rằng Vua An Nam nhận chiếu chỉ không chịu bái; triều Nguyên gửi thư trách, Vua trả lời tuân theo phong tục nước nhà, không bái:

"Ngày Mậu Ngọ mùa xuân tháng giêng năm thứ 10 [24/1/1273], Sứ giả đến An Nam trở về bảo rằng Quang Bính nhận chiếu chỉ không bái. Trung thư gửi văn thư trách hỏi, Quang Bính bảo tuân theo phong tục của nước này." **Nguyên**

Sử, quyển 8, Bản Kỷ thứ 8: **Thế Tổ.**

(安南使者還，言陳光昞受詔不拜。中書移文責問，光昞稱從本俗)

Năm Bảo Phù năm thứ 2 [1274]. Tháng 10, người Tống sang quy phụ nước ta. Bấy giờ nước Tống tại vùng Giang Nam bị quân Nguyên đánh phá; nên một số dân dùng thuyền vượt biển, chở đầy của cải và vợ con, đến nước ta sinh sống.

Tháng 12, sách phong hoàng trưởng tử Khâm làm Hoàng thái tử, lấy con gái đầu lòng của Hưng Đạo Vương làm Phi cho Thái tử.

Chọn người nho học có đức hạnh trong thiên hạ vào dạy Thái tử. Dùng Lê Phụ Trần người Thanh Hóa làm Thiếu sư, kiêm Trừ cung giáo thụ (5); lấy bọn Nguyễn Thánh Huấn, Nguyễn Sĩ Cố làm Nội thị nội thị học sĩ; nhà Vua tự làm thơ để dạy hoàng tử và viết **Di Hậu Lục**, 2 quyển.

Năm Bảo Phù thứ 3 [1275]. Tháng 2, mở khoa thi; Đào Tiêu đỗ Trạng nguyên; Quách Nhẫn đỗ Thám hoa; 27 người đỗ Thái học sinh, xuất thân có thứ bậc khác nhau. Trước kia 2 khoa Bính Dần [1256], Bính Thìn [1266], chia làm Kinh trạng nguyên và Trại trạng nguyên, đến nay lại hợp nhất.

Tháng 11, tướng thần tại biên giới phía bắc chạy trạm tâu báo quân Nguyên đi tuần biên giới, xem xét địa thế.

Dùng Lê Khắc Phục và Lê Túy Kim đi sứ sang nhà Nguyên. Tình hình bang giao với nhà Nguyên tỏ ra căng thẳng; sau khi thành Tương Dương đầu hàng quân Nguyên vào năm 1273, nhà Tống trên đường sụp đổ, tham vọng xâm lăng của nhà Nguyên hướng đến nước Đại Việt. Chiếu dụ 6 điểm lúc mới đưa ra vào năm 1267 chỉ có tính cách gợi ý khuyến khích, đến nay đòi hỏi phải nghiêm chỉnh thi hành:

"Ngày Nhâm Thìn tháng giêng năm thứ 12 [17/2/1275], Sứ giả nước An Nam trở về, sắc dụ tuân theo chiếu chỉ cũ lập số hộ tịch, số quân, đặt quan Đạt lỗ hoa xích, lập trạm, thu tô, cùng tiến cống hàng năm." **Nguyên Sử**, quyển 8, Bản Kỷ thứ 8: **Thế Tổ.**

(...安南國使者還、敕以舊制籍戶、設達魯花赤、簽軍、立站、輸租及歲貢等事諭之。)

An Nam Chí Lược chép nguyên văn chiếu thư như sau:

"Chiếu thư năm Chí Nguyên thứ 12 [1275]. Tổ tông định chế phạm các nước nội ngoại phụ Quân trưởng phải đích thân đến triều cận, con em vào làm con tin, biên dân số, xuất quân dịch, nạp phú thuế, đặt Đạt lỗ hoa xích để cai trị; đó là 6 điều trước đây đã dụ khanh. Khanh quy phụ hơn 15 năm, chưa từng đích thân đến triều cận, mấy việc khác cũng chưa thi hành; tuy bảo rằng 3 năm một lần cống, nhưng vật cống đều là những thứ vô bổ trong việc dùng. Cho rằng khanh sẽ tự hiểu, nên sai lầm cũng không hỏi; cớ sao đến ngày hôm nay vẫn chưa tỉnh?

Bởi vậy lại sai Cách Sắc Nhĩ Cáp Nhã đến nước dụ khanh vào triều cận. Nếu vì lý do khác khanh không đến được thì sai con em vào triều; ngoài ra hộ khẩu nước khanh nếu chưa định được số, thì làm sao châm chước được việc thu thuế điều binh. Nếu nước thực ít, mà thu nhiều thì lực không đủ; vậy nhờ vào hộ khẩu mới lượng được số quân và phú thuế. Nơi điều binh chỗ xa chỉ đến Vân Nam, để hợp lực với nhau thôi. Vậy nay ban chiếu chỉ cho rõ." **An Nam Chí Lược**, quyển 2, **Đại Nguyên Chiếu Chế.**

(至元十二年诏. 祖宗定制凡内外附之国君长亲朝子弟入

质编民数出军役输纳税赋仍置达噜噶齐统治之此六事往年
已谕卿矣归附逾十五年未尝躬自来觐数事竟未举行虽云三
年一贡所贡之物皆无补于用谓卿久当自悟遂过而不问何为
迄今犹未知省故复遣格色尔哈雅往尔之国谕卿来朝倘有他
故必不果来可令子弟入朝此外本国户口若有未定籍输税赋
调兵何由斟酌苟尔民实少或多取之力将不及今籍尔户口盖
欲量其多寡以定兵赋之数其所调兵亦以今逺适他所止从云
南戍兵相与协力故兹诏示)

Tháng 2 năm Bảo Phù thứ 4 [1276], sai Đào Thế Quang
sang Long châu mượn cớ đi mua thuốc để thăm dò tình
hình nhà Nguyên.

Tháng 4, Nguyên Thế Tổ đánh Giang Nam, sai Hợp Tán
Nhi Hải Nha sang dụ 6 việc như *"người đứng đầu nước phải
vào chầu, đưa con em đến làm con tin, biên dân số cho quân
dịch, nạp thuế; đặt quan Đạt lỗ hoa xích để cai trị"*. Nhà Vua
đều không tuân.

Ngày 17 tháng 9, ngày 17, cháu nội là Thuyên sinh [Trần
Anh Tông] lập làm Hoàng thái tôn, ít lâu sau lập làm Đông
cung hoàng thái tử.

Năm Bảo Phù thứ 5 [1277]. Tháng 2, vua thân chinh
đánh người Man, Lạo ở động Nẩm Bà La (6), bắt sống đồ
đảng hơn 1.000 người giải về.

Ngày mồng 1 tháng 4, Thượng hoàng Trần Thái Tông
mất tại cung Vạn Thọ; mồng 4 tháng 10 táng Thượng hoàng
ở Chiêu Lăng, miếu hiệu là Thái Tông, tên thụy là Thống
Thiên Ngự Cực Long Công Mậu Đức Hiền Hòa Hựu Thuận
Thần Văn Thánh Võ Nguyên Hiếu Hoàng đế.

Vua Dụ Tông làm thơ so sánh Vua Đường Thái Tông Trung Quốc và Vua Trần Thái Tông nước ta; với lời ca ngợi như sau:

"Đường Việt khai cơ lưỡng Thái Tông

Bỉ xưng Trinh Quán ngã Nguyên Phong.

Kiến Thành tru tử Yên Sinh tại,

Miếu hiệu tuy đồng đước bất đồng."

(Sáng nghiệp Việt, Đường hai Thái Tông

Nó xưng Trinh Quán, ta Nguyên Phong

Kiến Thành (7) bị giết, Yên Sinh (8) sống,

Miếu hiệu tuy đồng, đức chẳng đồng).

Hôm Thượng hoàng mất, Công chúa Thiều Dương , con gái thứ của Thượng hoàng tên là Thúy đương ở cữ; bỗng nghe tiếng chuông liên hồi, mới hỏi:

"Có thể nào không phải là tin dữ chăng"?.

Những người hầu bên cạnh nói dối, nhưng Công chúa không nghe, cứ thương khóc, kêu gào, mắt nhắm nghiền rồi mất. Trước đó, Thương hoàng không khỏe. Lúc ấy Công chúa đã lấy Thượng vị Văn Hưng hầu (khuyết danh), Công chúa nhiều lần sai người hầu đến thăm hỏi, nhưng đều trả lời là Thượng hoàng đã bình phục, không việc gì. Đến khi nghe tiếng chuông, thương khóc kêu gào mãi rồi mất; người trong nước ai cũng thương.

Tháng 2 năm Bảo Phù thứ 6 [1278], dân chết nhiều vì bệnh đậu mùa.

Hồi đó, nhà dân ở kinh thành thường bị cháy về ban đêm. Vua ra ngoại thành xem chữa cháy, Nội thư gia Đoàn Khung đi theo. Vua sai điểm xem người nào đến chữa cháy và xem ai đến trước. Khung ấn đầu từng người một bảo ngồi xuống để đếm, đếm xong tâu rõ người nào đến trước, người nào đến sau. Vua hỏi :

"Tại sao mà biết?".

Khung trả lời :

"Thần ấn đầu người nào mà thấy mồ hôi thấm tóc và có tro bụi bám vào thì đó là những người đến trước và cố sức chữa, người nào đầu tóc không có mồ hôi mà tro bụi bay rơi là người đến sau không kịp chữa, vì thế mà biết ".

Vua cho là giỏi, có ý cất nhắc để dùng.

Mùa hạ, lúa mất mùa.

Tháng 8, động đất 3 lần, nhiều súc vật chết .

Ngày 22 tháng 10, ngày 22, Vua Thánh Tông nhường ngôi cho Hoàng thái tử Khâm.

Bấy giờ Vua Nguyên nghe tin Vua Trần Thái Tông mất, có ý mưu tính nước ta, bèn sai Thượng thư bộ Lễ Sài Xuân tức Sài Trang Khanh sang sách hạch. Lúc này nhà Tống sắp mất, lãnh thổ thu hẹp trong vùng Phúc Kiến, Quảng Đông; nên Sứ thần nước ta là Lê Khắc Phục tháp tùng Sài Xuân theo đường Hồ Quảng, Quảng Tây trở về nước. Xuân lấy cớ Vua không xin mệnh mà tự lập, dụ bảo phải sang chầu và thi hành 6 điều đã ban. Vua Thánh Tông không nghe, sai Trịnh Đình Toản, Đỗ Quốc Kế lại sang Nguyên trình bày; Đình Toản bị giữ lại không cho về. **Nguyên Sử** chép về sự kiện này như sau:

"Ngày mồng một Nhâm Tý tháng 8 năm thứ 15 [20/8/1278], sai bọn Thượng sư bộ Lễ Sài Xuân đi sứ An Nam, khiển trách nặng nề nước này, nhưng vẫn sai đến triều đình" **Nguyên Sử**, quyển 10, Bản Kỷ thứ 10: **Thế Tổ.**

(遣禮部尚書柴椿等使安南國，詔切責之，仍俾其來朝.)

Riêng **An Nam Chí Lược** sao lại chiếu thư của Nguyên Thế Tổ như sau:

"Tháng 8 năm Chí Nguyên thứ 15 [1278], chiếu dụ Thế tử An Nam Trần Nhật Huyễn. Nước ngươi lúc mới nội phụ, phàm xin điều gì đều bằng lòng; ý cho rằng việc thờ nước lớn rồi sẽ tự hiểu để mà làm. Nhưng trải qua tháng năm dài, lễ tiết thêm bạc; nên đến năm Chí Nguyên thứ 12 [1275] lại giảng chiếu trách các việc như không đến triều cận, giúp binh. Mới đây Lê Khắc Phục đến hàng tỉnh, dâng biểu đều nói ngoa; như bảo nước ngươi quy phụ đầu tiên, nhưng thực ra các nước bốn phương đến hàng phục trước ngươi rất nhiều. Sau nước ngươi chỉ có nước Tống mới mất, nhưng quân đội một lần ra tay, cả nước đều bình định, ngươi đã nghe biết, như vậy không sai ngoa ư! Lại bảo rằng có mối lo từ 2 kẻ thù như bọn Chiêm Thành, nên không thể giúp binh; nhưng nó và nước ngươi là lân bang không phải chỉ mới có ngày hôm nay. Còn bảo rằng xa xôi không thể vào triều cận, vậy Lê Khắc Phục làm sao mà đến được; 2 điều gian dối rõ ràng vậy.

Trước đây nước ngươi và Tống thông hiếu thì đã rõ, sau lúc bình Tống lễ cung phụng còn ghi trong thư tịch, có thể tham khảo. Việc trong thiên hạ lấy chí thành làm căn bản, nay lừa dối như vậy lấy gì tin được. Trước đây cha ngươi già yếu không đi xa còn có thể được, nay ngươi trai trẻ, vào triều nhận mệnh là đúng lúc; huống lãnh thổ ngươi tiếp giáp với

Ung, Khâm, một lần đi không gì đáng sợ. Hoặc ngươi không nghĩ đến sự an toàn, cố tình chống mệnh của Trẫm, thì hãy lo tu sửa thành trì, chỉnh đốn binh giáp, để đợi quân ta. Cái cơ họa phúc xoay chuyển tại đây, hãy xét cho đến cùng. Nay sai Thượng thư bộ Lễ Sài Xuân đi sứ." **An Nam Chí Lược, quyển 2, Đại Nguyên Chiếu Chế.**

(至元十五年八月诏谕安南世子陈曩者尔国内附之初凡有所请皆赐允从意谓事大之礼久当自知能举而行也歷年滋迷礼意浸薄故于至元十二年复降诏 责以亲朝助兵等事顷黎克复等至省所上表语涉诞妄有谓尔国归附在先且四方诸国先尔来降者衆矣在尔后惟亡宋偏师一出举国悉平计尔亦已闻知所言非妄而何又谓占城等二雠为患不能助兵且彼之与尔为隣匪始自今日至谓地远不克入觐黎克复等安能至哉二者之妄亦已明矣昔尔与宋通好固所素知及宋平之后所以慕奉之礼著之载籍可覆视也天下之事以至诚为本今欺绐若是将谁信之向以尔父衰老不任跋涉犹云可也今尔年方强仕入朝受命此正其时况彼境土接我邕钦莫惮一来也尔或不思安全固拒朕命则修尔城隍缮尔兵甲以待我师祸福转移之机在此一举宜审图之今遣礼部尚书柴椿等奉使)

Chú thích:

1. Đạt lỗ cát tề: Nguyên Sử phiên âm Đạt lỗ hoa xích.

2. Tứ Thư: 4 tác phẩm căn bản của Nho học, do Chu Hy đời Tống chọn; gồm: **Đại Học, Trung Dung, Luận Ngữ, Mạnh Tử.**

3. Ngũ Kinh: 5 quyển sách quan trọng của Nho học, do Khổng Tử soạn hoặc hiệu đính, gồm: **Kinh Thư, Kinh Thi, Kinh Dịch, Kinh Lễ, Kinh Xuân Thu.**

4. Nhập nội phán đại tông chính phủ đại tông chính: chức quan đứng đầu Tông chính phủ, có nhiệm vụ soạn gia phả, giữ sổ sách ghi chép về họ hàng của nhà vua và hoàng tộc.

5. Trừ cung giáo thụ: thầy dạy cho Thái tử.

6. Nhẫm Bà la: **Cương Mục** chua là động của người Mán. Sách Thanh **Nhất thống chí** chép là Ổn Bà la, thuộc một lộ trong phủ Bố Chính [Quảng Bình], nay chưa biết rõ chỗ nào.

7. Thái Tông nhà Đường tên là Lý Thế Dân, sau khi cha là Lý Cao Tổ chết, Thế Dân đem quân phục ở cửa Huyền Vũ, giết hai người anh là Kiến Thành và Nguyên Cát để đoạt ngôi vua.

8. Yên Sinh: là thực ấp của Trần Liễu. Khi Trần Liễu chết, được truy phong tước Vương, nhân đất phong mà gọi là Yên Sinh Vương.

40.
Vua Trần Nhân Tông (1)

Niên hiệu:

Thiệu Bảo: 1279-1284

Trùng Hưng:1285-1292

Vua tên húy là Khâm, con trưởng của Thánh Tông, mẹ là Nguyên Thánh Thiên Cảm hoàng thái hậu, sinh ngày 11 tháng 11 năm Nguyên Phong năm thứ 8 [1258]. Vua tinh thần sáng suốt thông tuệ, thể chất hoàn hảo, thần khí tươi sáng; cáng đáng việc lớn thành công, ở ngôi 14 năm, nhường ngôi 5 năm, xuất gia 10 năm, thọ 51 tuổi, băng tại am Ngoạ Vân núi Yên Tử, đưa về táng ở Đức Lăng; với bản tính nhân từ hòa nhã, cố kết lòng người, thực là đứng minh quân.

Năm Thiệu Bảo thứ 1 [1279]; vào ngày mồng 1, tháng giêng, đổi niên hiệu là Thiệu Bảo, đại xá. Nước Chiêm Thành sai Chế Năng, Tra Diệp sang cống; bọn Chế Năng xin ở lại làm nội thần, nhưng vua không nhận. Lập bà phi Trần thị làm hoàng hậu.

Năm này quân Nguyên đánh úp quân Tống tại Nhai Sơn, thuộc huyện Tân Hội, tỉnh Quảng Đông. Tống thua, Tả thừa tướng Lục Tú Phu cõng vua Tống nhảy xuống biển chết; hậu cung và các quan chết theo rất nhiều. Qua 7 ngày có đến hơn 10 vạn xác chết nổi lên trên mặt biển; xác vua Tống cũng ở trong số đó; năm ấy nhà Tống mất.

Nhân việc Tống mất, Nguyên Mông lại càng đè nặng áp lực đối với nước ta, sai Sứ giả Sài Xuân đến sách hạch đủ điều:

"*Ngày Nhâm Tý tháng 11 năm thứ 16* [13/12/1279], *sai Thượng thư bộ Lễ Sài Xuân, cùng Sứ thần An Nam Thôn* [Đỗ] *Trung Tán đến dụ Thế tử An Nam Nhật Huyễn* [Trần Thánh Tông (1)], *trách việc không đích thân đến triều.*" **Nguyên Sử**, Bản Kỷ thứ 10, **Thế Tổ.**

(...遣禮部尚書柴椿偕安南國使村中贊賣詔往諭安南國世子陳日烜，責其來朝。)

An Nam Chí Lược của Lê Trắc chép chi tiết hơn, cho biết khi Sài Xuân đến đòi hỏi sang chầu, Vua bèn sai chú là Trần Di Ái sang thay; Nguyên Thế tổ bèn phong Di Ái làm An Nam Quốc vương:

"*Năm Chí Nguyên thứ 16* (1279) *giữ lại Sứ Trịnh Đình Tán không cho về, lại sai Sài Xuân dẫn Đỗ Quốc Kế trở lại An Nam dụ Thế tử sang chầu. Thế tử lấy cớ tật từ chối. Sài công lấy lý căn vặn, Thế tử sợ bèn sai chú là Trần Di Ái thay mặt sang chầu. Thiên tử cho rằng Thế tử mượn cớ "tật", bèn phong Trần Di Ái làm An Nam Quốc vương.*" **An Nam Chí Lược**, quyển 3, **Đại Nguyên phụng sứ.**

(至元十六年留來使鄭國瓚復命柴椿引杜國計還諭入覲世子以疾辭柴公以理詰難之世子懼遣族叔陳遺愛代覲上以有疾封陳遺愛為安南國王)

Năm Thiệu Bảo thứ 2 [1280]; vào tháng giêng thống

nhất cả nước việc đo lường; ban thước gỗ, thước lụa cùng một kiểu.

Tháng 2, xét duyệt sổ đinh và các sắc dịch trong nước.

Tháng 10, được mùa to; lúa ruộng ở Trà Kiều thuộc Khoái Lộ [Hưng Yên] một giò 2 bông.

Em viên trọng thần Đỗ Khắc Chung là Đỗ Thiên Thư kiện nhau với người, tình lý đều trái. Người bị kiện bèn đón xa giá để kêu bày. Vua hỏi quan xử kiện. Viên quan đó trả lời:

"Án xử đã xong, nhưng hình như quan thoái thác không chịu chuẩn định đó thôi". Vua nói:

"Đó là do sợ mà né tránh Khắc Chung đấy".

Đang trên đường đi, nhà Vua lập tức sai Chánh chưởng nội thư hỏa là Trần Hùng Thao kiêm chức kiểm pháp quan để chuẩn định, thì Thiên Thư quả thực là trái.

Trịnh Giác Mật ở đạo Đà Giang [bắc Sơn Tây, Phú Thọ] làm phản. Vua sai Chiêu Văn Vương Nhật Duật đi dụ hàng. Bấy giờ, Nhật Duật coi đạo Đà Giang, ngầm đem quân thuộc hạ đến gặp. Trịnh Giác Mật sai người đến quân doanh, bày tỏ lòng thành:

"Mật không dám trái mệnh. Nếu ân chúa một mình một ngựa đến thì Mật xin hàng".

Nhật Duật nhận lời, chỉ đem 5, 6 tiểu đồng cùng đi. Quân sĩ ngăn lại, Nhật Duật nói:

"Nếu nó giáo giở với ta thì triều đình còn có vương khác đến".

Khi tới trại, người Man dàn vây mấy chục lớp và đều cầm dao thương chĩa vào phía trong. Nhật Duật đi thẳng vào, trèo lên trại. Mật mời ông ngồi. Nhật Duật thạo biết tiếng nói và am hiểu phong tục của nhiều nước, cùng ăn bốc, uống bằng mũi với Mật. Người Man thích lắm. Khi Nhật Duật trở về, Mật đem gia thuộc đến doanh trại đầu hàng. Mọi người đều vui lòng kính phục vì không mất một mũi tên mà bình được Đà Giang. Đến khi về kinh sư, Nhật Duật đem Mật và vợ con hắn vào chầu, vua rất khen ngợi ông. Sau đó, vua cho Mật về nhà, giữ con hắn ở lại kinh đô. Nhật Duật mến nuôi hết lòng, xin triều đình ban tước thượng phẩm và cho vào trông ao cá, sau cũng cũng cho về nhà.

Năm Thiệu Bảo thứ 3 [1281], ngày 29 tháng giêng, Hoàng tử Quốc Chẩn sinh.

Lập nhà học ở phủ Thiên Trường [Nam Định], cấm người hương Thiên Thuộc không được vào học. Lệ cũ nhà Trần, quân sĩ Thiên Thuộc không được học tập văn chương nghệ thuật, vì sợ khí lực kém đi.

Trần Di Ái thay mặt nhà Vua đi sứ vào năm 1279, Nguyên Thế Tổ phong Di Ái làm An Nam Quốc Vương, dùng Sài Xuân mang quân hộ tống về nước; với thủ đoạn dùng áp lực chính trị để thay đổi chính quyền, nhưng mọi việc đều thất bại; sau đó Sài Xuân được mời vào nước ta. Vì thất bại, Xuân biết sẽ bị Vua Nguyên trừng phạt lúc trở về nước; nên thái độ của y lúc này tức giận, lồng lộn như kẻ điên dại:

"Sai chú họ là Trần Di Ái tức Trần Ải và Lê Mục, Lê Tuân sang Nguyên.

Nhà Nguyên lập Di Ái làm Lão hầu, cho Mục làm Hàn lâm học sĩ, Tuân làm Thượng thư, lại sai Sài Xuân đem 1000 quân hộ tống về nước. Xuân ngạo mạn vô lễ, cưỡi ngựa đi thẳng vào cửa Dương Minh. Quân sĩ Thiên Trường ngăn lại, Xuân dùng roi ngựa quất họ bị thương ở đầu. Đến điện Tập Hiền, thấy giăng bày màn trướng, hắn mới chịu xuống ngựa. Vua sai Quang Khải đến sứ quán khoản tiếp. Xuân nằm khểnh không ra, Quang Khải vào hẳn trong phòng, hắn cũng không dậy tiếp. Hưng Đạo Vương Quốc Tuấn nghe thấy thế, tâu xin đến sứ quán xem Xuân làm gì. Lúc ấy Quốc Tuấn đã gọt tóc, mặc áo vải. Đến sứ quán, ông đi thẳng vào trong phòng. Xuân đứng dậy vái chào mời ngồi. Mọi người đều kinh ngạc, có biết đâu gọt tóc, mặc áo vải là hình dạng nhà sư phương Bắc. Ông ngồi xuống pha trà, cùng uống với hắn. Người hầu của Xuân cầm cái tên đứng sau Quốc Tuấn, chọc vào đầu đến chảy máu, nhưng sắc mặt Quốc Tuấn vẫn không hề thay đổi. Khi trở về, Xuân ra cửa tiễn ông." **Toàn Thư, Bản Kỷ**, quyển 5.

Việc phá tan âm mưu của Nguyên Thái Tổ dùng Trần Di Ái làm bù nhìn, thuộc loại bí mật quốc gia nên **Toàn Thư** chép vắn tắt không rõ; hãy tham khảo thêm **Nguyên Sử** và **An Nam Chí Lược** để tìm ra manh mối. **Nguyên Sử** chép trong dịp đem Di Ái về nước, Vua Nguyên phong Di Ái làm An Nam quốc vương, thay đổi hổ phù, cấp kinh phí và cấp quân hộ tống:

"*Ngày Kỷ Hợi tháng 10 [19/11/1281] nghị bàn phong An Nam Vương hiệu, đổi hổ phù ban cho An Nam khắc bằng chữ Uý Ngô [Duy Ngô Nhĩ] (2) thành hổ phù khắc bằng chữ của nước nhà [chữ Hán]; vẫn giáng chiếu cho nước An Nam lập chú Nhật Huyễn là Di Ái làm An Nam Quốc vương... Ngày Đinh Vị [17/11], Đặt Tuyên uỷ ty tại nước An Nam, dùng Đạt lỗ hoa xích lộ Bắc Kinh, Bột Nhan Thiếp Mộc Nhi làm Tham tri chính sự Đô nguyên soái Tuyên uỷ sứ An Nam, đeo hổ phù; Sài Xuân, Hốt Ca Nhi làm phó; cấp vạn đĩnh tiền, đến*

Hành tỉnh Hà Tây để chuẩn bị kinh phí…. Khi An Nam Quốc vương Trần Di Ái vào An Nam, cho 1.000 quân tân phụ [quân Tống mới theo] hộ tống." **Nguyên Sử**, quyển 11, Bản Kỷ thứ 11: **Thế Tổ.**

(…冬十月…議封安南王號，易所賜安南國畏吾字虎符，以國字書之；仍降詔諭安南國，立日烜之叔遺愛為安南國王。…安南國置宣慰司，以北京路達魯花赤字顏帖木兒參知政事，行安南國宣慰使，都元帥、佩虎符柴椿、忽哥兒副之。給鈔萬錠，付河西行省以備經費。….。以安南國王陳遺愛入安南，發新附軍千人衛送)

An Nam Chí Lược sao nguyên văn bản chiếu thư do Sài Xuân mang đến nội dung dùng Di Ái làm bù nhìn thay ngôi Vua, với tham vọng đô hộ nước ta bằng áp lực chính trị:

"Chiếu thư năm Chí Nguyên thứ 18 [1281].

Mới đây ngày Vương An Nam Trần Quang Bính còn sống, từng đem việc tổ tông ta chiếu theo lệ chiêu phủ dân man 6 điều ra dụ; nhưng cha ngươi chưa từng thi hành. Lúc cha ngươi mất, ngươi không xin mệnh mà tự lập; sai Sứ gọi, lấy cớ không đến. Nay lại lấy cớ bệnh tật, trái với Trẫm mệnh; chỉ ra lệnh chú ngươi là Di Ái đến triều cận. Muốn mang quân đánh dẹp, nhưng vì nước ngươi nội phụ triều cống đã lâu; chỉ vì muốn dạy một kẻ vô tri như ngươi, lại hại đến sinh mệnh dân chúng. Nay ngươi xưng tật bệnh không đến triều, cho ngươi tự lo thuốc thang; lập chú ngươi là Di Ái thay ngươi làm Quốc vương An Nam, cai trị dân chúng. Quan lại dân chúng trong nước yên với nghề nghiệp, không có gì lo sợ. Kẻ nào cùng dân chúng có mưu đồ khác, khi đại binh thâm nhập, giết hại sinh mệnh thì đừng oán; vì đó là lỗi của các ngươi. Nay dụ quan lại tông tộc An Nam." **An Nam Chí**

Lược quyển 2 **Đại Nguyên Chiếu Chế**.

（ 至 元 十 八 年 詔
曩安南國陳生存之日嘗以祖宗收撫諸蠻舊列六事諭汝父未
嘗奉行汝父既歿汝不請命而自立遣使遽召托故不至今又以
疾為辭故違朕命止令汝叔父遺愛入覲即欲興師致討緣爾內
附入貢有年矣其可效爾無知之人枉害眾命爾既稱疾不朝今
聽汝以醫藥自持故立汝之叔父遺愛代汝為安南國王撫治爾
眾境內官吏士庶其各安生業毋自驚懼其或與汝百姓輒有異
圖大兵深入戕害性命無或怨懟實乃與汝百姓之咎)

Đây là một âm mưu lớn nhằm lật đổ chính quyền tại nước ta mà không cần dùng binh chinh phạt, trọng trách nằm trên vai Sứ giả Sài Xuân; nên lúc khởi hành triều đình nhà Nguyên ra lệnh cho các quan trong viện Hàn Lâm làm thơ văn tống tiễn để khích lệ tinh thần y. Viên Hàn Lâm Lý Thụ Ích làm bài Tự, ví sự thành công của Sài Xuân sẽ rạng danh trong lịch sử Trung Quốc, chẳng khác gì các Lục Giả, Chung Quân từng đi sứ đến nước Nam Việt thời Hán:

An Nam Chí Lược, quyển 18:

"Bài tự của Hàn lâm Lý Thụ Ích tống tiễn Sứ thần Sài Trang Khanh.

Vào năm Chí Nguyên thứ 15 [1278], Quốc vương An Nam dâng biểu tâu rằng bị lân bang quấy nhiễu nên chưa có thể đến triều cận được, Vương mất, Thế tử tự lên ngôi mà không xin mệnh; triều đình bàn định sai Sứ đến hạch hỏi, nhưng khó chọn được người giỏi. Gặp dịp Sài công Trang Khanh từ An Sứ Kim Xỉ đất Vân Nam đến, Đại thần tiến cử là người tài, Thiên tử bèn triệu đến gặp. Cha anh công đều là cựu thần, lời lẽ công khẳng khái, quen phong thổ xứ này; nên lập tức trong ngày được phong chức Thượng thư bộ Lễ phụng sứ; lại ban cho áo gấm, cung, tên, yên ngựa để tỏ lòng sủng ái. Trang Khanh đến An Nam tuyên bố ý Thiên tử, ra chỉ dụ 2, 3 lần nhưng vẫn chấp mê không chịu đến triều cận. Thiên tử không nỡ dùng binh, ban chiếu dụ mong đòi đến; 3 năm 3 lần đi lại, vào năm này chỉ cho Trần Di Ái là chú của Thế tử đến. Thiên tử phán Thế tử chống mệnh, chứ người trong nước nào có lỗi gì; hãy lập Di Ái để chiêu phủ dân này. Bèn ban mệnh, vẫn sai Trang Khanh làm Tuyên ủy đô nguyên soái, dùng binh lính đem Di Ái trở về nước. Lúc sắp khởi hành các vị Hàn lâm đều làm thơ tiễn. Kẻ hèn này lạm dự chức Hàn lâm, phàm chiếu thư chỉ dụ cùng biểu chương cũng được nghe; bèn làm bài tự về việc này để tống tặng. Nên có lời rằng từ xưa không phải riêng tài giỏi là khó, mà kẻ tìm ra người tài cũng không dễ; nay Thiên tử biết Trang Khanh là tay biện luận giỏi, kiến thức cao, đảm nhiệm trọng trách, đi sứ 4 phương, không nhục mệnh vua, nên gửi ra ngoài cửa khổn, giao việc nơi tuyệt vức; phạm việc quân được toàn quyền chuyện chế. Lại có thêm Lý công Chấn Văn lãnh chức phó; ý kiến của Lý công không thẹn với sự kỳ vọng của chư công; việc tuần phủ chiêu thảo đang được thi hành. Tôi mấy ngày đứng đợi ông tại cửa kinh đô mừng rằng kể từ nay trong lịch sử không còn riêng Chung Quân (3) và Lục Giả (4) được tiếng khen như trước kia nữa." **An Nam Chí Lược** quyển 18.

（翰林學士李謙受益送尚書柴莊卿序
至元十五年安南國王上表以隣境侵虞不克躬覲王沒世
子不請命而自立朝廷議遣使而難其人適金齒安使柴公
莊卿自雲南至大臣薦其材上召問其父皆舊臣且辭意慷
慨熟彼風土即日拜禮部尚書奉使仍賜錦衣弓矢鞍馬以
寵其行莊卿至安南且宣上意開諭再三執迷不悟卒無來
意莊卿歸上言不忍加兵詔諭異一來三年三往返是歲入

觀者陳遺愛國王之弟世子之叔父也上曰世子拒命國人
何罪焉宜以遺愛立以撫綏其民乃授策命仍授莊卿宣慰
使都元帥將兵衛遺遺愛還國將行翰林諸公皆作詩送之
僕承乏翰林凡詔書申諭表章上來者皆與聞之遂為之
敘其事而贈之言曰自古非有才之難而擇才之不易今
主上知莊卿純茂辯給弘毅博洽許之以任重致遠使
於四方不辱君命故敬寄以閫外委之以絕域凡師旅
之事得以專制之而又以振文李公為之貳李君之意
其無愧諸公期望之辭撫循招討實在茲行余數日候
公於都門之外而賀曰終軍陸賈勿專美於前矣時至
元十八年十一月日)

Khi phái đoàn Sài Xuân đến Bằng Tường thị tại biên giới Việt Trung, phía Đại Việt chần chừ không chịu nhận. Đây là hành động bất thường, muốn kéo dài thời gian để lập mưu, người xưa gọi là *"dục hoãn cầu mưu"*; rồi chính tại Bằng Tường thị, Di Ái đã bỏ trốn. Với những sự kiện này, người nghiên cứu sử có thể suy luận rằng thời gian chần chừ tại Bằng Tường hết sức quan trọng; đó là lúc gián điệp Đại Việt cố tìm cách móc ngoặc Trần Di Ái, tìm cách bí mật trốn thoát ra khỏi sự khống chế của Sài Xuân. Sự việc xảy ra trên đất Trung Quốc, nhà Nguyên không có bằng chứng để trách cứ; và việc Di Ái hợp tác trốn thoát, chứng tỏ ông cũng là người yêu nước. Sau đây là những là những sử liệu chứng minh:

- Thứ nhất là thư của Sài Xuân gửi cho Vua nước ta từ Bằng Tường, trách việc chần chừ không chịu đón tiếp phái đoàn:

"Năm Chí Nguyên thứ 19 [1282] *Hành An Nam tuyên ủy sứ ty Đô nguyên soái Sài Trang Khanh phúc đáp thư của Thế tử nước An Nam.*

Bản Ty nhận thánh chỉ đến nước ngươi với nhiệm vụ phủ dụ biên cảnh, an ủi nhân dân, tình nghĩa như người trong một nhà, không có điều gì khác. Số quân mang theo chỉ là lính phục dịch, không phải để chinh phạt chiến đấu. Sợ nước ngươi không hiểu được ơn Thiên tử, không rõ tại sao đến nên sinh ra kinh sợ, đưa đến chỗ lo lắng nghi ngờ. Bởi vậy khi đến Tĩnh Giang (5) sai Lê Trung Tán đi trước hiểu dụ về mỹ ý khoan tuất của triều đình; lại nhắc chuẩn bị ngựa, quân lương, dân phu, chiếu lệ nghênh đón tại biên giới.

Ngày 16 tháng 3 bản Ty xuống ngựa đợi tại Vĩnh Bình [Bằng Tường thị, tại biên giới tỉnh Quảng Tây và tỉnh Lạng Sơn nước ta] đến ngày 20 chỉ thấy Lê Văn Túy mang thư tới xin hoãn để thương nghị. Như vậy là không biết ngày hẹn đến nghênh đón, hoặc trong lòng còn nghi kỵ chưa có được chút lòng thành. Nếu vậy lời kẻ phụng sứ trước kia là giả dối cả hay sao? Nếu cho đó là có lòng thành, thì làm sao xảy ra sự việc ngày hôm nay! Đến như việc có ích hoặc vô ích cho Thế tử cùng trăm họ thì sau khi ban chiếu chỉ sẽ rõ. Lúc này ngoài việc ước thúc quân lính không quấy nhiễu dân chúng, còn sai viên Kinh lịch cùng Lệnh sử Vương Lương cưỡi ngựa đi trước kiểm soát số ngựa, quân lương, dân phu; hẹn trong vòng 6 ngày phải có đầy đủ tại Vĩnh Bình ; nếu còn trái hẹn nữa thì sẽ quay xe trở về để Thiên triều có cách đối xử khác. Riêng nghĩ rằng quý quốc đã quy phụ hơn mười năm nay rồi, nay chống đối lại, điều hại sẽ đến theo; chẳng lẽ không xét tới sao? (Lúc này Sài công phụng sứ, mang quân đưa Trần Di Ái về nước, người trong nước không chịu nhận; Lê Trắc chú)"
An Nam Chí Lược, quyển 5

(至元十九年行安南宣諭使司都元帥柴莊卿復書于安南世子執事

本司钦奉圣旨前来本国勾当务欲抚镇边境安慰人民义均壹家事无他事所镇军数乃左右役使之卒非征伐战鬪之兵窃恐本国不喻圣恩未详来意而或自生惊惧妄致忧疑故至静之日先遣黎中散往谕朝廷宽恤安南之美意仍铺备马匹军粮人夫依例界首迎接当司已于三月十六日示平下马至二十日止有黎文粹持书来且欲缓其商量犹不明迎导之期良由包藏猜忌之心未委精诚之意且当年奉使宁有妄言推思曩者之诚可卜今日之事至若于世子百姓有益无益诏旨之后将自知之除已严行束约军吏无得侵扰百姓外今遣本司经歴官并令史王良驰驿前去点视本司官员一应合用驿马军粮人夫等事可限六日到来示平若复违期必须回辕闻奏天朝别听区处俱念贵国数十年前归附之勤造次失宜利害相从可不审欤庶烛焉不宣时遣公奉使就领军送陈遗爱还国国人弗纳)

- Thứ 2, tại mục "**Đại Nguyên Phụng Sứ**", **An Nam Chí Lược** chép rằng tại Bằng Tường Trần Di Ái bỏ trốn; sau đó triều đình nước ta mời Sài Xuân vào nước:

"*Năm Chí Nguyên thứ 18 (1281) gia phong Sài Xuân chức Hành An Nam Tuyên Ủy Đô Nguyên soái, Lý Chấn Phó soái lãnh binh đưa Di Ái về nước, lại sai Bất Nhẫn Thiếp Mộc Nhi làm Đạt Lỗ Hoa Xích. Khi đến biên giới tại Vĩnh Bình [Bằng Tường thị, Quảng Tây], người nước này không chịu nhận ; Di Ái sợ, ban đêm bỏ trốn. Sau đó Thế tử sai bồi thần đón Sài Xuân vào trong nước để ban chỉ dụ.*"**An Nam Chí Lược, quyển 3, Đại Nguyên Phụng Sứ.**

至元十八年加授柴椿行安南宣慰都元帅李振副之 领兵送遗爱就國命布延特穆爾為達嚕噶齊至永 界國人弗納遺愛懼夜先逃歸世子遣陪臣迎柴公入朝諭旨

- Thứ ba, trong cuộc đàm thoại giữa Vua Trần Nhân Tông và Sứ giả Trung Quốc Thượng thư Trương Lập Đạo;

nhà Vua bảo rằng Quốc thúc Trần Di Ái đi đâu mất tích, chứ nước Đại Việt không giết:

"Chiếu thư của Thiên tử kết tội bản quốc giết Quốc thúc (6), đuổi Sứ thần, chống lại Vương sư (7) nên chưa xá tội. Quốc thúc do cha Cô sai sang chầu Thiên tử, Thiên tử phong Quốc thúc tước Vương, Quốc thúc sợ hãi không biết đi đâu, chớ không phải do nước Cô giết . ..." **An Nam Chí Lược**, quyển 3, **Trương Thượng thư hành lục.**

(天子詔書每謂本國叔逐天使拒王師之罪尚猶未捨本國 叔先國 王遣入朝天子代訴天子封國叔為王國叔自懼)

- Thứ tư, sử Đại Việt xác nhận vào tháng 4 năm Thiệu Bảo thứ 4 [1282] Trần Di Ái về nước, và bị tội đồ tại Thiên Trường [Nam Định]:

"Mùa hạ, tháng 4, bọn Trần Di Ái đi sứ về nước.

*Tháng 6, trị tội bọn phán thủ Trần Ải [**Toàn Thư** chú Trần Di Ái]. Ải phải đồ làm khao giáp binh Thiên Trường."* **Toàn Thư**, Bản Kỷ, quyển 5.

Năm Thiệu Bảo thứ 4 [1282], tháng 2, nước Chiêm Thành sai bọn bọn Bố Bà Ma Các một trăm người, sang dâng voi trắng.

Bấy giờ có cá sấu đến sông Lô [tức sông Hồng]. Vua sai Hình bộ thượng thư Nguyễn Thuyên làm bài văn ném xuống sông, cá sấu bỏ đi. Vua cho việc này giống như việc của Hàn Dũ (8), bèn ban tên gọi là Hàn Thuyên. Thuyên lại giỏi làm thơ phú quốc ngữ. Thơ phú nước ta dùng nhiều quốc ngữ, thực bắt đầu từ đấy.

Mùa đông, tháng 10, vua ngự ra Bình Than (9) đóng ở vũng Trần Xá (10) họp vương hầu và trăm quan, bàn kế sách công thủ và chia nhau đóng giữ những nơi hiểm yếu.

Lấy Nhân Huệ Vương Trần Khánh Dư làm Phó đô tướng quân.

Lần trước, quân Nguyên vào cướp, Nhân Huệ Vương Trần Khánh Dư nhân sơ hở đánh úp quân giặc. Thượng hoàng khen ông có trí lược, lập làm Thiên tử nghĩa nam (11). Sau đó, đánh người Man ở vùng núi, thắng lớn, được phong làm Phiêu Kỵ đại tướng quân. Chức Phiêu Kỵ tướng quân nếu không phải là Hoàng tử thì không được phong; vì Khánh Dư là Thiên tử nghĩa nam cho nên mới có lệnh đó; rồi từ trật hầu thăng mãi đến Tử phục thượng vị hầu. Sau Khánh Dư thông dâm với công chúa Thiên Thuỵ.

Bấy giờ Hưng Vũ Vương Nghiễn là con trai Quốc Tuấn, được lấy công chúa Thiên Thuỵ, lại cùng đánh giặc. Vua sợ phật ý Quốc Tuấn, mới sai người đánh chết Khánh Dư ở Hồ Tây, nhưng lại dặn chớ đánh đau quá, để không đến nỗi chết. Ít lâu sau xuống chiếu đoạt hết quan tước, quân tịch thu tài sản không để lại cho một chút gì. Khánh Dư lui về ở Chí Linh, cùng bọn hèn hạ làm nghề bán than.

Lúc đó, thuyền vua đỗ ở bến Bình Than, nước triều rút, gió thổi mạnh, có chiếc thuyền lớn chở than củi, người lái thuyền đội nón lá, mặc áo ngắn. Vua chỉ và bảo quan thị thần:

"Người kia chẳng phải là Nhân Huệ Vương đó sao?".

Lập tức sai người chèo thuyền nhỏ đuổi theo. Đến cửa Đại Than thì kịp. Quân hiệu gọi:

"Ông lái ơi, có lệnh vua triệu".

Khánh Dư trả lời:

"Lão là người buôn bán, có việc gì mà phải triệu".

Quân hiệu trở về tâu thực như thế. Vua bảo:

"Đúng là Nhân Huệ đấy, ta biết người thường tất không dám nói thế".

Vua lại sai nội thị đi gọi. Khánh Dư mặc áo ngắn, đội nón lá đến gặp vua. Vua nói:

"Nam nhi mà đến nỗi này thì thực là cùng cực rồi",

Bèn xuống chiếu tha tội cho ông. Khánh Dư lên thuyền lạy tạ; Vua ban cho áo ngự, cho ngồi các hàng dưới các vương, trên các công hầu, cùng bàn việc nước, nhiều điều hợp ý vua. Đến đây, tháng 10, lại cho Khánh Dư làm Phó tướng quân

Lại khi ấy, vua thấy Hoài Văn Hầu Quốc Toản, Hoài Nhân Vương Kiện đều còn trẻ tuổi, không cho dự bàn. Quốc Toản trong lòng hổ thẹn, phẫn kích, tay cầm quả cam, bóp nát lúc nào không biết. Sau đó Quốc Toản lui về, huy động hơn nghìn gia nô và thân thuộc, sắm vũ khí, đóng chiến thuyền, viết lên cờ 6 chữ :"*Phá cường địch, báo hoàng ân*" [phá giặc mạnh, báo ơn vua]. Sau này, khi đối trận với giặc, tự mình xông lên trước quân sĩ, giặc trông thấy phải lui tránh, không dám đối địch. Đến khi mất, vua rất thương tiếc, thân làm văn tế, lại gia phong tước vương.

Lấy Thái úy Quang Khải làm Thượng tướng thái sư, Đinh Củng Viên làm Hàn lâm viện học sĩ phụng chỉ.

Nguyên Sử chép việc vào năm này [1282], sai Toa Đô cầm quân đánh Chiêm Thành:

"Ngày Mậu Tuất tháng 6 năm thứ 19 [16/7/1282], Chiêm Thành vừa hàng phục vừa phản, bèn phát binh Hoài, Chiết,

Phúc Kiến, Hồ Quảng 5.000 quân, hải thuyền 100 chiếc, chiến thuyền 250 chiếc; mệnh Toa Đô làm tướng đánh dẹp."

Nguyên Sử, quyển 12, Bản Kỷ, **Thế Tổ.**

（以占城既服復叛，發淮、浙、福建、湖廣軍五千、海船百艘、戰船二百五十，命唆都為將討之。）

Năm Thiệu Bảo thứ 5 [1283], Tĩnh Quốc Đại Vương Quốc Khang dâng rùa vàng, hình dáng như con trai lớn, trên lưng có 7 ngôi sao, ngực có chữ "nhũng" bụng có chữ "Vương".

Tháng 2, trị tội thượng vị hầu Trần Lão, cho Lão chuộc tội 1.000 quan tiền, đồ làm lính, lăng trì tên Khoáng là gia nô của Lão ở chợ Đông, vì tội làm thư nặc danh phỉ báng nhà nước.

Mùa thu, tháng 7, sai trung phẩm Hoàng Ư Lệnh, nội thư gia Nguyễn Chương sang Nguyên, gặp Thái tử A Thai (12), Bình Chương A Lạt (13), ở Hồ Quảng [Hồ Nam, Quảng Đông, Quảng Tây] họp 50 vạn quân ở các xứ, định sang năm vào cướp nước ta.

Mùa đông, tháng 10, vua thân hành dẫn các vương hầu điều quân thủy bộ tập trận.

Tiến phong Hưng Đạo Vương Quốc Tuấn làm Quốc công tiết chế, thống lĩnh quân đội toàn quốc, sai chọn các quân hiệu có tài chỉ huy, chia đi nắm giữ các đơn vị.

Sử Trung Quốc cũng xác nhận việc Sứ thần nước ta sang cống vào năm 1283:

"Ngày Giáp Ngọ tháng 8 năm thứ 20 [5/9/1283], nước An Nam sai sứ mang sản vật địa phương đến cống...." **Nguyên Sử**, quyển 12, **Bản Kỷ, Thế Tổ.**

(...安南國遣使以方物入貢)

Riêng **An Nam Chí Lược** chép việc phái đoàn nhà Nguyên sang đòi cho mượn đường đánh Chiêm Thành, nhưng thực chất mưu xâm lăng nước ta, nên nhà Vua cương quyết từ chối:

"Năm Chí Nguyên thứ 20 (1283) dù Thế tử được gọi sang chầu nhiều lần nhưng vẫn không chịu triều yết, Thiên tử vẫn không nỡ dùng binh ; bèn sai viên Hành Trung Thư Tỉnh Kinh Hồ và Chiêm Thành dụ An Nam cho mượn đường, cùng trợ giúp Toa Đô đánh Chiêm Thành. Lại ra lệnh Đạt Lỗ Hoa Xích thuộc lộ Ngạc Châu đến dụ, nhưng Thế tử không tuân. Năm sau Trấn nam vương đem đại binh đến biên giới, Thế tử không chịu đón tiếp lại mang quân chống cự, bị thua." **An Nam Chí Lược**, quyển 3, **Đại Nguyên Phụng Sứ**.

(至元二十年以世子累召不朝尚未加兵命荆湖占城等處行中書省谕安南假道助右丞索多征占城之役仍令鄂州路达嚕噶齐赵瀣往谕之世子不听明年镇南王大兵临境世子不逆率衆拒敌乃败)

Chú thích:

1. Trần Thánh Tông: Lúc này vua Trần Thánh Tông đã nhường ngôi cho vua Trần Nhân Tông, nhưng không báo tin cho nhà Nguyên biết.

2. Úy Ngô: Tên một nước thời Nguyên. tại Tây Vức, phía tây Trung Quốc; có lẽ là dân tộc Duy Ngô Nhĩ ngày nay.

3. Chung Quân: Sứ giả của vua Hán Vũ Đế đến dụ nước Nam Việt.

4. Lục Giả: Sứ giả của Vua Hán Cao Tổ đến dụ Triệu Đà

nước Nam Việt.

5. Tĩnh Giang : Nhà Nguyên lập Tĩnh Giang Lộ Tổng quản tại tỉnh Quảng Tây .

6. Quốc thúc: chú Vua, chỉ Trần Di Ái.

7. Vương sư: chỉ quân Vua Nguyên

8. Hàn Dũ: người Trịnh Châu đời Đường, có tài văn thơ. Tương truyền khi làm quan ở Triệu Châu, thấy nơi đó có nhiều cá sấu, Hàn Dũ làm bài văn tế cá sấu ném xuống nước, cá sấu liền bỏ đi hết.

9. Bình Than: đoạn sông Lục Đầu chảy qua huyện Chí Linh tỉnh Hải Hưng ngày nay.

10. Vũng Trần Xá: có lẽ là chỗ hợp lưu hai con sông Thái Bình và Kinh Thầy; nơi này về sau vẫn còn xã Trần Xá.

11. Thiên tử nghĩa nam: con nuôi của vua.

12. A Thai: không có tên thái tử Nguyên nào là A Thai. **Cương mục** quyển 7 cho là sử **Toàn Thư** của ta lầm.

13. A Lạt: hay A Lý Hải Nha, là phiên âm tên quan Bình chương nhà Nguyên A-ríc Kha-y-a (Ariq- Qaya).

41.

Chống Nguyên Mông xâm lăng lần thứ hai. (2)

Bản chất của đế quốc Nguyên Mông là liên tục xâm lược, vó ngựa trường chinh của chúng vươn sang đến tận châu Âu; nhưng lúc hoãn lúc gấp, tùy theo tình hình chung. Về phía nam, năm 1253 diệt xong nước Đại Lý tại Vân Nam; năm 1257 theo đường Vân Nam xâm lăng nước ta, nhưng bị đẩy lui. Năm 1259 lịch sử Nguyên Mông trải qua bước ngoặt quan trọng, Đại hãn Mông Kha tấn công thành Điếu Ngư tại Tứ Xuyên, bị thương rồi mất; người em là Hốt Tất liệt phải tạm hòa với nhà Tống và nước ta; để trở về phương Bắc tranh quyền lãnh đạo. Sau khi giành được ngôi cao xưng là Nguyên Thế Tổ vào năm 1260, bèn quay gót trở lại phương nam đánh quân Tống tại phòng tuyến thành Tương Dương [Hồ Bắc]. Năm 1279, đúng vào năm Vua Trần Nhân Tông mới lên ngôi; quân Nguyên đánh úp quân Tống tại Nhai Sơn, tỉnh Quảng Đông; Tống thua, Tả thừa tướng Lục Tú Phu cõng vua Tống nhảy xuống biển chết.

Sau khi nước Tống sụp đổ, tình hình Đại Việt ta lâm vào cảnh *"Môi hở răng lạnh"*; lúc này nhà Nguyên cử Sứ thần qua lại nước ta, hạch sách đủ điều. Muốn làm dịu tình hình, Vua nhà Trần bèn cử chú là Trần Di Ái sang triều Nguyên thông hiếu. Năm 1281 Nguyên Thế tổ dùng Di Ái làm con bài chính trị đưa về nước làm Quốc vương bù nhìn; nhắm thôn tính nước ta mà không cần dùng binh lực, nhưng đã thất bại. Cuối năm 1284, Vua Nguyên sai con là Thái tử Thoát Hoan mang đại binh xâm lăng nước ta, dưới danh nghĩa lừa dối là mượn đường sang đánh nước Chiêm Thành.

Giai đoạn quân dân ta chống Nguyên là sự kiện trọng đại, cần góp nhặt càng nhiều sử liệu càng tốt; nhưng sau khi đọc sử nước ta và sử Trung Quốc; nhận thấy những chỗ gây cảm xúc bất lợi các Sử gia cố tình nói bớt đi. Ví như việc thành Thăng Long bị quân Nguyên chiếm; **Đại Việt Sử Ký Toàn Thư** chép *"chúng đến Đông Bộ Đầu, dựng một lá cờ lớn"*; vị trí Đông Bộ Đầu tại dốc Hàng Than, gần cầu Long Biên, như vậy treo cờ tại Đông Bộ Đầu phải hiểu rằng giặc đã treo cờ tại thành Thăng Long; riêng **Nguyên Sử** thì chép sự kiện chiếm thành Đại La khá kỹ. Ngược lại các trận Hàm Tử tại Hưng Yên, hoặc Chương Dương tại Thường Tín là những trận chuyển bại thành thắng, làm nên khúc quẹo lịch sử [turning point]; thì **Nguyên Sử** lờ đi chỉ chép tổng quát rằng: *"Quan quân tụ tập các tướng lại bàn:*

'Giao Chỉ chống lại quan quân, tuy mấy lần tan bại, nhưng tăng quân thêm nhiều. Quan quân ta mệt mỏi, chết lại nhiều; quân kỵ của Mông Cổ lại không thi thố được kỹ năng.'

Bèn bỏ kinh thành, qua sông lên phía bắc"

Thành ngữ Âu Mỹ có câu *"Một nửa ổ bánh mỳ tốt hơn là không có chút nào; nhưng nửa sự thực đôi khi lại muốn che dấu toàn bộ."* [Half a loaf is better than none, half the truth is often a whole lie]; bởi vậy nhắm tìm hiểu rõ chân tướng chúng tôi cẩn thận trình bày sử Việt trước, rồi trưng **Nguyên Sử** để bổ sung, cuối cùng trưng sử liệu trong **An**

Nam Chí Lược để phối kiểm. Tác giả **An Nam Chí Lược** là người Việt Nam đời Trần, từng đích thân chứng kiến cuộc chiến; tư liệu trong bộ chí này có nhiều giá trị.

Hãy ôn lại việc **Toàn Thư** chép vào năm trước [1283] bọn Sử thần Hoàng Ư Lệnh đi sứ về, tâu báo quân Nguyên tập hợp 50 vạn định sang xâm lăng nước ta, vào tháng 10 nhà Vua điều quân thủy bộ tập trận, cử Hưng đạo vương làm thống lãnh tiết chế:

"Mùa thu, tháng 7, sai trung phẩm Hoàng Ư Lệnh, nội thư gia Nguyễn Chương sang Nguyên, gặp Thái tử A Thai, Bình Chương A Lạt, ở Hồ Quảng [Hồ Nam, Quảng Đông, Quảng Tây] họp 50 vạn quân ở các xứ, định sang năm vào cướp nước ta.

Mùa đông, tháng 10, vua thân hành dẫn các vương hầu điều quân thủy bộ tập trận."

Bấy giờ Hưng đạo vương có soạn ra quyển **Binh Thư Yếu Lược** rồi truyền hịch khuyên răn các tướng sĩ. Tờ hịch làm bằng Hán văn, dịch ra quốc âm như sau:

"Ta thường nghe chuyện: Kỷ Tín liều thân chịu chết thay cho vua Cao đế; Do Vu lấy mình đỡ ngọn giáo cho vua Chiêu vương; Dư Nhượng nuốt than để báo thù cho chủ; Thân Khoái chặt tay để cứu nạn cho nước; Kính Đức là một chức quan còn nhỏ, mà liều thân cứu vua Thái tông được thoát vòng vây; Kiểu Khanh là một bề tôi ở xa, mà kể tội mắng thẳng Lộc Sơn là quân nghịch tặc. Các bậc trung thần nghĩa sĩ ngày xưa, bỏ mình vì nước, đời nào không có? Giả sử mấy người ấy cũng cứ bo bo theo lối thường tình, chết già ở xó nhà thì sao cho lưu danh sử sách đến nghìn muôn đời như thế được?

Nay các ngươi vốn dòng vũ tướng, không hiểu văn nghĩa, nghe những chuyện cổ tích ấy, nửa tin nửa ngờ, ta không nói làm gì nữa; ta hãy đem chuyện đời Tống, Nguyên mới rồi mà nói: Vương công Kiên là người thế nào? Tỳ tướng của Vương công Kiên là Nguyễn văn Lập lại là người thế nào, mà giữ một thành Điếu Ngư (1) nhỏ mọn, chống với quân Mông Kha (2) kể hàng trăm vạn, khiến cho dân sự nhà Tống, đến nay còn đội ơn sâu. Đường ngột Ngại là người như thế nào? Tỳ tướng của Đường ngột Ngại là Xích Tu Tư lại là người thế nào, mà xông vào chỗ lam chướng xa xôi, đánh được quân Nam chiếu trong vài ba tuần, khiến cho quân trưởng đời Nguyên đến nay còn lưu tiếng tốt. Huống chi ta cùng các ngươi sinh ở đời nhiễu nhương, gặp phải buổi gian nan này, trông thấy những ngụy sứ đi lại rầm rập ngoài đường, uốn lưỡi cú diều mà sỉ mắng triều đình, đem thân dê chó mà bắt nạt tể phụ (3), lại cậy thế Hốt tất Liệt mà đòi ngọc lụa, ỷ thế Vân Nam vương (4) để vét bạc vàng; của kho có hạn, lòng tham không cùng, khác nào như đem thịt mà nuôi hổ đói, giữ sao cho khỏi tai vạ về sau!

Ta đây, ngày thì quên ăn, đêm thì quên ngủ, ruột đau như cắt, nước mắt đầm đìa, chỉ căm tức rằng chưa được xả thịt lột da của quân giặc, dẫu thân này phơi ngoài nội cỏ, xác này gói trong da ngựa, thì cũng đành lòng. Các ngươi ở cùng ta coi giữ binh quyền, cũng đã lâu ngày, không có áo thì ta cho áo, không có ăn thì ta cho ăn, quan còn nhỏ thì ta thăng thưởng, lương có ít thì ta tăng cấp, đi thủy thì ta cho thuyền, đi bộ thì ta cho ngựa, lúc hoạn nạn thì cùng nhau sống chết, lúc nhàn hạ thì cùng nhau vui cười, những cách cư xử so với Vương công Kiên, Đường ngột Ngại ngày xưa cũng chẳng kém gì.

Nay các ngươi trông thấy chủ nhục mà không biết lo, trông thấy quốc sỉ mà không biết thẹn, thân làm tướng phải hầu giặc, mà không biết tức, tai nghe nhạc để hiến ngụy sứ, mà không biết căm; hoặc lấy việc chọi gà làm vui đùa, hoặc lấy việc đánh bạc làm tiêu khiển, hoặc vui thú về vườn ruộng, hoặc quyến luyến vợ con, hoặc nghĩ về lợi riêng mà quên việc nước, hoặc ham về săn bắn mà quên việc binh, hoặc thích rượu ngon, hoặc mê tiếng hát. Nếu có giặc đến, thì cựa gà trống sao đâm thủng được áo giáp; mẹo cờ bạc sao cho dùng nổi được quân mưu; dẫu rằng ruộng lắm vườn nhiều, thân ấy nghìn vàng khôn chuộc; vả lại vợ bìu con díu, nước này trăm sự nghĩ sao; tiền của đâu mà mua cho được đầu giặc; chó săn ấy thì địch sao nổi quân thù; chén rượu ngon không làm được cho giặc say chết; tiếng hát hay không làm được cho giặc điếc tai; khi bấy giờ chẳng những là thái ấp của ta không còn, mà bổng lộc của các ngươi cũng hết; chẳng những là gia quyến ta bị đuổi, mà vợ con của các ngươi cũng nguy; chẳng những là ta chịu nhục bây giờ, mà trăm năm về sau, tiếng xấu hãy còn mãi mãi; mà gia thanh của các ngươi cũng không khỏi mang tiếng nhục, đến lúc bấy giờ các ngươi dẫu muốn vui vẻ, phỏng có được hay không?

Nay ta bảo thật các ngươi: nên cẩn thận như nơi củi lửa, nên giữ gìn như kẻ húp canh, dạy bảo quân sĩ, luyện tập cung tên, khiến cho người nào cũng có sức khỏe như Bàng Mông và Hậu Nghệ, thì mới có thể dẹp tan được quân giặc, mà lập nên được công danh. Chẳng những là thái ấp ta được vững bền, mà các ngươi cũng đều được hưởng bổng lộc; chẳng những là gia quyến của ta được yên ổn, mà các ngươi cũng đều được vui với vợ con, chẳng những tiên nhân ta được vẻ vang, mà các người cũng được phụng thờ tổ phụ, trăm năm vinh hiển; chẳng những là một mình ta được sung sướng, mà các người cũng được lưu truyền sử sách, nghìn đời thơm tho; đến bấy giờ các người dầu không vui vẻ, cũng tự khắc được vui vẻ.

Nay ta soạn hết các binh pháp của các nhà danh gia hợp lại làm một quyển gọi là *"Binh Thư Yếu Lược"*. Nếu các người biết chuyện tập sách này, theo lời dạy bảo, thì mới phải đạo thần tử; nhược bằng khinh bỏ sách này, trái lời dạy bảo, thì tức là kẻ nghịch thù. Bởi cớ sao? Bởi giặc Nguyên cùng ta, là kẻ thù không đội trời chung, thế mà các người cứ điềm nhiên không nghĩ đến việc báo thù, lại không biết dạy quân sĩ, khác nào như quay ngọn giáo mà đi theo kẻ thù, giơ tay không mà chịu thua quân giặc, khiến cho sau trận Bình Lỗ (5) mà ta phải chịu tiếng xấu muôn đời, thì còn mặt mũi nào đứng trong trời đất nữa. Vậy nên ta phải làm ra bài hịch này để cho các người biết bụng ta".

Nguyên văn:

諭諸裨將檄文

余常聞之。紀信以身代死而脫高帝。由于以背受戈而蔽昭王。豫讓吞炭而復主讎。申蒯斷臂而赴國難。敬德一小生也。身翼太宗而得免世充之圍。杲卿一遠臣也。口罵祿山而不從逆賊之計。自古忠臣義士以身殉國。何代無之。設使數子區區為兒女子之態。徒死牖下。烏能名垂竹白。與天地相為不朽哉。

汝等世為將種。不曉文義。就聞其說。疑信相半。古先之事。姑置勿論。今余以宋韃之事言之。王公堅何人也。其裨將阮文立又何人也。以釣魚瑣瑣斗大之城。當蒙哥堂堂百萬之鋒。使宋之生靈至今受賜。骨待兀郎何人也。其裨將赤脩思又何人也。冒瘴癘於萬里之途。蹶南詔於數旬之頃。使韃之君長至今留名。

況余與汝等生於擾攘之秋。長於艱難之際。竊見偽使往來道途旁午。掉鴞鳥之寸舌而陵辱朝廷。委犬羊之尺軀而倨傲宰輔。托忽必烈之令而索玉帛。以事無已之誅求。假雲南王之號而需金銀。以竭有限之帑庫。譬猶以肉投餒虎。寧能免遺後患也哉。

余常臨餐忘食。中夜撫枕。涕泗交頤。心腹如擣。常以未能食肉寢皮。茹肝飲血為恨也。雖余之百身。膏於草野。余之千屍。裹於馬革。亦願為之。

汝等久居門下。掌握兵權。無衣者則衣之以衣。無食者則食之以食。官卑者則遷其爵。祿薄者則給其俸。水行給舟。陸行給馬。委之以兵則生死同其所為。進之在寢則笑語同其所樂。其視公堅之為偏裨。兀郎之為副貳。亦未下爾。

汝等坐視主辱。曾不為憂。身當國恥。曾不為愧。為邦國之將。侍立夷酋而無忿心。聽太常之樂宴饗偽使。而無怒色。或鬬雞以為樂。或賭博以為娛。或事田園以養其家。或戀妻子以私於己。修生產之業而忘軍國之務。恣田獵之遊而怠攻守之習。或甘美酒。或嗜淫聲。脫有蒙韃之寇來。雄雞之距不足以穿虜甲。賭博之術不今余歷選諸家兵法為一書，名曰兵書要略。汝等或能專習是書，受余教誨，是夙世之臣主也；或暴棄是書，違余教誨，是夙世之仇讎也。

今余明告汝等，當以措火積薪為危，當以懲羹吹虀為戒。訓練士卒，習爾弓矢，使人人逄蒙，家家后羿，使獻巡之首懸於闕下，朽雲南之屍於藁街。不唯余之采邑永為，亦使汝等之俸祿終身；不唯余之家傳世守，亦使汝等之妻孥安床；不唯余之宗廟萬世享祀，亦使汝等之祖父百世春秋；不唯余之一生得志，亦使汝等之百世之下芳名不朽；不唯余之美諡永垂，亦使汝等之姓名亦香於青史矣。當此之時，汝等雖欲不為娛樂，得乎？

脱有蒙韃之寇來，則雄雞之距不足以穿虜甲；賭博之術不足以施軍謀；田園之富不足以贖千金之軀；妻孥之累不足以充軍國之用；生產之多不足以購虜首；獵犬之力不足以驅賊眾。當此被削，而汝等之俸祿亦被他人之所有；不唯余之家小被驅，而汝等之妻孥亦為他人之所虜；不唯余之祖宗社稷為他人之所踐侵，而汝等之父母墳墓亦為他人之所發掘；不唯余之今生受辱，雖百世之下惡名難洗，而汝等之家聲亦不免為敗將矣。當此之時，汝等雖欲娛樂，得乎？

何則？蒙韃乃不共戴天之讎，汝等記恬然不以雪恥為念，不以除凶為心，而又不教士卒，是倒戈迎降，空拳受敵，使平虜之後，萬世遺羞，尚有何面目立於天地覆載之間耶？故欲汝等明知余心，因筆以檄云。

Cũng vào tháng 10 năm Thiệu Bảo thứ 5 [1283] phong chức Tổng chỉ huy cho Hưng Đạo vương:

"Tiến phong Hưng Đạo Vương Quốc Tuấn làm Quốc công tiết chế, thống lĩnh quân đội toàn quốc, sai chọn các quân hiệu có tài chỉ huy, chia đi nắm giữ các đơn vị." **Toàn Thư, quyển 5, Bản Kỷ.**

Vào tháng 8 nămThiệu Bảo thứ 6 [1284], Hưng Đạo

vương cho duyệt binh tại Đông Bộ Đầu rồi chia quân trấn giữ các nơi hiểm yếu,

Tháng 11 triều đình nước ta sai Sứ giả sang nhà Nguyên tìm cách hoãn binh; tháng chạp họp hội nghị Diên Hồng thống nhất ý chí toàn dân chống giặc:

"Tháng 8, Hưng Đạo Vương điều các quân của vương hầu, duyệt binh lớn ở Đông Bộ Đầu [gần cầu Long Biên, Hà Nội], chia các quân đóng giữ Bình Than [huyện Chí Linh, Hải Dương] và những nơi xung yếu khác.

Mùa đông, tháng 11, sai Trần Phủ sang hành tỉnh Kinh Hồ [Hồ Quảng], nước Nguyên xin hoãn binh.

Tháng 12, Thượng hoàng triệu phụ lão trong nước họp ở thềm điện Diên Hồng, ban yến và hỏi kế đánh giặc. Các phụ lão điều nói "đánh", muôn người cùng hô một tiếng, như bật ra từ một cửa miệng." **Toàn Thư**, quyển 5, Bản Kỷ.

Cũng vào tháng chạp [1284] Sứ giả Trần Phủ đi sứ Nguyên về tâu rằng quân Nguyên do Trấn nam vương Thoát Hoan chỉ huy, trên đường xâm lăng nước ta. Quân địch chia làm 2 cánh, ngày 26 cánh phía đông chiếm Nội Bàng tức thị xã Chũ tại Bắc Giang; cánh phía tây chiếm ải Chi Lăng phía nam Lạng Sơn; quân ta phải rút lui về trấn giữ phòng tuyến Lục Đầu Vạn Kiếp:

"Trần Phủ từ Nguyên trở về, tâu rằng quân Nguyên sai bọn thái tử Trấn Nam Vương Thoát Hoan, Bình Chương A Lạt và A Lý Hải Nha đem quân lấy cớ mượn đường đi đánh Chiêm Thành, chia đường vào cướp nước ta.

Ngày 26, giặc đánh vào các ải Vĩnh Châu, Nội Bàng [thị xã Chũ, Bắc Giang], Thiết Lược, Chi Lăng [nam Lạng Sơn],

Quan quân đánh bất lợi lui về đóng ở bến Vạn Kiếp [huyện Chí Linh, Hải Dương]." **Toàn Thư, quyển** 5, Bản Kỷ

Tuy phải lui binh nhưng Hưng Đạo vương cùng các con phụ tá như Hưng Vũ vương Nghiễn đã kịp thời điều quân tăng cường cho phòng tuyến Lục Đầu Chí Linh, khiến nhà Vua phấn khởi đề thơ tại đuôi thuyền để khuyến khích quân sĩ. Riêng Hưng Đạo vương mãi lo việc quân nên rút sau; được các gia nô Yết Kiêu, Dã Tượng hộ tống bằng đường thủy, có lẽ xuôi dòng sông Lục Nam, về phòng tuyến Lục Đầu Vạn Kiếp:

"Lúc đó, vua ngự thuyền nhẹ ra Hải Đông [Hải Dương, Hải Phòng], chiều rồi mà vẫn chưa ăn cơm sáng. Có người lính là Trần Lai dâng cơm gạo xấu, vua khen là trung, ban cho chức thượng phẩm, kiêm chức tiểu tư xã xã Hữu Triều Môn ở Bạch Đằng [Quảng Ninh].

Hưng Đạo Vương vâng mệnh điều quân dân các lộ Hải Đông, Vân Trà, Ba Điểm [Hải Dương], chọn những người dũng cảm làm tiền phong, vượt biển vào Nam, thế quân lên dần. Các quân thấy vậy, không đạo quân nào mà không tới tập hợp. Vua làm thơ đề ở đuôi thuyền rằng:

'Cối Kê cựu sự quân tu ký,

Hoan Diễn do tồn thập vạn binh.

(Cối Kê (6) chuyện cũ người lên nhớ,

Hoan Diễn (7) còn kia chục vạn quân)'

Hưng Vũ Vương Nghiễn, Minh Hiến Vương Uất, Hưng Nhượng Vương Tăng, Hưng Trí Vương Hiện đốc suất 20 vạn quân các xứ Bàng Hà [Hải Phòng], Na Sầm [Bắc Ninh], Trà Hương, Yên Sinh, Long Nhãn [Bắc Ninh] đến hội ở Vạn Kiếp

[Chí Linh, Hải Dương], *theo quyền điều khiển của Hưng Đạo Vương để chống quân Nguyên.*

Trước đây, Hưng Đạo Vương có người nô là Dã Tượng và Yết Kiêu, đối xử rất hậu. Khi quân Nguyên tới, Yết Kiêu giữ thuyền ở Bãi Tân, Dã Tượng thì đi theo. Đến lúc quan quân thua trận, thuỷ quân tan cả. Hưng Đạo Vương định rút theo lối chân núi. Dã Tượng nói:

'Yết Kiêu chưa thấy Đại Vương thì nhất định không dời thuyền'.

Vương đến Bãi Tân, chỉ có thuyền Yết Kiêu vẫn còn ở đó. Vương mừng lắm, nói:

'Chim hồng hộc muốn bay cao phải nhờ ở sáu trụ cánh. Nếu không có sáu chiếc trụ cánh ấy thì cũng chim thường thôi'.

Nói xong cho chèo thuyền đi, Kỵ binh giặc đuổi theo không kịp. Vương đến Vạn Kiếp, chia quân đón giữ ở Bắc Giang."
Toàn Thư, quyển 5, Bản Kỷ

Thời gian cuối tháng chạp cho đến trung tuần tháng giêng năm Thiệu Bảo thứ 7 [1285] quân ta trải qua giai đoạn cam go, phòng tuyến Lục Đầu bị vỡ, quân Nguyên đuổi dài chiếm mất thành Thăng Long; theo **Nguyên Sử** chiếm thành vào ngày 13 tháng giêng [18/2/1285]:

*"**Năm Thiệu Bảo thứ** 7 [1285]. Mùa xuân, tháng giêng, ngày mồng 6, tướng Ô Mã Nhi đánh vào các xứ Vạn Kiếp và núi Phả Lại [Chí Linh, Hải Dương], quan quân vỡ chạy.*

Ngày 12, giặc đánh vào Gia Lâm [Hà Nội], Vũ Ninh [Quế Võ, Bắc Ninh], Đông Ngàn [Từ Sơn, Bắc Ninh], bắt được quân của ta, thấy người nào cũng thích hai chữ "Sát Thát"

(8) bằng mực vào cánh tay, chúng tức lắm, giết hại rất nhiều. Rồi chúng đến Đông Bộ Đầu [dốc Hàng Than gần cầu Long Biên], dựng một lá cờ lớn." **Toàn Thư, quyển** 5, Bản Kỷ

Sau khi kinh thành thất thủ, đất nước trải qua mấy tháng lao đao, Đỗ Khắc Chung tình nguyện đến dò xét ý định giặc, Toa Đô từ Chiêm Thành mang quân đánh kẹp ra phía bắc, bọn Trần Kiện và Trần Ích Tắc ra hàng, xa giá nhà Vua lao đao, Trần Hưng Đạo hộ giá Vua bèn vứt bỏ mũi nhọn trên đầu gậy để chứng tỏ lòng trung thành:

"Vua muốn sai người dò xét tình hình giặc mà chưa tìm được ai. Chi hậu cục thủ Đỗ Khắc Chung tiến lên tâu rằng:

'Thần hèn mọn bất tài, nhưng xin được đi'.

Vua mừng, nói rằng:

'Ngờ đâu trong đám ngựa xe kéo xe muối lại có ngựa kỳ, ngựa ký như thế!'(9)

Rồi sai đem thư xin giảng hoà.

Ô Mã Nhi hỏi Chung:

"Quốc Vương người vô lễ, sai người thích chữ "Sát Thát", khinh nhờn thiên binh, lỗi ấy to lắm".

Khắc Chung đáp:

'Chó nhà cắn người lạ không phải tại chủ nó. Vì lòng trung phẫn mà họ tự thích chữ thôi,

Quốc Vương tôi không biết việc đó. Tôi là cận thần, tại sao lại không có?'.

Nói rồi giơ cánh tay cho xem. Ô Mã Nhi nói:

'Đại quân từ xa tới, nước người sao không quay giáo đến

hội kiến, lại còn chống lệnh. Càng bọ ngựa cản bánh xe liệu sẽ ra sao?'.

Khắc Chung nói:

' Hiền tướng không theo cái phương sách Hàn Tín bình nước Yên (10), đóng quân ở đầu biên giới, đưa thư tin trước, nếu không thông hiểu thì mới là có lỗi. Nay lại bức nhau, người ta nói thú cùng thì chống lại, chim cùng thì mổ lại, huống chi là người'.

Ô Mã Nhi nói:

'Đại quân mượn đường để đi đánh Chiêm Thành, Quốc Vương ngươi nếu đến hội kiến thì trong cõi yên ổn, không bị xâm phạm mảy may. Nếu cứ chấp nê thì trong khoảnh khắc núi sông sẽ thành đất bằng, vua tôi sẽ thành cỏ nát'.

Khắc Chung về rồi, Ô Mã Nhi bảo các tướng rằng:

"Người này ở vào lúc bị uy hiếp mà lời lẽ tự nhiên, không hạ chủ nó xuống là Chích (11), không nịnh ta lên là Nghiêu (12), mà chỉ nói "Chó nhà cắn người"; giỏi ứng đối. Có thể nói là không nhục mệnh vua. Nước nó còn có người giỏi, chưa dễ mưu tính được".

Sai người đuổi theo Khắc Chung nhưng không kịp.

Ngày 13, giờ mão, Khắc Chung từ chỗ quân Nguyên trở về. Giặc đuổi đến, đánh nhau với quan quân.

Ngày 28, Hưng Đạo Vương bàn xin Thượng tướng thái sư Quang Khải chặn đánh cánh quân của Nguyên soái Toa Đô ở Nghệ An (13).

Tháng 2, ngày Giáp Thìn mồng 1, con thứ của Tĩnh Quốc Đại Vương Quốc Khang là thượng vị Chương Hiến hầu Trần

Kiện và liêu thuộc là bọn Lê Trắc đem cả quân đầu hàng quân Nguyên.

Toa Đô sai đưa bọn Kiện về Yên Kinh [Bắc Kinh]. Thổ hào Lạng Giang [Lạng Giang, Bắc Giang] là bọn Nguyễn Thế Lộc, Nguyễn Lĩnh, tập kích ở trại Ma Lục [Chi Lăng, Lạng Sơn]. Gia nô của Hưng Đạo Vương là Nguyễn Địa Lô bắn chết Kiện. Trắc đưa xác Kiện lên ngựa, trốn đi đêm, chạy được vài chục dặm, tới Khâu Ôn chôn Kiện tại đó.

Sai người đưa công chúa An Tư em gái út của Thánh Tông đến cho Thoát Hoan, là muốn làm thư giãn loạn nước vậy.

Bảo Nghĩa Vương Trần Bình Trọng (14) là dòng dõi Lê Đại Hành, chồng sau của công chúa Thuỵ Bảo, ông cha làm quan đời Thái Tông, được ban quốc tính đánh nhau với giặc ở bãi Đà Mạc, [bãi Mạn Trù, Hưng Yên] bị chết.

Khi bị bắt, Vương không chịu ăn, giặc hỏi việc nước, Vương không trả lời, giặc hỏi Vương:

"Có muốn làm vương đất Bắc không?".

Vương thét to:

"Ta thà làm ma nước Nam chứ không thèm làm vương đất bắc", rồi bị giết.

Thế giặc bức bách, hai vua ngầm đi chiếc thuyền nhỏ đến Tam Trĩ nguyên [huyện Ba Chẽ, Quảng Ninh], sai người đưa thuyền ngự ra Ngọc Sơn [gần Móng Cái, Quảng Ninh] để đánh lừa giặc.

Lúc ấy, xa giá nhà vua phiêu giạt, mà Quốc Tuấn vốn có kỳ tài, lại còn mối hiềm cũ của Yên Sinh Vương, nên có nhiều người nghi ngại. Quốc Tuấn theo vua, tay cầm chiếc gậy có bịt sắt nhọn. Mọi người đều gườm mắt nhìn. Quốc Tuấn liền rút đầu sắt nhọn vứt đi chỉ chống gậy không mà đi, còn nhiều việc đại loại như thế.

Tháng 3, ngày Giáp Tuất, mồng 1 hai vua bỏ thuyền đi bộ đến Thuỷ Chú [Quảng Ninh]. Lấy thuyền ra sông Nam Triệu [huyện Thủy Nguyên, Hải Phòng] vượt biển Đại Bàng [cửa Văn Úc, Hải Phòng] vào Thanh Hóa.

Thượng vị Văn Chiêu hầu Trần Lộng đầu hàng Thoát Hoan. Kế đó, Chiêu Quốc Vương Trần Ích Tắc và bọn Phạm Cự Địa, Lê Diễn, Trịnh Long đem gia thuộc đầu hàng quân Nguyên.

Nhà Nguyên phong làm An Nam Quốc Vương. Sau khi quân Nguyên thất bại, Ích Tắc trong lòng hổ thẹn, chết ở Trung Quốc.

Nguyên soái Toa Đô đem 50 vạn quân từ Vân Nam qua nước Lão Qua [15], thẳng đến Chiêm Thành, hội với quân Nguyên ở Châu Ô Lý [Quảng Trị, Thừa Thiên] rồi cướp châu Hoan [Nghệ Tĩnh], châu Ái [Thanh Hóa], tiến đóng ở Tây Kết [Khoái Châu, Hưng Yên], hẹn trong ba năm sẽ san phẳng nước ta.

Vua bàn với bầy tôi rằng: "Bọn giặc nhiều năm phải đi xa, lương thảo chuyên chở hàng vạn dặm, thế tất mỏi mệt. Lấy nhàn chống mệt, trước hết hãy làm chúng nhụt chí, thì ắt là đánh bại được chúng". **Toàn Thư, quyển** 5, Bản Kỷ

Vị trí Hồng Hà tại phía nam Hà Nội; đoạn sông giữa 2 tỉnh Hưng Yên và Hà Bắc xưa gọi là sông Thiên Mạc; đoạn giữa các tỉnh Thái Bình, Nam Định gọi là Hoàng Giang; chiếm địa vị quan trong trong 2 lần chiến thắng quân Nguyên. Trong cuộc chiến chống Nguyên Mông lần thứ nhất vào ngày 24 tháng chạp năm Nguyên Phong thứ 7 [1257], vua Trần Thái

Tông và Thái Tử Thánh Tông từ sông Hoàng Giang ngự lâu thuyền, tiến quân đến Đông Bộ Đầu phía bắc cầu Long Biên đón đánh, cả phá được quân giặc. Trong cuộc chiến chống quân Nguyên lần này, kể từ tháng 4 năm Thiệu Bảo thứ 7 [1285] các chiến thắng Tây Kết, Hàm Tử xảy ra tại tả ngạn sông Thiên Mạc, trận Chương Dương tại hữu ngạn, là những chiến công lớn tạo nên bước ngoặt lịch sử:

"Mùa hạ, tháng 4, vua sai bọn Chiêu Thành Vương (khuyết danh), Hoài Văn hầu Quốc Toản, tướng quân Nguyễn Khoái đem tiệp binh đón đánh giặc ở bến Tây Kết.

Quan quân giao chiến với quân Nguyên ở Hàm Tử Quan [Khoái Châu, Hưng Yên]. Các quân đều có mặt. Riêng quân của Chiêu Văn Vương Nhật Duật có cả người Tống, mặc quần áo Tống, cầm cung tên chiến đấu. Thượng hoàng sợ các quân có thể không phân biệt được, sai người dụ rằng:"Đó là quân Thát (16) của Chiêu Văn đấy, phải nhận kỹ chúng".

Vì người Tống và người Thát, tiếng nói và y phục giống nhau. Quân Nguyên trông thấy [quân Tống] đều rất kinh hãi, bảo nhau là người Tống sang giúp, vì thế thua chạy. Trước kia, nhà Tống mất, nhiều người Tống theo ta, Nhật Duật thu nạp họ, có Triệu Trung làm gia tướng. Cho nên chiến công đánh bại giặc Nguyên, Nhật Duật lập được nhiều hơn cả.

Tháng 5, ngày mồng 3, hai vua đánh bại giặc ở phủ Trường Yên [Ninh Bình], chém đầu cắt tai giặc nhiều không kể xiết.

Ngày mồng 7, thám tử báo tin: Toa Đô từ Thanh Hoá tới. Ngày mồng 10, có người từ chỗ giặc trốn về đến ngự doanh tâu báo:

Thượng tướng Quang Khải, Hoài Văn Hầu Quốc Toản và Trần Thông, Nguyễn Khả Lạp cùng em là Nguyễn Truyền đem dân binh các lộ đánh bại quân giặc ở các xứ Kinh Thành, Chương Dương [huyện Thường Tín, Hà Tây]. *Quân giặc tan vỡ lớn. Bọn thái tử Thoát Hoan, Bình chương A Lạt rút chạy qua sông Lô [sông Hồng ngày nay, khúc sông phía bắc Hà Nội].*" **Toàn Thư, quyển** 5, Bản Kỷ

Quân Nguyên số đông chết tại trận như bọn Toa Đô, số còn lại thua rút theo mấy ngả: Ngả phía tây rút theo hướng Phú Thọ để trở về Vân Nam; ngả phía đông từng thua trận tại Vạn Kiếp [Chí Linh, Hải Dương], phải rút lên Lạng Sơn, bị đánh quá gấp khiến chủ tướng Thoát Hoan phải chui vào ống đồng trốn, tướng Lý Hằng giữ đoạn hậu bị bắn trọng thương chết:

"*Ngày 15, hai vua bái yết các lăng ở Long Hưng [huyện Đông Hưng, tỉnh Thái Bình] (17).*

Ngày 17, Toa Đô và Ô Mã Nhi lại từ biển đánh vào sông Thiên Mạc, muốn hội quân ở Kinh sư, để chi viện cho nhau.

Du binh giặc đến huyện Phù Ninh [Phú Thọ], viên phụ đạo huyện ấy là Hà Đặc lên núi Trĩ Sơn cố thủ. Giặc đóng ở động Cự Đà [Phù Ninh, Phú Thọ]. Hà Đặc lấy tre đan thành những hình người to lớn, cho mặc áo, cứ đến chiều tối thì dẫn ra dẫn vào. Lại dùi thủng cây to, cắm tên người lớn vào giữa lỗ để giặc ngờ là sức bắn khoẻ xuyên suốt được. Giặc sợ không dám đánh nhau với Đặc. Quân ta hăng hái xông ra đánh bại được giặc. Đặc đuổi đánh đến A Lạp, bắc cầu phao qua sông, hăng đánh quá bị tử trận. Em là Chương bị giặc bắt, lấy trộm được cờ xí, y phục của giặc trốn về, đem dâng lên, xin dùng cờ ấy giả làm quân giặc, đến doanh trại giặc. Giặc không ngờ là quân ta, do vậy ta phá được chúng.

Ngày 20, hai vua tiến đóng ở Đại Mang Bộ. Tổng quản

giặc Nguyên là Trương Hiển đầu hàng.

Hôm đó, ta đánh bại giặc ở Tây Kết [xã Tân Châu, Khoái Châu, Hưng Yên], giết và làm bị thương rất nhiều, chém đầu Nguyên Soái Toa Đô (18).

Nửa đêm Ô Mã Nhi trốn qua cửa sông Thanh Hoá, hai vua đuổi theo nhưng không kịp, bắt được hơn 5 vạn dư đảng giặc đem về, Ô Mã Nhi chỉ còn một chiếc thuyền vượt biển trốn thoát.

Hưng Đạo Vương lại giao chiến với Thoát Hoan và Lý Hằng ở Vạn Kiếp, đánh bại được, giặc chết đuối rất nhiều. Lý Hằng đem quân hộ vệ Thoát Hoan chạy về Tư Minh. Quân ta lấy tên tẩm thuốc độc bắn trúng đầu gối bên trái của Hằng, Hằng chết. Tỳ tướng Lý Quán thu nhặt 5 vạn quân còn lại, giấu Thoát Hoan vào một đồ đồng, chạy chốn về Bắc. Đến Tư Minh, Hưng Vũ Vương đuổi kịp, dùng tên tẩm thuốc độc bắn trúng Lý Quán, Quán chết. Quân Nguyên tan vỡ lớn." **Toàn Thư, quyển** 5, Bản Kỷ

Cuộc chiến kết thúc, nhà Vua xử sự một cách đức độ qua việc cửi áo ngự bào khoác trên thi thể Toa Đô, tha cho dân Chiêm Thành trở về nước, cùng kiểm tra dân số để biết được sự thiệt hại của dân:

"Vua trông thấy thủ cấp của Toa Đô, thương hại nói:

'Người làm tôi phải nên như thế này'.

Rồi cởi áo ngự, sai quân đem liệm chôn, nhưng ngầm sai lấy đầu Toa Đô đem tẩm dầu để răn, vì cớ Toa Đô mượn đường vào cướp nước ta đã ba năm vậy (19).

Sử thần Ngô Sĩ Liên nói: Than ôi! Câu nói ấy của vua thực là câu nói của bậc đế vương! Nói rõ đại nghĩa để người bề tôi

muôn đời biết rằng trung với vua, chết vì phận sự là vinh, tuy chết mà bất hủ, mối quan hệ lớn lắm vậy. Huống chi lại cởi áo ngự, sai người liệm chôn nữa. Làm vậy có thể khích lệ sĩ khí để trừ giặc mạnh là phải lắm.

Tháng 6, ngày mồng 6, hai vua trở về kinh sư, Thượng tướng Quang Khải làm thơ rằng:

Đoạt sáo Chương Dương độ,

Cầm hồ Hàm Tử quan.

Thái bình tu trí lực,

Vạn cổ thử giang san.

(Bến Chương Dương cướp giáo.

Cửa Hàm tử bắt thù.

Thái bình nên gắng sức,

Non nước cũ muôn thu).

Ngày hôm ấy nước to.

Sai Trung phẩm phụng ngự Đặng Du Chi đưa bọn tề thần của Chiêm Thành là Bà Lậu, Kê Na Liên 30 người về nước, vì đi theo Toa Đô nên bị bắt.

Mùa thu, tháng 8, sai Tả bộc xạ Lưu Cương Giới tuyên phong công thần theo thứ bậc khác nhau và trị tội những kẻ hàng giặc.

Tháng 9, đổi niên hiệu là Trùng Hưng năm thứ 1. Đại xá

Bia chùa Bảo Thiên gãy làm đôi. Núi Cảo Sơn lở.

Ngày 12, gia tôn huy hiệu cho các tiên đế và tiên hậu

Mùa đông, tháng 10, xuống chiếu định hộ khẩu trong nước. Triều thần can là dân vừa lao khổ, định hộ khẩu thực *không phải là việc cần kíp. Vua nói.*

"Chỉ có thể định hộ khẩu vào lúc này, chẳng nên qua đó mà xem xét tình trạng hao hụt, điều tàn của dân ta hay sao?".

Quần thần đều khâm phục." **Toàn Thư, quyển** 5, Bản Kỷ

Chú thích:

1. Điếu Ngư là tên núi, thuộc phủ Trùng Khánh, tỉnh Tứ Xuyên.

2. Mông Kha (Mungke) là Đại hãn Mông Cổ, anh Hốt Tất Liệt.

3. Tể phụ: quan Tể tướng phụ chính.

4. Khi quân Mông Cổ lấy được đất Vân Nam rồi, Hốt Tất Liệt phong cho con là Hổ Kha Kích làm Vân Nam Vương.

5. Bình Lỗ là tên thành, nhưng sử cũ không chép rõ ở đâu và ai xây lên. Sách **Khâm Định Việt Sử Thông Giám Cương Mục** chép rằng theo bộ **"Dư Địa Chí"** của ông Nguyễn Trãi, thì đời nhà Lý có đào con sông Bình Lỗ để đi lên Thái Nguyên cho tiện. Vậy thành Bình Lỗ có lẽ ở vào hạt Thái Nguyên, Bắc Giang. Xem lời dặn của Trần Hưng Đạo Vương thì thành Bình Lỗ này xây vào đời Đinh hay đời Tiền Lê, rồi Lý Thường Kiệt đời Lý đã đánh quân Tống ở đó.

6. Cối Kê": là chuyện Câu Tiễn, vua nước Việt thời Chiến Quốc, đánh nhau với nước Ngô, chỉ còn một ngàn quân lui giữ Cối Kê, mà sau đánh bại Ngô Phù Sai, khôi phục được đất nước.

7. Hoan, Diễn: chỉ vùng Nghệ Tỉnh ngày nay.

8. Thát: tức là Thát Đát, phiên âm từ Ta-ta (Tatar hay Tarta) chỉ người Mông Cổ. Sát Thát nghĩa là giết giặc Thát Đát.

9. Ngựa kỳ, ngựa ký: chỉ những loại ngựa quý, ngựa tốt.

10. Hàn Tín: là tướng của Hán Cao Tổ, muốn đánh nước Yên, theo kế của Lý Tả Xa viết thư dụ trước, quả nhiên nước Yên đầu hàng.

11. Chích: Là một tên cướp sừng sỏ trong truyền thuyết Trung Quốc.

12. Nghiêu: Là vị hoàng đế lý tưởng trong truyền thuyết Trung Quốc.

13. Nghệ An: Cánh quân do Toa Đô chỉ huy, được lệnh từ Chiêm Thành, đánh chiếm các châu lộ phía nam của ta, rồi tiến ra bắc qua Nghệ An, phối hợp với các đạo quân của Thoát Hoan bao vây tiêu diệt vua tôi và quân đội nhà Trần.

14. Trần Bình Trọng: Vương là dòng dõi Lê Đại Hành, chồng sau của công chúa Thuỵ Bảo, ông cha làm quan đời Thái Tông, được ban họ Vua.

15. Các sử tịch Trung Quốc đều chép là Toa Đô xuất phát từ Quảng Châu theo đường biển tiến đánh Chiêm Thành vào tháng 11 năm Nhâm Ngọ (1282), không đi qua Lão Qua.

16. Thát: Ở đây chỉ quân Tống tham gia hàng ngũ chiến đấu của Nhật Duật.

17. Long Hưng là đất huyện Tiên Hưng cũ, nay thuộc huyện Đông Hưng, tỉnh Thái Bình, nơi có lăng mộ của họ Trần

18. Có tài liệu như **An Nam Chí Lược** ghi là Toa Đô

phóng ngựa rơi xuống nước chết.

19. Toa Đô xuất phát từ Quảng Châu để đánh Chiêm Thành từ năm 1282, đến khi đánh bại, bị chém đầu ở trận Tây Kết năm 1285, tức là đã 3 năm.

42.

Chống Nguyên Mông
xâm lăng lần thứ hai. (3)

Sau khi duyệt qua **Toàn Thư**, chính sử nước ta, về đề tài **Chống Nguyên Mông xâm lăng lần thứ hai**; lại một lần nữa đào sâu thêm, qua việc phối kiểm cùng **Nguyên Sử** và **An Nam Chí Lược. Nguyên Sử** là chính sử Trung Quốc; riêng **An Nam Chí Lược**, tác giả là một học giả người Đại Việt, tuy thời thế đun đẩy từng tham gia cuộc chiến này, đứng vào phe Nguyên Mông; nhưng ngòi sử bút của ông rất đáng tin cậy.

Tương tự như **Toàn Thư** chép ở bài trên, "*Tháng 11 [1284], sai Trần Phủ sang hành tỉnh Kinh Hồ [Hồ Quảng], nước Nguyên xin hoãn binh.*"; phần **Bản Kỷ** trong **Nguyên Sử** cũng ghi các Sứ thần An Nam như Trần Khiêm Phủ, Nguyễn Đạo Học, lần lượt đưa sản vật địa phương sang cống nhà Nguyên; nhưng mục đích là xin hoãn binh:

... "*Ngày Giáp Thìn tháng 5 nhuần năm thứ 21 [11/7/1284] Thế tử Trần Nhật Huyền con Quốc vương An Nam sai Trung đại phu nước này là Trần Khiêm Phủ* [**Bản Kỷ** ghi thêm tên lót Khiêm, thành Trần Khiêm Phủ] *cống chén ngọc, bình vàng, lụa màu hồng, áo nạm vàng, vượn trắng, chim cưu xanh và tiền bạc.*"**Nguyên Sử**, quyển 13, **Bản Kỷ** thứ 13: **Thế**

Tổ.

(...閏五月...安南國王世子陳日烜遣其中大夫陳謙甫貢玉杯、金瓶、珠絳、金領及白猿、綠鳩、幣帛等物。....

"Ngày Mậu Tý tháng 7 [24/8/1284], chiếu ban Trấn nam vương đánh Chiêm Thành; cho bọn Sứ giả An Nam bị lưu giữ là Lê Anh; trở về nước này. Nhật Huyễn sai bọn Trung đại phu Nguyễn Đạo Học mang sản vật địa phương đến cống hiến." **Nguyên Sử**, quyển 13, Bản Kỷ thứ 13: **Thế Tổ**.

(...秋七月...詔鎮南王脫歡征占城。遣所留安南使黎英等還其國，日烜遣其中大夫阮道學等以方物來獻。)

Căn cứ vào **Liệt Truyện** khởi đầu quân Nguyên chia làm 2 cánh, sau khi đến ải Nội Bàng [thị xã Chũ, Bắc Giang] mới chia thành 6 đạo; ở đây **Bản Kỷ** chép gộp lại là 6 đạo quân:

"Tháng 12 [7/1-5/2/1285], Trấn nam vương mang quân đến An Nam, giết quân phòng thủ rồi chia làm 6 đạo quân tiến đánh. Hưng đạo vương An Nam dùng binh chống cự tại Vạn Kiếp [huyện Chí Linh, Hải Dương], bị đánh bại; Vạn hộ Nghê Khuê tử trận tại Lưu Thôn." **Nguyên Sử**, quyển 13, **Bản Kỷ** thứ 13: **Thế Tổ**.

(十二月...鎮南王軍至安南，殺其守兵，分六道以進，安南興道王以兵拒於萬劫，進擊敗之，萬戶倪閏戰死於劉村)

Trong quyển 13 **Bản Kỷ** chép tiếp các việc như Hưng Đạo vương bị bại tại phòng tuyến Lục Đầu, Chí Linh [Hải Dương], quân Nguyên chiếm thành Thăng Long rồi bị đánh bật ra khỏi thành, cùng việc Toa Đô từ Chiêm Thành mang quân ra Bắc:

"Ngày 9 Nhâm Ngọ tháng giêng năm Chí Nguyên thứ 22 [14/2/1285], quân Ô Mã Nhi gặp quân Hưng đạo vương,

đánh bại rồi tiến đến phía bắc sông Phú Lương...Ngày 12 Ất Dậu [17/2/1285], *Thế tử An Nam Trần Nhật Huyễn dùng 1.000 thuyền chống cự.... Ngày 13 Bính Tuất [18/2/1285], giao tranh, đại phá địch; Nhật Huyễn trốn, vào chiếm thành rồi trở về đóng tại phía bắc sông Phú Lương. Toa Đô, Đường Cổ Đái dẫn binh [từ Chiêm Thành] hợp với Trấn nam vương.*" **Nguyên Sử**, quyển 13, Bản Kỷ thứ 13: **Thế Tổ**.

(…二十二年春正月…烏馬兒領兵與安南興道王遇，擊敗之，兵次富良江北....。乙酉，安南世子陳日烜領戰船千餘艘以拒…。丙戌，與戰，大破之，日烜遁去，入其城。還屯富良江北，唆都、唐古帶等引兵與鎮南王會)

Vào tháng 4/1285, **Nguyên Sử** mô tả thế lực quân Đại Việt trên đà lớn mạnh, Hưng Đạo vương có thể tụ tập 1000 chiếc thuyền tại Vạn Kiếp tức Chí Linh, Hải Dương; quân Nguyên phải xin tăng viện:

"…. *Ngày Quý Vị tháng 3 [16/4/1285], Hành tỉnh Kinh Hồ Chiêm Thành xin tăng thêm quân. Lúc bấy giờ Trần Nhật Huyễn trốn về 2 xứ Thiên Trường [Nam Định], Trường An [Ninh Bình], lại tập hợp được binh lực; Hưng đạo vương có hơn 1.000 chiếc thuyền tụ tại Vạn Kiếp [huyện Chí Linh, Hải Dương], Nguyễn Lộc tại Vĩnh Bình [Bằng Tường, Quảng Tây]. Riêng quan binh hành quân xa, đánh giặc lâu, ở thế dằng co; quân Toa Đô và Đường Cổ Đái không đến đúng lúc, nên xin tăng thêm quân. Thiên tử cho rằng đường thuỷ nguy hiểm, lệnh cho đi bằng đường bộ.*" **Nguyên Sử**, quyển 13, **Bản Kỷ** thứ 13: **Thế Tổ**.

(…三月…荊湖占城行省請益兵，時陳日烜所逃天長、長安二處兵力復集，興道王船千餘艘聚萬劫，阮盝在永平，而官兵遠行久戰，懸處其中，唆都、唐古帶之兵又不以時至，故請益

兵。帝以水行為危，令遵陸以往)

Vào tháng 6/1285, lực lương quân Nguyên đi đến chỗ suy sụp, bị truy kích bén gót, tướng Lý Hằng cầm quân đoạn hậu bảo vệ cho Trấn Nam vương Thoát Hoan bị tên độc bắn rồi mất:

"...*Tháng 5 [5/6-3/7/1285], Trần Nhật Huyễn chạy đến cửa biển, Trấn nam vương mệnh Lý Hằng truy kích, đánh bại được. Nhân gặp lúc nắng mưa liên tiếp dịch nổi lên, quân muốn trở về châu Tư Minh phía bắc; mệnh Toa Đô quay trở về Ô Lý [Quảng Trị, Thừa Thiên]. An Nam dùng binh truy bén gót, Toa Đô chết trận. Hằng chống cự phía sau để bảo vệ Trấn nam vương, bị tên tẩm thuốc độc bắn vào đầu gối chân trái; đến Tư Minh, phát độc chết.*" **Nguyên Sử**, quyển 13, **Bản Kỷ** thứ 13: **Thế Tổ**.

(…五月…陳日烜走海港，鎮南王命李恒追襲，敗之。適暑雨疫作，兵欲北還思明州，命唆都等還烏裏。安南以兵追躡，唆都戰死；恒為後距，以衛鎮南王，藥矢中左膝，至思明，毒發而卒。)

Đám người Việt đầu hàng nhà Nguyên như Trần Ích Tắc theo đoàn quân thua trận đến Trung Quốc; vào tháng 8/1285 xin đến Yên Kinh [Bắc Kinh] yết kiến vua Nguyên Hốt Tất Liệt:

"...*Ngày Ất Hợi tháng 7 [6/8/1285], những người An Nam hàng, gồm Chiêu quốc vương [Trần Ích Tắc] và 4 Hầu: Vũ Đạo, Văn Nghĩa, Văn Hiến, Chương Hoài đến kinh khuyết.*" **Nguyên Sử**, quyển 13, **Bản Kỷ** thứ 13: **Thế Tổ**.

(乙亥，安南降者昭國王、武道、文義、彰憲、彰懷四侯赴闕)

Cũng vào tháng 8/1285, lệnh cho Thoát Hoan mang quân

đi đánh phục thù, nhưng cuối cùng xét tình hình thực tế quân lương chưa chuẩn bị kịp, nên cho đám quân từng đi đánh Giao Chỉ nghỉ dài hạn tại quê nhà:

"...Ngày Canh Dần tháng 7 [21/8/1285], Khu mật viện tâu:

'Trấn nam vương Thoát Hoan chỉ huy quân chinh chiến lâu, sức đã mệt. Xin chia ra 1.000 quân Mông Cổ từ 3 vạn hộ của Áo Lỗ Xích; chia 4.000 Hán quân và quân mới theo từ 3 Hành viện Giang Hoài, Giang Tây, Kinh Hồ, chọn tướng giỏi chỉ huy; do Trấn nam vương Thoát Hoan và A Lý Hải Nha tiết chế, để đánh Giao Chỉ.'

Được chấp thuận." **Nguyên Sử**, quyển 13, Bản Kỷ thứ 13: **Thế Tổ.**

（…秋七月…樞密院言：「鎮南王脫歡所總征交趾兵久戰力疲，請於奧魯赤等三萬戶分蒙古軍千人，江淮、江西、荊湖三行院分漢軍、新附軍四千人，選良將將之，取鎮南王脫歡、阿裏海牙節制，以征交趾。」從之。）

"...Ngày Canh Dần tháng 9 [20/10/1285], sắc cho các quân đánh Giao Chỉ, ngoại trừ 100 quân Mông Cổ, 400 Hán quân được lưu giữ làm quân túc vệ cho Trấn nam vương; số còn lại cho trở về." **Nguyên Sử**, quyển 13, Bản Kỷ thứ 13: **Thế Tổ.**

（…九月…敕征交趾諸軍，除留蒙古軍百、漢軍四百為鎮南王脫歡宿衛，余悉遣還）

Riêng **Nguyên Sử** phần **Liệt Truyện** cũng có những nét đại cương tương tự như sử Việt **Toàn Thư**; sử Việt chép rằng vào tháng 8 năm Thiệu Bảo thứ 6 [1284], Hưng Đạo vương cho duyệt binh tại Đông Bộ Đầu [gần cầu Long Biên, Hà Nội], rồi chia quân trấn giữ các nơi hiểm yếu; tháng 11 triều đình sai Sứ giả sang nhà Nguyên tìm cách hoãn binh; tháng chạp họp hội nghị Diên Hồng thống nhất ý chí toàn dân chống giặc. **Liệt Truyện** chép các Sứ giả Đại Việt cố gắng thuyết phục Nguyên triều rằng phía Đại Việt không có ý chống quân Nguyên; bằng lòng cung cấp lương tại biên giới phía bắc; phía quân Nguyên rêu rao rằng mượn đường đánh Chiêm Thành, nhưng thực chất là đánh Đại Việt:

"Tháng 3 năm thứ 21 [19/3-16/4/1284] Đào Bỉnh Trực đi sứ về, Trần Nhật Huyễn lại dâng biểu trần tình, cùng gửi thư cho Hành tỉnh Kinh Hồ Chiêm Thành; đại ý giống như thư trước. Do thư của An phủ sứ Quỳnh Châu Trần Trọng Đạt nghe Trịnh Thiên Hữu báo rằng:

'Giao Chỉ thông mưu với Chiêm Thành, mang 2 vạn binh cùng 500 thuyền ứng viện.'

Nên gửi thư cho Hành tỉnh về việc này như sau:

'Chiêm Thành là nước nhỏ nội thuộc, đại quốc đến thảo phạt, đáng kêu gào xin tha, nhưng chưa từng nói lên một lời; xét thiên thời, nhân sự chúng tôi đã hiểu rồi. Nay Chiêm Thành trở nên phản nghịch, cố chấp mê muội không phục, có thể gọi là kẻ không biết trời, không biết người. Một bên biết trời, biết người, lại cùng với kẻ không biết trời biết người đồng mưu; một đứa trẻ nhỏ 3 thước cũng thấy rằng không được, huống gì là nước nhỏ như chúng tôi? Mong quý Hành tỉnh xét cho.'

Tháng 8 [11/9-9/10/1284], em Nhật Huyễn là Chiêu đức vương Trần Xán gửi thư cho Hành tỉnh Kinh Hồ Chiêm Thành tự nguyện nạp khoản quy hàng. Tháng 11 [8/12/1284-6/1/1285] Hành tỉnh hữu thừa Toa Đô nói rằng:

' Các nước Giao Chỉ cùng Chiêm Lạp, Chiêm Thành, Vân Nam, Tiêm, Miến tiếp giáp với nhau, có thể lập Hành tỉnh tại đất này; cùng với 3 đạo Việt Lý, Triều Châu, Tỷ Lan đóng

quân trấn thủ, dùng lương tại chỗ để cấp cho quân lính ngõ hầu tránh vận chuyển bằng đường biển mệt nhọc.'

Hành tỉnh Kinh Hồ cho biết:

'Trấn nam vương [鎮南王脫歡] mới đây nhận chiếu chỉ mang quân đánh Chiêm Thành, ra lệnh Tả thừa Đường Ngột rong ruổi đến Chiêm Thành, Hữu thừa Toa Đô sẽ mang quân phối hợp. Lại sai Lý vấn quan Khúc Liệt, Tuyên sứ Tháp Hải Tát Lý, cùng bọn Sứ thần An Nam Nguyễn Đạo Học, mang công văn của Hành tỉnh giao trách nhiệm Nhật Huyễn vận lương đến Chiêm Thành; Trấn nam vương sẽ đến gần biên giới, lệnh đến yết kiến.'

Gần đây quan quân đến huyện Hoành Sơn [Quảng Tây], nghe tin Nhật Huyễn cùng anh là Hưng đạo vương Trần Tuấn đề binh tại biên giới. Rồi Khúc Liệt, Tháp Hải Tát Lý dẫn Trung lượng đại phu Trần Đức Quân, Triều tán lang Trần Tự Tông mang thư của Nhật Huyễn đến nội dung rằng từ nước này đến Chiêm Thành đường thuỷ, bộ bất tiện; nguyện tuỳ lực phụng hiến quân lương. Khi quan quân đến Vĩnh Châu, Nhật Huyễn gửi điệp văn đến Ung châu rằng:

'Cống kỳ đã chuẩn bị cho tháng mười, xin dự bị dân đinh đi trước; ngày Trấn nam vương xuống xe, hy vọng gửi văn thư báo tin.'

Hành tỉnh mệnh Vạn hộ Triệu Tu Kỷ đáp thư riêng, cùng gửi công văn, lệnh mở đường, vận lương, đích thân nghênh đón Trấn nam vương.

Khi quan quân đến Ung châu, An Nam Điện tiền Phạm Hải Ngạn đồn binh tại các xứ Khả Lan Vi, Đại Trợ. Khi đến châu Tư Minh [Ninh Minh, Quảng Tây] Trấn nam vương lại ra lệnh gửi văn thư. Đến Lộc Châu [huyện Lộc Bình, Lạng

Sơn] *nghe tin Nhật Huyễn điều binh giữ Khâu Ôn [thị xã Lạng Sơn], Khâu Cấp Lãnh; Hành tỉnh bèn chia quân làm 2 đạo tiến bước. Nhật Huyễn bèn sai Thiện trung đại phu Nguyễn Đức Dư, Triều thỉnh lang Nguyễn Văn Hàn đưa thư đến Trấn nam vương rằng:*

'Không thể đích thân diện kiến dung quang, nhưng thực hân hạnh. Trước kia nhờ chiếu thư của Thánh thiên tử hứa 'Quân ta không vào biên cảnh của ngươi'. Nay thấy tại Ung châu đặt liên tiếp doanh, trạm, cầu, đường; trong lòng hết sức kinh hãi. Mong soi đến lòng trung thành, gia tăng sự thương xót.'

Lại có thư gửi đến Bình chương chính sự, xin bảo hộ sinh linh bản quốc, tránh khỏi nạn đào thoán. Trấn nam vương mệnh Hành tỉnh sai Tổng bả A Lý theo Đức Dư mang thư đến dụ Nhật Huyễn lý do hưng binh vì Chiêm Thành, không phải An Nam. Đến huyện Cấp Bảo, Quản quân An Nam Nguyễn Lộc đồn binh tại châu Thất Nguyên [Lạng Sơn]; tại các nơi như Thôn Lý, Huyện Đoản, Vạn Kiếp [huyện Chí Linh, Hải Dương] đều có quân của Hưng đạo vương, khiến A Lý không đến được. Hành tỉnh lại sai Nghê Nhuận trinh sát thực hư, châm chước điều quân, nhưng không được giết hại dân."
Nguyên Sử quyển 209, **Liệt Truyện**: An Nam

（二十一年三月，陶秉直使還，日烜復上表陳情，又致書于荊湖占城行省，大意與前書略同。又以瓊州安撫使陳仲達聽鄭天祐言「交趾通謀占城，遣兵二萬及船五百以為應援」，又致書行省，其略曰：「占城乃小國內屬，大軍致討，所當哀籲，然未嘗敢出一言，蓋天時人事小國亦知之矣。今占城遂為叛逆，執迷不復，是所謂不能知天知人者也。知天知人，而反與不能知天知人者同謀，雖三尺兒童亦知其弗與，況小國乎？幸貴省裁之。」八月，日烜弟昭德王陳璨致書於荊湖占城行省，自願納款歸降。十一月，行省右丞唆都言：「交趾與占臘、占城、雲南、暹、緬諸國接壤，可即其地立省；及於越里、潮州、毗蘭三道屯軍鎮戍，因其糧餉以給士卒，庶免海道轉輸之勞。」

二十二年三月，荊湖占城行省言：「鎮南王昨奉旨統軍征占城，遣左丞唐兀馳驛赴占城，約右丞唆都將兵會合。又遣理問官曲烈、宣使塔海撒里同安南國使阮道學等，持行省公文，責日烜運糧送至占城助軍；鎮南王路經近境，令其就見。」比官軍至衡山縣，聞日烜從兄興道王陳峻提兵界上。既而曲烈及塔海撒里引安南中亮大夫陳德鈞、朝散郎陳嗣宗以日烜書至，言其國至占城水陸非便，願隨力奉獻軍糧。及官軍至永州，日烜移牒邕州，言：「貢期擬取十月，請前塗預備丁力，若鎮南王下車之日，希文垂報。」行省命萬戶趙修己以己意復書，復移公文，令開路備糧、親迎鎮南王。

及官軍至邕州，安南殿前范海崖領兵屯可蘭韋大助等處。至思明州，鎮南王復令移文與之。至祿州，復聞日烜調兵拒守丘溫、丘急嶺隘路，行省遂分軍兩道以進。日烜復遣其善忠大夫阮德興、朝請郎阮文翰奉書與鎮南王，言：「不能親見末光，然中心欣幸。以往者欽蒙聖詔云別敕我軍不入爾境；今見邕州營站橋梁，往往相接，實深驚懼，幸昭仍忠誠，少加矜恤。」又以書抵平章政事，乞保護本國生靈，庶免逃竄之患。鎮南王命行省遣總把阿里持書與德興同往諭日烜以興兵之故實為占城，非為安南也。至急保縣地，安南管軍官阮盎屯兵七源州，又村李縣短萬劫等處，俱有興道王兵，阿里不能進。行省再命倪閏往覘虛實，斟酌調軍，然不得殺掠其民。）.

So sánh sử liệu giữa **Nguyên Sử Liệt Truyện**, cùng **Toàn Thư** chép trong bài trước; cả hai thống nhất việc quân Đại Việt do Trần Hưng Đạo chỉ huy chống cự quân Nguyên tại ải Nội Bàng phải rút lui về phòng tuyến Lục Đầu. Riêng bộ **Toàn Thư** chép thêm Yết Kiêu, Dã tượng giúp Hưng Đạo vương rút lui về phòng tuyến Chí Linh. Phía **Nguyên Sử**,

Liệt Truyện chép thêm việc Vua Trần Nhân Tông khi rút lui để lại 2 thư trên đường cho Trấn Nam vương Thoát Hoan và Hành Tỉnh Kinh Hồ tố cáo quân Nguyên ngoài mặt nói mượn đường đánh Chiêm Thành nhưng thực chất là đánh Đại Việt, và họ phải chịu trách nhiệm về cuộc chiến tranh này; Hành Tỉnh gửi thư đến tiếp tục đòi hỏi rút quân, mở đường, nhà Vua đích thân đến gặp Trấn Nam vương:

"Chẳng bao lâu bọn Tát Tháp Nhi, Lý Bang Hiến, Tôn Hữu báo rằng đến ải Khả Ly gặp quân Giao Chỉ chống cự; bọn Hữu giao tranh, bắt được Quản quân phụng ngự Đỗ Vĩ, Đỗ Hữu, mới biết rõ rằng Hưng đạo vương quả cầm quân nghênh địch. Quan quân qua ải Khả Ly, đến ải Động Bản, lại gặp quân bèn đánh bại; viên tướng cầm đầu là Tần Lĩnh trúng thương chết. Nghe tin Hưng đạo vương tại ải Nội Bàng [thị xã Chũ, Bắc Giang], lại tiến quân vào thôn Biến Trú; bèn dụ thu binh mở đường, nghênh bái Trấn nam vương, nhưng không nghe lời. Khi quân đến Nội Bàng, phụng nhận chiếu chỉ chiêu dụ, lại không nghe. Quan quân chia làm 6 đạo, bắt được tướng Đại liêu ban Đoàn Thai. Hưng đạo vương bỏ trốn, truy kích đến Vạn Kiếp, đánh các ải đều phá được. Hưng đạo vương vẫn còn binh thuyền hơn 1.000 chiếc, cách Vạn Kiếp 10 dặm. Bèn sai binh sĩ tìm thuyền dọc theo sông, cùng tập trung gỗ đinh đặt xưởng chế tạo; tuyển các đội thuỷ quân, lệnh Ô Mã Nhi, Bạt Đô chỉ huy; qua mấy trận đều đánh bại giặc. Lấy được trên bờ sông để lại 2 tờ giấy, đó là Nhật Huyễn gửi cho Trấn nam vương cùng Hành tỉnh bình chương thư, nội dung:

'Chiếu chỉ trước kia có sắc lệnh đặc biệt rằng 'quân ta không vào biên cảnh của ngươi'; nay lấy cớ Chiêm Thành phản phúc, mang đại quân, qua bản quốc, tàn hại trăm họ, đó là hành động sai trái của Thái tử, không phải là sai lầm của bản quốc. Mong muốn không trái với chiếu chỉ trước, mang đại quân trở về; bản quốc sẽ mang cống vật dâng hiến, còn khác lạ hơn trước nữa!'

Hành tỉnh lại gửi thư rằng:

'Triều đình điều binh dẹp Chiêm Thành, mấy lần gửi văn thư cho Thế tử dặn mở đường, chuẩn bị lương thực; không ngờ cố tình trái triều mệnh, sai bọn Hưng đạo vương đề binh ngăn chống, bắn tổn thương quân ta, gây hoạ cho sinh linh An Nam, đó là hành động của nước ngươi. Nay đại quân qua nước ngươi để đánh Chiêm Thành, đó là mệnh của Thiên tử. Thế tử hãy suy nghĩ kỹ về việc nước ngươi quy phụ đã lâu, nên thể theo đức khoan hồng nhân từ của Thiên tử, tức lệnh rút quân mở đường, dụ trăm họ yên ổn, mọi người lo nghề nghiệp sinh sống. Quân ta đi qua, tóc tơ không phạm đến; Thế tử nên ra đón Trấn nam vương, cùng bàn việc quân. Nếu không tuân, đại quân sẽ dừng lại tại An Nam, để mở doanh phủ.'

Nhân sai viên sứ Nguyễn Văn Hàn mang đến." **Nguyên Sử** quyển 209, **Liệt Truyện**: An Nam

(未幾，撒咨兒、李邦憲、孫祐等言：至可離隘，遇交兵拒敵，祐與之戰，擒其管軍奉御杜尾、杜祐，始知興道王果領兵迎敵。官軍過可離隘，至洞板隘，又遇其兵，與戰敗之，其首將秦岑中傷死。聞興道王在內傍隘，又進兵至變住村，諭其收兵開路，迎拜鎮南王，不從。至內傍隘，奉令旨令人招之，又不從。官軍遂分六道進攻，執其將大僚班段台。興道王逃去，追至萬劫，攻諸隘，皆破之。興道王尚有兵船千餘艘，距萬劫十里。遂遣兵士於沿江求船，及聚板木釘灰，置場創造，選各翼水軍，令烏馬兒拔都部領，數與戰，皆敗之。得其江岸遺棄文字二紙，乃日烜與鎮南王及行省平章書，復稱：「前詔別敕我軍不入爾境，今以占城既臣復叛之故，因發大軍，經由本國，殘害百姓，是太子所行違誤，非本國違誤也。伏望勿外前詔，勒回大軍，本國當具貢物馳獻，復有異於前者。」行省復以書抵之，以為：「朝廷調兵討占城，屢移文與世子俾開路備糧，不意故違朝命，俾興道王輩提兵迎敵，射傷我軍，與安南生靈為禍者，爾國所行也。今大軍經爾國討占城，乃上命。世子可詳思爾國歸附已久，宜體皇帝涵洪慈愍之德，即令退兵開道，安諭百姓，各務生理。我軍所過，秋毫無擾，世子宜出迎鎮南王，共議軍事。不然，大軍止於安南開府。」因令其使阮文翰達之。）

Liệt Truyện chép tiếp quân Nguyên đánh tan phòng tuyến Lục Đầu, Chí Linh, qua tỉnh Bắc Ninh, tiếp tục tiến xuống phía tây nam; Vua nhà Trần sai Sứ giả đến thương lượng và hiến sản vật. Quân Nguyên vượt sông Hồng Hà, chiếm thành Thăng Long [Hà Nội], vào thành sục sạo thành trì cung thất, thấy bản thông cáo triều đình ban bố cho dân rằng:

'Phàm các quận, huyện trong nước nếu có giặc giã đến, đáng liều chết đánh; nếu sức không địch nổi, được phép trốn trong núi, đầm; nhưng không được hàng giặc'.

Quân Nguyên tiếp tục truy kích vùng hạ lưu sông Hồng Hà, đánh bắt được tướng Trần [Bình] Trọng; bọn Trần Ích Tắc, Trần Kiện ra hàng; cùng thời gian này quân Toa Đô từ Chiêm Thành tấn công ra bắc:

"Đến lúc quan quân bắt được người, biết rằng Nhật Huyễn điều các quân Thánh dực, hơn 1.000 chiếc thuyền, trợ giúp Hưng Đạo Vương đánh. Trấn nam vương cùng các quan thuộc Hành tỉnh đích thân đến bờ sông phía đông, điều quân đánh, chém giết nhiều, đoạt được hơn 20 chiếc thuyền. Hưng đạo vương bại rút, quan quân kết bè làm cầu nối, để vượt tại phía bắc sông Phú Lương [Hồng Hà]. Nhật Huyên bố trí binh thuyền dọc sông, lập hàng rào gỗ, thấy quan quân đến bờ thì bắn pháo, hô to khiêu chiến. Đến chiều, lại sai

Nguyễn Phụng Ngự dâng thư cho Trấn nam vương và Hành tỉnh xin rút lui quân. Hành tỉnh lại gửi thư trách, rồi tiến binh. Nhật Huyên bèn bỏ thành đi trốn, vẫn ra lệnh Nguyễn Hiệu Nhuệ đưa thư tạ tội, cùng hiến phương vật, và xin rút quân về. Hành tỉnh lại gửi văn chiêu dụ, rồi điều quân vượt sông, lập doanh trại dưới chân thành.

Vào hôm sau Trấn nam vương vào thành của nước này, thấy cung điện trống không; chỉ để lại những chiếu sắc ban cho và văn thư liên lạc với Trung thư tỉnh, ngoài ra phá huỷ hết. Các văn tự khác còn có các báo cáo của các tướng biên thuỳ về tin tức quan quân và tình hình cự địch. Nhật Huyên tiếm xưng là Đại Việt quốc chủ hiến thiên thể đạo đại minh quang hiếu Hoàng đế Trần Uy Hoàng, nhường ngôi cho Hoàng thái tử, đặt Phi của Thái tử làm Hoàng hậu; có biểu chương tiến dâng Hiến từ thuận thiên hoàng Thái hậu, trên có hàng chữ "Hạo thiên hành mệnh chi bảo".

Nhật Huyễn ở vào địa vị Thái thượng hoàng, giao cho con xây dựng nước An Nam, dùng niên hiệu Thiệu Bảo. Chỗ ở cung thất có 5 cửa, trên ngạch đề chữ "Đại Hưng"; bên trái và phải có cửa xép; 9 gian chính điện đề "Thiên An Ngự Điện", cửa chính nam đề "Triều Thiên Các". Ngoài ra các nơi đều có bảng ghi:

"Phàm các quận, huyện trong nước nếu có giặc giã đến, đáng liều chết đánh; nếu sức không địch nổi, được phép trốn trong núi, đầm; nhưng không được hàng giặc".

Các nơi ải hiểm chống giữ, đều có nhà kho để trữ binh giáp. Số quân bỏ thuyền lên bờ còn nhiều, Nhật Huyên dẫn bà con quan lại đến Thiên Trường [Nam Định], Trường An [Ninh Bình]; Hưng đạo vương, Phạm Điện Tiền lại tụ quân tại cửa sông Vạn Kiếp [Chí Linh, Hải Dương]; Nguyễn Lộc trú quân tại phía tây Vĩnh Bình.

Hành tỉnh chỉnh quân để chuẩn bị truy tập; rồi Đường Ngột và Toa Đô mang quân từ Chiêm Thành hợp với đại quân. Từ khi nhập cảnh, đánh 7 trận lớn nhỏ, qua 2.000 lý, 4 vương cung. Lúc đầu đánh bại quân Chiêu minh vương, đánh Chiêu hiếu vương, quan lớn hộ tòng chết; Chiêu minh vương trốn xa không dám xuất hiện. Tại các châu An Diễn, Thanh Hoá, Trường An bắt được rể viên Thượng thư nhà Tống cũ, tướng Giao Chỉ Lương Phụng Ngự, Triệu Mãnh Tín, Diệp Lang, hơn 400 người.

Vạn hộ Lý Bang Hiến, Lưu Thế Anh cầm quân mở đường từ Vĩnh Bình [Bằng Tường, Quảng Tây], cứ 30 lý lập 1 trại, 60 lý lập 1 trạm dịch. Mỗi trại đồn trú 300 quân để trấn thủ, tuần phòng. Lại ra lệnh Thế Anh lập bảo, chuyên quản đốc các trại và dịch.

Hữu thừa Khoan Triệt dẫn Vạn hộ Mang Cổ, Bột La Cáp Đáp theo đường bộ; Tả thừa họ Lý dẫn Ô Mã Nhi, Bạt Đô theo đường thuỷ; đánh bại binh thuyền của Nhật Huyền; bắt viên Kiến đức hầu Trần Trọng; Nhật Huyền bỏ trốn, truy kích đến cửa biển Giao, rồi không biết đi đâu. Những người trong họ như Văn nghĩa hầu, cha là Vũ đạo hầu, con là Minh trí hầu, rể là Chương hoài hầu cùng Chương hiến hầu; các quan nhà Tống cũ đã mất gồm Tham chính họ Tăng, Tô Tiểu Bảo và con Tô Bảo Chương, Thượng thư họ Trần, con là Trần Đinh Tôn, kế tiếp đưa đông người ra hàng. Đường Ngột, Lưu Khuê đều bảo Chiêm Thành không có lương thực, quân khó mà đóng lâu; Trấn nam vương bèn ra lệnh Toa Đô dẫn quân đến Trường An [Nam Định] kiếm lương. Nhật Huyền đến cửa biển An Bang [vùng cửa sông Bạch Đằng], bỏ thuyền

và binh giáp, trốn vào trong rừng, quan quân lấy được vạn?
chiếc thuyền, chọn cái tốt dùng, số còn lại phá huỷ; lại truy
kích bằng đường bộ 3 ngày đêm.

Bắt người điều tra, được biết Thượng hoàng và Thế tử
chỉ còn 4 chiếc thuyền, Hưng đạo vương và con có 3 chiếc,
Thái sư có 80 chiếc, chạy về phủ Thanh Hoá. Ô Mã Nhi,
Bạt Đô dùng 1.300 quân, 80 chiếc thuyền, giúp Toa Đô đánh
quân của Thái sư. Lại ra lệnh cho Đường Ngột truy tìm Nhật
Huyễn, nhưng không biết y trốn nơi nào.

Em Nhật Huyễn là Chiêu quốc vương Trần Ích Tắc đốc
suất người trong họ dưới quyền, cùng vợ, con, quan lại đến
hàng" **Nguyên Sử** quyển 209, **Liệt Truyện**: An Nam

（及官軍獲生口，乃稱日烜調其聖翊等軍，船千餘艘，
助興道王拒戰。鎮南王遂與行省官親臨東岸，遣兵攻之，
殺傷甚眾，奪船二十餘艘。興道王敗走，官軍縛筏為橋，
渡富良江北岸。日烜沿江布兵船，立木柵，見官軍至岸，
即發砲大呼求戰。至晚，又遣其阮奉御奉鎮南王及行省官
書，請小却大軍。行省復移文責之，遂復進兵。日烜乃棄
城遁去，仍令阮效銳奉書謝罪，并獻方物，且請班師。行
省復移文招諭，遂調兵渡江，壁於安南城下。

明日，鎮南王入其國，宮室盡空，惟留屢降詔敕及中書
牒文，盡行毀抹。外有文字，皆其南北邊將報官軍消息及
拒敵事情。日烜僭稱大越國主憲天體道大明光孝皇帝陳威
晃，禪位于皇太子，立太子妃為皇后，上顯慈順天皇太后
表章，於上行使「昊天成命之寶」。

日烜即居太上皇之位，見立安南國王係日烜之子，行紹
寶年號。所居宮室五門，額書大興之門，左、右掖門；正
殿九間書天安御殿；正南門書朝天閣。又諸處張榜云：「
凡國內郡縣，假有外寇至，當死戰。或力不敵，許於山澤
逃竄，不得迎降。」其險隘拒守處，俱有庫屋以貯兵甲。
其棄船登岸之軍猶眾，日烜引宗族官吏於天長、長安屯
聚，興道王、范殿前領兵船復聚萬劫江口，阮盝駐西路永

平。

行省整軍以備追襲，而唐兀與唆都等兵至自占城與大軍會合。自入其境，大小七戰，取地二千餘里、王宮四所。初，敗其昭明王兵，擊其昭孝王、大僚護皆死，昭明王遠遁不敢復出。又於安演州、清化、長安獲亡宋陳尚書壻、交趾梁奉御及趙孟信、葉郎將等四百餘人。

萬戶李邦憲、劉世英領軍開道自永平入安南，每三十里立一寨，六十里置一驛，每一寨一驛屯軍三百鎮守巡邏。復令世英立堡，專提督寨驛公事。

右丞寬徹引萬戶忙古、孛羅哈荅兒由陸路，李左丞引烏馬兒拔都由水路，敗日烜兵船，禽其建德侯陳仲。日烜逃去，追至膠海口，不知所往。其宗族文義侯、父武道侯及子明智侯、壻彰懷侯并彰憲侯、亡宋官曾參政、蘇少保子蘇寶章、陳尚書子陳丁孫，相繼率衆來降。唐兀、劉珪皆言占城無糧，軍難久駐。鎮南王令唆都引元軍於長安等處就糧。日烜至安邦海口，棄其舟楫甲仗，走匿山林。官軍獲船一萬艘，擇善者乘之，餘皆焚棄，復於陸路追三晝夜。

獲生口稱上皇、世子止有船四艘，興道王及其子三艘，太師八十艘，走清化府。唆都亦報：日烜、太師走清化。烏馬兒拔都以軍一千三百人、戰船六十艘，助唆都襲擊其太師等兵。復令唐兀沿海追日烜，亦不知所往。日烜弟昭國王陳益稷率其本宗與其妻子官吏來降。）

Từ tháng 4/1285 quân Đại Việt tổng tấn công, tại biên giới đánh chặn bọn đầu hàng, giết Trần Kiện; đại thắng tại Hàm Tử, Chương Dương, nhưng **Liệt Truyện** trong **Nguyên Sử** dấu đi không chép chi tiết, chỉ ghi tổng quát rằng:

'Giao Chỉ chống lại quan quân, tuy mấy lần tan bại, nhưng tăng quân thêm nhiều. Quan quân ta mệt mỏi, chết lại nhiều; quân kỵ của Mông Cổ lại không thi thố được kỹ năng.'

Rồi bỏ thành Đại La [Thăng Long, Hà Nội] rút lui; tiếp tục bị đánh liên miên từ sông Cầu [Bắc Ninh] đến biên giới.

Sau khi rút quân về, lại xin bổ sung quân, muốn quay lại đánh phục thù ngay, nhưng cuối cùng vì không chuẩn bị kịp nên chưa thực hiện được:

"Quan quân tụ tập các tướng lại bàn:

'Giao Chỉ chống lại quan quân, tuy mấy lần tan bại, nhưng tăng quân thêm nhiều. Quan quân ta mệt mỏi, chết lại nhiều; quân kỵ của Mông Cổ lại không thi thố được kỹ năng'

Bèn bỏ kinh thành, qua sông lên phía bắc, bàn định rút quân về châu Tư Minh [Ninh Minh /Ningming/ Quảng Tây]. *Trấn nam vương cho là phải, bèn ra lệnh rút quân trở về. Vào ngày đó quân Lưu Thế Anh ra sức đánh với 2 vạn quân của Hưng đạo vương, Hưng ninh vương.*

Khi quan quân đến sông Như Nguyệt [sông Cầu], *Nhật Huyễn sai Hoài văn hầu* [Trần Quốc Toản] *đến đánh. Ngay tại cầu nổi vượt sông, quân của Đường Ngột chưa kịp qua, thì phục binh trong rừng xuất phát, khiến quan quân bị chết trôi rất nhiều; ra sức đánh mới thoát khỏi biên giới; Đường Ngột phi ngựa theo dịch trạm tâu về triều. Tháng 7, Khu mật viện xin điều binh để đến tháng 10 cùng năm đến Đàm châu* [Tương Đàm, Hồ Nam] *đi đánh tiếp; tuân theo Trấn nam vương và A Lý Hải Nha chọn tướng chỉ huy."***Nguyên Sử** quyển 209, Liệt Truyện: An Nam.

(乃遣明里、昔班等送彰憲侯、文義侯及其弟明誠侯、昭國王子義國侯入朝。文義侯得北上，彰憲侯、義國侯皆為興道王所殺，彰憲侯死，義國侯脫身還軍中。

官軍聚諸將議：「交人拒敵官軍，雖數敗散，然增兵轉多；官軍困乏，死傷亦衆，蒙古軍馬亦不能施其技。」遂棄其京城，渡江北岸，決議退兵屯思明州。鎮南王然之，乃領軍還。是日，劉世英與興道王、興寧王兵二萬餘人力戰。

又官軍至如月江，日烜遣懷文侯來戰，行至冊江，繫浮橋渡江，左丞唐兀等軍未及渡而林內伏發，官軍多溺死，力戰始得出境。唐兀等馳驛上奏。七月，樞密院請調兵以今年十月會潭州，聽鎮南王及阿里海牙擇帥總之。)

Ngoài **Toàn Thư** và **Nguyên Sử**; cần tham khảo thêm **An Nam Chí Lược** của Lê Trắc, vì tác giả là người từng chứng kiến cuộc chiến. Phần chép về quân Nguyên xâm lăng nước Đại Việt lần thứ 2, **An Nam Chí Lược** tại quyển 4 mục **Chinh Thảo Vận Hướng**, chép việc vào năm 1282 rằng quân Nguyên ngoài mặt nói mang quân đánh Chiêm Thành, nhưng phía Đại Việt không tin, tích cực chuẩn bị:

"Thế tử Trần Nhật Huyễn [Vua Trần Thánh Tông] kế vị ; Thiên tử sai sứ triệu sang chầu, vẫn lấy cớ tật bệnh từ chối. Vào đời Chí Nguyên năm Nhâm Ngọ [1282] Hữu thừa Toa Đô, Tả thừa Lưu Thâm, Tham chính A Lý mang binh đánh Chiêm Thành. Triều đình dụ An Nam cho mượn đường, giúp quân cùng cấp lương, nhưng Thế tử không nghe lời." **An Nam Chí Lược**, quyển 4, **Chinh thảo vận hướng.**

(元壬午右丞索多左丞劉政阿里用兵占城朝廷遣使諭安南假道助軍糧世子不聽.)

Vào cuối đông năm Giáp Thân [1284-1285] quân Nguyên chia làm 2 cánh đông tây tiến chiếm ải Nội Bàng [thị xã Chũ, Bắc Giang] và Chi Lăng [nam Lạng Sơn] ; Hưng Đạo vương phải mang phải rút quân về giữ phòng tuyến Lục Đầu, Chí Linh [Hải Dương]:

"Mùa đông năm Giáp Thân [1284] Thiên tử lại ra lệnh Trấn nam vương Thoát Hoan cùng bọn Bình chương A Lý Hải Nha tiến binh yểm trợ chiến dịch Chiêm Thành. Ngày 21 tháng 12 đại quân chia đường đến biên giới An Nam [Lạng

Sơn]: *Vạn hộ La Hợp Đáp Nhi, Chiêu thảo A Thâm tiến quân từ phía tây qua huyện Khâu Ôn ; Khiếp Tiết Tán Lược Nhi, Vạn hộ Lý Bang Hiến tiến quân từ phía đông qua Cấp Lĩnh, đại quân của Trấn nam vương theo sau. Cánh quân phía đông phá ải Khả Lợi, Anh Nhi quan, bắt được tên gián điệp Đỗ Vĩ đem chém. Người Tôn trưởng là Hưng đạo vương Trần Tuấn [Trần Quốc Tuấn] trấn thủ ải Nội Bàng [thị xã Chũ, Bắc Giang] bị đại quân đánh thua vào ngày 27, phải rút quân về trấn thủ châu Lạng Giang [các huyện Lạng Giang, Lục Ngạn thuộc Bắc Giang], quan quân lấy được vài chục chiếc thuyền . Cánh quân phía tây phá ải Chi Lăng, tức Lão Thử quan.*" **An Nam Chí Lược**, quyển 4, **Chinh thảo vận hướng.**

(至元甲申冬復命鎮南王托歡平章阿里哈雅等進兵助占城役十二月二十日甲子師次安南界分道萬户李羅哈達爾招討阿爾善西由丘温縣進集賽薩喇勒萬户李邦憲東由急嶺進王大兵之東兵破可利隘口兒闕獲間諜人杜偉等斬之其宗長興道王陳峻守内傍闕二十七日庚子大軍破退守諒江州又敗走獲船數十艘西兵破之陵隘即老鼠闕)

Chinh Thảo Vận Hướng tiếp tục tự sự rằng sau khi chiến thắng tại Bình Than, Chí Linh tức phòng tuyến Lục Đầu; quân Nguyên tiến sang Bắc Ninh vượt sông Hồng chiếm kinh thành Thăng Long, rồi đánh xuống vùng hạ lưu sông Hồng bắt giết Trần Bình Trọng. Mặt khác đạo quân Toa Đô từ Chiêm thành đánh kẹp ra miền Bắc. Một số tôn thất như Trần Ích Tắc ra hàng; Vua Trần phải cử Sứ giả thương lượng, cùng đem Công chúa dâng cho Thoát Hoan:

"*Vào ngày 9 tháng giêng năm Ất Dậu [1285] Thế tử đem 10 vạn quân đại chiến tại Bài Than [Bình Than] bị quân của Nguyên soái Ô Mã Nhi, Chiêu thảo Nạp Hải, Trấn phủ Tôn Lâm Đức đánh lui. Ngày 13 Thế tử đóng quân tại sông Lô* [sông Hồng ngày nay] lại bị thua ; quân của Trấn nam vương lên bờ chiếm kinh thành [Thăng Long], yến tiệc tại cung đình và làm lễ dâng tù. Ngày 21 phá ải Thiên Hán [Thiên Mạc], giết tướng Bảo nghĩa hầu [Trần Bình Trọng]. Thế tử rút lui giữ ải Hải Thị, xây bệ cản bằng gỗ ngăn phía tây sông, quan quân trên dưới hai bên bắn chéo, quân Thế tử thua to.

Lúc bấy giờ Đại tướng Giảo Ky, Hữu thừa Toa Đô, Tả thừa Đường Cổ Đái, Tham chính Hắc Đích nhận được chiếu chỉ tiến binh từ Chiêm Thành vào phủ Bố Chính [Quảng Bình] đánh mặt sau. Thế tử sai em là Chiêu văn vương Trần Duật [Trần Nhật Duật], Trịnh Đình Tán chống cự tại Nghệ An nhưng bị thua. Tình thế cấp bách, Thế tử sai con người anh là Chương hiến hầu Trần Kiện nghênh chiến tại Thanh Hóa. Cầm cự lâu, sức yếu lại không có viện binh; Chương hiến hầu cùng bọn Trắc [Lê Trắc] mang quân ra hàng.

Ngày 2 tháng 2, Giảo Ky mang kỵ binh vượt cửa Vệ Bố Kinh phá tan quân địch, giết các tướng Đinh Xa, Nguyễn Tất Dõng. Ngày mồng 3, Trấn nam vương đánh phá quân của Thế tử tại sông Đại Hoàng [sông Hồng Hà đoạn giữa hai tỉnh Thái Bình, Nam Định] , người cháu của Thế tử là Văn nghĩa hầu Trần Tú Tuấn đem cả gia quyến ra hàng.

Ngày mồng 6, Giảo Ky cùng bọn Chương hiến hầu đánh quân của em Thế tử là Thái sư Trần Khải [Trần Quang Khải] tại bến Phú Tân, chém ngàn thủ cấp ; các vùng Thanh Hóa, Nghệ An đều hàng. Thế tử sợ, sai người trong họ Trung hiến hầu Trần Dương xin hòa, kế đó sai quan cận thị đem người em gái cho Trấn Nam vương để xin rút binh; bèn sai Ngải thiên hộ đến dụ muốn hòa sao không đích thân đến bàn, nhưng Thế tử không nghe lời. Ngày Nhâm Ngọ mồng 9 tháng 3,

Giảo Ky, Đường Cổ Đái vây Thế tử tại Tam Trì, gần bắt được; nhờ bọn Nguyễn Cường giúp cho Thế tử thoát; tịch thu được vàng bạc gái trai. Ngày Mậu Tý 15, người em Thế tử là Chiêu quốc vương Trần Ích Tắc suất thuộc hạ đến quy phụ ; Toa Đô trở lại Thanh Hóa, chiêu dụ người đến quy phụ." **An Nam Chí Lược, quyển 4, Chinh thảo vận hướng.**

（至元乙丑正月九日壬午世子自將十萬衆大戰於排灘元帥烏瑪喇招討諸海鎮撫孫休德以所獲船破之十三日丙戌世子守瀘江又潰鎮南王渡江宴其宮庭獻俘受誠二十一日壬辰破天漢隘斬其將保義侯世子退守海市隘築埕江南戰官兵上下交射衆大潰時大王峻峇右丞索多左丞唐古戴叅政赫德奉旨由占城進兵八布政府攻其後世子遣弟昭文王陳通侯鄭廷瓚拒於乂安敗走世子勢急遣兄子張憲侯陳鍵迎戰於清化持久力弱無援張憲遂與剴等以其兵降二月二日乙巳峻峇率騎兵涉衛布涇口破彼衆殺其將丁奢阮漆桶三日丁巳鎮南王破世子兵於大黃江其宗子文義侯陳季峻以全家降六日己酉峻峇率張憲等破國弟大師陳啟兵於富津渡斬首千級世子懼遣宗人忠憲侯陳陽請和繼遣近侍官陶堅奉國妹南王乞解艾千戶往諭既欲請和曷不躬自來議世子不聽三月九日壬午峻峇唐古戴舟師入海圍世子於三峙幾獲之勁率阮强等與世子免獲其金帛子女十五日戊子國弟昭國王陳益稷率其屬來附索多復入清化招來附者）

Từ tháng 4 năm 1285 quân nhà Trần phản công chiếm thành Đại La [Thăng Long] rồi đánh ngược lên mạn bắc cho đến biên giới. Về phía quân Toa Đô bị đánh tan, Toa Đô ngã ngựa tử trận, bọn Ô Mã Nhi dùng thuyền nhẹ trốn thoát. Bọn Trần Ích Tắc theo đoàn quân thua trận chạy về Tàu, vào tháng 7 xin yết kiến Vua Thế Tổ Hốt Tất Liệt:

"Mùa hè tháng 4, An Nam thừa cơ đánh lấy lại thành Đại La. Ngày Đinh Sửu mồng 5 tháng 5, Tuấn Kỳ cùng Vạn hộ

Nang Nô phục binh tại cung này, đánh được, rồi vượt sông hội binh với Trấn nam vương. Ngày hôm sau rút quân. Quân An Nam đuổi đến sông Nam Sách, Hữu thừa Lý Hằng đánh phía sau nên phải rút; chém viên Nghĩa dũng của Hưng đạo vương là Trần Thiệu. Lúc này Toa Đô nghe tin đại quân đã trở về, bèn bắt đầu từ Thanh Hóa rút về, dọc đường giao tranh với quân địch, bắt được tướng Trần Đà Phạp, Nguyễn Thịnh. Đến Bái Khanh, Toa Đô bộ tướng Lễ Cước Trương phản, đưa quân địch đến đánh quân ta; Toa Đô ngã ngựa, rơi xuống nước chết, quân bị hãm. Duy Ô Mã Nhi, Vạn hộ Lưu Khuê, dùng thuyền nhẹ thoát; chỉ còn Tiểu Lý một mình dùng thuyền chống cự phía sau, đánh thua tự tử; Thế tử vì nghĩa sai người cứu trị và đãi ngộ.

Mùa đông năm ấy, bọn Trần Ích Tắc nội phụ, theo dịch trạm đến kinh sư chiêm cận. Tháng 3 năm Chí Nguyên Bính Tuất [1286] chế phong Trần Ích Tắc làm An Nam Quốc vương, Trần Tú Tuấn làm Phụ nghĩa công; các quan lại cùng quy phụ được ban tước có sai biệt." **An Nam Chí Lược**, quyển 4, **Chinh thảo vận hướng**.

(元壬午右丞索多左丞劉政阿里用兵占城朝廷遣使諭安南假道助軍糧世子不聽.

至元甲申冬復命鎮南王托歡平章阿里哈雅等進兵助占城役十二月二十日甲子師次安南界分道萬戶李羅哈達爾招討阿爾善西由丘溫縣進集賽薩喇勒萬戶李邦憲東由急嶺進王大兵之東兵破可利隘口兒關獲間牒人杜偉等斬之其宗長興道王陳峻守內傍關二十七日庚子大軍破退守諒江州又敗走獲船數十艘西兵破之陵隘即老鼠關

至元乙丑正月九日壬午世子自將十萬衆大戰於排灘元帥烏瑪喇招討諸海鎮撫孫休德以所獲船破之十三日丙戌世子

守瀘江又潰鎮南王渡江宴其宮庭獻俘受馘二十一日壬辰破天漢隘斬其將保義侯世子退守海市隘築埕江南戰官兵上下交射衆大潰時大王峻奇右丞索多左丞唐古戴叅政赫德奉旨由占城進兵八布政府攻其後世子遣弟昭文王陳通侯鄭廷瓚拒於乂安敗走世子勢急遣兄子張憲侯陳鍵迎戰於清化持久力弱無援張憲遂與則等以其兵降二月二日乙巳峻奇率騎兵涉衛布涇口破彼衆殺其將丁奢阮漆桶三日丁巳鎮南王破世子兵於大黄江其宗子文義侯陳季峻以全家降六日己酉峻奇率張憲等破國弟大師陳啟兵於富津渡斬首千級世子懼遣宗人忠憲侯陳陽請和繼遣近侍官陶堅奉國妹南王乞解艾千户往諭既欲請和曷不躬自來議世子不聽三月九日壬午峻奇唐古戴舟師入海圍世子於三峙幾獲之勁率阮强等與世子免獲其金帛子女十五日戊子國弟昭國王陳益稷率其屬來附索多復入清化招來附者

夏四月安南乘勢攻復羅城五月五日丁丑峻奇與萬户囊弩伏兵其宮擊散乃渡瀘江會鎮南王翌日班師安南兵追至南柵江右丞李恒殿擊退之斬興道王義勇陳紹時索多聞大兵既還始自清化回軍沿途日夜與彼戰擒其將陳佗之阮盛等至拜星索多部將禮脚張叛率彼衆與我戰索多躍馬墮水死軍遂陷惟烏瑪喇萬户劉珪以輕舟脱獨小李戰拒單舸於後戰不勝自刎世子義令人救治而厚遇之是冬内附陳益稷等驛至京師拜覲至元丙戌春三月制封陳益稷為安南國王陳秀峻為輔義公同附官吏授爵有差)

43.

Chống Nguyên Mông
xâm lăng lần thứ ba. (4)

Vừa mới thua trận trở về vào năm trước, vào đầu năm Chí Nguyên thứ 23 [1286] Nguyên Thế Tổ lại ra lệnh xâm lăng nước Đại Việt, mệnh các hành tỉnh điều phái các tướng sĩ cùng quân lính:

".... *Ngày Tân Mão tháng giêng năm Chí Nguyên thứ 23 [18/2/1286] mệnh bọn A Lý Hải Nha bàn những điều cần làm để đánh dẹp Giao Chỉ.*

..... *Ngày Giáp Thìn tháng 2 [3/3/1286], vẫn dùng A Lý Hải Nha làm Trung thư tỉnh An Nam Tả thừa tướng, Áo Lỗ Xích Bình chương chính sự; Đô nguyên soái Ô Mã Nhi, cùng Lý Mễ Thất, A Lý, Cửu Thuận, Phàn Tiếp đều là Tham tri chính sự. Sai sứ dụ Hoàng tử Dã Tiên Thiếp Mộc Nhi điều 1.000 quân, hoặc 2, 3 ngàn của Hợp Thứ Chương theo A Lý Hải Nha tòng chinh Giao Chỉ, phải ghi rõ tên tuổi tướng sĩ rồi báo lên.... Ngày Đinh Tỵ [16/3/1286], mệnh Hành tỉnh Hồ Quảng tạo 300 hải thuyền đánh Giao Chỉ, hẹn vào tháng 8 tập trung tại các châu Khâm, Liêm.... Ngày Mậu Ngọ [17/3/1286], Mệnh Kinh Hồ, Chiêm Thành Hành tỉnh đem quân 3 Hành tỉnh Giang Chiết, Hồ Quảng, Giang Tây 6 vạn người đánh Giao Chỉ. Kinh Hồ Hành tỉnh Bình chương Áo Lỗ Xích xin* vào triều trình bày những điều cần làm để đánh Giao Chỉ, chiếu truyền đến kinh khuyết. *Phong Trần Ích Tắc làm An Nam Quốc vương, Trần Tú Viên làm Phụ nghĩa công; vẫn xuống chiếu dụ quan lại và dân An Nam."* **Nguyên Sử, Bản Kỷ**, quyển 14.

(二十三年春正月二十三年春正月...，命阿裏海牙等議征安南事宜。

二月...以阿裏海牙仍安南行中書省左丞相，奧魯赤平章政事，都元帥烏馬兒、亦裏迷失、阿裏、昝順、樊楫並參知政事。遣使諭皇子也先鐵木兒，調合剌章軍千人或二三千，付阿裏海牙從征交趾，仍具將士姓名以聞。...，命湖廣行省造征交趾海船三百，期以八月會欽、廉州。戊午，並江南行樞密院四處入行省。命荊湖占城行省將江浙、湖廣、江西三行省兵六萬人伐交趾。荊湖行省平章奧魯赤以征交趾事宜請入覲，詔乘傳赴闕。集賢直學士程文海言：「省院諸司皆以南人參用，惟御史臺按察司無之。江南風俗，南人所諳，宜參用之便。」帝以語玉速鐵木兒，對曰：「當擇賢者以聞。」帝曰：「汝漢人用事者，豈皆賢邪？」江南諸路學田昔皆隸官，詔復給本學，以便教養。封陳益稷為安南王，陳秀爰為輔義公，仍下詔諭安南吏民。)

Nhưng các quan lại vùng Hồ Nam và Hồ Quảng đều trình bày tình hình khó khăn tại địa phương, nỗi thống khổ của dân chúng; xin bãi binh, hoặc hoãn đến năm sau, cuối cùng được lệnh cho hoãn:

"Tháng 6 [23/6-22/7/1286], Hồ Nam Tuyên uỷ ty dâng lời:

"Suốt năm chinh phạt Nhật Bản cùng Chiêm Thành; trăm họ mệt nhọc vì chuyển vận, thâu nạp thuế má nặng nề; quân lính gặp chướng lệ tử thương nhiều, quần sinh sầu thán, tứ dân [sĩ, nông, công, thương] bỏ nghề nghiệp; dân nghèo vứt con mong sống sót, người giàu lo bán ruộng đất để ứng sưu dịch, cái khổ như bị buộc dây treo ngược, càng ngày càng nặng. Nay lại có việc tại Giao Chỉ, sách động hàng trăm vạn dân, phí tổn đến ngàn vàng; như vậy không đúng theo con

đường vỗ về cấp tuất cho dân. Trong lúc hành động, sự lợi hại không chỉ có một; vả lại Giao Chỉ từng sai Sứ dâng biểu xưng thần, nếu theo lời xin để làm sống lại sức dân, đó là thượng sách. Nếu không, thì nên khoan thứ cho trăm họ, tích trữ lương thực, chuẩn bị binh giáp, đợi đến năm sau thiên thời thuận lợi, rồi cử đại binh cũng không muộn."

Quan Hành tỉnh Hồ Quảng, Tuyến Ca cho lời bàn là đúng, sai sứ vào tâu:

'Bản tỉnh đóng binh hơn 70 nơi, suốt năm chinh chiến, quân tinh nhuệ bày bố ra ngoài, số còn lại đều lão nhược; mỗi thành ấp không quá 200 người, lo sợ kẻ gian dòm ngó hư thực! Năm ngoái Bình chương A Lý Hải Nha xuất chinh, thâu lương 3 vạn thạch, dân đã kêu khổ. Nay lại thu gấp bội số, mà kho quan không còn dự trữ, chỉ dựa vào dân; trăm họ sẽ khốn khó không kể xiết. Nên theo lời Tuyên uỷ ty, hoãn quân đánh phương nam.'

Khu mật viện tâu lên, trong ngày Thiên tử hạ lệnh dừng quân, cho trở về các doanh; Ích Tắc theo quân về Ngạc [Hồ Bắc]." **Nguyên Sử, Liệt Truyện**, quyển 209.

（六月，湖南宣慰司上言：「連歲征日本及用兵占城，百姓罷於轉輸，賦役煩重，士卒觸瘴癘多死傷者，群生愁嘆，四民廢業，貧者棄子以偷生，富者鬻產而應役，倒懸之苦日甚一日。今復有事交趾，動百萬之衆，虛千金之費，非所以恤士民也。且舉動之間，利害非一，又兼交趾已嘗遣使納表稱藩，若從其請以甦民力，計之上也。無已，則宜寬百姓之賦，積糧餉，繕甲兵，俟來歲天時稍利，然後大舉，亦未爲晚。」湖廣行省臣線哥是其議，遣使入奏，且言：「本省鎮戍凡七十餘所，連歲征戰，士卒精銳者罷於外，所存者皆老弱，每一城邑，多不過二百人。竊恐姦人得以窺伺虛實。往年平章阿里海牙出征，輸糧三萬石，民且告病，今復倍其數。官無儲畜，和糴於民間，百姓將不勝其困。宜如宣慰司所言，乞緩師南伐。」

枢密院以聞，帝即日下詔止軍，縱士卒還各營。益稷從師
還鄂。）

Tuy nhiên vẫn giữ ý định đưa quân sang xâm lăng lần
thứ 3, nên Vua Nguyên gửi chiếu thư sang nước ta, nhằm
gây chia rẽ giữa nguyên thủ nhà Trần và dân chúng, để dễ bề
thôn tính:

"Chiếu thư vào tháng 4 năm Chí Nguyên thứ 23 [1286]

Trước đây Quốc vương họ Trần nước ngươi xưng thần,
theo niên lệ đến cống, nhưng không đích thân đến triều cận.
Nhân chú ngươi là Di Ái đến, bèn đem việc cai trị An Nam
giao cho, lúc về nước thì bị hại; sai Đạt lỗ hoa xich Ba Diên
Đặc Mục Nhĩ đến cũng bị khước từ không nhận. Còn việc
xuất sư đánh Chiêm Thành, đáng phải nạp lương, nhưng
không cung cấp. Khiến cho Trấn nam vương Thoát Hoan,
Hành tỉnh Ha Nhĩ Cáp Nhã mang binh cùng quân các ngươi
giao chiến, hai bên đều bị sát thương. Nay nhân người thân
cận Vương nước ngươi là Trần Ích Tắc, Trần Tú Viên lo họ
hàng sụp diệt, gây họa cho dân vô tội, trông ngóng ngươi
đến triều đình mà không thấy, bèn tự đem thân đến quy phụ.
Trẫm thương lòng trung hiếu, bèn phong Trần Ích Tắc làm
An Nam quốc vương, Trần Tú Viên làm Phụ nghĩa công, để
thờ phụng họ Trần. Ban mệnh Trấn nam vương Thoát Hoan,
Bình chương chính sự Ngạc La Tề mang quân bình định
nước ngươi. Các tội lỗi trước chỉ một mình ngươi gánh chịu,
quan lại dân chúng không can dự. Chiếu thư đến nơi lại trở
về đồng ruộng an cư lạc nghiệp; vậy nên ban chiếu dụ quan
*lại trăm họ An Nam hay biết."***An Nam Chí Lược** quyển 2
Đại Nguyên Chiếu Chế.

（右諭安南宗族官吏至元二十三年四月詔
曩以爾國陳既稱臣服崴輸貢獻而不躬親入朝因彼叔父陳遺

愛來以安南事委之至則已為戕害所遣達嚕噶齊巴延特穆爾
又却之弗納至於出師占城宜相餽餉而畧不供給以致鎮南王
托歡行省阿爾哈雅進兵彼兵交之際互有殺傷今因爾國近親
陳益稷陳秀嵈慮宗國覆滅殃及無辜屢觀爾來庭終不見從自
拔來歸朕憫其忠孝特封陳益稷為安南國王陳秀嵈為輔義公
以奉陳祀申命鎮南王托歡平章政事鄂囉齊興兵平定其國前
此罪戾止於爾之身吏民無有所預詔書到日其各復歸田里安
生樂業故茲詔示右諭安南國官吏百姓)

Tháng 2 năm Trùng Hưng năm thứ 3 [Chí Nguyên thứ 24, 1287], nhà Nguyên lại sai Thoát Hoan, A Bát Xích đem quân sang xâm lược; **Khâm Định Thông Giám Cương Mục** triều Nguyễn chép như sau:

*"Nhà Nguyên lấy quân ở ba tỉnh Giang Hoài, Hồ Quảng, Giang Tây tất cả bảy vạn người, và năm trăm chiếc thuyền; quân ở tỉnh Vân Nam sáu nghìn người, và quân giống người Lê (1) ở bốn châu hải ngoại một vạn năm ngàn người; sai viên vạn hộ hải đạo là Trương Văn Hổ tải mười bảy vạn hộc lương (Sử cũ **Toàn Thư** chép là bảy mươi vạn) để tiếp tế cho quân ăn; phong cho A Bát Xích giữ chức Hành tỉnh tả thừa; Áo Lỗ Xích làm Bình chương chính sự, Ô Mã Nhi và Phàn Tiếp làm Tham tri chính sự, đều ở dưới quyền chỉ huy của Thoát Hoan (**Nguyên sử** chép là Thác Hoan). Các tướng Nguyên chia đường đem quân sang xâm lấn.*

Tin ấy từ nơi biên giới báo về triều. Các quan trong triều xin tuyển người khỏe mạnh bổ sung làm quân, để cho quân số được nhiều. Hưng Đạo vương Quốc Tuấn nói:

'Quân lính cốt phải tinh nhuệ, không cần phải nhiều, cứ xem như Bồ Kiên (2) ở Trung Quốc có quân hàng trăm vạn cũng có làm gì được đâu'.

Vì thế nên không tuyển thêm quân nữa." **Cương Mục, Chính Biên**, quyển 8.

Riêng **Nguyên Sử** chép rõ ngày tháng điều động các đạo quân:

"*...Ngày Đinh Hợi tháng giêng năm Chí Nguyên thứ 24 [9/2/1287], dùng Tham chính Trình Bằng Phi làm Trung thư hữu thừa, A Lý làm Trung thư tả thừa; dùng Bất Nhan Lý Hải Nha làm Tham tri chính sự, điều 1.000 quân tân phụ theo A Bát Xích đánh An Nam... Ngày Tân Mão [13/2], chiếu xuất phát quân Mông Cổ, Hán, thuộc 3 Hành tỉnh Giang Hoài, Giang Tây, Hồ Quảng, quân Vân Nam, cùng 4 châu Lê binh ngoài biển; mệnh vận lương đường biển bọn Vạn hộ Trương Văn Hổ chuyển 17 vạn thạch lương, chia đường đánh Giao Chỉ. Đặt Hành thượng thư tỉnh đánh Giao Chỉ, Áo Lỗ Xích giữ chức Bình chương chính sự, Ô Mã Nhi, Phàn Tiếp Tham tri chính sự coi tổng quát, cũng đều dưới quyền Trấn nam vương tiết chế.*"**Nguyên Sử, Bản Kỷ**, quyển 14.

(二十四年春正月…以參政程鵬飛為中書右丞，阿裏為中書左丞。丁亥，以不顏裏海牙為參知政事。發新附軍千人從阿八赤討安南。…詔發江淮、江西、湖廣三省蒙古、漢券軍及雲南兵，及海外四州黎兵，命海道運糧萬戶張文虎等運糧十七萬石，分道以討交趾。置征交趾行尚書省，奧魯赤平章政事，烏馬兒、樊楫參知政事，總之，並受鎮南王節制。)

Vào tháng 11, Thoát Hoan nhà Nguyên đem quân xâm phạm vào cửa ải, nhà vua hạ chiếu cho các tướng đem quân chống cự lại:

"*Quân Thoát Hoan kéo đến Tư Minh, để lại đấy hai nghìn người, giao cho vạn hộ là Hạ Chỉ và Trương Ngọc thống lĩnh để coi giữ các xe thuốc đạn, lương thực và quần áo của binh* sĩ, rồi sai Trình Bằng Phi, Áo Lỗ Xích mỗi người đem một vạn quân đi đường bộ, Ô Mã Nhi và Phàn Tiếp đem quân đi thuyền theo đường biển, hai đường đều tiến sang biên giới nước ta. Viên quan giữ ngoài biên giới đem việc đó tâu về triều. Nhà vua hỏi Hưng Đạo vương rằng:

'Bây giờ giặc đến thì mưu tính thế nào?'.

Hưng Đạo vương thưa rằng:

'Năm nay đánh thắng giặc có phần dễ hơn trước'.

Nhà vua liền hạ lệnh cho các tướng chia nhau đem quân chống cự." **Cương Mục, Chính Biên**, quyển 8.

Sự việc trong tháng 11 **Nguyên Sử** chép rõ hơn về cuộc hành quân đường bộ xâm nhập tỉnh Lạng Sơn, quân Nguyên dùng 2 cánh quân xâm lăng nước ta. Cánh thứ nhất xuất phát từ ải Nữ Nhi tại phía đông, do A Bát Xích làm tiên phong, Thoát Hoan nắm đại quân tiếp ứng. Cánh thứ 2, xuất phát từ Vĩnh Bình [Bằng Tường thị] tại phía tây, yểm trợ hông bên phải cho cánh thứ nhất:

"*Tháng 11 [6/12/1287-4/1/1288] Trấn nam vương đến Tư Minh, để lại 2.500 quân giao cho Vạn hộ Giao Chỉ, để coi giữ lương thực quân cụ nặng. Trình Bằng Phi, Bột La Hợp Đáp Nhi chỉ huy 1 vạn quân Hán xuất phát từ Vĩnh Bình [Bằng Tường, Quảng Tây], Áo Lỗ Xích chỉ huy 1 vạn quân theo Trấn nam vương xuất phát từ ải Nữ Nhi phía đông. A Bát Xích cầm 1 vạn quân làm tiên phong; Ô Mã Nhi, Phàn Tiếp mang binh theo đường thủy; qua Ngọc Sơn [Mũi Ngọc, Quảng Ninh], Song Môn, cửa biển An Bang, gặp hơn 400 chiếc thuyền Giao Chỉ, xông vào đánh, giết hơn 4.000, bắt sống hơn 100, tịch thu 100 chiếc thuyền, rồi hướng vào nội địa Giao Chỉ. Trình Bằng Phi, Bột La Hợp Tháp Nhi vượt 3 quan* ải Lão Thử, Hãm Sa, Tỷ Trúc; trải qua 17 lần giao tranh, đều thắng." **Nguyên Sử**, quyển 209, **Liệt Truyện An Nam**.

Về đường thủy, **Nguyên Sử** chép tiếp vào tháng 12 việc thuyền lương của Trương Văn Hổ bị tướng Trần Khánh Dư đánh đắm ngay sau khi thủy quân của Ô Mã Nhi, Phàn Tiếp đi vào nội địa:

"*Thuyền lương của Trương Văn Hổ vào tháng 12 năm trước [5/1-2/2/1288] đến Đồn Sơn, gặp 30 chiếc thuyền Giao Chỉ, Hổ giao tranh, hai bên tổn thất tương đương. Đến vùng biển Lục Thuỷ (3), gặp nhiều thuyền giặc; thế không địch nổi, thuyền lại nặng không thể đi nhanh, bèn đánh chìm xuống biển, rồi hướng về Quỳnh châu [Hải Nam]. Thuyền lương của Phí Củng Thần vào tháng 11 định đến Huệ châu [Quảng Đông], nhưng gió thổi không tiến được, nên dạt đến Quỳnh châu hợp với Trương Văn Hổ. Thuyền lương của Từ Khánh phiêu dạt đến Chiêm Thành, rồi lại trở về Quỳnh châu. Quân lính chết 220 người, huỷ 11 chiếc thuyền, hơn 1 vạn bốn ngàn ba trăm thạch lương.*" **Nguyên Sử**, quyển 209, **Liệt Truyện An Nam**.

(張文虎糧船以去年十二月次屯山，遇交趾船三十艘，文虎擊之，所殺略相當。至綠水洋，賊船益多，度不能敵，又船重不可行，乃沉米於海，趨瓊州。費拱辰糧船以十一月次惠州，風不得進，漂至瓊州，與張文虎合。徐慶糧船漂至占城，亦至瓊州。凡亡士卒二百二十人、船十一艘、糧萬四千三百石有奇)

Riêng **Toàn Thư** nước ta chép việc đánh bại thuyền lương Trương Văn Hổ như sau:

"*Khi ấy, thủy quân Nguyên đánh vào Vân Đồn, Hưng Đạo Vương giao hết công việc biên thùy cho Phó tướng Vân Đồn* là Nhân Huệ Vương Khánh Dư. Khánh Dư đánh thất lợi (4) thượng hoàng được tin, sai trung sứ xiềng Khánh Dư giải về kinh. Khánh Dư nói với trung sứ:

'Lấy quân pháp mà xử, tôi cam chịu tội, nhưng xin khất hai, ba ngày, để mưu lập công rồi về chịu tội búa rìu cũng chưa muộn'.

Trung sứ theo lời xin đó.

Khánh Dư liệu biết quân giặc đã qua, thuyền vận tải tất theo sau, nên thu thập tàn binh đợi chúng. Chẳng bao lâu thuyền vận tải quả nhiên đến, Khánh Dư đánh bại chúng, bắt được quân lương khí giới của giặc nhiều không kể xiết, tù binh cũng rất nhiều. Lập tức sai chạy ngựa mang thư về báo.

Thượng hoàng tha cho tội trước không hỏi đến và nói:

'Chỗ trông cậy của quân Nguyên là lương thảo khí giới, nay đã bị ta bắt được, sợ nó chưa biết, có thể còn hung hăng chăng?'.

Bèn tha những tên bị bắt về doanh trại quân Nguyên để báo tin. Quân Nguyên quả nhiên rút lui. Cho nên, năm này, vết thương không thảm như năm trước, Khánh Dư có phần công lao trong đó.

Trước đây, Khánh Dư trấn giữ Vân Đồn, tục ở đó lấy buôn bán làm nghề nghiệp sinh nhai, ăn uống, may mặc đều dựa vào khách buôn phương Bắc, cho nên quần áo, đồ dùng theo tục người Bắc.

Khánh Dư duyệt quân các trang, ra lệnh:

'Quân trấn giữ Vân Đồn là để ngăn phòng giặc Hồ, không thể đội nón của phương Bắc, sợ khi vội vàng khó lòng phân biệt, nên đội nón Ma Lôi (Ma Lôi là tên một hương ở Hồng

Lộ, hương này khéo nghề đan cật tre làm nón, cho nên lấy tên hương làm tên nón), ai trái tất phải phạt'.

Nhưng Khánh Dư đã sai người nhà mua nón Ma Lôi từ trước, chở thuyền đến đậu trong cảng rồi. Lệnh vừa ra, sai người ngầm báo dân trong trang:

'Hôm qua thấy trước vụng biển có thuyền chở nón Ma Lôi đậu'.

Do đấy, người trong trang nối gót tranh nhau mua nón, ban đầu mua không tới 1 tiền, sau giá đắt, bán 1 chiếc nón giá 1 tấm vải. Số vải thu được tới hàng ngàn tấm. Thơ mừng của một người khách phương Bắc câu: 'Vân Đồn kê khuyển diệc giai kinh' (Vân Đồn gà chó thảy đều kinh) là nói thác sợ phục uy danh của Khánh Dư mà thực là châm biếm ngầm ông ta. Khánh Dư tính tham lam, thô bỉ, những nơi ông ta trấn nhậm, mọi người đều rất ghét. Nhân Tông chỉ tiếc ông có tài làm tướng, nên không nỡ bỏ mà thôi."**Toàn Thư, Bản Kỷ**, quyển 5.

Ngoài ra sự kiện trong tháng chạp, **Cương Mục** chép quân nhà Nguyên xâm phạm vào kinh thành; nhà Vua rước Thượng hoàng chạy đến đồn Hám Nam:

"Quân nhà Nguyên do hai đường thủy và bộ kéo sang, quân ta không chống giữ được. Thoát Hoan sai Trình Bằng Phi đem hai vạn quân đánh vào Vạn Kiếp, lập doanh trại ở núi Phả Lại (5) và núi Chí Linh (6), chia quân ra đóng giữ; dân ở Bàng Hà và Ba Điểm đều ra hàng. Lại sai bọn Ô Mã Nhi, A Bát Xích hội họp quân tiến thẳng qua sông Phú Lương, xâm phạm vào kinh thành. Nhà vua liền rước Thượng hoàng chạy đến đồn Hám Nam, rồi lại dùng chu sư [thủy quân] đi theo đường ra biển để tránh nạn. Quân nhà Nguyên đuổi *theo không kịp.*" **Cương Mục, Chính Biên**, quyển 8.

Nguyên Sử mục **Liệt Truyện** cũng chép tương tự:

"*Tháng 12 [5/1-2/2/1288] Trấn nam vương đến cảng Mao La, Hưng đạo vương bỏ trốn, nhân đánh trại Phù Sơn, phá được. Lại ra lệnh Trình Bằng Phi, A Lý, dùng 3 vạn quân chiếm Vạn Kiếp; rồi xây doanh trại gỗ tại các núi Phả Lại, Chí Linh. Mệnh Ô Mã Nhi mang thuỷ quân, A Bát Xích điều lục quân, tiến đánh thành Giao Chỉ; Trấn nam vương điều quân vượt sông Phú Lương, đến dưới thành, đánh bại quân phòng thủ. Nhật Huyễn và con bỏ thành, đến tại đồn Cảm Nam; các quân đánh hạ được đồn.*" **Nguyên Sử**, quyển 209, **Liệt Truyện An Nam.**

（十二月，鎮南王次茅羅港，交趾興道王遁，因攻浮山寨，破之。又命程鵬飛、阿里以兵二萬人守萬劫，且修普賴山及至靈山木柵。命烏馬兒將水兵，阿八赤將陸兵，徑趨交趾城。鎮南王以諸軍渡富良江，次城下，敗其守兵。日烜與其子棄城走敢喃堡，諸軍攻下之。）

Riêng **An Nam Chí lược** bổ sung việc 5000 quân Nguyên hộ tống bọn Lê Trắc vào đến ải Nội Bàng [thị xã Chũ, Bắc Giang], giao chiến với quân ta bị thua, bèn mở đường máu rút ra khỏi quan ải. Riêng đại binh quân Nguyên từ kinh thành xuôi dòng sông Hồng tấn công quân nhà vua tại cửa Hàm Tử [tỉnh Hưng Yên]:

"*Bấy giờ Tỉnh đô sự hầu Sư Đạt, Mã hộ hầu, Tiêu Thiên hộ dùng quân tại các cánh quân gồm hơn 5.000 cùng với [Lê] Trắc từ Tư Minh tiếp tục tiến. Ngày Giáp Thân 28 vào cửa quan Nội Bàng, cùng với quân địch đánh suốt ngày đêm, sức yếu thua, các Đô, Hầu chết; Trắc chiếu theo đường cũ dẫn Vạn hộ, Thiên hộ, cùng con trai của Vương An Nam [Trần*

Ích Tắc] *là Trần Dục, Thiêm sự Nguyễn Lĩnh, Phủ phán Lê Yến đưa số kỵ binh còn lại tử chiến ra khỏi quan ải. Ngày Ất Dậu 29 Vương từ khi vượt sông Lô, A Lý Tề theo bờ sông phía đông phá ải Hàm Vu [Tử], Thế tử rút quân về giữ ải Hải Bái, bị đại binh đánh phá."* **An Nam Chí Lược, Chinh Thảo Vận Hướng**, quyển 4.

（时省都事侯师达、万户侯名未详、焦千户等，以各翼馀兵仅五千偕剌自思明续进。二十八日甲申，入内傍關，与彼兵竟日夜战。力屈宵，溃。侯都等死，剌诣旧路引万户、千户与安南国王男陈昱、金事阮领、府判黎晏等，率馀骑死战出關。免。二十九日乙酉，王自渡泸江。阿巴齐沿东岸破鹹于隘。世子退守海沛隘。）

Cương Mục chép tiếp vào tháng giêng năm Trùng Hưng thứ 4 [1288, năm Chí Nguyên thứ 25] Ô Mã Nhi nhà Nguyên xâm phạm mộ tổ họ Trần tại phủ Long Hưng (7), hiện nay thuộc tỉnh Thái Bình.

Riêng **Nguyên Sử** chép Ô Mã Nhi theo hướng cửa biển Đại Bàng đón thuyền lương Trương Văn Hổ; như vậy có thể hiểu rằng Ô Mã Nhi dùng thủy quân xuôi sông Hồng, qua sông Luộc xâm phạm phần mộ tổ họ Trần; rồi theo sông Thái Bình ra biển, đến vùng biển Đại Bàng, tức cửa Văn Úc thuộc huyện Kiến Thụy, Hải Phòng:

"Tháng giêng năm thứ 25 [3/2-3/3/1288] Nhật Huyễn và con lại chạy ra biển; Trấn nam vương điều các quân truy kích, đến cửa biển Thiên Trường [Nam Định] thì không biết đi đâu, bèn mang binh trở về thành Giao Chỉ. Lại mệnh Ô Mã Nhi theo hướng cửa biển Đại Bàng [huyện Kiến Thụy, Hải Phòng] đón thuyền lương của Trương Văn Hổ; Áo Lỗ Xích, A Bát Xích chia đường vào núi tìm lương. Nghe tin Giao Chỉ tập trung quân tại Cá Trầm, Cá Lê, Ma Sơn, Nguy Trại; bèn

mang quân đến đánh phá, giết hơn 1 vạn tên." **Nguyên Sử**, quyển 209, **Liệt Truyện An Nam.**

(二十五年正月，日烜及其子復走入海。鎮南王以諸軍追之，次天長海口，不知其所之，引兵還交趾城。命烏馬兒將水兵由大滂口邀張文虎等糧船，奧魯赤、阿八赤等分道入山求糧。聞交趾集兵箇沉、箇黎、磨山、魏寨，發兵皆破之，斬萬餘級。)

Tháng 2, Ô Mã Nhi từ cửa biển Đại Bàng ngược theo bờ biển hướng tây bắc, đến đánh phá trại An Hưng tại Quảng Yên, rồi trở về Vạn Kiếp:

"*Ô Mã Nhi đợi mãi không thấy thuyền tải lương của Văn Hổ đến, bèn đánh phá trại An Hưng (8), rồi lại đem quân về Vạn Kiếp, chia ra đóng giữ các núi Chí Linh và Phả Lại, để làm kế cố thủ.*" **Cương Mục**, **Chính Biên**, quyển 8.

Vào tháng 2, **Nguyên Sử** xác nhận các quân hội tụ tại Vạn Kiếp; nhân vì thiếu lương, quân sĩ mệt mỏi không thể ở lâu nên Trấn Nam vương cho rút quân; mệnh Ô Mã Nhi, Phàn Tiếp điều thủy quân rút trước:

"*Tháng 2 [4/3-1/4/1288], Trấn nam vương dẫn quân trở về Vạn Kiếp. A Bát Xích lãnh tiền phong, đoạt quan ải, ghép cầu nối, phá cửa khẩu Tam Giang, đánh phá 32 bảo [đồn nhỏ], giết hơn 1 vạn, tịch thu 200 thuyền, hơn 11 vạn 3 ngàn thạch gạo. Ô Mã Nhi từ cửa khẩu Đại Bàng, hướng đến Đáp Sơn, gặp hàng ngàn thuyền giặc bèn đánh phá; đến cửa khẩu An Bang, không gặp thuyền Trương Văn Hổ, bèn trở lại Vạn Kiếp, tìm lương được hơn 4 vạn thạch. Các trại gỗ tại Phả Lại, Chí Linh đã làm xong; dùng làm nơi đóng quân. Các tướng nhân nói rằng:*

'*Giao Chỉ không có thành trì có thể giữ, không có kho*

lương đủ ăn; thuyền lương của Trương Văn Hổ không đến, trời lại nóng; sợ lương hết, quân mệt, không thể cầm cự lâu, làm thẹn mặt triều đình; vậy nên bảo toàn quân rút về.'

Trấn nam vương chấp thuận, mệnh Ô Mã Nhi, Phàn Tiếp cho thuỷ quân về trước; Trình Bằng Phi, Tháp Xuất mang quân hộ tống" **Nguyên Sử**, quyển 209, **Liệt Truyện An Nam.**

(二月，鎮南王引兵還萬劫。阿八赤將前鋒，奪關繫橋，破三江口，攻下堡三十二，斬數萬餘級，得船二百艘、米十一萬三千餘石。烏馬兒由大滂口趨塔山，遇賊船千餘，擊破之；至安邦口，不見張文虎船，復還萬劫，得米四萬餘石。普賴、至靈山木柵成，命諸軍居之。諸將因言：「交趾無城池可守、倉庾可食，張文虎等糧船不至，且天時已熱，恐糧盡師老，無以支久，為朝廷羞，宜全師而還。」鎮南王從之。命烏馬兒、樊楫將水兵先還，程鵬飛、塔出將兵護送之)

Chấp hành lệnh của Trấn Nam Vương, bọn Phàn Tiếp, Ô Mã Nhi mang thủy quân trở về; vào đầu tháng 3 đến sông Bạch Đằng

"Tháng 2, trời nóng, lương thực hết; do đó Vương [Thoát Hoan] ra lệnh mang quân trở về. Phàn Tiếp và Ô Mã Nhi mang quân trở về; bị giặc chặn tại sông Bạch Đằng. Gặp lúc thuỷ triều rút, thuyền của Tiếp bị mắc cạn; thuyền giặc đến đông, tên bắn như mưa, từ giờ Mão [5-7 giờ sáng] đến Dậu [15-17 giờ]. Tiếp bị thương, rơi xuống nước; giặc dùng câu liêm kéo lên giết chết. Vào năm Chí Thuận thứ nhất [1330] được truy tặng Suy trung tuyên lực hiệu tiết công thần, Tư đức đại phu, Giang Chiết Hành tỉnh hữu thừa, Thượng đẳng công thần, thuỵ Trung Định" **Nguyên Sử**, quyển 166, **Liệt Truyện**: Phàn Tiếp

(二月，天暑，食且盡，於是王命班師。楫與烏馬兒將舟師還，為賊邀遮白藤江。潮下，楫舟膠，賊舟大集，矢下如雨，力戰，自卯至酉，楫被創，投水中，賊鉤執毒殺之。至順元年，贈推忠宣力效節功臣、資德大夫、江浙行省右丞、上黨郡公，諡忠定)

Cương Mục chép việc vào tháng 3. Hưng Đạo vương Quốc Tuấn phá tan được thủy quân nhà Nguyên ở sông Bạch Đằng, bắt được tướng Nguyên là bọn Ô Mã Nhi:

"Quân Nguyên thiếu lương ăn, chia ra từng toán để đi tìm lương, các tướng đều nói:

'Ở đây không có thành trì để giữ, không có kho tàng để ăn. Vả lại, đương lúc cuối xuân đầu hè, khí trời nồng nực; những chỗ hiểm trở xung yếu đã chiếm được nay đều bị mất, chi bằng đem quân về'

Thoát Hoan y theo, hạ lệnh cho bọn Ô Mã Nhi, Phàn Tiếp đem chu sư theo đường thủy đi trước. Hưng Đạo vương Quốc Tuấn biết quân Nguyên sắp rút lui, bèn trước hết cho người đóng cọc gỗ ở sông Bạch Đằng, lấy cỏ phủ lên đầu cọc, sẵn sàng chờ đợi. Khi bọn Ô Mã Nhi về đến Bạch Đằng, Quốc Tuấn nhân lúc nước thủy triều lên, cho quân ra khiêu chiến, giả vờ thua chạy, bên Nguyên đem cả quân đuổi theo. Lúc ấy nước thủy triều xuống rất mau. Tướng Nguyễn Khoái thống lĩnh vệ quân Thánh Dực tung quân ra đánh quật lại, phá tan được quân Nguyên. Gặp lúc ấy đại quân của nhà vua kế tiếp tiến đến. Ô Mã Nhi phải thu thập những thuyền còn sót lại để chạy, không ngờ thuyền mắc trên cọc gỗ đều bị đổ nhào xuống nước, quân Nguyên chết không biết chừng nào mà kể, quân ta bắt được hơn bốn trăm chiếc thuyền. Tước nội minh tự là Đỗ Hành bắt được Ô Mã Nhi và Tích Lệ Cơ Ngọc đem dâng nộp thượng hoàng." **Cương Mục, Chính Biên**, quyển 8.

Gần đây có bài nghiên cứu của Lauren Hilgers đăng trên Archeology vào tháng 4/2016 do Trần Ngọc Cư dịch (9), với nhan đề "**Bạch Đằng: một chiến trường hiển lộ dần.**" Nội dung cho biết vào thập niên 1950 các nhà khảo cổ Việt Nam đã phát hiện hệ thống phòng thủ trên sông trong một ruộng lúa gần sông Bạch Đằng chạy ra biển; gồm những cụm gỗ dày đặc, chôn dưới bùn, mũi chỉa lên theo các góc khác nhau.

Kimura hiện làm việc tại đại học Tokai, Tokyo, nhận xét "*Các nhà nghiên cứu của Việt Nam trước đó không thể giải thích rõ ràng các cọc gỗ đã được phân bố trên trận địa như thế nào. Trong những năm 1950 người ta chưa sử dụng được cách định tuổi gỗ bằng carbon phóng xạ và máy định vị GPS.*" Trong các năm 2010, 2011, 2013; ông Kimura cùng Học giả Staniforth trở lại Việt Nam, khai quật ao cá gần sông Bạch Đằng, họ phát hiện được tổng cộng 55 cọc gỗ, cùng với các mảnh đồ gốm và gỗ. Điều quan trọng là các cọc gỗ được giám định có độ tuổi từ 700 năm trở về trước; gần như chắc chắn có liên quan đến cuộc xâm lăng của quân Mông cổ vào năm 1288.

Vào tháng 3, ngoài trận thủy chiến trên sông Bạch Đằng, **Cương Mục** chép thêm việc đoàn quân Thoát Hoan gặp khốn khó phải theo đường bộ chạy trốn về nước:

Viên hữu thừa nhà Nguyên là Trình Bằng Phi chọn lấy những quân khỏe mạnh, theo đường bộ, bảo vệ cho Thoát Hoan trốn về nước. Khi về đến cửa ải Nội Bàng [thị xã Chũ, Bắc Giang], bị quân ta hội hợp chặn đánh, chức vạn hộ nhà Nguyên là Trương Quân phải dùng ba nghìn quân liều chết để đánh, mới thoát ra được khỏi cửa ải. Lại có gián điệp nói: Quân ta phân ra giữ cửa ải Nữ Nhi và núi Kheo Cấp, rải rác hơn trăm dặm để chặn đường, quân Nguyên lại càng sợ, vừa đánh vừa chạy. Quân ta nhân ở trên cao bắn tên thuốc độc xuống, bọn Trương Ngọc, A Bát Xích đều bị chết, tướng sĩ nhà Nguyên phải buộc vết thương để chống cự, thây chết nằm chồng chất lên nhau. Thoát Hoan phải do đường huyện Đan Dĩ chạy sang Lộc Châu, rồi đi đường tắt về Tư Minh, sai Áo Lỗ Xích thu thập tàn quân trở về nước." **Cương Mục, Chính Biên**, quyển 8.

Nguyên Sử cũng phải xác nhận cảnh khốn khó nhục nhã khi rút quân:

"Trấn nam vương đến ải Nội Bàng, quân giặc tập kích, vương bèn đánh phá. Mệnh Vạn hộ Trương Quân dùng 3 ngàn quân đoạn hậu, cố sức đánh để ra khỏi quan ải. Điệp viên thông báo Nhật Huyễn, Thế tử, Hưng đạo vương dàn hơn 30 vạn quân liên tiếp 100 dặm, chiếm ải Nữ Nhi, Khâu Cấp Lãnh, nhằm chặn đường về. Trấn nam vương từ huyện Đơn Kỷ, hướng Lộc Châu; rồi hỏi đường mà ra, đến châu Tư Minh. Mệnh Ái Lỗ dẫn quân trở về Vân Nam, Áo Lỗ Xích mang các quân trở về phương Bắc. Nhật Huyễn bèn sai sứ đến tạ, tiến cống người vàng thế tội. Tháng 11 [25/11-24/12/1288], sai Lưu Đình Trực, Lý Tư Diễn, Vạn Nô đi sứ An Nam, mang chiếu chỉ dụ Nhật Huyễn đến triều đình." **Nguyên Sử**, quyển

(鎮南王次內傍關，賊兵大集，王擊破之。命萬戶張均以精銳三千人殿，力戰出關。諜知日烜及世子、興道王等，分兵三十餘萬，守女兒關及丘急嶺，連亙百餘里，以遏歸師。鎮南王遂由單己縣趨盎州，間道以出，次思明州。命愛魯引兵還雲南，奧魯赤以諸軍北還。日烜尋遣使來謝，進金人代己罪。十一月，以劉庭直、李思衍、萬奴等使安南，持詔諭日烜來朝。)

Chú thích:

1. Lời chua của **Cương Mục**: Quân người Lê ở bốn châu tức là các châu Nhai, Quỳnh, Đam và Vạn, nay thuộc Hải Nam tỉnh Quảng Đông nhà Thanh. Địa điểm này có động Mán chủng tộc người Lê. Nhà Nguyên đặt mười hai cánh Lê Binh, có phủ Thiên Hộ quản lĩnh những cánh quân ấy.

2. Bồ Kiên: Thời đại Đông Tấn, Tam Tần vương là Bồ Kiên có số quân đến trăm vạn (quân chiến đấu bằng cung tên dáo mác hơn 60 vạn, quân cưỡi ngựa gần 30 vạn). Năm 383, Bồ Kiên đem quân đóng ở dọc sông Phì Thủy để đánh nhà Tấn, tướng nhà Tấn là Tạ Thạch đánh cho quân Bồ Kiên chết đến 7, 8 phần mười. Bồ Kiên trúng tên, phải bỏ chạy.

3. Biển Lục Thủy: Nay ở phía đông nam huyện Hoành Bồ, tỉnh Quảng Yên, cách huyện 17 dặm.

4. Nhân Huệ Vương Trần Khánh Dư chịu trách nhiệm giữ vùng bờ biển, không chặn nổi thủy quân giặc, để chúng qua được cửa An Bang tiến về Vạn Kiếp. Vân Đồn nay tức là Vân Hải, tỉnh Quảng Ninh.

5.. Núi Phả Lại: Nay ở xã Phả Lại, huyện Quế Dương, tỉnh Bắc Ninh.

6. Núi Chí Linh: Nay ở huyện Chí Linh, tỉnh Hải Dương.

7. Long Hưng: Trước là địa phận làng Đa Cương, mộ tổ nhà Trần táng ở đấy, vì thế mới đổi là phủ Long Hưng; đời Hồ đổi là Tân Hưng; nhà Lê đổi là Tiên Hưng; triều Nguyễn gọi như trước, thuộc tỉnh Hưng Yên, hiện nay thuộc tỉnh Thái Bình

8. An Hưng: Tên trại, nhà Lê đổi làm huyện; nay cũng theo tên ấy, thuộc tỉnh Quảng Yên.

9. Bauxite Việt Nam, ngày 27/3/2016: Bạch Đằng: một chiến trường xưa hiển lộ dần

44.
Vua Trần Nhân Tông (5)

Niên hiệu:

Thiệu Bảo: 1279-1284

Trùng Hưng:1285-1292

Vào ngày 17 tháng 3 năm Trùng Hưng thứ 4 [1288], sau khi chiến thắng quân Nguyên trên sông Bạch Đằng, Vua Trần Nhân Tông và Thái thượng hoàng trở về quê cũ Long Hưng [huyện Đông Hưng, Thái Bình] làm lễ dâng tù tại Chiêu Lăng (1):

"Hai vua trở về phủ Long Hưng. Ngày 17, đem các tướng giặc bị bắt là Tích Lệ Cơ Ngọc, Nguyên soái Ô Mã Nhi, Tham chính Sầm Đoàn, Phàn Tiếp, Nguyên soái Điền, các Vạn hộ, Thiên hộ làm lễ dâng tù thắng trận ở Chiêu Lăng.

Trước đó quân Nguyên đã khai quật Chiêu Lăng muốn phá đi, nhưng không phạm được tới quan tài. Đến khi giặc thua, chân ngựa đá ở lăng đều bị lấm bùn. Cho đó là thần linh giúp ngầm vậy. Khi vua cử lễ bái yết, có làm thơ rằng:

"Xã tắc lưỡng hồi lao thạch mã,

Sơn hà thiên cổ điện kim âu."

(Xã tắc hai phen bon ngựa đá,

*Non sông ngàn thuở vững âu vàng (2)."***Toàn Thư, Bản Kỷ**, quyển 5.

Căn cứ vào **Nguyên Sử** Phàn Tiếp **Liệt Truyện**; Phàn Tiếp bị giết ngay trong trận thủy chiến tại sông Bạch Đằng, xin chép thêm để tham khảo:

"...Tháng 2, trời nóng, lương thực hết; do đó Vương [Trấn nam vương Thoát Hoan] *ra lệnh mang quân trở về. Tiếp và Ô Mã Nhi mang quân trở về; bị giặc chặn tại sông Bạch Đằng. Gặp lúc thuỷ triều rút, thuyền của Tiếp bị mắc cạn; thuyền giặc đến đông, tên bắn như mưa, từ giờ Mão* [5-7 giờ sáng] *đến Dậu* [15-17 giờ]. *Tiếp bị thương, rơi xuống nước; giặc dùng câu liêm kéo lên giết chết. Vào năm Chí Thuận thứ nhất* [1330] *được truy tặng Suy trung tuyên lực hiệu tiết công thần, Tư đức đại phu, Giang Chiết Hành tỉnh hữu thừa, Thượng đẳng Quận công, thuỵ Trung Định."*

(二月，天暑，食且盡，於是王命班師。楫與烏馬兒將舟師還，為賊邀遮白藤江。潮下，楫舟膠，賊舟大集，矢下如雨，力戰，自卯至酉，楫被創，投水中，賊鉤執毒殺之。至順元年，贈推忠宣力效節功臣、資德大夫、江浙行省右丞、上黨郡公，諡忠定。)

Vào tháng 4, nhà vua rước Thượng hoàng về thành Đại La [Hà Nội], làm lễ đại xá; nhân đó hòa giải mối bất hòa giữa viên hoạn quan Hành khiển Lê Tòng Giáo và viên Hàn lâm Đinh Củng Viên:

"Lúc ấy, cung điện bị giặc đốt phá, nhà vua ngự ở hành lang thị vệ, hạ chiếu đại xá cho thiên hạ: phàm chỗ nào bị quân Nguyên tàn phá cướp bóc nhiều lần, thì được tha hết tô thuế và dao dịch, còn những chỗ khác thì tha cho hoặc nhiều

hoặc ít, tùy theo sự thiệt hại của từng nơi.

Theo chế độ cũ, mỗi khi có chiếu ân xá, thì viên trung quan [hoạn quan] giữ chức Hành khiển tuyên đọc chiếu thư, còn việc nghĩ soạn chiếu thư thì do viện Hàn Lâm phụ trách. Sau khi viện Hàn Lâm nghĩ soạn xong rồi, đưa bản thảo cho viên trung thư học tập trước, để chuẩn bị đến lúc tuyên đọc cho đúng. Lúc bấy giờ, Lê Tòng Giáo giữ chức Hành khiển, cùng với Hàn Lâm phụng chỉ là Đinh Củng Viên vốn không hòa hợp với nhau. Gặp khi ấy có chiếu đại xá, Củng Viên cố ý không đưa bản thảo trước, đến ngày tuyên chiếu mới đưa cho; vì thế Tòng Giáo tuyên đọc không thông. Nhà vua phải bảo Củng Viên đứng bên nhắc. Tiếng nhắc của Củng Viên to, mà tiếng tuyên đọc của Tòng Giáo lại nhỏ, Tòng Giáo tỏ nét mặt hổ thẹn. Sau khi lễ tuyên chiếu xong rồi, nhà vua cho triệu Tòng Giáo đến bảo rằng:

'Củng Viên là văn quan, nhà ngươi là trung quan, có việc gì mà không hòa hợp với nhau đến thế! Nhà ngươi làm lưu thủ ở Thiên Trường, rươi có, quít có, đi lại tặng biếu cho nhau thì có hại gì?'

Từ bấy giờ Tòng Giáo với Củng Viên tình giao kết với nhau trở nên thân mật." **Cương Mục, Chính Biên**, quyển 8.

Tháng 10, sai em Đỗ Khắc Chung là Thiên Thứ đi sứ sang nhà Nguyên:

"Quân Nguyên đã rút lui, nhà vua sai Đỗ Thiên Thứ sang nhà Nguyên trần tạ. Thiên Thứ là em Khắc Chung, Khắc Chung trước đây đã sang sứ bên dinh trại quân Nguyên, có công (3), nay tiến cử người em, nên nhà vua mới cho sang sứ." **Cương Mục, Chính Biên**, quyển 8.

Vào tháng chạp, Nguyên Thế tổ sai Án sát Lưu Đình Trực, Thị lang bộ lễ Lý Tư Diễn mang chiếu dụ đến nước ta đòi nhà Vua sang chầu và trả tù binh về nước, chiếu thư như sau:

"Tháng chạp năm Chí Nguyên thứ 25 [1288], dụ Thế tử nước An Nam. Trẫm coi vạn nước, đức và uy đều dùng; ngươi ngoài mặt thì hướng theo giáo hóa, nhưng thực sự chưa đến triều cận; mấy lần gửi thư trưng đòi, nhưng từ chối vì bệnh. Mệnh chú ngươi thay giữ chức, lại chống lệnh giết hại. Còn chiến dịch đánh Chiêm Thành của Ha Nhĩ Cáp Nhã, mượn đường nước ngươi, mệnh sửa cầu đường, cấp lương thực; không những thất tín lại còn chống cự quân ta; như vậy mà không chinh phạt thì vương hiến đâu còn; dân tàn, nước phá thực do ngươi gây ra! Nay ngươi dâng biểu nhận tội tự mình biết hối hận; lại sai Sứ đến thay mặt tâu ngươi tự trách 3 điều: Thứ nhất chiếu thư triệu không đến, thứ 2 Thoát Hoan kéo quân qua mà không đón tiếp, thứ 3 ngăn quân Toa Đô. Nếu được ban ơn xá tội đáng sai con đến, tiến cống gái đẹp, theo năm cống phương vật. Những sự kính cẩn giả dối đó nào có ích gì; nếu có lòng thành sao không đến gặp mặt trình bày; lại nghe sai tướng đến thì bỏ trốn, lúc ban sư lại thanh ngôn triều cống thờ phụng bề trên; xem vậy lòng thành và xảo trá có thể thấy được. Hãy suy nghĩ cho kỹ việc trốn tránh qua ngày nơi góc biển với việc không lo đến binh hỏa chi bằng đến sân đình quy mệnh, được sủng ái vinh hiển trở về, so sánh cả hai, phía nào được, phía nào mất, nếu lầm lỡ quan hệ đến sự mất còn của một phương.

Bởi vậy sai Đề hình đạo Liêu Đông Án sát ty Lưu Đình Trực, Thị lang bộ lễ Lý Tư Diễn, Lang trung bộ binh Ngạc Nhược, cùng bọn Đường Cổ Đặc Hiệp, Tát Hồng Cát Lý Đặc, dẫn Sứ giả trước kia đưa đến là bọn Nguyễn Nghĩa Toàn 24 người trở về nước, cùng thân dụ Trẫm ý, Trẫm sẽ tha cho hết những lỗi lầm trước. Nếu còn trì nghi, quyết không khoan thứ; hãy lo tu sửa thành quách của ngươi, mài dũa giáp binh, cứ làm hết sức, đợi ta ra tay; các ngươi đã xưng thần vong Tống, tự xét khí lực ta như thế nào, đừng để hối hận về sau. Ngươi biết Tất Lệ Cơ Thiểm là người trong họ phải dùng lễ đưa về, cùng quân bị biếm trích và quân Ô mã Nhi, Toa Đô; dùng đường thủy đưa về, ta sẽ có cách khu xử. Vậy nay ban chiếu cho ngươi biết rõ.” **An Nam Chí Lược** quyển 2 **Đại Nguyên Chiếu Chế**.

(至元二十五年十二月諭安南世子詔朕君臨萬邦威威並用爾名為向化實未造朝累示徵書輒辭以疾及命爾叔假守彼公然拒違敢行專殺至若阿爾哈雅占城之役就爾假途俾之繕治津梁飛輓芻粟不惟失信又復抗師此而不征王憲何在民殘國破實自爾取今爾表稱伏罪似已知悔外據來人代奏爾自責者三被召不來一也托歡撫軍而不迓二也索多關/ 遮當三也若蒙赦宥當遣其子進美姬歲貢方物凡茲謬敬將焉用此若果出誠恐何不來此面陳安有聞將則事遄逃見班師則聲言入貢以斯奉上情偽可知爾誠思與其嶺海偷生無慮兵禍曷若來庭歸命寵被榮還二策之間孰得孰失爾今一念違愯係彼一方存亡故遣遼東道提刑按察司劉廷直禮部侍郎李思衍兵部郎中鄂諾同唐古特哈薩鴻吉哩特等引前差來阮義全等二十四人回國親諭朕意朕當悉宥前過復爾舊封或更遲疑決難寬恕但脩爾城郭礪爾甲兵聽爾所為候吾此舉爾嘗臣事亡宋自揆氣力何如今爾知機毋貽後悔爾知悉庂機忝為族類以禮遣還彼乃有過謫戍之人關/言如此飾辭合將烏瑪喇索多軍官等一同來彼中所宜事理朕當區處完備津道遣還故茲詔示念宜知悉)

Vào tháng 2 năm Trùng Hưng thứ 5 [1289] đem trả tù

binh nhà Nguyên là Ô Mã Nhi về nước, rồi ngầm lập mưu giết đi:

"Trận chiến thắng ở Bạch Đằng, quân ta bắt được tướng nhà Nguyên là Ô Mã Nhi và bọn Tích Lệ Cơ Ngọc và Phàn Tiếp, sau nhà vua sai tòng nghĩa lang là Nguyên Thịnh đưa Cơ Ngọc về trước, còn Phàn Tiếp bị bệnh chết, dùng phép hỏa táng rồi cấp cho một đôi ngựa sai vợ con hắn chở hài cốt mang về; những đầu mục quân sĩ cũng cho về cả. Duy có Ô Mã Nhi chém giết cướp bóc dân ta một cách tàn khốc, nhà vua căm giận lắm, nên theo kế của Quốc Tuấn, sai Nội thư gia Hoàng Tá Thốn đưa trả về nước, dùng người tài lội nước sung làm phu chèo thuyền, nhân đêm dùi thủng thuyền cho đắm, Ô Mã Nhi bị chết đuối. Nhân đấy, nhà vua phúc thư với nhà Nguyên rằng:

'Vì thuyền rỉ nước bị đắm, quan tham chính [Ô Mã Nhi] sức vóc to lớn, không sao cứu vớt được, thành ra chết đuối'.

Nhà Nguyên cũng không tra cứu gì đến việc này." **Cương Mục, Chính Biên**, quyển 8.

Tháng 4, triều đình xét định công trạng những người đã đánh thắng quân Nguyên:

"Tiến phong Hưng Đạo vương Quốc Tuấn làm Đại vương; Hưng Vũ vương Nghiện làm Khai quốc công; Hưng Nhượng vương Tảng làm tiết độ sứ. Ngoài ra người nào có công lớn đều được ban quốc tính (3), Khắc Chung cũng được dự ân tứ này và vẫn giữ chức Đại hành khiển; Nguyễn Khoái làm liệt hầu và được ban cho một "hương" [làng] gọi tên là Khoái lộ [tại Hưng Yên]. Người Man trưởng ở Lạng Giang [Bắc Giang] là bọn Lương Uất, Hà Tất Năng vì biết đốc suất dân đánh giặc, nên Lương Uất được phong làm chủ trại Quy Hóa

[Yên Bái, Lao Cai]; *Tất Năng được phong tước quan Phục hầu; Đỗ Hành vì khi bắt được Ô Mã Nhi, không đem nộp cho nhà Vua* (5), *nên chỉ được phong tước quan Nội hầu; Hưng Trí vương Nghiễn vì trái tướng lệnh, ngăn cản đường quân Nguyên rút về nước, nên không được thăng trật.*

Sau khi tước thưởng đã ban hành rồi, còn có người thắc mắc, thượng hoàng phủ dụ rằng:

'Nếu các ngươi biết chắc rằng giặc Nguyên không sang nữa, thì dầu phong đến cực phẩm, trẫm cũng không tiếc gì, nhưng nếu một mai giặc lại kéo sang, mà lúc ấy các ngươi lại có chiến công, thì trẫm biết hậu đãi các ngươi thế nào để khuyến khích thiên hạ được?'.

Mọi người đều bằng lòng. Lại định những bầy tôi đã có công đánh giặc hai lần, người nào đã xung phong trước phá được trận tuyến của giặc, lập được chiến công đặc biệt, nay được chép vào tập **Trùng Hưng Thực Lục** *và sai thợ vẽ hình dạng vào tập sách ấy.*

Mỗi khi nhà vua ra chơi đâu, trông thấy gia đồng các vương hầu ở ngoài đường tất gọi rõ tên và hỏi:

'Chủ mi làm gì?'.

Nhà vua thường răn bảo vệ sĩ không được quát mắng gia đồng; lại bảo với các hầu cận rằng:

'Ngày thường thì bao nhiêu người hầu hạ xung quanh, đến khi nước nhà gặp hoạn nạn, thì chỉ thấy có bọn ấy thôi'.

Câu nói ấy có ý cảm động công lao gia đồng đã theo hầu khó nhọc trong khi mình đi lánh nạn." **Cương Mục, Chính Biên**, quyển 8

Tháng 5, dùng Phùng Sĩ Chu người Cổ Liễu, Trà Hương

[nay thuộc huyện Kim Thành, Hải Dương] làm Hành khiển:

"Lúc quân Nguyên sang xâm lược, nhà vua sai Sĩ Chu bói, Sĩ Chu gieo quẻ rồi đoán rằng:

'Chắc chắn đại thắng'.

Nhà vua nói:

'Nếu quả như lời, sẽ có trọng thưởng'. Nay quân Nguyên đã rút lui, nhà vua nói:

'Thiên tử không nói bỡn'

Vì thế nên có lệnh này." **Cương Mục, Chính Biên**, quyển 8

Việc xét xử tội những người đầu hàng quân Nguyên, chia làm 2 loại: loại đầu hàng đầu tiên bị phạt tội không tha; riêng loại a dua đầu hàng sau này, Thượng hoàng sai đốt những biểu văn xin hàng, không hỏi đến:

"Trước đây, quân Nguyên sang xâm lấn, bọn vương, hầu và các quan có nhiều người đưa giấy tờ sang dinh quân giặc; khi quân Nguyên rút lui, quân ta bắt được một tráp đựng các biểu xin hàng, thượng hoàng sai đốt đi, để cho những kẻ phản bội được yên tâm.

Nay chỉ xét tội người nào trước đã đầu hàng giặc, thì bây giờ dầu ở đất của giặc, cũng vẫn kết án vắng mặt về tội lưu hoặc tội xử tử, tịch thu điền sản sung công. Bọn Trần Kiện và Trần Văn Lộng bắt phải đổi họ là Mai, duy Ích Tắc (6) là họ thân với nhà vua, không nỡ bắt đổi họ, mà chỉ gọi là "Ả Trần", có ý mỉa mai là nhu nhược như đàn bà. Vì thế nên việc ghi chép lúc bấy giờ có tên gọi là "Ả Trần", "Mai Kiện".

Đặng Long là bầy tôi hầu cận, trước nhà vua muốn cho

làm Hàn lâm học sĩ, nhưng Thượng hoàng ngăn cản đi, Long oán giận, đầu hàng giặc; khi bắt được, đem xử tử. Về phần quân dân thì được miễn tội chết, duy hai làng Bàng Hà và Bà Điểm, khi giặc mới đến đã đầu hàng ngay, nay bắt dân hai làng ấy phải tội đồ làm "sai sử hoành"[sai làm nô lệ] không được dùng làm quan." **Cương Mục, Chính Biên**, quyển 8

Sau khi quân Nguyên rút lui, Thượng hoàng về hành cung Thiên Trường, có làm bài thơ cảm hoài như sau:

"Cảnh thanh u vật diệc thanh u,

Thập nhất tiên châu, thử nhất châu.

Bách bộ sênh ca, cầm bách thiệt,

Thiên hàng nô bộc quất thiên đầu

Nguyệt vô sự chiếu nhân vô sự,

Thủy hữu thu hàm thiên hữu thu.

Tứ hải dĩ thanh trần dĩ tính,

Kim niên du thắng tích niên du"

(Cảnh thanh u, vật cũng thanh u,

Mười một tiên châu, đây một châu.

Trăm giọng chim ca, trăm bộ sáo

Ngàn hàng cây quýt ngàn tên nô

Trăng vô sự soi người vô sự,

Nước vẻ thu ngậm trời vẻ thu.

Bốn biển đã quang, trần đã lặng.

Chuyến đi nay thắng chuyến đi xưa). **Toàn Thư, Bản Kỷ**, quyển 5.

Tháng 2 năm Trùng Hưng thứ 6 [1290] nhà Vua tự làm tướng đi đánh Ai Lao:

"Bầy tôi can rằng: Giặc Nguyên mới rút lui, vết thương chưa hàn gắn được, không nên gây việc binh đao. Nhà vua nói:

'Chỉ có thể nhân lúc này mà khởi binh thôi, vì sau khi giặc rút lui, các nước bên cạnh tất bảo là quân mã nước ta mỏi mệt, có ý coi thường, cho nên cần phải khởi đại binh để ra oai với nước khác'.

Bầy tôi đều nói:

'Thánh nhân lo xa như thế, bọn chúng tôi không thể nào nghĩ thấu được". **Cương Mục, Chính Biên**, quyển 8

Tháng 5, Thượng hoàng Trần Thánh Tông mất:

"Đặt tên thụy là: Huyền công thịnh đức nhân minh văn vũ tuyên hiếu hoàng đế. Miếu hiệu là Thánh Tông, làm vua 21 năm, nhường ngôi 13 năm, hưởng thọ 51 tuổi." **Cương Mục, Chính Biên**, quyển 8

Bổ dụng Phạm Ngũ Lão người xã Phủ Ủng, tỉnh Hưng Yên, từng lập công to thời chống Nguyên, quản lĩnh quân Thánh Dực:

"Ngũ Lão là gia thần Quốc Tuấn. Quốc Tuấn nhận thấy Ngũ Lão tài năng khí độ vượt hơn mọi người, gả con gái nuôi cho, nhân đó tiến cử lên triều đình. Ngũ Lão theo Quốc Tuấn đi đánh giặc Nguyên, có công, nên có lệnh bổ dụng này." **Cương Mục, Chính Biên**, quyển 8

Tháng 8, sai Ngô Đình Giới làm Sứ thần sang nhà Nguyên báo tin Thượng hoàng mất và cầu phong:

"Sai Ngô Đình Giới sang nhà Nguyên báo tin Thượng hoàng mất và xin phong tước.

Tháng 12, an táng Thượng hoàng ở Dụ Lăng thuộc phủ Long Hưng [tỉnh Thái Bình]." **Cương Mục, Chính Biên**, quyển 8

Tháng 10 năm Trùng Hưng thứ 7 (1291); sau khi bọn Thoát Hoan rút về rồi, Vua nhà Nguyên vẫn còn căm giận, lại muốn khởi binh sang đánh. Một viên quan tên là Bác Quả Mật tâu với Vua Nguyên nên sai sứ sang dụ, thì thế nào Vua nước ta cũng phải theo. Vì thế vua Nguyên mới sai Thượng thư Trương Lập Đạo sang dụ nhà vua vào chầu; nguyên văn chiếu dụ như sau:

"Năm Chí Nguyên thứ 28 [1291]*, chiếu dụ Thế tử họ Trần rằng Tổ tông lập pháp phàm các nước quy phụ Quốc quân đích thân đến triều cận, được yên ổn như cũ; không phục tùng đều bị tiêu diệt, các ngươi đã được báo cho biết đầy đủ. Nhưng sai Sứ triệu cha ngươi đến triều đình thì không tuân theo, chỉ sai chú ngươi vào triều cận. Vì đã đến triều đình, nên chú ngươi được phong, sai Ba Đình Độc Mục Nhĩ đưa đi; cha ngươi giết người chú, nên ta hưng sư hỏi tội; người của ngươi bị chết nhiều, quân ta cũng không thể không tổn thương. Vì Trấn nam vương Thoát Hoan tuổi nhỏ, sai lầm trong việc nghe lời tiến quân bằng đường thủy, nên bọn Toa Đô, Ô Mã Nhi lạc vào tay ngươi, nên ngươi được tạm thời yên ổn. Nay nếu ngươi thân đến kinh khuyết, thì tước Vương và phù ấn Trẫm đâu có tiếc, đất đai nhân dân được bảo tồn vĩnh viễn."* **An Nam Chí Lược** quyển 2 **Đại Nguyên Chiếu Chế**.

(至元二十八年諭世子陳詔祖宗立法

凡諸國歸附親來朝者俾人民安堵如故抗
拒不服者無不殄滅汝所具知故遣使召汝父來庭竟不聽命止
令其叔父入覲以其來庭遂封其叔父遣巴延特穆爾同往汝父
殺其叔逐我使以致興師問罪汝之生靈殺戮實多在我軍旅無
不損傷蓋鎮南王托歡年幼水道進兵慄聽從索多烏瑪喇落在
汝手因是苟安至今汝能親赴闕庭其王爵符印朕所不惜土地
人民庶永保之).

Sau chuyến đi, Lập Đạo bèn soạn một bản phục trình
nhan đề là "**Trương Thượng thư hành lục**"; bản dịch và
nguyên văn như sau:

"*Vào tháng chạp năm Tân Mão Chí Nguyên thứ hai mươi
tám (1291) phái đoàn khởi hành từ Đại Đô (7), kinh qua khe
động vùng Hồ Quảng cuối cùng tới An Nam. Hơn 8000 dặm
hành trình, vượt biển leo núi không sao kể xiết! Vào ngày 18
tháng 3 năm sau [6/4/1292], đến địa giới Khâu Ôn [tỉnh lỵ
Lạng Sơn]. Nước này sai Tư thần mang rượu, thực phẩm
tới nghênh tiếp. Sau khi vượt sông Lô (8), phái đoàn đến sứ
quán.*

*Sáng hôm sau, Thế tử [Vua Trần Nhân Tông] đích thân
đến sứ quán làm lễ chiêm ngưỡng chiếu thư, rồi vái. Thế tử
hỏi thăm sức khỏe của Thiên tử, Lập Đạo đáp:*

'Thiên tử vạn phúc.'

Kế tiếp hỏi thăm Đại thần, Lập Đạo đáp:

'Tể tướng cũng được bình an.'

Lại hỏi thăm Thiên sứ đi đường vất vả. Lập Đạo trả lời:

*'Thiên tử không cho Việt Nam là xa xôi, vậy có gì gọi là
vất vả.'*

Chuyện trò xong, Hàn lâm Đinh Củng Viên cùng Ngự sử

đại phu Đỗ Quốc Kế thưa rằng:

'Năm ngóai định lễ vua ngồi ngoảnh mặt hướng nam, khách ngồi quay mặt phía vua; vậy xin Sứ thần vào tọa vị.

Lập Đạo trả lời:

'Khanh tướng nước lớn với vua nước nhỏ ngang hàng, sao lại có lễ Nam diện (9)! Cùng ngồi theo hướng đông tây có được không?'

Củng Viên trả lời:

'Vương tôi tuy nhỏ, nhưng theo thứ tự đứng đầu các nước chư hầu.'

Lập Đạo trả lời:

'Vương các ngươi cũng do triều đình ta đặt ra mà thôi.

Rồi ngồi theo hướng đông tây, cùng uống rượu đàm thoại. Thế tử nói:

'Cha Cô (10) trước khi mất có dặn dò rằng phải kính trọng Thiên triều, không được khiếm khuyết việc tuế cống. Mấy năm trước Sứ thần Thiên Triều không đến có sai sứ hàng năm sang cống, không hiểu ý trên có bằng lòng không? Sản vật tại tiểu quốc không có gì quý hiếm, chỉ đem hết lòng thành mà thôi; hôm nay được Sứ thần đến thực hân hạnh.'

Lại nói:

'Sứ giả tiểu quốc trở về cho biết Thiên tử tuổi cao nhưng long nhan rất tráng kiện, Cô nghe vậy có lời chúc lành.'

Lập Đạo trả lời:

'Thiên tử tóc bạc trắng nhưng sắc diện như đồng niên.'

Thế tử chấp tay lên trán rồi ân cần nói:

'Thiên hạ hưởng phúc, tiểu quốc cũng được phúc lây.'

Lại nói thêm:

'Mấy năm trước đây Thiên Triều sao không sai sứ tới?'

Lập Đạo trả lời:

'Thiên tử giận Tiên Quốc vương (11) không sang chầu nên không cho sứ tới. Nay nhận được tờ tâu biết rằng Tiên Quốc vương đã mất; Thánh ý nghĩ rằng tội của Quốc vương xưa không di lụy đến con, nên cho chúng tôi sang đây.

Thế tử nói:

'Thiên tử hiếu sinh, ghét chém giết là điều may cho tiểu quốc không gì lớn hơn; Thiên tử vạn vạn tuế!'

Lập Đạo trả lời:

'Thiên tử cai trị cả bốn biển, lòng nhân như Nghiêu Thuấn, đâu nỡ gia binh! Chỉ bảo phải làm lễ sang chầu, tiên Quốc vương không nghe, nên gây sự hấn khích khiến dân tàn quốc phá, nông nỗi này đều do các ngươi tự gây ra cả. Triều đình không ham đất đai và đồ tuế cống của các ngươi, chỉ do việc không chịu sang chầu gây ra mà thôi.

Thế tử nói:

'Mấy năm trước đây đại quân đến; thiêu hủy nhà cửa, khai quật tiên nhân phần mộ, xương cốt bộc lộ rải rác khắp mọi nơi.'

Nói chưa dứt lời, thì đám quần thần ngồi xung quanh khóc ròng.

Lập Đạo trả lời:

'Mấy năm trước đây Thiên tử ra lệnh cho Vân Nam vương

Dã Tiên Thiếp Mộc Nhi đánh Miến Điện, dụ rằng không đốt chùa chiền cung thất, không khai quật phần mộ. Khi đại quân đến vua Miến Điện chạy trốn, Vân Nam vương không giết một ai, tự quán cung thất đều không bị thiêu hủy; vua Miến cảm ân đức xin hàng, hàng năm sai người đến triều cống. Vậy ngày Trấn Nam vương xuất quân sang đây, chẳng lẽ Thiên tử không dặn dò như vậy sao? Nếu không, thì cung thất này làm sao còn được!'

Hàn lâm Đinh Củng Viên tiếp lời:

'Thiên tử nhân từ như vậy, nếu người không dùng đến can qua (12) là điều hay nhất!'

Lập Đạo nạt lớn:

'Nước An Nam mắc họa há chẳng do bọn người như ngươi gây ra hay sao? Ngươi làm sao có đủ bản lãnh để biết được ý Thiên tử?'

Lập Đạo cùng phái đoàn giận dữ phất tay áo đứng dậy, Đinh Củng Viên bèn xin nhận lỗi.

Thế tử lúc mới đến sứ quán có tâm sự rằng:

'Chịu tang phụ thân giữ trai giới năm năm, mặc áo vải ăn rau quả, đến nay mới được hai năm.'

Ngày 24, Thế tử đáp xe loan đến sứ quán làm lễ đón chiếu thư, quần thần mặc triều phục đi bộ tháp tùng. Giờ Ngọ [12 giờ trưa] rước chiếu thư đến Thành Hoàng thánh cung, qua cầu Ngoạn Nguyệt, lầu Trường Minh, rồi đến cửa Chính Dương. Tại đây Lập Đạo xuống ngựa, kính cẩn bưng tờ chiếu qua cửa Dương Minh, đám tùy tùng qua cửa Vân Hội, các quan An Nam qua cửa Nhật Tân. Đám rước đến dưới gác Minh Hà, vừa đi vừa đốt hương trên đường trải thảm.

Thế tử cùng chú là viên tiếm Thái sư (13) Chiêu minh vương, em là Tả thiên vương, Thiếu bảo, Ngự sử, Hàn lâm tất cả tám người lên điện Thọ Quang làm lễ. Trước long ỷ đặt sẵn hương án, Thế tử bái chiếu. Lễ xong, tuyên đọc rồi nói:

'Được thấy tận mắt chiếu thư, vô cùng sung sướng! Hoàng đế vạn vạn tuế!'

Lễ xong ra gác Triều Thiên, rồi bước xuống điện Tập Hiền dự yến tiệc, chủ khách ngồi theo hướng đông tây. Chỉ có viên tiếm Thái sư ngồi bên cạnh Thế tử; các viên Thái úy, Thái bảo đứng hầu ; các quan lại khác ngồi tại điện dưới, không gọi không được tự tiện tiến lên. Đại nhạc tấu ở điện dưới, tế nhạc tấu ở điện trên. Yến tiệc gồm 8 bàn, rượu ngon, đủ các thứ sơn hào hải vị; thỉnh thoảng được mời ăn trầu têm vôi. Các Vương chuyện trò làm thơ tặng, Lập Đạo cũng ứng khẩu làm thơ họa lại.

Yến tiệc xong, mời Lập Đạo vào trong trướng, cả hai thân mật ngồi trên sàn nhà ; Thế tử nói:

'Bản quốc quy phụ Thiên triều đã ba mươi năm nay, lòng thành thờ bề trên không bao giờ quên, hàng năm tuế cống chưa bao giờ thiếu, từ đời ông cha đến nay vẫn theo đúng một đường. Thường nhận chiếu thư bắt phải sang chầu, vì tật bệnh không thể đi được nên Thiên tử giận mang binh thảo phạt, sinh linh bị giết, khai quật lăng tẩm, thiêu hủy chùa chiền, chặt phá cây cối, đau đớn không thể kể xiết! Tiểu quốc vô tội, mắc phải đại nạn. Chiếu thư của Thiên tử kết tội bản quốc giết Quốc thúc (14), đuổi Sứ thần, chống lại Vương sư (15) nên chưa xá tội. Quốc thúc do cha Cô sai sang chầu Thiên tử, Thiên tử phong Quốc thúc tước Vương, Quốc thúc sợ hãi không biết đi đâu, chớ không phải do nước Cô giết. Sự việc do Quốc thúc tự ý bỏ trốn xuống biển nam, người trong họ lại cầm quân chống lại Vương sư, Quốc vương hoàn toàn không biết điều đó. Chỉ có lỗi duy nhất là không sang chầu, thực tình do tham sống sợ chết. Xa xôi vạn dặm, đường sá gian hiểm, lam sơn chướng khí, lại không quen thủy thổ; lỡ bị chết dọc đường thì có ích lợi gì cho Thiên triều? Tuy tại đây nhưng hàng năm vẫn lo việc tiến cống, cẩn thận thờ bề trên, có làm điều gì hại cho Thiên triều đâu? Nếu lòng kẻ dưới chưa bộc bạch được với bề trên, nay có Thiên sử tới, được nói nỗi oan của mình, chẳng khác gì đến để trình bày trước cung khuyết vậy. Xưa có câu "Ở dưới cõi trời này, chẳng có đất nào không phải là đất của Thiên tử; chẳng có dân nào không phải là dân của Thiên tử"; vậy dân nước An Nam là dân của Thiên tử, không có chí hướng nào khác. Bởi vậy bốn biển là nhà của Thiên tử, tuy Cô không đến chầu nhưng cũng là thần dân của Thiên tử vậy; lòng thành chỉ có trời đất biết mà thôi.'

Lập Đạo nói:

'Trong buổi lễ cáo từ Thiên tử, Thừa tướng nhắc nhở rằng:

'Các Sứ giả trước đây không tuyên dương được ý của Thiên tử, khiến cho tiểu quốc nghi ngờ; nay sai các ngươi đi, chớ noi theo sự sai lầm cũ.'

Nay chúng tôi đến đây cùng Thế tử hội diện, chỉ dùng lời nói mà thôi sợ không diễn tả được hết ý, nên soạn một văn kiện mang tên là "**Giảng Nghĩa Thư**" để trình bày cho hết lý, thư sẽ thấy sau."

（　附　　張　　尚　　書　　行　　錄

至元辛卯十二月自大都起程歷湖廣溪洞抵安南界八千

餘里杭海梯山不能盡述明年三月十八日至丘溫彼國遣其私
臣持酒食來迎渡瀘江至使館翌日世子就館舍先詣詔書前瞻
仰然平揖世子問聖躬立道等云聖躬萬福繼問大臣立道云宰
相平安問天使道路驅馳立道云天子不以越南為遠何以驅馳
言畢有輪長丁拱垣御史大夫杜國計言往年定禮王者面南使
者面西相坐請客就位立道曰大國卿相與國君同豈有面南之
禮東鄉西鄉不亦可乎拱垣曰王人雖微序於諸之上予謂王人
之說正為我輩說也遂東西坐酌談話世子曰先人臨終時囑敬
奉天使囑毋缺歲貢比年天使不來故遣使送貢未審上意如何
小國所產雖無異獻盡誠而已矣今天使來不勝欣幸本國使回
說天子春秋高邁龍顏尤壯孤聞之甚喜信夫立道云天子龍鬚
皓白面若童顏世子云天下有福小國亦有福舉手加額又曰比
年天朝為何不遣使立道云天子為汝國累召不朝故不遣使至
表奏為先父辭世天子聖意謂先國王之罪討不及嗣故我輩有
此行也世子曰天子好生惡殺是小國莫大之幸皇帝萬萬歲立
道云聖天子奄有四海仁如堯舜豈忍加兵蓋屢講會同之禮爾
先國王竟不聽命成此釁隙民殘國破實有取也朝廷本非貪汝
土地愛爾歲貢由爾不朝之罪故也世子曰往年大軍至此燒毀
屋舍開發先人墳墓骸骨零落言未訖羣下皆哭立道云昔年天
子命伊克特穆爾雲南王伐蒲日諭以毋燒寺舍毋焚宮室毋毀
墳墓雲南王欽依上命大軍入境緬王竄避雲南王不行殺戮寺
舍宮室悉無所毀緬王感德遂降遞年遣男依期送貢至如鎮南
王出師之日天子未嘗不如此教諭不然則此宮室豈有遺也於
時私臣丁拱垣曰天子既意如是一向不動干戈更好立道叱之
曰成安南之禍者未必不由若等為之也天道爾何足以知之立
道等拂袖而起丁拱垣請罪其世子造館時自謂居父喪服緇布
食蔬菜戒以五年今纔二歲二十四日世子乘鸞車伏就舍館迎
詔臣朝服徒行自日午迎入城隍聖宮過甓月橋長明樓抵正陽
門立道下馬捧詔從明陽門從者入雲會門安南僚屬入日新門
至明霞閣下褥道焚香世子與僭太師國叔昭明王太尉國弟佐
天王少保史大夫翰林等八人登壽光殿龍椅前置香案世子拜

詔禮畢自宣讀世子曰恭覩天子詔書不勝喜口稱皇帝萬萬歲
既而出朝天閣下集賢殿設宴東西相向而坐惟偕太師獨在王
側地坐太尉少保等侍儀立殿上羣僚皆立殿下非召不敢升殿
大樂奏於殿下細樂奏殿上羅列杯陳異果備食八盤魚肉海味
之饌每勸於蛤灰釜芙口檳榔之禮王者時時接言話賦詩相贈
立道即席賦詩以達將至席終請立道入帳中皆地坐世子曰本
國歸附天朝三十年事上之心無日少怠歲貢之禮未嘗少缺始
於祖繼於父至於今前後一轍屢常入貢被詔以疾不能入朝至
令聖怒興師討伐生靈殺戮開發山陵燒毀寺舍斫伐樹木不可
勝計本國無辜而遭大難天子詔書每謂本國叔逐天使拒王師
之罪尚猶未捨本國叔先王遣入朝天子代訴天子封國叔為王
國叔自懼不知所往非本國殺國叔叔自逃竄海南宗族握兵逆
旅國王實不知之也惟有不朝一事無他實為畏死貪生萬里之
外道路艱險山嵐瘴氣不服水土倘死於道路何益於上國但比
年不缺貢小心事上何預於上國乎此下情不得上達今天使望
得訴本國之冤與詣闕面陳也普天之下莫非王土率土之濱莫
非王臣安南一國已為天子人民更無異志天子以四海為家雖
不造朝且在邦域之中是社稷之臣也惟天地知之立道等云陛
辭之日丞相大臣復教於前使不能宣揚聖意以至小國涉疑今
遣汝輩毋效前人我等至此與世子面會其言未能盡述故修講
議書請窮其理書見後)

Sau khi Thượng thư Trương Lập Đạo trở về nước phục trình về chuyến đi; Nguyên Thế Tổ vẫn chưa bằng lòng, cho rằng Vua Trần Nhân Tông chỉ dùng hư văn để từ chối việc sang chầu, nên tiếp tục gửi chiếu thư sang đe dọa:

"Năm Chí Nguyên thứ 29 [1292], chiếu chỉ dụ An Nam. Vâng theo mệnh trời, Hoàng đế dụ họ Trần nước An Nam. Xem biểu văn xong; năm ngoái Thượng thư bộ lễ Trương Lập Đạo tâu rằng từng đến An Nam, hiểu rõ nước này, xin đến ban dụ đến triều cận. Nhân sai Lập Đạo đi sứ; nay tội lỗi

trước ngươi đã trình bày, còn nói gì nữa! Nếu bảo rằng con côi đang có tang chế, cùng sợ chết trên đường không dám đến triều cận. Xét con người ta có sống trường cửu được đâu, trong thiên hạ có nơi nào là bất tử. Lời dụ này phải nghe cho kỹ; còn việc dùng hư văn, và hàng năm cống hiến lễ vật lừa dối, thì đạo nghĩa để đâu. Vậy đem lời chiếu để ngươi suy nghĩ hiểu rõ." **An Nam Chí Lược** quyển 2 **Đại Nguyên Chiếu Chế.**

（至 元 二 十 九 年 諭 安 南 詔
上天眷命皇帝聖旨諭安南國陳省表具悉去歲禮部尚書張立
道奏曾到安南識彼事體請往開諭使之來朝因遣立道往使今
汝國罪愆既已自陳朕復何言若曰孤子在制及畏死道路不敢
來朝且有生之類寧有長久安全者乎天下亦復有不死之地乎
朕所來諭汝當具聞徒以虛文歲幣巧飾見欺於義安在故茲詔
示念宜悉知)

Tháng 2 năm Trùng Hưng thứ 8 (1292), bổ dụng Phí Mãnh làm An phủ sứ Diễn Châu; lập con là Thuyên làm hoàng thái tử; dùng Đinh Củng Viên làm Thái tử thiếu bảo, phong tước quan nội hầu; sai Nguyễn Đại Phạp sang sứ nhà Nguyên. **Cương Mục, Chính Biên**, quyển 8 ghi chi tiết như sau:

"Phí Mãnh ở quận lỵ chưa được bao lâu, có tai tiếng là người tham ô; nhà vua triệu về bắt phạt trượng để răn bảo, rồi lại cho đi nhận chức cũ. Từ đấy, Phí Mãnh trở thành người có tiếng là công bằng thanh liêm. Vì thế người Diễn Châu có câu 'Diễn Châu an phủ thanh như thủy', (quan An phủ Diễn Châu trong sạch như nước).

"Sai Đại Phạp cùng Hà Duy Nham sang sứ nhà Nguyên. Đại Phạp đến Ngạc Châu, người bên Nguyên gọi là "lão lệnh

công" [ông quan già]. *Khi Đại Phạp vào yết kiến các viên Bình chương hành tỉnh, thấy Ích Tắc cũng ngồi đấy, Đại Phạp không chào hỏi. Ích Tắc hỏi rằng:*

'Có lẽ anh là Thư nhi (16) nhà Chiêu Đạo vương thì phải?'.

Đại Phạp trả lời:

'Cuộc đời thay đổi, Đại Phạp này, trước là Thư nhi của Chiêu Đạo vương (17), nhưng nay là Sứ thần một nước, cũng như Bình chương trước là con vua một nước, mà bây giờ lại là người đi đầu hàng địch!'.

Ích Tắc nghe Đại Phạp nói, tỏ nét mặt hổ thẹn. Tự đấy hễ khi nào có sứ thần nước ta đến, Ích Tắc không ngồi ở sảnh đường nữa." **Cương Mục, Chính Biên**, quyển 8

Tháng 3 năm Trùng Hưng thứ 8 [1292], xuống chiếu, phàm những người nào đã mua dân lương thiện làm nô tì, nay cho người bán được chuộc lại:

"*Lúc bấy giờ mấy năm đói kém luôn, nhân dân phần nhiều đem bán rẻ con giai, con gái để tự sinh sống, nên nay hạ lệnh này; duy ruộng đất đã bán rồi thì không cho chuộc lại.*" **Cương Mục, Chính Biên**, quyển 8

Tháng 3, năm Trùng Hưng thứ 9 [1293], nhà Vua truyền ngôi cho Thái tử là Thuyên tức Vua Trần Anh Tông.

Chú Thích:

1. Chiêu Lăng: Lăng tẩm Trần Thái Tông.

2. Âu vàng (kim âu): Là biểu tượng sự toàn vẹn và vững chắc của lãnh thổ một nước.

3. Khắc Chung có công: xem việc Đỗ Khắc Chung gặp Ô Mã Nhi trong bài **"Chống Nguyên Mông xâm lăng lần**

thứ hai."

4. Quốc tính: họ nhà Vua, tại đây chỉ họ Trần.

5. Đỗ Hành, khi bắt được Ô Mã Nhi không dâng nộp cho Vua Trần Nhân Tông mà đem nộp thẳng lên Thượng hoàng Thánh Tông nên chỉ được phong tước quan nội hầu.

6. Trần Ích Tắc là con Trần Thái Tông, chú ruột Trần Nhân Tông.

7. Đại Đô: Bắc Kinh ngày nay.

8. Sông Lô: tức sông Hồng ngày nay.

9. Nam diện: Theo lễ chỗ ngồi của Đế Vương hướng nam. Kinh Dịch có câu "Thánh nhân nam diện nhi thính thiên hạ, hướng minh nhi trị"; ý nói bậc thánh nhân ngồi hướng nam nghe thiên hạ là quay mặt về phía sáng để cai trị dân.

10. Cô: Vua thường tự xưng là Cô, hay Quả.

11. Tiên Quốc vương: tức vua đã mất, chỉ vua Trần Thánh Tông.

12. Can qua: là hai thứ vũ khí, ý chỉ chiến tranh.

13. Tiếm Thái sư: Ý nói đây là tiếm chức, chưa thực sự xứng chức Thái sư như tại Trung Quốc.

14. Quốc thúc là chú của vua, tức Trần Di Ái. Di Ái được vua Trần Thánh Tông cho sang chầu nhà Nguyên. Vua Nguyên phong Di Ái tước Vương, rồi cho người đưa về nước để thay vua Trần Thánh Tông.

15. Vương sư: Quân đội nhà vua, ý chỉ quân Nguyên.

16. Thư nhi, có lẽ là một viên tiểu đồng chép sách hoặc giữ sách.

17. Chiêu Đạo vương: Tên là Quang Sưởng, con vợ thứ của Trần Thái Tông, anh cùng mẹ với Ích Tắc.

45.
Vua Trần Anh Tông (1)
(1293-1314)

Niên hiệu:

Hưng Long

Tháng 3 năm Trùng Hưng thứ 9 [4/1293], tức Anh Tông năm Hưng Long thứ nhất, Vua Trần Nhân Tông truyền ngôi cho Thái tử Thuyên tức Vua Anh Tông.

Thái tử lên ngôi, xưng là Anh Hoàng, bầy tôi dâng tôn hiệu Ứng Thiên quảng vận nhân minh thánh hiếu Hoàng đế, tôn vua cha làm Hiếu nghiêu quang thánh thái Thượng hoàng đế và tôn mẹ là Bảo Thánh hoàng hậu làm Khâm Từ bảo thánh hoàng thái hậu.

Tháng 9, Khâm Từ bảo thánh hoàng thái hậu là Trần thị mất:

"Thái hậu hiền hòa, thông sáng, đối với người dưới, có lòng nhân từ. Thượng hoàng thường khi ngự ở vọng lâu để xem quân sĩ bắt hổ, thái hậu cùng các phi tần theo hầu. Bất thình lình con hổ xổng ra ngoài chuồng, chực nhảy lên lầu, mọi người đều sợ chạy; duy thái hậu vẫn ngồi tại chỗ, thượng hoàng lấy làm khen ngợi." **Cương Mục**, **Chính Biên**, quyển

8.

Về việc giao thiệp với nhà Nguyên, sau khi Thượng thư Trương Lập Đạo trở về nước, Vua Trần Nhân Tông sai Nguyễn Đại Phạp sang triều cống; Nguyên Thế Tổ vẫn chưa bằng lòng, cho rằng nhà Vua chỉ dùng hư văn để từ chối việc sang chầu; nên sai sứ đoàn do Thượng thư bộ Lại Lương Tăng cầm đầu; tiếp tục gửi chiếu thư sang đe dọa:

"*Tháng 9 năm Chí Nguyên 29 [10/1292], sai sứ đoàn Thượng thư bộ Lại Lương Tăng, Lang trung bộ Lễ Trần Phu mang chiếu thư dụ Nhật Tôn [Vua Trần Nhân Tông] đến triều. Chiếu rằng:*

"*Đã xem hết biểu văn của ngươi. Năm ngoái Thượng thư Trương Lập Đạo tâu rằng, từng đến An Nam, hiểu biết về sự thể, nên sai Lập Đạo đến nước ngươi. Nay tội lỗi của nước ngươi đã tự trình bày hết, Trẫm lại nói gì đây! Bảo rằng con cô còn đang chịu tang, và sợ chết vì đường sá gian hiểm, nên không thể đến triều. Nếu vậy thì con người ta sinh ra ở đời trường cửu an toàn mãi ư! Trong trời đất có đất nào là đất không chết. Điều này Trẫm chưa từng dụ, ngươi hãy nghe cho kỹ; đừng kéo dài năm tháng bao che bởi lời hư văn, xảo trá; như vậy thì đâu còn có lẽ phải nữa.*"**Nguyên Sử**, quyển 209, **Liệt Truyện An Nam**.

(二十九年九月，遣吏部尚書梁曾、禮部郎中陳孚持詔再諭日燇來朝。詔曰：「省表具悉。去歲禮部尚書張立道言，曾到安南，識彼事體，請往開諭使之來朝。因遣立道往彼。今汝國罪愆既已自陳，朕復何言。若曰孤在制，及畏死道路不敢來朝，且有生之類寧有長久安全者乎。天下亦復有不死之地乎。朕所未喻，汝當具聞。徒以虛文歲幣，巧飾見欺，於義安在。)

Khi Lương Tăng trở về nước, dâng những thư biện luận cho Nguyên Thế Tổ xem, được vua Nguyên khen ngợi:

"*Ngày Canh Dần tháng 8 năm Chí Nguyên thứ 30 [8/9/1293], Lương Tăng, Trần Phu phụng sứ An Nam; cùng Sứ thần An Nam đến nước này. Khởi đầu Tăng đến An Nam; thành nước này có 3 cửa, Trần Nhật Tuân [Vua Trần Nhân Tông] muốn đón tiếp Sứ tại cửa bên, Tăng rất giận nói rằng:*

'*Đón chiếu thư không dùng cửa giữa, như vậy làm nhục quân mệnh!*'

Bèn gửi thư trách, thư qua lại đến 3 lần; cuối cùng phải tuân theo cửa chính; lại bảo phải đến triều cận nhưng Nhật Tuân không vâng lời, chỉ sai viên quan Đào Tử Kỳ, Lương Văn Tảo theo Tăng đến triều cống. Tăng dâng những thư biện luận với Nhật Tuân, khiến Thiên tử rất vui, cởi áo ban cho, lệnh ngồi bên trên. Hữu thừa Ha Nhĩ không bằng lòng, Thiên tử giận bảo rằng:

'*Lương Tăng 2 lần đi sứ ngoại quốc, dùng lời nói chấm dứt can qua; ngươi sao dám có thái độ như vậy!*'

Lúc bấy giờ có Thân vương từ Hòa Lâm tới; Thiên tử mệnh rót rượu đưa cho Tăng trước và bảo Thân vương rằng:

'*Việc ngươi làm chỉ có ích cho ngươi mà thôi, còn việc làm của Lương Tăng có ích cho cả ta và ngươi, nên không thể coi thường để sau.*'

Có kẻ tâu sàm rằng An Nam đưa hối lộ cho Tăng, Thiên tử đem việc này hỏi Tăng, Tăng đáp:

'*An Nam dùng vàng, tiền, đồ vật đưa cho thần, nhưng thần từ chối, đã nói việc này với Đào Tử Kỳ.*'

Thiên tử nói:

"Nhận cũng có thể được." **Tục Tư Trị Thông Giám** của Tất Nguyên, quyển 191.

(八月，庚寅，奉使安南國梁曾、陳孚以安南使臣偕來。

初，曾等至安南，其國有三門，陳日燇欲迎詔自旁門入，曾大怒曰：「奉詔不由中門，是辱君命也！」貽書責之，往復者三，卒從中行，且諷之入朝，日燇不從，遣其臣陶子奇、梁文藻偕曾等來貢。曾進所與日燇辨論書，帝大悅，解衣賜之，令坐地上。右丞阿爾意不然，帝怒曰：「梁曾兩使外國，以口舌息干戈，爾何敢爾！」時有親王至自和林，帝命酌酒先賜曾，謂親王曰：「汝所辦者汝事，梁曾所辦者吾與汝之事，汝勿以為後也。」或讒曾受安南賂遺，帝以問曾，曾曰：「安南以黃金、器幣、奇物遺臣，臣不受，以屬陶子奇。」帝曰：「受之亦何不可！」

廷臣以日燇終不入朝，遂拘留子奇於江陵，命劉國傑與諸王伊勒吉岱等整兵聚糧，覆議伐之。）

Sau khi sứ đoàn Lương Tăng thất bại trong việc gây áp lực, Nguyên Thế Tổ sai Dương Quốc Kiệt chuẩn bị cuộc xâm lăng lần thứ 4; vào tháng 8 năm Chí Nguyên thứ 30 [1293] xin tái lập hành tỉnh Hồ Quảng; nhưng rồi Thế Tổ mất, phải dừng việc binh đao:

"Năm thứ 30 [1293], Lương Tăng đi sứ trở về, Nhật Tôn sai Sứ thần Đào Tử Kỳ đến cống; đình thần cho rằng Nhật Tôn không chịu đến triều, nên bàn mang quân đánh. Rồi giữ Tử Kỳ tại Giang Lăng; mệnh Dương Quốc Kiệt cùng bọn Vương chư hầu Diệc Cát Lý chinh phạt An Nam; sắc sai đến Ngạc châu, cùng bàn với Trần Ích Tắc. Tháng 8 bọn Bình chương Bất Hốt Mộc tâu xin lập Hành tỉnh Hồ Quảng. Cấp

2 ấn, 1.000 thuyền Thị Đản 100 hộc, dùng 56.570 quân, lương 35 vạn thạch, thức ăn cho ngựa 2 vạn thạch, 21 vạn cân muối, dự bị cung cấp lương bổng cho quan quân, quân nhân thuỷ thủ được cấp tiền 2 đĩnh, khí giới có hơn 70 vạn thứ. Quốc Kiệt lập bộ tham mưu 11 người, điều quân thuỷ lục cùng tiến. Lại dùng Hành khu mật viện phó sứ Giang Tây Triệt Lý Man làm Hữu thừa đánh An Nam; cùng lệnh Trần Nghiễm, Triệu Tu Kỷ, Vân Tòng Long, Trương Văn Hổ, Sầm Hùng làm cộng sự. Trần Ích Tắc theo quân đến Trường Sa, rồi có lệnh dừng bỏ việc binh." **Nguyên Sử**, quyển 209, **Liệt Truyện An Nam**.

（三十年，梁曾等使還，日燇遣陪臣陶子奇等來貢。廷臣以日燇終不入朝，又議征之。遂拘留子奇於江陵，命劉國傑與諸侯王亦吉里等同征安南，敕至鄂州與陳益稷議。八月，平章不忽木等奏立湖廣安南行省，給二印，市蜑船百斛者千艘，用軍五萬六千五百七十人、糧三十五萬石、馬料二萬石、鹽二十一萬斤，預給軍官俸津、遣軍人水手人鈔二錠，器仗凡七十餘萬事。國傑設幕官十一人，水陸分道並進。又以江西行樞密院副使徹里蠻為右丞，從征安南，陳巖、趙修己、雲從龍、張文虎、岑雄等亦令共事。益稷隨軍至長沙，會寢兵而止。）

Sử nước ta chép về các sự kiện nêu trên như sau:

"Trước đây, Đại Phạp sang nhà Nguyên đính ước đến năm sau nhà vua sẽ sang chầu, nhưng nhà vua không quả quyết đi, nên nay nhà Nguyên lại sai Lại bộ Thượng thư Lương Tăng, Lễ bộ thượng thư Trần Phu sang nước ta. Khi đến nơi, nhà vua muốn cho sứ bộ đi theo cửa bên cạnh vào triều, Lương Tăng không nghe, trở đi trở lại đến ba lần, sau mới cho đi cửa giữa. Lương Tăng trách nhà vua chỉ có giấy tờ suông trang sức những lời xảo trá, và khuyên vào chầu, nhưng nhà vua không theo, rồi sai Đào Tử Kỳ đem phẩm vật địa phương sang cống. Bầy tôi nhà Nguyên lấy cớ rằng nhà vua nhất định không chịu sang chầu, nên người nào cũng bàn đem quân sang đánh, họ bắt giam giữ Tử Kỳ ở Giang Lăng [tỉnh Hồ Bắc] rồi hạ lệnh cho Lưu Quốc Kiệt cùng các vương là bọn Y Lặc, Cát Đại chỉnh bị binh lương, chia đường cùng tiến, lại sai Ích Tắc đi theo. Khi quân đến Trường Sa, thì gặp lúc Thế Tổ nhà Nguyên mất, Thành Tông lên làm vua, bèn bãi binh, cho Tử Kỳ về nước." **Cương Mục**, **Chính Biên**, quyển 8.

Tháng 5 Chí Nguyên thứ 31 [6/1294] vua Thành Tông lên ngôi; mệnh bãi chinh phạt, cho Đào Tử Kỳ về nước. Vua Trần Anh Tông sai sứ dâng biểu ai điếu, cùng hiến sản vật địa phương. Tháng 6 [7/1294] sai Thị lang bộ Lễ Lý Khản, Lang trung bộ Binh Tiêu Thái Đăng mang chiếu đến phủ dụ:

"*Tháng giêng năm Chí Nguyên thứ 31 [1294] Thiên tử băng (Nguyên Thế Tổ), vua Thành Tông nối ngôi, ra lệnh bãi binh. Sai Thị lang bộ Lễ Lý Diễn, Thị Lang bộ Binh Tiêu Thái Đăng phụng sứ sang An Nam để ban chiếu thư, xá Thế tử tội, cùng tha Sứ thần Đào Tử Kỳ về nước .*"**An Nam Chí Lược**, quyển 3, **Đại Nguyên Phụng Sứ**.

(至元三十一年正月上崩成宗皇帝即位诏罢兵遣礼部侍郎李思衍兵部侍郎萧泰登使安南赍诏赦世子罪放来使陶子奇还国)

Bọn Tiêu Thái Đăng đem chiếu chỉ cho Vua Anh Tông, nguyên văn như sau:

"*Tháng 4 năm Chí Nguyên thứ 31 [1294], chiếu chỉ của Thành Tông Hoàng đế dụ họ Trần nước An Nam.*

Tiên Hoàng đế vừa mới lìa thiên hạ, Trẫm nối dõi phụng sự đại thống; ở ngôi cao ban ơn rộng rãi, không phân biệt xa gần nội ngoại. Riêng nước An Nam cũng được khoan hồng, đã sắc cho ty đường quyền bãi binh, Bồi thần Đào Tử Kỳ được tha về; ban mệnh cho Thị lang bộ lễ Lý Tư Diễn, Lang trung bộ binh Tiêu Thái Đăng đến dụ; từ nay trở đi nhớ suy ngẫm sợ trời, thờ nước lớn. Vậy ban chiếu để hiểu rõ." **An Nam Chí Lược**, quyển 2, **Đại Nguyên Chiếu Chế.**

(至元三十一年四月成宗皇帝圣旨谕安南
国陈诏

先皇帝新弃天下朕嗣奉大统践祚之始大肆
赦宥恩沛所及无内外逖迩之间惟尔安南亦从
寬贷已勅有司罢兵陪臣陶子奇即与放还兹命
礼部侍郎李思衍兵部郎中萧泰登赍诏往谕自
今以往所以畏天事大者其审思之故兹诏示念
宜知悉)

Nhân dịp này Tiêu Thái Đăng soạn một bài tự về chuyến đi Giao Châu, xin trích dẫn nội dung:

"Bài tự của Sứ thần Tiêu Thái Đăng [tự Phương Nhai] về chuyến đi Giao Châu.

(Tiêu Phương Nhai Sứ Giao Lục tự)

"...Nay Hoàng đế thi hành việc chính trị thể theo đạo trời, làm sáng thêm đức sáng của Tiên đế, đại xá thiên hạ, dùng tờ chiếu văn dài chỉ hơn một thước, sai hai đại thần phụng sứ chốn xa xôi, khiến uy danh Thiên tử vang lừng nơi núi sông hiểm trở. Đến biên giới được trọng thần nghênh tiếp, vào trong nước thì hoàng tộc khom gối thi lễ, đến sứ quán thì quốc chúa đến thăm. Kẻ hầu cận đi lại khúm núm sợ sệt; có kẻ đứng yên lặng sau màn, đợi gọi bước ra, khấu đầu bái lạy như là tại cung khuyết vậy. Rồi dâng biểu xưng thần, đồ phương vật đem tiến cống trước, không bao giờ dám chậm

trẻ. *Trung Quốc vẽ vang chưa bao giờ rạng rỡ như vậy! Nếu không được truyền tụng vĩnh cửu, thì lấy gì để tuyên dương thánh hóa! Nay bắt đầu từ Thượng quận [kinh đô] tới An Nam, phàm núi sông châu quận, lễ nhạc nhân vật, ái xưa vật cũ, cách cai trị cùng phong tục khác lạ, kỳ hoa dị thảo, nhân tình thế thái, thuốc thang trị bệnh đều tuần tự biên chép thành tập. Lại riêng đặt chiếu thư vào đầu sách; kế đến là biểu văn của Thế tử nước An Nam, có ghi các cống vật; cùng thơ văn tống tiễn của các bậc lão thành được đính theo sau ; lại có thơ văn thù ứng ngâm vịnh, phụ lục vào cuối sách. Nhằm để hậu thế biết rằng Thánh đế có hàng vạn nước quy phụ và giúp cho các sứ giả cùng các quan lại đến làm việc tại các xứ xa xôi có chỗ để tham khảo; chứ không phải chi riêng Thái Đăng này được vinh dự mà thôi đâu! Xưa Thái Sử Công [Tư Mã Thiên] đi khắp thiên hạ, phía nam trên sông Giang, Hòai, phía bắc vượt quá Trác Lộc ; Thái Đăng này phía bắc tự Khai Bình, phía nam đến Giao Chỉ ; chuyến du lịch kỳ tuyệt này mở đầu bình sinh của Thái Đăng về việc ghi chép thực lục.*"**An Nam Chí Lược**, quyển 3.

(蕭方崖使交錄序

今上皇帝体元居正重明作离大赦天下以赉诏遣臣辈遂使
絶域山川险阻天威赫然及境而重出迓返郭而式国族跣足及
馆而国王亲访奔走骏汗屏息听诏拜舞叩头如在阙廷上表称
贺罔敢后时中国之隆未有如斯若不传之永久何以昭宣圣化
用自上都至安南州郡山川人物礼乐异政殊俗怪草奇花人情
治法愈病药方逐日编次通成一集钦録圣诏冠乎集首次以安
南世子回表贡物及朝中诸老送行诗章编次于后间有行酹纪
咏亦借附集末庶使后世知圣代臣妾万国之盛而出使为宦者
亦有所考焉非徒为泰登遭遇之荣也太史公迹遍天下南渡江
淮北过涿鹿泰登北自开平南至交址兹游奇绝足冠平生之纪

实也)

Vì phải tốn thời gian thu xếp hành trình, nên sử nước ta ghi vào tháng 2, năm Hưng Long thứ 3 [1295]. Sứ thần nhà Nguyên mới đến nơi:

"Thành Tông nhà Nguyên mới lên làm vua, sai thị lang Lý Khản và Tiêu Thái Đăng đem thư sang nước ta, đại lược nói: "Thiên tử mới lên ngôi, ra ơn đại xá, đã hạ lệnh cho các quan có trách nhiệm phải bãi binh. Vậy tự nay về sau nên nhớ kỹ đến cái đạo sợ uy trời, thờ nước lớn". Nhà vua sai Viên ngoại lang là Trần Khắc Dụng và Phạm Thảo sang bên Nguyên đáp lễ." **Cương Mục, Chính Biên**, quyển 8.

Toàn Thư ghi rõ hơn, khi phái đoàn Tiêu Thái Đăng trở về nước, Vua sai Sứ thần Trần Khắc Dụng, Phạm Thảo đi theo, và nhận được kinh Đại Tạng:

"Mùa xuân, tháng 2, ngày mồng 1, sứ Nguyên Tiêu Thái Đăng sang. Vua sai Nội viên ngoại lang Trần Khắc Dụng, Phạm Thảo cùng đi theo, nhận được bộ kinh Đại Tạng đem về để ở phủ Thiên Trường, in bản phó để lưu hành" **Toàn Thư**, **Bản Kỷ**, quyển 6, trang 3a.

Sử Trung Quốc cũng chép tương tự về việc Sứ thần nước ta sang triều cống đáp lễ:

"Ngày mồng một tháng 3 năm Thành Tông Nguyên Trinh thứ nhất [17/3/1295], Thế tử An Nam Trần Nhật Tuân sai Sứ dâng biểu an ủi nước có tang; lại dâng thư tạ ơn khoan thứ cùng hiến sản vật địa phương." **Tục Tư Trị Thông Giám** quyển 192.

三月，乙巳朔，安南世子陳日燇遣使上表慰國哀，又上書謝寬貰恩，並獻方物。

Vào tháng 7, năm Hưng Long thứ 2 [8/1294] Chiêu Minh đại vương Trần Quang Khải mất, **Cương Mục** chép một cách trọng thể như sau:

"Quang Khải có học thức, thông hiểu tiếng nói các dân tộc người Phiên, mỗi khi có sứ thần Trung Quốc đến, được sung vào công việc giao tiếp. Trước kia, Thánh Tông thân đem quân đi đánh Mán Bà La, Quang Khải đi theo. Gặp khi ấy sứ thần Trung Quốc đến, Thái tông triệu Hưng Đạo vương Quốc Tuấn đến bảo rằng:

'Thượng tướng [Trần Quang Khải] theo quan gia [chỉ Vua] đi đánh giặc, trẫm muốn phong cho nhà ngươi làm Tư đồ, sung vào việc ứng tiếp'. Quốc Tuấn thưa rằng:

'Việc ứng tiếp sứ thần Trung Quốc, tôi xin đảm nhận, còn việc phong chức tư đồ, tôi không dám nhận. Nay quan gia đi đánh giặc xa, Quang Khải theo hầu, mà bệ hạ tự ý tư phong chức tước, tôi e rằng đối với tình nghĩa trên dưới chưa được ổn thoả'.

Việc ấy mới thôi. Quang Khải với Quốc Tuấn trước vốn không hòa hiệp với nhau, sau đó một hôm, Quốc Tuấn ở Vạn Kiếp về, Quang Khải cùng Quốc Tuấn đánh cờ chơi đùa suốt ngày. Quang Khải tính không hay gội tắm, Quốc Tuấn cởi áo và lau rửa giúp Quang Khải, rồi nói:

'Hôm nay được tắm cho thượng tướng'.

Quang Khải cũng nói:

'Hôm nay được quốc công tắm rửa cho'.

Tự bấy giờ hai người chơi với nhau thân mật lắm.

Quang Khải lúc làm tướng võ, lúc làm tướng văn, giúp vương nghiệp nhà Trần, uy danh ngang với Quốc Tuấn. Khi mất, hưởng thọ 54 tuổi, có sáng tác tập thơ **Lạc Đạo** lưu hành ở đời. Con cháu Văn Túc vương Đạo Tái cũng có tiếng là người văn hay, cháu là Uy Túc hầu Văn Bích từng làm quan đến thái bảo; chắt là Chương Túc hầu Nguyên Đán danh vọng cũng lừng lẫy. Xem như thế thì phúc đức của gia đình Trần Quang Khải sâu rộng bền bỉ, từ trước đến sau lúc nào cũng gắn liền với cơ nghiệp nhà Trần."**Cương Mục, Chính Biên**, quyển 8.

Tháng 8, Thượng hoàng đích thân đi đánh Ai Lao, bắt được người và súc vật nhiều không kể xiết. Trong chiến dịch này, Trung Thành Vương [không rõ tên] làm tiên phong, bị quân Ai Lao bao vây, Phạm Ngũ Lão dẫn quân ập tới, giải vây, rồi tung quân nghênh chiến, đánh bại quân Ai Lao; Ngũ Lão được ban kim phù.

Tháng 9. Thiếu bảo Đinh Củng Viên mất. Đinh Củng Viên học rộng văn hay, nhà vua rất kính trọng, không bao giờ gọi thẳng tên; lúc mất được truy tặng Thiếu phó.

Tháng 6, năm Hưng Long thứ 3 [1295] Thượng hoàng Trần Nhân Tông từ Ai Lao trở về nước, rồi phát tâm xuất gia:

"Thượng hoàng từ Ai Lao trở về, rồi xuất gia ở hành cung Vũ Lâm (1), sau lại trở về kinh sư. Khi bấy giờ Khâm Từ thái hậu đã mất rồi, Tuyên Từ thái hậu (2) tính nóng nảy, ráo riết dạy bảo có phần nghiêm ngặt, nhà vua chỉ một mực kính cẩn tuân theo. Thượng hoàng khen là người có hiếu, nói rằng:

"Trẫm không xứng đáng xưng là "Hiếu hoàng" (3) nên đem danh hiệu ấy xưng hô quan gia mới phải". **Cương Mục, Chính Biên**, quyển 8.

Tháng 8, mở kỳ thi con các quan văn. Quan văn từ hàng

"miện, sam" (4) trở xuống, các con trai đều được vào thi, ai trúng tuyển được sung bổ vào nha thuộc.

Vào đầu năm Hưng Long thứ 4, tức nhà Nguyên năm Nguyên Trinh thứ 2 [1296], Hoàng Thánh Hứa tại châu Thượng Tứ tỉnh Quảng Tây nổi dậy, bị quân Nguyên đánh đuổi, bèn chạy sang nước ta trốn tránh:

"Ngày Kỷ Mão tháng giêng năm Nguyên Trinh thứ 2 [14/21296]; phản tặc Hoàng Thánh Hứa tại châu Thượng Tứ cướp phá các trại Thủy Khẩu, Tư Quang. Hành tỉnh Hồ Quảng mang quân đến đánh, bắt được đồng đảng Hoàng Pháp An; giặc trốn vào Thượng Nha, Lục La." **Tục Tư Trị Thông Giám**, quyển 192.

(上思州叛賊黃勝許攻剽水口、N思光寨，湖廣行省調兵擊之，獲其党黃法安等，賊遁入上牙六羅.)

"Ngày Bính Ngọ tháng 6 năm Nguyên Trinh thứ 2 [10/7/1296], An Nam sai người chiêu dụ phản tặc Hoàng Thánh Hứa; Thắng Hứa trốn vào nước này." **Tục Tư Trị Thông Giám**, quyển 192.

(丙午，安南遣人招誘叛賊黃勝許，勝許遁入其國.)

Việc tranh chấp tại biên giới kéo dài đến gần cuối đời Vua Anh Tông 1309; bấy giờ viên quan nhà Nguyên đảm trách đánh dẹp là Bình chương Lưu Nhị Bạt Đô bèn gửi bức thư dưới đây cho An Nam; hăm dọa, đòi phải bắt Hoàng Thành Hứa giao nạp:

Bình Chương Lưu Nhị Bạt Đô gửi thư cho An Nam về việc tiểu bình Hoàng Thành Hứa.

(Bình chương Lưu Nhị Bạt Đô Bình Hoàng Thành Hứa dữ An Nam thư)

"Từ khi nhà Tống mất, các khe động đến triều cống, đến nay đã hơn hai mươi năm (5) . Có lúc không đến nạp cống, triều đình cũng cho là châu ky my (6) nên bỏ qua, đặt ra ngoài phép tắc. Do đó mấy năm gần đây, bọn Hoàng Thánh Hứa âm mưu cấu kết với dân Giao Chỉ ngoài biên cảnh, không chịu thần phục triều đình; bởi vậy ta cho mở chiến dịch hành quân vùng ven biển. Không ngờ Chấp sự (7) dung nạp kẻ làm phản nước ta, tự gây hấn tại vùng biên giới. Hoàng Thánh Hứa là bọn chấp mê, càn rỡ phóng túng; chẳng khác gì vác nỏ bắn trời, đốt phá xã tắc. Ta cảm thấy lo giùm cho chấp sự; giống như nuôi hổ tại nhà để mong tự vệ; hoặc lấy tay cầm lưỡi đao Thái A, nhường cho người giữ đầu cán; rõ ràng không phải là điều lợi cho bản thân, tuy người ngu cũng hiểu như vậy! Ngày mồng 8 tháng 11 năm Chí Đại thứ nhất [21/11/1308], ngày 11 tháng 2 năm thứ hai [23/3/1309] đã hai lần sai sứ đưa thư hiểu dụ với những ý nêu trên, nhưng chờ đợi lâu mà vẫn không có thư hồi báo, lý do bởi tại đâu? Phàm đất Thượng Tứ của Hoàng Thánh Hứa lấy dài bù ngắn thì trung bình mỗi chiều khoảng vài trăm dặm, nếu tính theo hộ thì dân cư không đến 5000 nóc nhà, sống trốn tránh nơi bưng biển, như vậy mà chấp sự lại viện trợ cho họ! Trung Quốc có cả thiên hạ rộng rãi, dân cư gồm 4 biển ; so với bọn nhãi ranh Thượng Tứ đâu lớn đâu nhỏ, đâu khinh đâu trọng đã rõ ràng. Chỗ khinh trọng phân biệt sự dễ khó; chỗ lớn nhỏ phân biệt phân biệt sự an nguy. Không biết Chấp sự theo điều khó để được yên ổn, hay theo dễ để gặp nguy nan? Theo kế hiện nay, sách lược gồm có 3 phương do Chấp sự tự chọn lấy:

Tên Hoàng Thành Hứa kia trời đất không dung, thần dân đều giận, Thoát thân chạy trốn, nhờ vả vào uy linh của Chấp sự ; giống như chó chết bị dây xiết cổ, không cần phải dùng binh, trói cổ y dẫn đến đầu hàng, hai nước thông hiếu như xưa, đó là thượng sách!

Địa giới Thượng Tứ sát liền với đất của Chấp Sự (8), hoặc phía trái phía phải có một hai động làm quấy, giấu giếm bọn họ cũng chưa biết chừng. Chấp sự nên nhân cơ hội này, cho quân đánh úp đừng để tẩu Thoát, rồi mang đầu Hoàng Thành Hứa đem hiến, đó là trung sách!

Dùng bọn gian tà làm môi răng, lấy bọn giặc hải đảo làm phên dậu; bí mật ủng hộ không chịu phát hiện, do dự hồ nghi bất quyết; đối nội thì mắc tội dung dưỡng bọn gian tà phản loạn, đối ngoại thì mất đạo nghĩa nước nhỏ thờ nước lớn; ngồi đợi thắng bại, đứng tại ngả ba không chọn rõ hướng đi, đó là hạ sách!

Nếu quả chọn theo hạ sách, ắt ta phải tâu trình; lúc đó uy trời khó mà biết được, có thể mang quân khiển phạt. Vậy Chấp sự nên tu tạo nhiều chiến hạm, đắp cao thành trì, đợi quân ta tới; tuy nước ngươi có mưu kế quỉ quyệt thì cũng không thể thi thố như trước kia được! (9) Có gì nói đây? Đánh dẹp kẻ có tội, không phải không có lý do; quân ngay thẳng thì trở nên mạnh bạo; cái thế được thua thấy được rõ ràng! Một lần uy trời hươi qua lên, các đạo quân cùng tiến, giày xéo đất đai nước ngươi, tiêu táng gia thất các ngươi; với thành trì nhỏ như tổ kiến không thể chống cự với Vương sư được. Rồi Chấp sự chắc cũng theo con đường cũ, mang bài vị tổ tiên, dắt díu nhân dân, kéo già bế trẻ trốn tránh chỗ khác, khiến sinh linh chịu đồ thán! Há lại vì một tên thất phu Hoàng Thành Hứa, khiến người vô tội mang họa! Trách nhiệm đối với nhân dân, với xã tắc đáng như vậy ư! Ta nay đóng quân tại Tĩnh Giang (10), vẫn ở nơi biên cảnh này để chờ sứ giả tới. Thư tuyên bố khẩn cấp, không thể nói dông *dài; mong Chấp sự thận trọng chọn lựa."* **An Nam Chí Lược**, quyển 5.

(平章刘二巴图平黄圣许与安南书自宋氏亡国溪洞纳欵将二十餘年虽贡弗修圣朝以为羁縻州郡置之度外顷岁以来致使黄圣许陰结外境之交内蓄不庭之志我是以有海隅之役不意执事纳我叛臣自开边衅如圣许者蛊惑羣小妄肆猖狂与夫射天棰地斩社稷而焚之者何以异我故为执事忧之如养虎于家欲以自卫倒持太阿授人以柄诚不为利于已也明矣虽至愚亦知其所以然矣奚以言之讨叛以罪不为无名师直则壮胜负乃分天戈一麾数道并进蹂践尔土地剥丧尔家室而区区蚁封之域不能与天子之师抗衡也必矣而执事亦必蹈前日之辙载尔神主率尔人民扶老携 奔遁他所以致生灵肝胆涂地岂有为一匹夫而使无辜横罹其祸为社稷人民主当如是耶我今驻师静江留此境土以待行李之来临书布悃不计繁喋唯执事慎择焉)

Vào tháng 3 năm Hưng Long thứ 4 [4/1296], một viên quan lớn đánh bạc, bị đánh chết. Sử thần Phan Phù Tiên nhận xét rằng thời đầu triều Trần pháp luật nghiêm, tội đánh bạc bị xử nặng; đến đời Trần Dụ Tông cho đánh bạc trong cung, người ta học theo điều dở, đi đến chỗ mất nước:

"Mùa xuân, tháng 3, Thượng phẩm Nguyễn Hưng đánh bạc, [vua sai] đánh chết.

Phan Phu Tiên nói: Luật pháp nhà Trần nghiêm cấm đánh bạc đến như vậy, thế mà đến đời Dụ Tông lại công nhiên làm bậy, gọi là những người giàu vào cung đánh bạc, rồi sau người trong nước bắt chước cái dở ấy, không thể ngăn cấm được nữa. Cuối cùng vì tệ đánh bạc mà rồi mất nước." **Toàn Thư**, Bản Kỷ, quyển 6, trang 4a.

Nhân Huệ Vương Khánh Dư là tướng giỏi, có công lớn

đánh tan thuyền lương của của quân Nguyên tháng 12 năm Trùng Hưng thứ 4 [1/1288]; nhưng ông vấp phải nhược điểm tham ô. Thời làm trấn thủ Vân Đồn, bị mang tiếng bắt dân mua nón Ô Lôi với giá cao, nay lại bị người trong trấn kiện vì tham lam; khi bị đàn hạch lại tỏ ra không hối hận:

"Nhân Huệ Vương Khánh Dư từ Bài Áng vào chầu. Người trong trấn kiện Khánh Dư tham lam thô bỉ. Hành khiển đem sự trạng tâu lên.

Khánh Dư nhân đó tâu vua:

'Tướng là chim ưng, dân lính là vịt, dùng vịt để nuôi chim ưng thì có gì là lạ?'.

Vua không hài lòng, Khánh Dư bèn trở về. Khánh Dư vào chầu không quá 4 ngày đã trở về, vì sợ ở lâu bị vua khiển trách." **Toàn Thư**, Bản Kỷ, quyển 6, trang 4a.

Vào năm này được mùa, tổ chức đua thuyền trên sông Hồng, tại Đông Bộ Đầu tức Dốc Hàng Than, Hà Nội:

"Mùa thu, tháng 7 [8/1296], vua [4b] ngự đến Đông Bộ Đầu xem đua thuyền. Được mùa to." **Toàn Thư**, Bản Kỷ, quyển 6, trang 4a.

Chú thích:

1. Vũ Lâm: thuộc xã Vũ Lâm, huyện An Khánh, tỉnh Ninh Bình, ở đây núi non trùng điệp, trong ruột núi có hang, chu vi núi non rộng đến vài mươi mẫu, bên ngoài có con sông nhỏ quanh co khuất khúc, thông vào trong hang núi, thuyền nhỏ có thể chở vào được.

2. Khâm Từ là mẹ Vua Anh Tông, Tuyên Từ làm gái Khâm

từ, tức dì ruột nhà Vua.

3. Hiếu hoàng: Vua có hiếu.

4. Miện, sam: Theo **Cương Mục**, miện là phẩm phục của người giữ chức Hiệu thư; sam là phẩm phục của người giữ chức Bạ thư. Những người được dùng phẩm phục này, đều vào hàng quan văn, danh vị hơi cao.

5. Nhà Tống mất vào năm Kỷ Mão (1279), sự việc xảy ra sau hơn 20 năm, tức vào khoảng đầu thế kỷ thứ 14 dưới triều vua Trần Anh Tông.

6. Ky my đô hộ: chính sách ràng buộc lỏng lẻo không thực sự cai trị, đối với những nước mà Trung Quốc chưa chiếm được.

7. Chấp sự: lời xưng hô đối với người có địa vị, giống như từ "các hạ"

8. Câu văn này rất quan trọng, xác định biên giới nước ta dưới thời nhà Trần giáp với Thượng Tứ Trung Quốc, theo bản đồ hiện nay thì Thượng Tứ Trung Quốc cách biên giới nước ta tại Lộc Bình khoảng 130 km về phía đông bắc; như vậy trong quá trình lịch sử từ đời Trần đến nay, nước ta đã mất một số đất đai lớn tại vùng biên giới đông bắc.

9. Đòn đau nhớ dai! Lúc viết những dòng này, viên tướng Mông Cổ Lưu Nhị Bạt Đô vẫn còn bị ám ảnh bởi những thất bại trước kia tại nước ta!

10. Đời nhà Nguyên lập Tĩnh Giang Lộ Tổng Quản Phủ tại tính Quảng Tây.

46.
Vua Trần Anh Tông (2)
(1293-1314)

Niên hiệu:

Hưng Long

Tháng 2 năm Hưng Long thứ 5 [1297], định rõ lại quy chế binh lính. Tuyển dân đinh người nào khỏe mạnh phải suốt đời làm lính, theo như phép cũ, không được làm quan. Các châu, quận chỗ nào trước gọi là giáp, nay đổi thành hương.

Nước Ai Lao đem quân xâm phạm, chiếm giữ sông Chàng Long, nhà vua sai Phạm Ngũ Lão kéo quân đến đánh úp, quân Ai Lao thua chạy. Tin thắng trận báo về triều, vua ban cho Ngũ Lão vân phù (1).

Tháng 4, bổ dụng Trần Kiến làm Đại an phủ sứ ở kinh sư, kiêm chức quan Kiểm pháp:

"Trần Kiến là người cương trực, trước làm quan An phủ ở Thiên Trường, có người đưa biếu món ăn, Trần Kiến hỏi:

'Có việc gì mà biếu?'.

Người ấy nói:

'*Vì ở gần ly sở*'.

Mấy hôm sau, người ấy đem việc đến thỉnh thác. Trần Kiến giận lắm, móc cổ họng cho thổ đồ ăn ra. Đến nay được cất nhắc lên làm quan kiểm pháp, xét xử kiện tụng một cách công bằng thỏa đáng, người ta đều nói Trần Kiến có thể quyết đoán hình ngục được." **Cương Mục, Chính Biên**, quyển 8.

Tháng 10, năm Hưng Long thứ 6 [1298], đặt thêm quân hiệu: Thượng chân đô, Thủy dạ thoa đô và Chân kim đô; quân sĩ đều thích chữ ở trán. Nhà vua hạ lệnh cho Phạm Ngũ Lão giữ chức Kim ngô hữu vệ đại tướng quân để thống lĩnh.

Tháng 12 bổ dụng Trần Kiến làm Nhập nội Hành khiển hữu gián nghị đại phu, Trần Khắc Chung làm Đại an phủ sứ ở kinh sư:

"*Nhà vua thấy Trần Kiến là người cương trực, ban cho cái hốt (2) và làm bài minh vào cái hốt rằng:*

"*Thái sơn trinh cao,*

Ttượng hốt trinh liệt,

 Linh trĩ trãi (3) giốc,

Vì hốt nan chiết

Nghĩa là:

 Núi Thái Sơn vừa kiên trinh vừa cao,

Hốt ngà voi vừa kiên trinh vừa sáng,

 Ngà voi có linh tính như ngà giải trãi (3), dùng làm hốt,

 Khó sức mạnh nào chiết phục được." **Cương Mục, Chính Biên**, quyển 8

Tháng 4, năm Hưng Long thứ 7 (1299], bổ Phạm Ngũ Lão làm Thân vệ tướng quân, kiêm quản lĩnh quân Thiên Thuộc.

Tháng 5, bổ dụng Đoàn Nhữ Hài làm Ngự sử trung tán (4).

"Khi bấy giờ thượng hoàng từ phủ Thiên Trường về kinh, các quan trong triều đều không ai biết cả. Nhà vua uống rượu xương bồ, say, nằm ngủ, đánh thức mãi không dậy. Thượng hoàng đi thong thả, xem khắp các cung điện một hồi lâu. Lúc người hầu nội dâng cơm, Thượng hoàng không thấy nhà vua, lấy làm lạ, liền hỏi, sau khi biết chuyện, Thượng hoàng giận lắm, lập tức trở về Thiên Trường, hạ chiếu cho trăm quan đến ngày mai phải tề tập để nghe chỉ dụ. Đến quá trưa, nhà vua mới tỉnh dậy. Cung nhân đem việc đó tâu bày, nhà vua sợ quá, đi bộ ra ngoài cửa cung. Khi đi qua chùa Tư Phúc, gặp người học trò là Đoàn Nhữ Hài, nhà vua ban hỏi. Nhữ Hài vội vàng cúi rạp xuống đất thưa là:

'Học trò đi học'.

Nhà vua cho theo vào cung, bảo rằng:

'Mới đây trẫm say rượu, bị Thượng hoàng hỏi tội, nay muốn dâng biểu tạ tội, nhà ngươi nên thảo giúp ta tờ biểu ấy'.

Nhữ Hài vâng lời, thảo xong ngay. Nhà vua liền dùng chiếc thuyền nhỏ, cho Nhữ Hài đi theo, đêm đi đến Thiên Trường. Sớm hôm sau, sai Nhữ Hài đội tờ biểu dâng lên, Thượng hoàng hỏi:

'Người dâng biểu là người nào?'.

Người hầu cận thưa rằng:

'Đấy là người của quan gia [chỉ Vua] sai dâng biểu tạ tội'.

Thượng hoàng không nói gì cả. Trời gần tối, gió mưa kéo đến ầm ầm, Nhữ Hài vẫn quỳ yên không di chuyển. Thượng hoàng bèn cho người lấy tờ biểu vào xem, thấy lời lẽ ý tứ trong tờ biểu thành khẩn thiết tha, mới cho triệu nhà vua vào dạy rằng:

'Trẫm không còn có người con nào nữa để nối ngôi Vua hay sao? Nay Trẫm còn sống mà còn như thế, nếu sau này sẽ ra thế nào?'.

Nhà vua cúi đầu tạ tội. Thượng hoàng hỏi:

'Ai soạn tờ biểu này?'.

Nhà vua tâu:

'Tên học trò là Đoàn Nhữ Hài'.

Thượng hoàng lại cho triệu Nhữ Hài vào, dụ bảo rằng:

'Tờ biểu của nhà ngươi soạn, thực hợp ý Trẫm'.

Sau đó, Thượng hoàng cho nhà vua lại được làm vua và trăm quan trở về triều như trước. Nhà Vua ở phủ Thiên Trường về, cho Nhữ Hài làm Ngự sử trung tán. Khi bấy giờ Nhữ Hài mới 20 tuổi, có kẻ ghen ghét cho là ít tuổi đã làm quan, họ có câu thơ mỉa mai rằng: "Phong hiến luận đàm truyền cổ ngữ, khẩu tồn nhũ xú Đoàn Trung tán".(Trong ngự sử đài người ta truyền tụng câu cổ ngữ "khẩu tồn nhũ xú"(5) để bình luận quan Trung tán họ Đoàn)". **Cương Mục, Chính Biên,** *quyển 8*

Tháng 7, Thượng hoàng lên núi Yên Tử [thành phố Uông Bí, Quảng Ninh], xả thân chịu giới luật ở am Ngọa Vân:

"Trước kia, thượng hoàng ở Vũ Lâm, thời thường đi lại

kinh sư và phủ Thiên Trường; đến nay, lại xuất gia, đến núi Yên Tử, ở am Ngọa Vân. Cung tần, thị nữ, người nào không muốn về thì cấp ruộng và nhà cho ở dưới chân núi. Thượng hoàng thỉnh thoảng có về phủ Thiên Trường, ngự ở cung Trùng Quang.

Lúc nhà vua đến chầu, Thượng hoàng bảo:

'Nhà ta khởi nghiệp từ bãi biển, cho nên thích hình con rồng vào vế đùi, là có ý tỏ ra rằng không bao giờ vong bản'.

Lúc ấy người thợ thích hình rồng đã chực ở ngoài cửa cung, nhà vua rình khi Thượng hoàng quay mặt đi chỗ khác, liền lánh sang cung Trùng Hoa. Thượng hoàng biết ý, không bắt ép nữa. Cái tục thích hình dáng loài vật vào vế đùi của nhà Trần từ đây mới bỏ đi được." **Cương Mục, Chính Biên,** quyển 8

Tính nhà vua thích vi hành (6), đêm đến, thường ngồi trên chiếc kiệu do người khiêng, cùng đi với vài chục người, dạo chơi khắp kinh thành, đến gà gáy mới trở về cung. Lại thường ra chơi chỗ phố phường. Một hôm, có đứa vô lại ném gạch phạm phải; người theo hầu quát lên rằng:

"Xa giá nhà vua đấy!".

Mọi người mới sợ chạy. Sau, Thượng hoàng thấy vết thương, hỏi vì cớ gì. Nhà vua cứ thực tâu bày, Thượng hoàng chép miệng, nhưng rồi bỏ qua.

Vua sai Sứ thần Đặng Nhữ Lâm sang giao hảo với nhà Nguyên, Nhữ Lâm bí mật vẽ bản đồ cung điện, cùng tàng trữ bản đồ và sách bị cấm. Việc phát giác, vua Nguyên sai Sứ thần đem Nhữ Lâm về nước, cùng đưa lời trách; sự việc xảy ra **Cương Mục** và **An Nam Chí Lược** đều chép tương tự:

Tháng 7 [8/1299] *"Trước đây, nhà vua sai Đặng Nhữ Lâm sang giao hảo với nhà Nguyên, khi Nhữ Lâm đến kinh đô nhà Nguyên, bí mật làm những việc sau này:*

– Vẽ đồ bản cung điện và vườn tược.

– Đem riêng trong mình bản đồ địa dư và sách đã bị cấm.

– Ghi chép vào sổ riêng những núi rừng và tình hình quân sự ở Bắc phương.

Thừa tướng nhà Nguyên là Hoàn Trạch đem việc ấy tâu bày, vua Nguyên sai Thượng thư Mã Hợp, Thị lang Kiều Tôn Lượng sang nước ta dụ bảo nhà vua về việc Nhữ Lâm làm trái phép, đáng lẽ tra xét kỹ để trị tội, nhưng thiên tử lấy độ lượng bao dong, nên đã hạ lệnh tha cho về nước. Vậy từ nay cử sứ thần cần phải lựa chọn cẩn thận, nếu có tâu bày thỉnh thác việc gì, phải hết lòng thành thực, chứ nếu chỉ trang sức văn từ khéo léo bề ngoài, thì không ích gì cả." **Cương Mục, Chính Biên**, quyển 8

*"Năm Đại Đức thứ 5 (1301) sai Thượng thư Ma Hợp Ma, Thị lang bộ Lễ Kiều Tông Khoan đưa chiếu dụ An Nam, cứ theo lệ 3 năm cống một lần đến kỳ hạn thì tự đến ; lại dẫn lai sứ là bọn Đặng nhữ Lâm về nước ."***An Nam Chí Lược** quyển 3, **Đại Nguyên Phụng Sứ**.

(大德五年遣尙书玛哈穆特兵部侍郎乔宗寬赍诏谕安南依前三歲一贡及其自来朝廷复遣使仍引其来使邓汝霖等还国)

Nguyên Sử, mục **Liệt Truyện**, tường trình sự việc như sau:

"Tháng 2 năm Đại Đức thứ 5 [11/3-9/4/1301], bọn Thái truyền Hoàn Trạch tâu Sứ thần An Nam Đặng Nhữ Lâm vẽ

trộm bản đồ cung điện vườn thượng uyển, ngầm mua bản đồ, sách cấm, sao chép văn thư tờ trình về việc đánh Giao Chỉ, lại ghi quân tình phương Bắc cùng lăng miếu; bèn sai sứ mang chiếu chỉ trách với lời đại nghĩa. Tháng 3 sai Thượng thư bộ Lễ, Mã Hợp Mã, Thị lang bộ Lễ, Kiều Tông Lượng, mang chiếu chỉ dụ Nhật Tông đại ý rằng:

'Bọn Nhữ Lâm có hành động trái với pháp luật, đáng trị đến cùng; Trẫm vì thiên hạ độ lượng, bảo ty phụ trách tha cho về. Từ nay về sau cần tuyển chọn Sứ giả, những lời trình xin phải tận tình; từ trước tới nay chỉ chuộng hư văn không có ích gì cho sự việc. Đừng ngại sửa đổi, nếu không sẽ hối hận về sau!'

Trung thư tỉnh gửi điệp văn dùng hai viên Vạn hộ là bọn Trương Vinh Thực, đưa Sứ giả trở về." **Nguyên Sử**, quyển 209, Liệt Truyện: An Nam.

(大德五年二月，太傅完澤等奏安南來使鄧汝霖竊畫宮苑圖本，私買輿地圖及禁書等物，又抄寫陳言征收交趾文書，及私記北邊軍情及山陵等事宜，遣使持詔責以大義。三月，遣禮部尚書馬合馬、禮部侍郎喬宗亮持詔諭日燇，大意以「汝霖等所爲不法，所宜窮治，朕以天下爲度，敕有司放還。自今使价必須選擇；有所陳請，必盡情悃。向以虛文見給，曾何益於事哉，勿憚改圖以貽後悔」。中書省復移牒取萬戶張榮實等二人，與去使偕還。)

Sứ thần Đặng Nhữ Lâm, cũng giống như một số nhà ngoại giao hiện đại; ngoài việc bang giao, còn làm công tác gián điệp. Giáo sư Hoàng Xuân Hãn trong bài nghiên cứu **Lịch Và Lịch Việt Nam**, soạn **Bảng Sự Kiện Có Lịch Tính Trong Sử Liệu**, phát hiện ra rằng sau chuyến đi sứ của Đặng Nhữ Lâm, thấy lịch nước ta giống với lịch **Thụ Thời** Trung

Quốc với các chi tiết như cùng chung tháng nhuần. Giáo sư Hãn nhận xét Đặng Nhữ Lâm đi sứ đã bí mật học được phép làm lịch của nhà Nguyên và mang sách cấm nghiên cứu cách soạn lịch đưa về nước; nên ông viết:

*"Tôi nghĩ rằng chính trong dịp này, người nước ta học phép lịch **Thụ Thời**, và có lẽ bắt đầu đặt ty Thiên văn hay cục Thái sử có viên chức cao phụ trách."* (7)

Dựa theo nghiên cứu trên đem áp dụng, bắt đầu từ năm 1301 tức năm Đặng Nhữ Lâm về nước, chúng tôi dùng bảng **Lưỡng Thiên Niên Trung Tây Lịch Chuyển Hoán** [兩千年中西曆轉換], đổi ngày tháng trong lịch Việt sang Dương Lịch, giống như cách làm của Trung Quốc.

Tháng 8 năm Hưng Long thứ 8 [15/8-13/9/1300], Tiết chế thống lĩnh các quân, Hưng Đạo đại vương Trần Quốc Tuấn mất; sử nước ta chép một cách trân trọng về thân thế sự nghiệp Đại vương như sau:

"Trước đây, Quốc Tuấn bị bệnh, nhà vua đến nhà riêng thăm và hỏi rằng:

Nếu có sự không lành xảy ra, mà quân nhà Nguyên lại sang xâm lấn, thì chống cự lại bằng cách gì?'.

Quốc Tuấn thưa:

'Ngày trước Triệu Võ [Triệu Đà] dựng nước, vua nhà Hán sai quân sang đánh, lúc ấy, về phần tiểu dân thì phá hết hoa màu ở đồng nội; về phần quân lính thì đại binh kéo sang châu Khâm, châu Liêm, đánh quận Trường Sa, dùng đoản binh (8) đánh tập hậu, đấy là một thời kỳ. Đến đời nhà Đinh, nhà Lê dùng được người hiền tài, lúc ấy phương Nam đương mạnh, phương Bắc đương suy, trên dưới một lòng, dân không có

lòng ly tán, đắp thành Bình Lỗ mà phá được quân nhà Tống, đấy lại là một thời kỳ. Nhà Lý dựng cơ nghiệp, người nhà Tống sang xâm lấn; lúc ấy dùng Lý Thường Kiệt đánh châu Khâm, châu Liêm, nhiều lần tiến quân đến Mai Lĩnh (9), đấy là có thế lực mạnh. Mới rồi, Toa Đô, Ô Mã Nhi bốn mặt đánh phá bao vây; lúc ấy vua tôi cùng lòng, anh em hòa thuận, cả nước góp sức chiến đấu, nên giặc phải bó tay, đấy là lòng giời xui khiến. Đại khái quân giặc cậy vào trường trận (8), quân ta cậy vào đoản binh, đem đoản binh đánh lại trường trận, là việc thường trong binh pháp. Nhưng cần phải xét: nếu thấy quân giặc tràn sang như gió, như lửa, thì thế giặc có thể dễ chống cự được; nếu giặc dùng cách chiếm cứ dần, như tằm ăn dâu, không vơ vét của dân, không mong đánh được ngay, thì mình phải dùng tướng giỏi, phải xem xét tình thế biến chuyển như người đánh cờ, tùy theo thời cơ mà chế biến cho đúng, làm thế nào thu hút được binh lính như cha con một nhà, mới có thể dùng để chiến thắng được. Vả lại, phải bớt dùng sức dân để làm cái kế thâm căn cố đế, đó là thượng sách giữ nước không còn gì hơn'.

Nhà vua rất phục lời trình bày của Quốc Tuấn là đúng. Khi Quốc Tuấn mới sinh ra, có người xem tướng trông thấy, nói:

'Mai sau có thể kinh bang tế thế được'.

Lúc lớn lên, dung mạo khôi ngô, thông minh khác thường, xem rộng các sách, có tài văn vũ. Thân phụ Quốc Tuấn là An Sinh vương, trước đây, có hiềm riêng với Thái Tông, đem lòng oán giận, đi tìm khắp những người có tài nghệ giỏi để dạy bảo Quốc Tuấn. Lúc sắp mất, cầm tay Quốc Tuấn trối trăng lại rằng:

'Con không vì cha mà lấy được thiên hạ, thì cha dầu chết cũng không nhắm mắt được!'.

Trong bụng Quốc Tuấn vẫn không cho câu nói ấy là đúng. Khi quân Nguyên sang xâm lấn, một mình nắm hết quyền bính trong nước trong quân, có lần Quốc Tuấn đem câu trối trăng của cha hỏi hai người gia nô là Dã Tượng và Yết Kiêu. Hai người can ngăn, nói:

'Nếu thi hành kế ấy, dầu có giàu sang được một lúc, mà tiếng xấu để mãi đến ngàn đời. Đại vương bây giờ chả phải đã giàu sang rồi ư? Chúng tôi tình nguyện chết già làm người nô bộc, chứ không muốn làm sự bất trung bất hiếu để cầu may mà được một chức quan, chúng tôi mong học được như người mổ dê tên là Duyệt ở thời Xuân Thu ngày trước'.

Quốc Tuấn nghe hai người gia nô nói, vừa cảm động ứa nước mắt vừa khen ngợi. Có lần Quốc Tuấn giả vờ hỏi dò ý con là Hưng Vũ vương Quốc Nghiện rằng:

'Cổ nhân giàu có cả thiên hạ, để truyền cho con cháu về sau, việc ấy con nghĩ thế nào?'.

Quốc Nghiện thưa rằng:

'Việc ấy đối với người khác họ cũng không nên làm, huống chi là người cùng một họ'.

Quốc Tuấn rất lấy làm phải; sau lại đem câu ấy hỏi con thứ là Hưng Nhượng vương Quốc Tảng, Quốc Tảng tiến thẳng đến, nói:

'Tống Thái Tổ là một người làm ruộng, chỉ nhờ gặp thời vận mà lấy được thiên hạ'.

Quốc Tuấn liền tuốt gươm ra kể tội rằng:

'Những người bầy tôi phản loạn chính là do những đứa con bất hiếu mà ra'.

Nói rồi có ý muốn giết đi. Quốc Nghiện vội chạy ra kêu khóc xin nhận tội thay, mãi sau mới được Quốc Tuấn tha cho. Khi Quốc Tuấn sắp mất, bảo Quốc Nghiện rằng:

'Sau khi ta chết, đậy nắp áo quan đâu đấy xong rồi, sẽ cho Quốc Tảng vào viếng khóc'.

Vào khoảng đầu niên hiệu Thiệu Bảo, quân Nguyên rầm rộ kéo sang, khí thế rất hung hãn. Vua Thái tông bảo rằng:

'Lực lượng của giặc mạnh như thế, có lẽ ta hãy tạm xin hàng'.

Quốc Tuấn nói:

'Trước hết hãy chặt đầu tôi đã, rồi sẽ hàng'.

Xem những việc trên, thì Quốc Tuấn hết lòng với nhà Trần, trung nghĩa bộc lộ ra như thế, cho nên dẹp tan được giặc Nguyên, dựng nên công nghiệp phi thường, tiếng vang đến Trung Quốc. Người nhà Nguyên thường gọi là An Nam Hưng Đạo vương mà không dám gọi rõ tên. Thánh Tông có làm bài văn bia ở sinh từ, sánh Quốc Tuấn với Thượng Phủ (10). Vì có công lao to, nên gia phong là Thượng Quốc Công, được quyền tự ban thưởng phẩm tước cho người khác, nhưng Quốc Tuấn chưa hề tự ban thưởng cho một ai cả, ấy cẩn trọng giữ gìn như vậy. Lại còn một việc nữa là thường tiến cử người hiền tài để giúp nước, như các ông Phạm Ngũ Lão, Trương Hán Siêu đều là môn khách của Quốc Tuấn cả."
Cương Mục, Chính Biên, quyển 8.

Tháng 3 năm Hưng Long thứ 9 [10/4-8/5/1301] Thượng hoàng sang chơi Chiêm Thành. Thượng hoàng xuất gia ở núi Yên Tử, thường muốn đi chơi xem khắp núi sông trong nước, nhân du lịch đến một địa phương, tiện đường sang chơi Chiêm Thành.

Nước Ai Lao đem quân sang cướp ở Đà Giang, nhà vua sai Phạm Ngũ Lão đi đánh, phá tan được. Ngũ Lão đem quân đánh nhau với giặc ở động Mường Mai [huyện Mai Châu tỉnh Hòa Bình], bắt được rất nhiều tù binh. Khi Ngũ Lão đem quân về, nhà vua phong làm Thân vệ đại tướng quân và ban cho quy phù [Binh phù có hình con rùa].

Tháng 11 [1/12-30/12/1301], Thượng hoàng từ Chiêm Thành trở về.

Tháng giêng, năm thứ Hưng Long thứ 10 [30/1-27/2/1302], gia phong Chiêu Văn vương Nhật Duật là Thái úy quốc công. Theo chế độ cũ, người nào là Thân vương mà vào triều làm Tướng quốc, xưng là Quốc công. Nhật Duật lấy danh nghĩa là Thái úy vào làm Tướng quốc trong triều, nên được phong là Quốc công.

Nhà vua cho phép người đạo sĩ Trung Quốc là Hứa Tông Đạo đến ở phường An Hoa. Tông Đạo từ Trung Quốc theo thuyền buôn đến nước ta; nhà vua cho phép cư trú ở phường An Hoa [Yên Phụ, Hà Nội]. Viên đạo sĩ truyền các khoa cúng về phù thủy và làm chay, nên các khoa này bắt đầu thịnh hành ở nước ta từ đấy.

Tháng 10, năm Hưng Long thứ 11 [10/11-8/12/1303], Đoàn Nhữ Hài đi sứ Chiêm Thành, bỏ tục lệ lạy Vua Chiêm, nên lúc trở về nước được thăng chức Tham tri chính sự:

"Nhữ Hài vâng mệnh lệnh vua sang sứ Chiêm Thành. Đến yết kiến thượng hoàng ở chùa Yên Tử, thượng hoàng cùng Nhữ Hài nói chuyện, rất lấy làm hài lòng, bảo với tả

hữu rằng:

'Nhữ Hài là người có phẩm hạnh, nên được quan gia tin dùng là phải'.

Trước đây Sứ thần nước ta sang sứ, đều lạy chúa Chiêm Thành trước, rồi mới mở đọc chiếu thư; lần này khi Nhữ Hài sang đến nơi, vào thẳng trước án để tờ chiếu yên ổn xong, nhân bảo chúa Chiêm Thành rằng:

'Từ khi tôi vâng mệnh triều đình đem thiên chiếu [chiếu Thiên tử] sang đây, đã lâu không được chiêm vọng thanh quang nay mở chiếu thư ra, không khác gì đứng trước thiên nhan [đứng trước dung nhan Thiên tử]'.

Nói xong, liền lạy thẳng vào tờ chiếu thư, dầu chúa Chiêm Thành có đứng ở bên cạnh, nhưng lấy danh nghĩa là lạy chiếu thư, để tỏ rõ ý không chịu khuất. Sau này, các sứ thần sang sứ Chiêm Thành mà không phải lạy chúa Chiêm, là từ Nhữ Hài trước. Khi Nhữ Hài trở về nước, nhà vua rất khen ngợi, nên cho giữ chức này." **Cương Mục, Chính Biên**, quyển 8.

Tháng 3 năm Hưng Long thứ 12 [6/4-4/5/1304] cho mở khoa thi Thái học sinh tức Tiến sĩ:

*"Phép thi: Trước hết cho ám tả truyện **Mục Thiên Tử** (11) và **Thiên Y Quốc** [chưa rõ] để rũ bớt những kẻ học kém; thứ hai thi kinh nghi (12), kinh nghĩa (13) và thơ phú (14); thứ ba thi chiếu (15), chế (16), biểu (17); sau cùng thi một bài văn sách (18), để định thứ tự đỗ cao, đỗ thấp. Khoa này lấy đỗ thái học sinh 44 người; ba người đỗ đầu được từ cửa Phượng Thành ra đi du lịch phố xá ba ngày. Trạng nguyên Mạc Đĩnh Chi ban cho Thái học sinh hỏa dũng thủ, sung chức Nội thư gia; Bảng nhỡn Bùi Mộ ban cho mạo sam Chi hậu bạ thư và được sung chức Nội lệnh thư gia; Thám hoa Trương Phóng ban*

cho mũ quyền miện hiệu thư và được sung chức Nhị tư. Còn từ hoàng giáp Nguyễn Trung Ngạn trở xuống đều được bổ quan chức, tùy theo thứ tự đỗ cao hay thấp." **Cương Mục, Chính Biên**, quyển 8.

Tháng 12 [27/12/1304-25/1/1305], bổ Đoàn Nhữ Hài giữ việc viện Xu Mật. Từ năm Kiến Trung [1225-1232] đến nay, người đại thần cầm quyền trong chính phủ đều dùng họ tôn thất. Nay Nhữ Hài xuất thân là học trò, được cất lên một chức quan trọng trong chính phủ, do đấy con đường dùng người không phân biệt kẻ thân, người sơ nữa.

Chú thích:

1. Vân phù: Phù hiệu màu vẽ mây.

2. Cái hốt là vật dùng để ghi chép vua quan thời xưa cầm trên tay, có việc gì thì ghi chép vào hốt để khỏi quên. Đời cổ, hốt của thiên tử bằng ngọc, của vua chư hầu bằng ngà voi, từ đại phu đến sĩ làm bằng tre hoặc gỗ; về sau, đại phu và sĩ đều có thể được dùng hốt bằng ngà voi cả. Chiều dài chiều rộng cái hốt của từng cấp bậc đã có kích thước nhất định.

3. Trãi: Tên riêng một giống thú rừng, có sách giải nghĩa là dê thần, giống thú này có một cái sừng thẳng ở giữa trán. Đời cổ dùng nó để húc đánh những người gian tà nham hiểm, vì nó có linh tính phân biệt được người ngay, người gian.

4. Ngự sử trung thừa: Chức quan đứng hàng thứ 2 ở đài Ngự sử có nhiệm vụ can gián, đàn hặc nhà vua.

5. Khẩu tồn nhũ xú: Miệng còn hơi sữa, ý chỉ còn nhỏ tuổi.

6. Vi hành: Vua chúa đi ra ngoài cung điện, không muốn

cho người ngoài biết, nên không có nghi trượng đón rước, chỉ đi với một số ít người dạo chơi, gọi là "vi hành".

7. Theo La Sơn Yên Hồ Hoàng Xuân Hãn, tập 1, trang 935.

8. Đoản binh: Một binh chủng chuyên dùng giáo mác đánh giặc, khác với trường binh là hạng binh lính đánh giặc bằng cung tên.

9. Mai Lĩnh: Ở địa phận tỉnh Giang Tây, tức là núi Đại Dũ, nơi xung yếu giữa hai tỉnh Giang Tây và Quảng Đông, trên núi trồng nhiều cây mai, nên gọi tên là Mai Lĩnh.

10. Thượng phủ là danh hiệu tôn xưng Thái Công Vọng. Thái Công Vọng họ Khương tên Thượng, là một hiền thần nhà Chu. Vũ Vương nhà Chu tôn làm thầy nên gọi là Thượng phủ.

11. **Mục thiên tử**: Sách này do Tuân Húc nhà Tấn hiệu đính và Quách Phác chú thích.

12. Kinh nghi: Hỏi những nghĩa có nghi ngờ trong năm kinh: **Kinh Thư, Kinh Thi, Kinh Lễ, Kinh Dịch, Kinh Xuân Thu.**

13. Kinh nghĩa: Quan trường lấy một câu trong ngũ kinh hoặc tứ thư ra đầu đề, thí sinh theo đầu đề ấy mà phô bày rộng ra cho rõ nghĩa.

14. Thơ: Theo thể thơ ngũ ngôn trường thiên. Phú: Dùng thể phú tám vần.

15. Chiếu chỉ: như tờ chiếu cầu hiền, tờ chiếu ân xá, v.v... thí sinh phải làm thay lời của vua ban chiếu chỉ cho cả nước.

16. Chế sách: như chế sách hỏi về việc binh; chế sách hỏi về mệnh lệnh, chính sự vv....

17. Bài biểu của bầy tôi dâng lên vua: như biểu tạ ân vua đã ban ân cho mình, biểu dâng sách đã biên soạn xong hoặc dâng phẩm vật địa phương, v.v...

18. Văn sách: Quan trường dùng một đề mục nào đó trong sách, rồi viện dẫn những sự việc cổ đại, cận đại và hiện đại đặt ra nhiều nghi vấn để thí sinh trả lời.

47.
Vua Trần Anh Tông (3)
(1293-1314)

Niên hiệu:

Hưng Long

Tháng giêng, năm Hưng Long thứ 13 [26/1-23/2/1305]; lập con là Mạnh làm Đông cung thái tử:

*"Trước đây, những người con do phi tần hậu cung sinh ra, phần nhiều không nuôi được. Đến khi sinh con thứ tư tên là Mạnh, nhà vua nhờ Thụy Bảo công chúa nuôi giúp, Thụy Bảo lại ký thác Trần Nhật Duật nuôi, Nhật Duật hết lòng nuôi nấng. Nay lập làm Đông cung thái tử, nhà vua thân làm bài "**Dược thạch châm**" (1) ban cho."* **Cương Mục, Chính Biên**, quyển 8.

Tháng 6, năm Hưng Long thứ 14 [11/7-9/8/1306], gả Huyền Trân công chúa cho chúa Chiêm Thành là Chế Mân, Chế Mân đem dâng đất châu Ô và châu Lý [Quảng Trị, Thừa Thiên]:

"Trước đây, Thượng hoàng đi du lịch đến một địa phương, nhân tiện sang chơi Chiêm Thành, hẹn gả con gái cho chúa Chiêm. Sau Chế Mân sai bầy tôi là bọn Chế Bồ Đài đệ tờ biểu

dâng vàng, bạc, kỳ hương và các phẩm vật lạ để xin cưới. Quần thần trong triều đều nói là không nên gả, chỉ có Văn Túc vương Đạo Tái chủ trương nên gả, và Trần Khắc Chung tán thành. Chế Mân lại xin đem châu Ô, châu Lý để làm lễ cưới, lúc ấy ý vua mới quả quyết cho Huyền Trân công chúa về với vua Chiêm. Về việc này, có nhiều văn nhân mượn chuyện nhà Hán gả con gái cho Hung Nô và Ô Tôn, làm thơ để chế giễu." **Cương Mục**, **Chính Biên**, quyển 8.

Ngày 15 tháng 9 [22/10/1306] có nguyệt thực (2). Trong tháng, vời Thiên chương học sĩ Nguyễn Sĩ Cố giảng Ngũ Kinh (3); Sĩ Cố giỏi về thơ phú quốc ngữ:

"Mùa thu, tháng 9, ngày 15, giờ Tuất, nguyệt thực.

Sai thiên chương học sĩ Nguyễn Sĩ Cố giảng Ngũ Kinh. Sĩ Cố thuộc dòng Đông Phương Sóc (4), giỏi khôi hài, hay làm thơ phú quốc ngữ. Nước ta làm nhiều thơ phú bằng quốc ngữ bắt đầu từ đó." **Toàn Thư**, Bản Kỷ, quyển 6, trang 22a.

Tháng giêng năm Hưng Long thứ 15 [3/2-4/3/1307], đổi tên châu Ô, châu Lý là Thuận châu, Hóa châu; sai Hành khiển Đoàn Nhữ Hài đi phủ dụ dân hai châu ấy. Chế Mân đã dâng đất hai châu, người các thôn La Thủy, Tác Hồng và Đà Bồng không chịu thần phục. Nhà vua sai Nhữ Hài đi tuyên dương uy đức của nhà vua, kén chọn lấy người của họ bổ cho làm quan, cấp ruộng đất cho dân như cũ và xá miễn tô thuế trong vòng ba năm.

Tháng 9 [27/9-26/10/1307], chúa Chiêm là Chế Mân mất, Thế tử là Chế Đa Gia sai bầy tôi là Bảo Lộc Kê sang dâng voi trắng và báo cáo tin buồn.

Tháng 10 [27/10-25/11/1307], hạ lệnh cho Hành khiển Trần Khắc Chung sang Chiêm Thành, đưa Huyền Trân công chúa về nước:

"*Theo tục Chiêm Thành, mỗi khi chúa trong nước mất, thì vợ chúa phải lên đàn thiêu để chết theo. Nhà vua được tin đó, sai Trần Khắc Chung mượn cớ sang thăm, và nói rằng:*

'*Công chúa hỏa táng, thì không có ai làm chủ đàn chay, chi bằng công chúa ra ngoài bãi biển chiêu hồn chúa công cùng về, lúc ấy sẽ lên đàn thiêu là tiện hơn cả.*'

Người Chiêm Thành nhận lời. Khi đã ra ngoài biển rồi, Khắc Chung dùng chiếc thuyền nhỏ cướp lấy công chúa đưa về. Sau hai người tư thông với nhau, trùng trình ở trên mặt biển, lâu lắm mới về đến kinh sư. Hưng Nhượng vương Quốc Tảng lấy làm ghét lắm, hễ thấy Khắc Chung liền mắng rằng:

'*Họ tên người này là "Trần Khắc Chung", đối với nước nhà có điều không tốt, có lẽ nhà Trần sẽ mất về người này chăng?*'.

Khắc Chung thường phải sợ mà lánh mặt." **Cương Mục, Chính Biên**, quyển 8

Tháng giêng năm Hưng Long thứ 16 [24/1-22/2/1308], bổ dụng Trương Hán Siêu làm Hàn Lâm Học Sĩ. Hán Siêu trước kia là môn khách của Hưng Đạo vương, được Hưng Đạo vương tiến cử. Nhà vua nhận thấy là người có văn học, nên bổ dụng vào chức này.

Ngày mồng 3 tháng 11 [16/11/1308], Thượng hoàng mất ở chùa núi Yên Tử; hiệu là Trúc Lâm đại sĩ, đệ nhị tổ Pháp Loa hành lễ hỏa thiêu:

"*Thượng hoàng sau khi xuất gia, lên ở trong am Ngọa Vân trên ngọn Tử Tiêu núi Yên Tử, tự hiệu là Trúc Lâm đại sĩ. Lúc Thiên Thụy công chúa bị bệnh nặng, Thượng hoàng* xuống dưới núi để thăm, khi trở về núi, đem công việc sau khi mất dặn lại người Thị giả (5) là Pháp Loa, dặn xong thì mất. Pháp Loa dùng phép hỏa hóa. Tôn thụy hiệu là Pháp Thiên Sùng Đạo Ứng Thế Hoa Dân Long Từ Hiển Huệ Thánh Văn Thần Vũ Nguyên Minh Duệ Hiếu Hoàng đế. Thượng hoàng ở ngôi 14 năm, nhường ngôi 13 năm, hưởng thọ 51 tuổi." **Cương Mục, Chính Biên**, quyển 9.

Bấy giờ Vua Vũ Tông nhà Nguyên mới lên ngôi, sai Thượng thư là An Lỗ Uy sang báo cho biết; nhà vua sai Sứ thần Mạc Đĩnh Chi sang chúc mừng; Đĩnh Chi có dịp thi thố tài thơ văn trước quần thần nhà Nguyên. **An Nam Chí Lược** cũng xác nhận việc nước ta cử Sứ thần sang cống và chúc mừng:

"Đĩnh Chi người thấp bé, người Nguyên khinh ông. Một hôm viên tể tướng mời ông vào phủ cho [24b] cùng ngồi. Lúc ấy, đương hồi tháng 5, tháng 6. Trong phủ có bức trướng mỏng thêu hình con chim sẻ vàng đậu cành trúc. Đĩnh Chi vờ ngỡ con chim sẻ thực, vội chạy đến bắt. Người Nguyên cười ồ, cho là người phương xa bỉ lậu. Đĩnh Chi kéo bức trướng xuống xé đi. Mọi người đều lấy làm lạ hỏi tại sao. Đĩnh Chi trả lời:

'Tôi nghe người xưa vẽ cành mai và chim sẻ, chứ chưa thấy vẽ chim sẻ đậu cành trúc bao giờ. Nay trong bức trướng của tể tướng lại thêu cành trúc với chim sẻ. Trúc là bậc quân tử, chim sẻ là kẻ tiểu nhân. Tể tướng thêu như vậy là để tiểu nhân trên quân tử, sợ rằng đạo của tiểu nhân sẽ mạnh, đạo của quân tử sẽ suy. Tôi vì thánh triều mà trừ giúp bọn tiểu nhân.'

Mọi người đều phục tài của ông. Đến khi vào chầu, gặp

lúc nước ngoài dâng quạt, vua Nguyên sai làm bài minh. Đĩnh Chi cầm bút viết xong ngay, lời bài minh như sau:

"Lưu kim thước thạch,

Thiên vị địa lô,

Nhĩ ư tư thì hề,

Y Chu cự nho.

Bắc phong kỳ lương,

Vũ tuyết tái đồ,

Nhĩ ư tư thì hề,

Di [25a] Tề ngạ phu.

Y! dụng chi tắc hành,

Xả chi tắc tàng,

Duy ngã dữ nhĩ,

Hữu như thị phù'.

Dịch nghĩa:

'Chảy vàng tan đá,

Trời đất như lò,

Ngươi bấy giờ là Y Chu (6) đại nho.

Gió bắc căm căm,

Mưa tuyết mịt mù,

Ngươi bấy giờ là Di Tề đói xo (7).

Ôi, được dùng thì làm,

Bỏ thì nằm co,

Chỉ ta cùng ngươi là như thế ru!'.

Người Nguyên lại càng thán phục." **Toàn Thư**, Bản Kỷ, quyển 6, trang 24a.

"Năm Chí Đại thứ nhất [1308] *sai Thượng thư bộ Lễ A Lỗ Uy, Thị lang bộ Lại Lý Kinh, Thị lang bộ Binh Cao Phục Lễ đi sứ An Nam, tuyên cáo chiếu lên ngôi của Hoàng đế Vũ Tông. Lúc này Nhật Tuân* [vua Trần Nhân Tông] *đã mất, con là Nhật Trường* [Vua Trần Anh Tông] *sai sứ sang cống và chúc mừng ."* **An Nam Chí Lược**, quyển 3, **Đại Nguyên phụng sứ.**

(至大元年遣礼部尙书阿噜威吏部侍郎李京兵部侍郎高复礼使安南宣武宗皇帝即位诏世子陈　遣使贡贺)

Tháng 2, năm Hưng Long thứ 17 [13/3-10/4/1309], cho con là Mạnh làm Hoàng thái tử. Lập hoàng hậu là Trần Thị, xuống chiếu đại xá; hậu là con gái Hưng Nhượng Vương Quốc Tảng, khi mới lấy gọi là Thánh Tư phu nhân; đến đây lập làm Thuận Thánh Hoàng hậu.

Vào tháng 9 năm Hưng Long thứ 18 [24/9/22/10/1310], an táng linh cữu Vua Nhân Tông tại Đức Lăng, phủ Long Hưng, tỉnh Thái Bình. Dân chúng đến dự quá đông, chật cả đường; Vua cho gọi Chi hậu thánh chưởng Trịnh Trọng Tử tới sắp xếp, mới ổn thỏa:

"Mùa thu, tháng 9, ngày 16 [9/10/1310], *rước linh cữu thượng hoàng* [26a] *về chôn ở lăng Quy Đức, phủ Long Hưng, xá ly thì cất ở bảo tháp am Ngọa Vân; miếu hiệu là Nhân Tông, tên thụy là Pháp Thiên Sùng Đạo Ứng Thế Hóa Dân Long Từ Hiển Hiệu Thánh Văn Thần Võ Nguyên Minh Duệ Hiếu Hoàng Đế. Đem Khâm Từ Bảo Thánh thái hoàng thái hậu hợp táng ở đấy.*

Trước đó, linh cữu Nhân Tông tạm quàn ở điện Diên Hiền. Khi sắp đưa rước, đã đến giờ rồi mà quan lại và dân chúng còn đứng chật cả cung điện. Tể tướng cầm roi xua đuổi mà vẫn không giãn ra được. Vua cho gọi Chi hậu thánh chưởng Trịnh Trọng Tử tới bảo:

'Linh cữu sắp đưa rồi mà dân chúng đầy nghẽn như vậy thì làm thế nào? Ngươi hãy làm cho họ tránh ra'.

Trọng Tử lập tức đến thềm Thiên Trì, gọi quân Hải khẩu và quân Hổ dực (quân do Trọng Tử trông coi) đến ngồi thành hàng trước thềm, sai hát mấy câu điệu Long Ngâm. Mọi người đều kinh ngạc, kéo nhau đến xem, cung điện mới giãn người, bèn rước [linh cữu thượng hoàng] về lăng Quy Đức.

Trọng Tử lo dọc đường thế nào cũng có chỗ cao thấp quanh co, nếu nghiêm túc im lặng, thì sợ có sự nghiêng lệch, nếu truyền gọi bảo ban thì lại e ồn ào, bèn đem những lời dặn về cách đi đứng dàn hàng, phổ vào khúc hát Long Ngâm, sai người hát lên để bảo nhau. Người thời ấy rất ca ngợi ông. Ý tứ khéo léo của ông đại loại như vậy. Vua gọi ông là con nhà trời, vì ông hiểu khắp mọi nghề, lớn nhỏ đều thạo, không việc gì là không biết [26b]." **Toàn Thư**, Bản Kỷ, quyển 6, trang 25b.

Tháng 12 năm Hưng Long thứ 19 [22/12/1311-19/1/1312], nhà Vua tự làm tướng sang đánh Chiêm Thành. Nước này từ khi Chế Mân mất, Chế Chí lên thay, thường hay phản trắc, nên nhà vua mới đem quân sang đánh.

Tháng 5 năm Hưng Long thứ 20 [6/6-4/7/1312], nhà Vua sai người dụ bắt được chúa Chiêm Thành là Chế Chí đưa về nước và phong cho em Chế Chí là Chế Đà A Bà Niêm làm Á Hầu trấn thủ đất Chiêm; rồi đem quân về:

"Trước đây, Chế Chí sai chủ trại Câu Chiêm sang dâng lễ cống, nhà vua bảo Nhữ Hài bí mật hẹn với chủ trại dụ chúa Chiêm đầu hàng. Đến nay vua thân làm tướng sang đánh. Khi quân tiến đến Lâm Bình [huyện Quảng Ninh, Quảng Bình], nhà vua sai chia quân làm ba đạo: Huệ Vũ vương Quốc Trấn đi theo đường núi; Nhân Huệ vương Khánh Dư đi theo đường biển, còn nhà vua đem quân đi theo đường bộ, ba đạo quân cùng tiến. Đoàn Nhữ Hài được sung chức Chiêu Dụ sứ đem quân đi trước. Khi đến trại Câu Chiêm, nhà vua đóng dinh ở đó. Nhữ Hài sai người đến nhắc lại với chủ trại những điều đã đính ước ngày trước. Chủ trại dụ bảo Chế Chí; Chế Chí nhận lời, rồi đem theo gia thuộc đi theo đường biển để ra hàng. Khánh Dư liền đuổi theo. Nhữ Hài thấy thế, lập tức phi tấu với nhà vua rằng:

'Khánh Dư có ý chực cướp thiên công'.

Nhà vua giận lắm, sai bắt người giữ chức giám quân của Khánh Dư là Nguyễn Ngỗi phải chịu tội chặt chân. Khánh Dư sợ, thân đến ngự dinh (8) tạ tội và tâu rằng:

'Tôi sợ ở biển, chúa Chiêm lại có ý nghĩ gì thay đổi chăng, nên phải theo sát đằng sau'.

Nhà vua nguôi giận, tha tội cho Khánh Dư, rồi hạ chiếu chia quân đi tuần các bộ lạc. Người Chiêm bảo nhau tụ họp, có ý chực xâm phạm thẳng ngự dinh. Lúc nghe tiếng voi hí đến gần, quân sĩ có nét mặt lo sợ; trong khi ấy thì quân của Quốc Trấn chợt kéo đến, người Chiêm liền chạy tan tác. Nhà vua sai bắt Chế Chí đem về nước, phong cho em hắn là Chế Đà A Bà Niêm là Á Hầu để trấn giữ lấy đất ấy, rồi đem quân về." **Cương Mục, Chính Biên**, quyển 9.

Khi Vua về đến Long Hưng, làm lễ hiến tù binh tại lăng

miếu tổ tiên, sau đó trở về cung.

"*Thuyền nhà vua đi đến sông Sâm Thị (9), bỗng gặp mưa, gió, sấm, sét; đương ban ngày trời tối mù mịt, dầu cách gang tấc mà trông cũng không rõ. Quai chèo, dây kéo đều bị đứt, thuyền của vua bị đắm giữa dòng sông. Nhà vua leo lên mũi thuyền, ngồi trên trốc mui, sai quân sĩ sửa lại thuyền và nghi trượng để đi. Khi trở về đến kinh, áo giáp và khí giới đều bị ướt. Quần thần vào bái yết đều mặc áo ngắn đến đầu gối. Lúc bấy giờ Thái tử trông coi việc nước, vì tuổi còn nhỏ, nên nhà vua cho Chiêu Văn vương Nhật Duật và Tuyên Vũ hầu Quốc Tú ở lại kinh sư giúp Thái tử giữ nước. Lúc xét công, nhà vua hạ chiếu cho người ở kinh giữ nước công trạng cũng ngang với người đi theo xa giá đánh giặc.*" **Cương Mục, Chính Biên**, quyển 9.

Bấy giờ Vua Nhân Tông nhà Nguyên mới lên ngôi, đổi niên hiệu là Hoàng Khánh, sai Sứ thần Nại Man Đại sang báo cáo tin và ban cho lịch mới, nên nhà Vua sai sứ sang chúc mừng. **An Nam Chí Lược** cũng chép tương tự và kèm thêm chiếu thư của Vua Nhân Tông, do Nại Man Đại đưa sang nước ta:

"*Năm Chí Đại thứ 4 [1311] sai Thượng thư bộ Lễ Nại Man Đại, Thị lang bộ Lại Ni Cổ Ba, Lang trung bộ Binh Đỗ Dữ Khả đi sứ An Nam, tuyên cáo chiếu lên ngôi của Hoàng đế Nhân Tông. Vào năm Hoàng Khánh thứ nhất [1312] Thế tử Trần Nhật Trường sai Sứ sang chúc mừng.*"**An Nam Chí Lược**, quyển 3, **Đại Nguyên Phụng Sứ**.

(至大四年遣礼部尚书奈曼岱吏部侍郎尼古巴兵部郎中杜与可奉使安南宣仁宗皇帝即位诏皇庆初元世子陈　遣使贡贺)

"*Ngày 25 tháng 10 năm Chí Đại thứ 4 [5/12/1311], Hoàng đế Nhân Tông dụ Thế tử nước An Nam Trần Nhật Trường. (Vốn tên là Thuyên, thụy Anh Tông – Lê Trắc chú –)*

Tổ tiên ta nhận mệnh trời, coi sóc vạn nước, uy đức tăng thêm, ổn định nơi xa để yên nơi gần. Mới đây tiên Hoàng đế về trời, ta được các Vương Hầu và thần dân nài ép nên vào ngày mười tám, tháng ba năm Chí Đại thứ tư [7/4/1311] lên ngôi Hoàng đế; lại theo lệ quá một năm thì thay niên hiệu, nên đổi Chí Đại năm thứ năm thành Hoàng Khánh năm thứ nhất. Nay sai viên Thái Trung Đại phu Nại Man Đại, Phụng Trực Lang Binh Bộ Thị lang Đỗ Hưng Khả đưa chiếu chỉ đến dụ; lại ban bản lịch Hoàng Khánh, khanh thay quyền cấp cho dân chúng để làm sáng tỏ thêm chức phận. Đừng theo cách thờ nước lớn của tổ tiên nhà ngươi, để khỏi phụ lòng trẫm muốn yên ổn nơi xa. Vậy ban tờ chiếu này, hãy suy nghĩ để hiểu cặn kẽ."**An Nam Chí Lược**, quyển 2, **Đại Nguyên Chiếu Chế**.

(至大四年十月二十五日仁宗皇帝诏谕安南世子陈

惟我祖宗受天明命抚有万方威德所加
柔遠能迩乃者先皇帝龙驭上賓朕以王侯臣民不释之
故于至大四年三月十八日即皇帝位遵逾年改元之制
以至大五年为皇庆元年今遣大中大夫礼部尚书奈曼
岱奉直郎兵部郎中杜兴可赍诏往谕仍颁皇庆曆日一
本卿其敬授人时益修臣职毋替尔祖父事大之诚以副
朕不忘柔遠之意故兹诏示念宜悉知)

Tháng 10 năm Hưng Long thứ 21 [20/10-18/11/1313], thay đổi quân hiệu. Đổi tên quân Vũ Tiệp làm quân Thiết Ngạch; bổ Đại liên ban Trần Thanh Ly làm Vũ vệ đại tướng quân để quản lĩnh. Bổ Đỗ Thiên Thứ làm kinh lược sứ Nghệ An và

Lâm Bình [Quảng Ninh, Quảng Bình]. Lúc ấy, Chiêm Thành thường bị người nước Tiêm sang cướp, nhà vua hạ lệnh cho An phủ sứ là Đỗ Thiên Thứ đi kinh lược hai lộ Nghệ An và Lâm Bình để cứu viện.

Bấy giờ tại biên giới phía bắc xảy ra tranh chấp, triều đình ta cùng với nhà Nguyên định lại bờ cõi, sự việc như sau:

"Lúc ấy, viên Tri châu Trấn An nhà Nguyên là Triệu Giác bắt người châu Tư Lang [Thượng Lang, Hạ Lang, Cao Bằng] nước ta, lấy mất một lọ vàng, và lấn hơn một nghìn khoảnh ruộng. Nhà vua bèn sai quân sang đánh châu Quy Thuận [Tĩnh Tây Jinxi, Quảng Tây] và châu Dưỡng Lợi [Đại Tân, Daxin, Quảng Tây], nói rõ là cốt sang đánh để báo thù. Nhà Nguyên sai viên Thiên hộ Lưu Nguyên Hanh sang dò xét. Nguyên Hanh đến Du Thôn (9) xem xét địa thế, rồi đưa công điệp sang ta nói:

'Trước kia, nhà Hán đặt ra chín quận, nhà Đường lập ra năm quản, thì An Nam thực là nơi mà thanh danh giáo hóa của Trung Quốc đã tràn lan tới. Huống chi, An Nam đối với Trung Quốc, nào là dâng địa đồ, nào là nộp lệ cống, danh phận trên dưới đã phân minh, Trung Quốc đối với An Nam, thì ban cho một cách đầy đặn không kể đến việc đáp lại đơn sơ; cái ơn huệ yên ủy người phương xa thật là hết sức. Như thế thánh triều có phụ bạc gì quý quốc đâu! Thế mà bây giờ sao lại tự nhiên gây ra sự không yên lành, dùng sức ngông cuồng để mở rộng bờ cõi. Tuy nói riêng về đất ở Du Thôn, thì việc quan hệ rất nhỏ, nhưng nói chung về dư đồ nhà nước, thì quan hệ rất to. Hơn nữa, những người bị giết, bị cướp đều là những dân, những hộ đã ghi vào sổ của triều đình. Vậy người chủ trương làm việc ấy không rõ là ai?'.

Nhà vua trả lời:

'Đấy là những người nhỏ mọn ở ngoài biên giới tự làm việc không yên lành, nước tôi biết thế nào được việc ấy'

Nhân thế, Nguyên Hanh dâng thư lên nói với vua Nguyên:

'Trước kia An Nam đã từng xâm phạm vào đất Vĩnh Bình, nay lại quen thói cũ; nghĩ nên sai quan đến tuyên truyền dụ bảo, định lại bờ cõi và nghiêm sức quan lại ở biên giới không được xâm phạm lẫn nhau như thế mới giữ được sự yên ổn lâu dài ở ngoài biên giới". Vua Nguyên y theo lời tâu, sai người đem sắc thư đến dụ bảo. Do đấy, nhà vua mới cho bãi binh." **Cương Mục**, **Chính Biên**, quyển 9.

Về sự kiện này, **Nguyên Sử** mục **Liệt Truyện An Nam** chép như sau:

Tháng giêng Nhân Tông Hoàng Khánh thứ 2 [27/1-25/2/1313], quân Giao Chỉ hơn 3 vạn và hơn 2.000 kỵ binh, xâm phạm động Vân, châu Trấn An [Baise, Quảng Tây], cướp giết dân địa phương, thiêu đốt kho tàng nhà cửa; lại đánh chiếm các động Lộc, động Tri, bắt người, gia súc, cùng tài sản rồi trở về. Rồi chia làm 3 đạo, xâm phạm châu Quy Thuận [Jinxi, Quảng Tây], chưa rút; triều đình bàn sai Hành tỉnh Hồ Quảng đánh dẹp. Tháng 4 [26/4-25/5/1313], lại nhận lời báo rằng Thế tử Giao Chỉ đích thân mang binh đốt phá nhà cửa quan dân tại châu Dưỡng Lợi [Daxin, Quảng Tây], đánh giết hơn 2.000 dân, rồi rêu rao rằng:

"Trước đây người châu Quy Thuận, thuộc Hữu Giang 5 lần đến cướp phá châu Thái Nguyên của ta bắt hơn 5.000 người; viên Tri châu Dưỡng Lợi Triệu Ngọc bắt thương nhân người châu Tư Lãng của ta, lấy 1 khối vàng, xâm phạm đất đai hơn 1.000 khoảnh, nên ta đến giết để báo thù."

Tháng 6 [24/6-23/7/1213], Trung thư tỉnh sai Viên ngoại lang bộ Binh A Lý Ôn Sa, Khu mật viện sai Thiên hộ Lưu Nguyên Hanh cùng đến Hành tỉnh Hồ Quảng xét hỏi. Bọn Nguyên Hanh đích thân đến Do Thôn (10) thượng, trung, hạ, xem xét vị trí đất đai; hỏi người dân địa phương là Nông Ngũ; lại sai viên Tri châu Tư Minh đi hỏi thì được bảo rằng do Nguyễn Lộc là nô tỳ của Thế tử Thái Sử; nhưng không biết đúng hay sai. Rồi gửi điệp văn dụ nước An Nam, tóm lược như sau:

"Xưa Hán đặt 9 quận, Đường lập 5 quản; An Nam là nơi thanh giáo thực sự đến. Huống gì việc dâng bản đồ, hiến vật cống, phận trên dưới đã rõ ràng; sứ giả đi về lúc nhiều, lúc ít, nhưng ơn che chở từng đến. Thánh triều có phụ bạc gì với quý quốc? Nay cớ sao lại gây bất ổn, để mối hoạ sinh ra. Đất Do Thôn tuy nhỏ, nhưng quan hệ rất lớn đến bản đồ quốc gia; riêng số người bị cướp, bị giết, đều là dân biên giới của triều đình, nên các quan tỉnh viện chưa dám tâu lên. Chưa biết rõ mưu mô sai trái đó thực do ai chủ trương?"

Thông điệp An Nam hồi đáp rằng:

"Bọn chuột trộm, chó hoang tại nơi biên giới tự gây ra chuyện bất ổn, nước An Nam chúng tôi không làm sao biết được."

Từ đó đem hàng hoá và vật hối lộ đến. Nguyên Hanh lại gửi thông điệp trách An Nam dùng lời màu mè sai sự thực, khước từ đồ vật hối lộ và bảo rằng:

"Vàng nước Nam, ngà voi, quý quốc coi là bảo vật; nhưng Sứ giả không tham nên không cho là bảo vật. Những vật mang đến xin gửi cho lai sứ mang về; xin xét kỹ sự tình, rồi báo cho ta một cách rõ ràng."

Nhưng rồi vì đường sá xa xôi, tình thực và lời nói trái ngược, cuối cùng không nắm được vấn đề trọng yếu. Bọn Nguyên Hanh tầm nguyên lý do cho rằng:

"Người Giao Chỉ từng xâm lấn vùng biên cảnh Vĩnh Bình [Bằng Tường, Quảng Tây], nay đã trở thành thói quen; lại nghe rằng Nguyễn Lộc, Thế tử, là kẻ uy quyền tại Giao Chỉ. Mưu kế hiện nay, nên sai người đến dụ An Nam trả ruộng đất cho ta, đưa những người dân trở về; vẫn ra lệnh nhà cầm quyền địa phương sửa đúng biên giới; điều tra chủ mưu, đối với người gây hấn giết ngay tại biên cảnh, thân sức quan lại biên giới không được xâm vượt. Nhưng tại Vĩnh Bình thì lập trại mộ lính, đặt quan thống lãnh; cấp ruộng đất, trâu bò dụng cụ, lệnh tự cày mà ăn; biên chế thành đội ngũ, lập quy tắc rõ ràng thưởng phạt, khi có việc hoãn, gấp, đầu đuôi có thể ứng phó với nhau được. Được như vậy thì biên cảnh yên tĩnh, giữ gìn vĩnh viễn, không phải lo lắng."

Sự việc tâu lên trên, có chiếu chỉ rằng đợi khi Sứ thần An Nam đến, sẽ đem ra dụ." **Nguyên Sử**, quyển 209, **Liệt Truyện**: An Nam

(武宗即位，下詔諭之，屢遣使來貢。至大四年八月，世子陳日，遣使奉表來朝。

仁宗皇慶二年正月，交趾軍約三萬餘衆，馬軍二千餘騎，犯鎮安州雲洞，殺掠居民，焚燒倉廩廬舍，又陷祿洞、知洞等處，虜生口孶畜及居民貲產而還，復分兵三道犯歸順州，屯兵未退。廷議俾湖廣行省發兵討之。四月，復得報：交趾世子親領兵焚養利州官舍民居，殺掠二千餘人，且聲言，「昔右江歸順州五次劫我大源路，掠我生口五千餘人；知養利州事趙珏禽我思浪州商人，取金一礦，侵田一千餘頃，故來讎殺」。

六月，中書省俾兵部員外郎阿里溫沙，樞密院俾千戶劉元亨，同赴湖廣行省詢察之。元亨等親詣上、中、下由村，相視地所，詢之居民農五，又遣下思明知州黃嵩壽往詰之，謂是阮螽世子太史之奴，然亦未知是否。於是牒諭安南國，其略曰：「昔漢置九郡，唐立五管，安南實聲教所及之地。況獻圖奉貢，上下之分素明；厚往薄來，懷撫之惠亦至。聖朝果何負於貴國，今胡自作不靖，禍焉斯啟。雖由村之地所係至微，而國家輿圖所關甚大。兼之所殺所虜，皆朝廷係籍編戶，省院未敢奏聞。然未審不軌之謀誰實主之？」安南回牒云：「邊鄙鼠竊狗偷輩，自作不靖，本國安得而知？」且以貨賂偕至。元亨復牒責安南飾辭不實，卻其貨賂，且曰：「南金、象齒，貴國以為寶，而使者以不貪為寶。來物就付回使，請審察事情，明以告我。」而道里遼遠，情辭虛誕，終莫得其要領。元亨等推原其由：因交人向嘗侵永平邊境，今復倣效成風。兼聞阮螽世子乃交趾跋扈之人。為今之計，莫若遣使諭安南，歸我土田，返我人民，仍令當國之人正其疆界，究其主謀，開釁之人戮於境上，申飭邊吏毋令侵越。卻於永平置寨募兵，設官統領，給田土牛具，令自耕食，編立部伍，明立賞罰，令其緩急首尾相應，如此則邊境安靜，永保無虞。事聞，有旨，俟安南使至，即以諭之。）

Tháng 3 năm Hưng Long thứ 22 [17/3-14/4/1314], Vua Anh Tông xuống chiếu truyền ngôi cho Thái tử là Mạnh tức Vua Trần Minh Tông.

Chú thích:

1. Châm: Tên là tên một thể văn, nội dung trình bày lời hay lẽ phải để khuyên răn, cũng như vị thuốc để chữa bệnh nên gọi là "**Dược thạch châm**".

2. Sự kiện nguyệt thực vào ngày 15 tháng 9 năm Hưng Long thứ 14 đời Vua Trần Anh Tông tức ngày 22/10/1306 Dương Lịch, được khoa thiên văn Tây phương công nhận; trong **Catalog of Lunar Eclipses: 1301 to 1400** ghi như sau: 1306 Oct 22 13:35:34. Sự kiện trên chứng tỏ sử Việt chép về hiện tượng thiên nhiên khá trung thực, và lịch Việt có thể

đổi sang Dương Lịch một cách chính xác.

3. **Ngũ Kinh**: Năm kinh của nhà nho: Dịch, Thi, Thư, Lễ và Xuân Thu.

4. Đông Phương Sóc: tên tự là Mạn Thiến, người đời Hán, giỏi khôi hài, hoạt kê, từng làm Kim mã môn thị trung cho Hán Vũ Đế.

5. Thị giả: Theo tục nhà chùa, vị tăng nào ở với sư trưởng, để sư trưởng sai phái, gọi là thị giả.

6. Y Chu: Y Doãn, công thần khai quốc của nhà Thương; Chu: là Chu công, công thần của nhà Chu.

7. Di Tề: tức Bá Di, Thúc Tề hai bề tôi trung của nhà Thương, không chịu thần phục nhà Chu, bỏ lên núi Thú Dương ở ẩn, bị chết đói ở đó.

8. Ngự dinh: Doanh trại Vua đóng quân.

9. Sông Sâm Thị: Ở xã Sâm Thị, huyện Thanh Trì, thành phố Hà Nội.

10. Do Thôn sử Việt chép Du Thôn: Ở xã Bảo Lâm, huyện Văn Uyên, tỉnh Lạng Sơn, hiện nay có cửa ải Do Thôn.

48. Vua Trần Minh Tông
(1314-1329)

Niên hiệu:

Đại Khánh [1314-1323]

Khai Thái [1324-1329]

Tháng 3 năm Hưng Long thứ 22 [17/3-14/4/1314], Vua Anh Tông xuống chiếu truyền ngôi cho Thái tử là Mạnh tức Vua Trần Minh Tông; Minh Tông đổi niên hiệu thành Đại Khánh năm thứ nhất. Nhà Vua dáng dấp thanh lịch đẹp đẽ, Sứ giả nhà Nguyên trông thấy, khen rằng *"Hình dáng nhẹ nhàng không khác gì một vị thần tiên"*.

Sau khi được truyền ngôi, Vua sai bọn Nguyễn Trung Ngạn, Phạm Ngộ sang báo cho nhà Nguyên hay.

Tháng 5, năm Đại Khánh thứ 2 [3/6-1/7/1315], xuống chiếu cấm trong một nhà cha con, vợ chồng và nô tì tố cáo lẫn nhau.

Tháng 6, trời đại hạn; quan Ngự sử đàn hặc Hành khiển Trần Khắc Chung không điều hòa được âm dương, Khắc Chung lập luận chống lại:

"Bấy giờ Khắc Chung giữ chức Hành khiển [Thủ tướng], *Ngự sử đài dâng sớ nói:*

'Nhiệm vụ của người giữ chức Tể phụ (1), việc cần nhất là điều hòa âm dương; nay Khắc Chung giữ chức Thủ tướng, không có kế gì giúp đỡ việc nuôi dưỡng muôn vật để đón rước lấy hòa khí, đến nỗi mưa nắng trái thời, như thế là làm quan không có công trạng gì cả'.

Khắc Chung nói:

'Khắc Chung này lạm dự vào hàng cận phụ chỉ biết làm hết chức trách của mình phải làm, còn như năm bị đại hạn thì phải hỏi Long Vương (2), chứ Khắc Chung này có làm gì nên tội?". **Cương Mục, Chính Biên**, *quyển 9.*

Lại một việc khác, mấy tháng sau trời mưa nước sông lên cao, Vua đích thân xem hộ đê, Ngự sử khuyên không nên đi, Khắc Chung lập luận cãi lại:

"Ít lâu sau, nước sông lên to, nhà vua thân đi xem sửa chữa đê, Ngự sử đài tâu:

'Bệ hạ cần sửa sang đức chính, còn như việc đắp đê là việc nhỏ mọn, cần gì phải tự mình trong nom đến'.

Khắc Chung nói:

'Lúc dân gặp nước lụt hoặc đại hạn, người làm vua cần phải cứu giúp ngay. Đấy, việc sửa sang đức chính không còn gì trọng đại hơn việc ấy cả, chứ có phải đâu cứ ngồi chỉnh chiện một chỗ, cố giữ tinh thần thật vững mới gọi là sửa sang đức chính?". **Cương Mục, Chính Biên**, *quyển 9*

Tháng 3, năm Đại Khánh thứ 3 [24/3-23/4/1316], nhân xét định cấp bậc các quan văn, quan võ, nhà Vua lưu ý các quan cần tham khảo điển chương cũ, đừng để sai lầm:

"Trước kia, về thời Nguyên Phong [Trần Thái Tông], quân Nguyên sang xâm lấn, Thái Tông giục xa giá chạy ra ngoài

kinh thành lánh nạn; viên quan giữ ấn vội vàng đem bảo tỉ [ấn tỉ quý] cất giấu vào trên cái xà nhà trong điện Đại Minh chỉ đem theo được quả ấn nội mật; dọc đường lại đánh mất, phải sai khắc ấn bằng gỗ để dùng trong quân thứ. Đến đầu đời Anh Tông, xét công các quan văn võ, nếu viên quan nào không có giấy tờ đóng dấu bằng ấn gỗ sẽ phải giảm một tư (3). Có lẽ cho rằng người đến tham dự tòng quân trong khi vua lánh nạn là có công hơn. Đến nay xét định cấp bậc, có người xuất trình giấy tờ đóng bằng ấn gỗ, viên quan giữ việc xét định ngờ là giả mạo; Thượng hoàng nghe tin, nói:

'Đó là giấy tờ việc quan thời Nguyên Phong đấy'.

Nhân thể, Thượng hoàng bảo các viên quan giữ chính quyền rằng:

'Phàm người giữ một địa vị trong chính phủ, mà không am hiểu điển chương cũ, thì công việc phần nhiều sai lầm".
Cương Mục, Chính Biên, quyển 9

Vào năm Đại Khánh thứ 3 [1316] tức năm Diên Hữu thứ 3 thời Nguyên, lại xảy ra việc tranh chấp biên giới tại thôn Do; gần ải Do thuộc xã Bảo Lâm huyện Cao Lộc, Lạng Sơn ngày nay. Viên chức tỉnh Quảng Tây là Thiên hộ Lưu Hanh gửi thư cho nước ta; sau đó nội vụ giải quyết xong, thư của Lưu Hanh như sau:

"Thiết nghĩ nước nhỏ thờ nước lớn là thuận theo đạo kính sợ trời; dùng binh gây trở ngại không phải là kế sách tốt để giữ yên nước. Lý nghịch thuận đã rõ ràng, cơ an nguy cần xét kỹ. Trước kia nhà Hán đặt ra 9 quận, nhà Đường lập 5 quản, An Nam được liệt vào trong đó ; vậy không phải là sự giáo hóa chưa đạt đến. Nay nhà Nguyên nhất thống, có chung chữ viết, cùng một trục xe (4); phía đông như Nhật

Bản, phía bắc như Sóc phương, các nước bên ngoài từ xưa đến nay chưa chịu xưng thần, nay đều thần phục. Tuy Bát Phiên cậy hiểm, đều bị tru phạt về tội đến muộn, đến nay đã được bình định, chia thành quận huyện. Riêng An Nam được hưởng chế độ ky my, toàn quyền phế lập. Ơn khoan hồng của triều đình, nếu so với các nơi khác, thực đặc biệt to lớn. Huống hồ việc dâng bản đồ, phụng cống; bổn phận kẻ nhỏ đối với người trên đã rõ ràng; sự đi lại thăm hỏi, cái ơn huệ săn sóc vỗ về cũng đã từng đến. Như vậy Thánh triều có điều gì phụ bạc với quý quốc?

Nay cớ sao dấy việc bất an, mở đường cho mối họa. Tuy thôn này là vùng đất nhỏ, nhưng nằm trong bản đồ của quốc gia, sự quan hệ nghiêm trọng vô cùng. Hơn nữa những người bị giết, bị bắt; đều là dân thuộc hộ tịch của triều đình; tưởng rằng chỉ là việc tầm thường nhưng tội trạng thì như gò núi; những người có chút kiến thức, không ai làm như vậy. Các cơ quan tại tỉnh, viện nghe tin này nửa tin nửa ngờ, chưa dám tâu lên triều đình, sợ uy trời (chỉ Vua) giận dữ ; nên sai nhà cầm quyền địa phương tìm hiểu nguyên do sự tình trước.

Nay mục kích những dấu vết, có đầy đủ để làm bằng chứng. Sự việc đến như vậy thì không thể để yên được; nhưng không biết mưu đồ do ai gây ra? Do nhà cầm quyền trung ương xướng xuất, hoặc do những tên quan lại địa phương nơi biên giới? Hãy cáo rõ ràng cho ta biết, để căn cứ vào đó tâu trình lên trên. Nếu biết sửa sai làm lành, trả những người bị bắt, hoàn lại đất đai, cải tà quy chính, tức chuyển họa ra phúc; việc dùng binh hỏi tội chắc chưa phải ra tay. Nếu chấp mê không chịu tỉnh ngộ, lớn tiếng tranh giành, thì việc tâu trình ắt phải thi hành. Ôi! Nước ngươi nhỏ bé, làm sao so *sánh nổi với Thánh triều lớn hơn gấp bội! Vả lại quân đội có danh chính để hỏi tội, một khi ra tay mạnh mẽ như quét lá khô; như sức núi Thái Sơn đè lên trên quả trứng mỏng, hành quân chỗ nào mà không xong! Kẻ thức giả lấy làm lo sợ cho quý quốc; hãy đối diện với thực tại mà giải quyết!" (Lê Trắc chú: Lúc này Thế tử sai Triều thỉnh lang Nguyễn Tất Quá, Phụng nghĩa lang Đỗ Tắc Dương mang hồi điệp cùng tiền bạc lễ vật đến; Lưu Thiên hộ cũng gửi thư phúc đáp nhưng khước từ đồ vật tặng.)* **An Nam Chí Lược** quyển 5, **Đại Nguyên danh thần vãng phục thư sớ.**

（窃谓以小事大者乃畏天之道阻兵而安忍者非靖国之谋逆顺之理贵明安危之机当审自昔汉置九郡唐立五管安南实居其一既非声教不及之地今元朝一统文轨混同东而日本北而朔方外化诸国自古所未臣者悉皆臣服负固八番今既平定且为郡县惟安南为羁縻之地独专废置之权朝廷宽宥之恩比之其他可谓独隆矣况献图奉贡上下之分素明而厚往薄来怀抚之惠亦至圣朝果何负于贵国今胡作不靖苟延思启虽内村之田所系至微而国家舆图所关甚大兼之所杀所虏皆是朝廷系籍民户口计较寻常之事而积丘山之罪稍有识者必不为此省院有闻且信且疑未敢闻奏朝廷恐触天怒且先委自当职等体实情由今目击前项事迹皆足显证之事势至此岂能自休而未审不轨之谋谁为之者或果出于当国之人抑或启于守边之吏请明以告我以凭申呈若能迁善改过将所擒人口所占田土即行归正是转祸为福之机问罪之兵犹可及已若更执迷不返强事争辞执事须闻奏必有施行嗟尔偏邦与圣朝度长洁大何啻倍加且正名问罪之师必有犁庭扫穴之举泰山压卵何所不济识者以为何如贵国宜凛惟实之图时安南世子著其朝请郎阮必遇奏议郎杜则阳赍回牒并馈金银等物刘千户回文却馈物）

Tháng 3, năm Đại Khánh thứ 4 [12/4-11/5/1317], Lang

trung bộ hình Phí Trực tỏ ra anh minh trong việc điều tra một vụ trộm, nên được Thượng hoàng Anh Tông bổ làm An Phủ Sứ phủ Thiên Trường:

"Gặp lúc ấy có toán trộm nổi lên, có người tự nói bắt được người cầm đầu kẻ trộm là Văn Khánh, giải nộp. Khi quan hỏi người bị bắt thú nhận là Văn Khánh. Người ngoài ai cũng bảo là đúng, chỉ có Trực lấy làm ngờ, thành ra vụ án này mãi không kết liễu. Thượng hoàng hỏi, Phí Trực thưa rằng:

'Kẻ kia (trỏ người bị bắt) không bị roi vọt tra tấn mà tự thú nhận, tôi trộm thấy làm ngờ, không dám quyết đoán càn bậy'.

Sau quả nhiên bắt được một người khác, đúng là Văn Khánh thực. Thượng hoàng khen Phí Trực là người có tài." **Cương Mục, Chính Biên**, quyển 9

Năm Đại Khánh thứ 5 [1318], sai Huệ Vũ Vương Quốc Trấn và tướng Phạm Ngũ Lão đem quân đi đánh Chiêm Thành thắng trận, Ngũ Lão được thăng thưởng:

"Chiêm Thành từ khi Chế Chí mất đi rồi, thường hay giáo giở, nên nhà vua sai đi đánh. Hiếu Túc hầu Lý Tất Kiến đánh nhau với quân Chiêm, bị thua, chết. Phạm Ngũ Lão, quản lĩnh hiệu quân Thiên Thuộc, tung quân ra đánh tập hậu; quân Chiêm bị thua, chúa Chiêm là Chế Năng chạy sang nước Qua Oa (5) cầu viện. Quốc Trấn xin lập người tù trưởng nước Chiêm là A Nan làm Hiệu Thành Á Vương, rồi đem quân về. Khi về triều, nhà vua cho Phạm Ngũ Lão tước quan nội hầu, ban cho binh phù phi ngư (6) và bổ dụng người con làm quan." **Cương Mục, Chính Biên**, quyển 9.

Tháng 3, năm Đại Khánh thứ 7 [9/4-8/5/1320] Thượng

hoàng mất:

Thượng hoàng là người tính khí khiêm tốn, đối với người cùng họ rất hòa thuận, thờ vua cha là Nhân Tông rất kính cẩn. Lúc trước, Thượng hoàng thường hay uống rượu, Nhân Tông răn bảo về việc ấy, liền chừa hẳn không uống nữa. Trước kia, Thượng hoàng phong thưởng quan tước triều ban có phần hơi nhiều. Nhân Tông xem sổ, phê vào đầu quyển sổ rằng:

'Một nước to bằng bàn tay, mà sao lại có triều ban nhiều đến thế này!'.

Từ đấy, Thượng hoàng quý trọng tước thưởng, ban cho một cách dè dặt, không bao giờ dám coi thường.

Bọn Nguyễn Sĩ Cố và Chu Bộ là bầy tôi cũ ở thời tiềm để [lúc chưa làm Vua] vì không có hạnh kiểm, nên chỉ dùng vào chức nhàn tản mà thôi.

Phép tắc về cấp bậc trong cung giữ rất cẩn thận: Bảo Từ hoàng hậu thường đem xe của mình được dùng theo với cấp bậc ban cho Huy Tư hoàng phi, Thượng hoàng nhận thấy rằng hoàng phi mà đi xe của hoàng hậu là tiếm lạm, nên không cho.

Khi tuổi già, lại càng cẩn thận về hình phạt: Có một lần, người quan nô [gia nô của quan] là Hoàng Hộc kiện nhau với người khác, Hoàng Hộc dùng cách xảo trá được thoát tội. Thượng hoàng biết chuyện, bảo viên quan xử kiện rằng:

'Tên Hộc là đứa gian ngoan kiệt hiệt như thế, mà không biết tra xét cho ra tình ra lý là không làm hết chức phận'.

Sau khi đã nhường ngôi rồi, vẫn tự mình quyết đoán các công việc, đối với điển chương cũ, vẫn kính cẩn noi theo, không dám khinh thường thay đổi. Lúc nào rảnh việc, lại lưu tâm đến văn mặc; rất có tài về viết chữ và vẽ.

Lúc ốm nặng, Bảo Từ hoàng hậu cho tìm thầy chùa là Phổ Tuệ bày đàn cúng lễ, thầy chùa xin vào yết kiến để tâu bày việc sống chết. Thượng hoàng từ chối, nói:

"Thầy chùa chưa chết, làm gì biết việc chết mà bảo người ta?".

Bao nhiêu những bức viết, bức họa ngày thường và tập sách đã trứ tác là tập Thủy vân tùy bút, Thượng hoàng đều bắt đốt đi cả. Rồi mất ở cung Trung Quang; đặt tên thụy là Hiển Văn Duệ Vũ Khâm Minh Nhân Hiếu Hoàng đế, miếu hiệu là Anh Tông, ở ngôi 21 năm, nhường ngôi 6 năm, hưởng thọ 54 tuổi." **Cương Mục, Chính Biên**, quyển 9.

Tháng 11 [1/12-29/12/1320], mùa đông. Điện soái thượng tướng quân Phạm Ngũ Lão mất, dân chúng nhớ ơn lập đền thờ tại nhà ông thuộc làng Phù Ủng, huyện Đường Hào, tỉnh Hưng Yên:

Ngũ Lão xuất thân trong hàng ngũ quân lính, khẳng khái, có chí khí lớn, rất chăm đọc sách và hay ngâm thơ. Đối với việc vũ tựa hồ không để ý đến, nhưng chỉ huy quân rất có kỷ luật. Đối đãi với tướng tá như người nhà, đồng cam cộng khổ với sĩ tốt; đội quân của Ngũ Lão thống lĩnh đều thân yêu nhau như cha con một nhà, nên đánh đâu được đấy. Những thứ tước được trong khi đánh giặc đều sung vào kho tàng trong quân, coi tiền của thoảng như không. Thực là bậc danh tướng lúc bấy giờ. Khi mất thọ 66 tuổi. Nhà vua thương tiếc lắm, không thiết triều luôn năm ngày. Nhân dân làng ông lập đền thờ ngay tại chỗ nhà ông vẫn ở." **Cương Mục, Chính Biên**, quyển 9.

Ông có làm bài thơ, ca tụng chí khí làm trai, được người đời ca tụng:

Hoành sáo giang sơn cáp kỷ thu,

Tam quân tỳ hồ khí thôn ngưu.

Nam nhi vị liễu công danh trái,

Tu thính nhân gian thuyết Vũ hầu.

(Vung giáo non sông trải mấy thu,

Ba quân tựa cọp nuốt trôi trâu.

Trai chưa trả nợ công danh được,

Còn thẹn khi nghe chuyện Vũ hầu [Khổng Minh]).

Năm Đại Khánh thứ 8 [1321], sai sứ sang nhà Nguyên. Nhân Vua Anh Tông nhà Nguyên mới lên ngôi, sai Thượng thư là Giáo Hóa sang báo, nên nhà vua sai sứ thần sang chúc mừng. Thượng thư Giáo Hóa mang chiếu sang nước ta, nguyên văn chiếu thư như sau:

"Tháng 8 năm Chí Trị thứ nhất Anh Tông Hoàng đế dụ Thế tử nước An Nam Trần Nhật (Vốn tên Minh, con của Anh Tông, thụy Minh Tông – Lê Trắc chú)

Quốc gia ta thay trời thống trị bốn phương. Tiên Hoàng đế nhân nghĩa bao trùm khắp chốn xa gần; trị vì được mười năm, sớm bỏ thiên hạ. Ta thuộc dòng đích, được các tôn thất đại thần hết lời suy cử, bèn đổi năm Diên Hữu thứ tám thành năm Chí Trị thứ nhất.

Nay sai Á Trung Đại Phu Thượng thư bộ lại Giáo Hóa, Phụng Nghị Đại Phu Lang trung bộ Lễ Văn Củ đưa chiếu chỉ hiểu dụ, hãy thể theo đức của trẫm chăn sóc con dân; dốc một lòng nhân tôn thờ nước lớn. Vậy ban tờ chiếu này, suy nghĩ để hiểu rõ ràng." **An Nam Chí Lược** quyển 2 **Đại Nguyên chiếu chế**

(至治元年八月英宗皇帝諭安南國世子陳（日爌，本名{天明}，英宗之子，諡明宗）詔

惟我國家，法天繼統，奄有四方。先皇帝仁涵義浹，罔間遐邇。臨御十年，遽棄天下。朕以世嫡之重，宗戚大臣，合辭推戴，已於延祐八年為至治元年。今遣亞中大夫、吏部尚書教化，奉議大夫、禮部郎中文矩，齎詔往諭，卿推朕德意，保爾人民。體昭代之同仁，堅誠心於事大。故茲詔示，念宜知悉.)

Mùa hạ năm Đại Khánh thứ 9 [1322], Vua sai Doãn Bang Hiến sang nhà Nguyên biện luận về việc cương giới:

"Bấy giờ, người nhà Nguyên tranh lấn bờ cõi nơi biên giới, nên nhà vua sai Hình Bộ thượng thư là Doãn Bang Hiến sang nhà Nguyên để cùng nhau biện luận về biên giới. Sau đó Bang Hiến bị mất ở dọc đường, nhà vua rất lấy làm thương tiếc." **Cương Mục, Chính Biên**, quyển 9.

Năm Khai Thái thứ 1 [1324], Vua Thái Định nhà Nguyên lên ngôi, bèn sai sứ sang nước ta báo tin:

"Thái Định đế nhà Nguyên mới lên ngôi, sai Mã Hợp Mưu và Dương Tôn Thụy sang báo cáo và ban lịch mới; lại dụ nhà vua không nên cho quan lại ở biên giới sang xâm nhiễu Chiêm Thành. Hợp Mưu, cưỡi ngựa đến cái cầu ở ao Tây Thấu vẫn không xuống ngựa. Những người hiểu tiếng Trung Quốc vâng chỉ dụ nhà vua ra bảo sứ thần xuống ngựa, tranh luận mãi vẫn không thể giải quyết được. Nhà vua sai Thị ngự sử Nguyễn Trung Ngạn ra đón tiếp, Trung Ngạn dùng lý lẽ bẻ bác, Hợp Mưu không cãi lại được, mới chịu xuống ngựa; nhà vua rất hài lòng. Khi Hợp Mưu về, nhà vua sai Mạc Đĩnh

Chỉ sang chúc mừng." **Cương Mục, Chính Biên**, quyển 9.

An Nam Chí Lược cũng xác nhận phái đoàn Mã Hợp Mưu sang nước ta, lại kèm theo chiếu chỉ của Vua Thái Định nhà Nguyên gửi cho Vua Trần Minh Tông:

"Năm Thái Định thứ nhất [1324] sai Thượng thư bộ Lại Mã Hợp Mưu, Lang trung bộ Lễ Dương Tông Thụy phụng sứ An Nam cùng tuyên cáo chiếu chỉ." **An Nam Chí Lược** quyển 3, **Đại Nguyên phụng sứ**.

(泰定元年遣吏部尚书玛哈穆特礼部郎中杨宗瑞使安南宣诏)

"Tháng 8 năm Thái Định thứ nhất [1324], chiếu dụ Thế tử An Nam Trần Nhật Hoảng

Quốc gia ta nhận mệnh lớn, coi sóc vạn nước, tiếng tăm đức độ gia tăng, không phân biệt Hoa Hạ hoặc Di Địch. Mới đây Tiên đế lìa bỏ thần dân; ta là cháu đích tôn của Dụ Hoàng đế (7), được các tôn thất đại thần suy tôn, bèn từ đất khởi nghiệp của Thái Tổ Hoàng đế ((8) vào lãnh mệnh trời; ngày 4 tháng 9 năm Chí Trị thứ 3 [4/10/1323], lên ngôi Hoàng đế và lấy năm Giáp Tý là Thái Định thứ nhất. Nay sai Á Trung Đại Phu Lại Bộ Thượng thư Mã Hợp Mưu, Phụng Nghi Đại Phu Lễ Bộ Lang Trung Dương Tông Thụy mang chiếu thư đến hiểu dụ nước khanh, cùng ban một cuốn niên lịch. Nhớ xưa tổ tiên khanh, cha khanh triều cống đã lâu rồi, nước ta cũng đãi nước khanh rất hậu. Mới đây viên quan coi giữ Chiêm Thành dâng biểu tâu rằng quan lại biên giới tại nước khanh mấy lần phát binh xâm lấn, trẫm đem lòng trắc ẩn, không hiểu tại sao khanh lại làm như vậy? Trẫm làm vua thiên hạ, coi kẻ xa như người gần, chỉ muốn dân chúng được sống an ninh, mọi người đều được yên sở. Khanh hãy thể theo lòng ta, răn dạy kẻ dưới, cẩn thận bảo vệ nhân dân, đừng quên lòng trung thuận từ trước tới nay. Vậy nên ban chiếu thư này, hãy suy nghĩ để hiểu rõ ràng. **An Nam Chí Lược** quyển 2 **Đại Nguyên chiếu chế**.

(泰定元年八月詔諭安南國世子陳日爌

我國家誕膺景命，撫綏萬邦，德音普加，靡間夷夏。乃者先朝奄棄臣民，朕以裕皇嫡孫，為宗戚大臣之推戴，爰自太祖皇帝肇基之地，入奉天序。於至治三年九月四日，即皇帝位。遂以甲子歲為泰定元年。今遣亞中大夫、吏部尚書馬合謀，奉議大夫、禮部郎中楊宗瑞，齎詔往諭爾國，賜《授時曆》一帙。惟乃祖乃父，修貢內附有年矣，我國家遇卿甚厚。比者占城守臣上表稱，卿之邊吏，屢發兵相侵；朕為之惻然於中，不知卿何為至是？豈信然耶？朕君臨天下，視遠猶邇，務輯寧其民，俾各得其所。卿其體予至懷，戒飭爾眾，慎保爾國人民，毋忘爾累世忠順之意。故茲詔示，念宜知悉).

Riêng **Nguyên Sử** cũng xác nhận phái đoàn nước ta sang chúc mừng, nhưng tên Sứ thần Mạc Đĩnh Chi thì chép là Mạc Tiết Phu:

Năm Thái Định thứ nhất [1324], Thế tử Trần Nhật Quảng sai bồi thần Mạc Tiết Phu đến cống."**Nguyên Sử**, quyển 209, **Liệt Truyện** An Nam.

(泰定元年，世子陳日爌遣陪臣莫節夫等來貢。)

Năm Khai Thái thứ 3 [1326], sai Huệ Túc vương là Đại Niên đem quân sang đánh Chiêm Thành, nhưng đánh không thắng, nhà Vua tự trách mình:

"*Huệ Túc vương đi đánh Chiêm Thành không thành công, khi trở về, nhà vua nói: "Trước kia, tiên đế [chỉ Vua Anh*

Tông] gội gió tắm mưa, mới bắt được chúa Chiêm Thành, sau Quốc Phụ [chỉ Quốc Trấn] là bậc trọng thần, vâng mệnh đi đánh, cũng làm cho chúa nước ấy phải chạy trốn. Nay Huệ Túc vương danh vọng không bằng Quốc Phụ, mà ta cứ yên nhiên ở chỗ thâm cung, ủy thác cho y chuyên trách về việc đánh dẹp, như thế mà muốn bắt chúa Chiêm, thì làm thế nào mà thành công được?". Câu nói ấy là nhà vua có ý tự trách mình." **Cương Mục, Chính Biên**, quyển 9.

Tháng 3, năm Khai Thái thứ 5 (11/4-9/5/1328) nhà Vua nghe lời tâu sàm, giết lầm thân phụ Hoàng hậu là Quốc Phụ thượng tể Huệ Vũ vương là Quốc Trấn:

"Trước đây, Thượng hoàng vẫn trông mong nhiều vào Quốc Trấn, muốn phó thác nhà vua cho ông ta; đến lúc thượng hoàng bị bệnh, mỗi khi nhà vua đến thăm, Thượng hoàng bắt phải đi cùng với Quốc Trấn, để khỏi sinh lòng hiềm nghi gián khích. Đến nay nhà vua tuổi đã nhiều mà chưa quyết định ngôi trừ phó [Vua nối ngôi]. Quốc Trấn tự nhận mình là cố mệnh đại thần, và lại là bố đẻ ra hoàng hậu, nên cố chấp bảo:

'Đợi khi nào hoàng hậu sinh con trai trưởng sẽ lập làm thái tử'.

Văn Hiến hầu (9) muốn đánh đổ hoàng hậu mà lập hoàng tử tên là Vượng, bèn lấy một trăm lạng vàng đút lót cho gia thần của Quốc Trấn tên là Trần Phẫu, để Trần Phẫu vu cáo Quốc Trấn âm mưu làm phản. Nhà vua tin lời Trần Phẫu, bắt Quốc Trấn giam ở chùa Tư Phúc, rồi đem việc ấy hỏi Thiếu bảo Trần Khắc Chung. Khắc Chung về bè đảng với Văn Hiến, lại là người cùng làng với mẹ đẻ của Vượng, hơn nữa, Khắc Chung từng giữ chức sư phó để dạy Vượng, vì thế Khắc

Chung liền tâu ngay bằng câu thành ngữ:

'Tróc hổ dị, phóng hổ nan' [bắt hổ thì dễ, thả hổ ra thì nguy].

Nhà vua bèn cấm tuyệt không cho Quốc Trấn ăn uống, để bắt phải tự tử. Hoàng hậu phải thấm nước vào áo đưa vào cho uống. Quốc Trấn uống xong thì mất. Những người bị bắt lây đến hơn trăm người, mỗi khi tra hỏi thì đều kêu gào là oan.

Về sau, vợ cả, vợ lẽ Trần Phẫu ghen nhau, đem việc Văn Hiến hầu đút lót vàng ra tố cáo. Nhà vua giao việc này cho quan giữ việc hình ngục là Lê Duy xét hỏi, Lê Duy là người cương trực, lập tức tra xét và phán đoán. Trần Phẫu phải tội lăng trì (10), *nhưng chưa kịp hành hình, thì người gia nô nhà Thiệu Vũ* (11) *đã xẻo thịt Trần Phẫu ăn sống gần hết. Còn Văn Hiến hầu được tha tội chết, giáng xuống làm thứ dân, tước bỏ danh tịch."* **Cương Mục, Chính Biên**, quyển 9.

Việc giết lầm nhạc phụ, khiến nhà Vua ân hận không nguôi. Mãi cho đến 30 năm sau, trước khi mất, có những đêm dài không ngủ, nghe tiếng mưa rả rích trên tàu lá chuối, xao xuyến trong lòng; ngài bèn làm thơ thay cho tiếng khóc:

Dạ vũ.

Thu khí hòa đăng thất thự minh,

Bích tiêu song ngoại đệ tàn canh.

Tự tri tam thập niên tiền thác,

Khẳng bả nhàn sầu đối vũ thanh.

夜雨

秋氣和燈失曙明，

碧蕉窗外遞殘更.

自知三十年前錯,

肯把閒愁對雨聲.

Dịch nghĩa:

Hơi thu và ánh đèn làm mờ ánh sáng ban mai,

Giọt mưa trên tàu lá chuối xanh ngoài cửa sổ tiễn đưa canh tàn.

Tự biết điều sai lầm ba mươi năm về trước,

Đành ôm mối sầu quyện với tiếng mưa rơi rã rích.

Tháng 2 năm Khai Thái thứ 6 (1/3-31/3/1329), Vua lập con là Vượng làm Thái tử và xuống chiếu truyền ngôi cho, tức Vua Trần Hiến Tông.

Chú thích:

1. Tể phụ là những viên quan quyền cao chức trọng, giúp vua điều khiển công việc trong cả nước.

2. Long Vương: Ông vua trong loài rồng. Theo kinh **Hoa nghiêm**: có rất nhiều Long Vương, Long Vương vào cũng có thần lực làm mây, làm mưa. Cho nên đời sau cần mưa, thường phải cầu đảo đến Long Vương.

3. Tư: Mục **"Bách quan chí"** trong Đường Thư chép, xét công trạng các quan chia ra nhiều tư, tức nhiều cấp; như: thượng tư, thứ tư và hạ tư, người bạch đinh và vệ sĩ không có tư.

4. Có chung chữ viết, cùng một trục xe: do thành ngữ *"Thư đồng văn, xa đồng quỹ"*, ý chỉ sự thống nhất.

5. Qua Oa: Theo **Minh Sử**, nước Qua Oa ở về phía tây nam nước Chiêm Thành, còn có tên khác là Hạ Cảng hoặc Thuận Tháp

6. Binh phù hình con phi ngư: Phi ngư còn có tên là cá văn dao, ta thường gọi là cá chuồn. Giống cá ở biển, vây ở bụng rất dài, dùng làm "mái chèo" bay trên mặt nước.

7. Dụ Hoàng đế: Vua Thế Tổ Hốt Tất Liệt .

8. Thái Tổ Hoàng đế: Thành Cát Tư Hãn .

9. Văn hiến hầu: Lời chua của **Cương Mục**, Văn hiến hầu là con Trần Nhật Duật.

10. Lăng trì: Một thứ hình phạt nặng nhất: Trước hết chặt hai chân, hai tay, con trai thì xẻo ngoại thận đi, con gái thì đóng cọc vào âm hộ rồi mổ bụng, moi hết ruột gan ra, làm cho thân thể không mảnh nào dính vào nhau - có khi lại còn đem ngâm thành mắm. Ta gọi tội này là "tùng xẻo".

11. Thiệu Vũ: Lời chua của **Cương Mục**, Thiệu Vũ là con Quốc Trấn.

49.
Vua Trần Hiến Tông
[1329-1341]

Niên Hiệu:

Khai Hựu.

Vua Hiến Tông tên húy là Vượng, con thứ của Minh
Tông. Lên ngôi lúc 13 tuổi, mất năm 23 tuổi; trị vì
lúc còn nhỏ tuổi, nên việc quan trọng đều do Thượng hoàng
Minh Tông quyết đoán.

Năm Khai Hựu thứ nhất [1329], sau khi đã nhường ngôi,
Thượng hoàng lui về ở hành cung phủ Thiên Trường, mỗi
khi các hoàng tử vào chầu, Thượng hoàng thường bình
luận đến nhân vật bản triều để răn bảo. Có lần Uy Túc vương
Văn Bích nói:

*"Bàn luận nhân vật để dạy hoàng tử, chỉ nên nói đến việc
của người hay, còn việc người dở hãy gạt bỏ đi, không nên
nói để người nghe bắt chước."*

Thượng hoàng bảo:

*"Việc làm của kẻ hay, người dở đều nên bàn đến cả, không
thể gác bỏ thiên lệch được; nếu con ta quả là người hiền, thì*

nghe việc hay tất theo mà bắt chước, nghe việc dở tất ghét mà tránh đi, thế thì kẻ hay người dở đều có thể làm gương cả."

Mùa đông, mán Ngưu Hống, một bộ tộc người Thái ở vùng Sơn La làm phản, Thượng hoàng tự làm tướng đi đánh. Khởi đầu một cánh quân bị thua, nhưng sau đó Thượng hoàng điều đại quân đến đánh thắng:

"Thời đại Nhân Tông, Mán Ngưu Hống thường vào chầu, đến nay làm phản, rông rỡ cướp bóc ở miền Đà Giang. Thượng hoàng bàn định thân hành đi đánh. Trần Khắc Chung can rằng:

'Đà Giang là nơi lam chướng, vả lại nước thác chảy xiết quá không thể đem quân đi được. Đất Chiêm Thành không phải nơi lam chướng, các triều trước đi đánh, phần nhiều bắt được chúa nước ấy, bây giờ không bằng đem quân sang đánh Chiêm Thành là hơn'.

Thượng hoàng nói:

'Trẫm làm cha mẹ dân, thấy dân bị lầm than, cần phải cứu ngay, chứ có suy bì gì nơi hiểm trở, nơi bình dị, việc thuận lợi, việc khó khăn'.

Khắc Chung lạy tạ, nói:

'Độ lượng thánh nhân bao dung rộng rãi; ngu dại như tôi không thể nào nghĩ tới được'.

Thượng hoàng bèn hạ chiếu xuất quân; sai Thiêm tri là Nguyễn Trung Ngạn chuyên việc giữ sổ nhật lịch (1).

Trong bọn Mán Ngưu Hống, có người ở trại Chiêm Chiêu đến cung khuyết dâng thư, đính ước xin đem cả trại đầu hàng, thì khắc phù tín giao cho để làm tin. Thượng hoàng muốn phổng theo việc "Hán Vũ đăng đài" (2) ngày trước, dùng uy lực chế trị phương xa, bèn sai Chiêu Nghĩa hầu là Phụ Minh đem quân theo đường Thanh Hóa xuất phát trước, để làm thanh thế tiếp ứng cho quan quân. Thượng hoàng nhân dụ bảo Phụ Minh rằng:

'Trại Chiêm Chiêu đã có đính ước xin hàng, khi đến nơi, phải đợi quan quân đến sẽ hay, không được hành động càn rỡ'.

Thượng hoàng đem quân đến động Mang Việt [nay là huyện Yên Châu, tỉnh Sơn La], đóng ngự doanh ở đấy, và đặt tên chỗ đóng ngự doanh ấy là phủ Thái Bình, chỗ ấy có suối Bác Tử, đặt tên cho là suối Thanh Thủy.

Phụ Minh đem quân đi tắt đến trại Chiêm Chiêu, tự đem một bộ quân của mình ra đánh, bị thua. Tuyên Uy tướng quân là Vũ Tư Hoành cố sức đánh, bị chết trận. Thượng hoàng nghe tin nói:

"Thôi lầm rồi!".

Trận này do Thượng hoàng tự làm tướng, hiệu lệnh nghiêm minh, uy thanh vang động, mán Ngưu Hống nghe tiếng phải chạy trốn, bèn đem quân về." **Cương Mục, Chính Biên**, quyển 9.

Năm Khai Hựu thứ 2 [1330] Thái sư Chiêu Văn đại vương Trần Nhật Duật, người có công lớn trong cuộc kháng chiến chống Nguyên Mông, mất vào năm 77 tuổi:

"Nhật Duật học qua Ngũ kinh và Chư sử, tinh thông lời huyền diệu của Đạo gia, hiểu biết âm nhạc, đời bấy giờ khen là người học thức rộng rãi, lại hiểu tiếng các nước. Nhân Tông thường nói:

'Chú Chiêu Văn có lẽ là hậu thần của người bộ lạc Phiên'.

Mỗi khi nói chuyện giao thiệp với sứ thần nhà Nguyên, không cần dùng người thông ngôn, thường tay cầm tay, uống rượu với nhau, vui vẻ như bạn quen biết. Sứ nhà Nguyên nói:

'Ông hẳn là người ở Chân Định sang làm quan bên này?'.

Nhật Duật cố chối không nhận, họ vẫn không tin, vì họ thấy hình dáng và tiếng nói của Nhật Duật đều giống hệt người Chân Định.

Nhật Duật là người có độ lượng, hòa nhã, dù mừng hay giận không bao giờ lộ ra nét mặt; lại còn không ưa những sự thỉnh thác; lúc gặp việc thì tùy cơ ứng biến, rất mạnh dạn về việc đánh giặc. Cuối niên hiệu Thiệu Bảo [1279-1284], Nhật Duật trấn thủ Tuyên Quang, quân Nguyên đến xâm phạm, Nhật Duật đem quân theo dòng sông trở xuôi. Thấy quân đuổi theo ở hai bên bờ sông đi thong thả, biết chắc hẳn mặt trước lại có toán quân nữa, vội vàng sai người dò xem, thì quân giặc đã đến đón chặn ngang ở khúc sông bên dưới rồi, Nhật Duật bèn dẫn quân lên đi bộ, mới thoát được nạn. Chiến dịch Hàm Tử Quan đánh cho quân Toa Đô bị thua to; trận thắng này là một chiến công đứng đầu đời Trùng hưng. Nhật Duật, nói về quyền quý, là bậc thân vương, từng thờ bốn triều vua, ba lần lĩnh chức trấn thủ ở trấn lớn, trong nhà không ngày nào là không chèo hát, yến ẩm, mà không ai chê cười. Có người thường ví Nhật Duật với Quách Tử Nghi nhà Đường (3). Khi mất, hưởng thọ 77 tuổi." **Cương Mục, Chính Biên**, quyển 9.

Năm Khai Hựu thứ 3 [1331] Vua Văn Tông nhà Nguyên mới lên ngôi, sai Lại bộ Thượng thư là Tán Chỉ Ngõa báo tin; nhà vua sai Sứ thần Đoàn Tử Trinh sang chúc mừng. An

Nam Chí Lược cũng chép về việc này, và cho biết sứ đoàn Đại Việt đến triều Nguyên vào năm sau [1332]:

"Năm Chí Thuận thứ 3 (1331) sai Thượng thư bộ Lại Tấn Chỉ Ngõa, Lang trung bộ Lễ Triệu Kỳ Hi phụng sứ An Nam, tuyên cáo chiếu lên ngôi của Hoàng đế Văn Tông. Năm sau, Trần Nhật Phụ [vua Hiến Tông] sai Sứ cống và chúc mừng". **An Nam Chí Lược** quyển 3, **Đại Nguyên phụng sứ.**

(至順三年遣吏部尚書散只瓦禮部郎中趙期熙使安南宣文宗皇帝即位詔明年陳日輔　遣使貢賀)

Riêng **Nguyên Sử** ghi vào năm 1332 Vua Hiến Tông sai Đặng Thế Diên cùng 24 người sang cống; phải chăng nhóm này cũng thuộc sứ đoàn Đoàn Tử Trinh nêu trên:

"Mùa hè tháng 4 năm thứ 3 [26/4-24/5/1332], Thế tử Trần Nhật Phụ sai quan là bọn Đặng Thế Diên 24 người đến cống sản vật địa phương". **Nguyên Sử**, quyển 209, **Liệt Truyện**: An Nam

(三年夏四月，世子陳日〈火阜〉遣其臣鄧世延等二十四人來貢方物)

Tháng 2 năm Khai Hựu thứ 4 [3/1332] định đưa quan tài mẹ là Thuận Thánh Bảo Từ hoàng thái hậu táng chung ở Thái Lăng với Vua Anh Tông; thầy cúng chọn ngày cho rằng hợp táng năm đó không có lợi cho tang chủ, Thượng hoàng Minh Tông gạt đi mà bảo rằng con người ta ai ai cũng chết, không câu nệ kiêng cữ:

"Trước đây, nhà vua sai các quan chọn ngày lành sẽ an táng; lúc ấy có người bác đi, lấy cớ rằng năm nay an táng sẽ không lợi cho tế chủ. Thượng hoàng sai người hỏi lại người ấy rằng:

'Ta tất nhiên không chết à?'.

Người ấy thưa rằng:

'Điều ấy tôi không dám biết'.

Thượng hoàng nói:

'Nếu ta không tránh khỏi chết, thì lo việc tang mẫu hậu cho xong xuôi, chả còn hơn để khỏi chết uổng hay sao? Này, việc vui mừng, việc buồn rầu, theo điển lễ phải chọn ngày, là để cho việc được trịnh trọng đấy thôi, chứ có phải như thuyết nhà âm dương câu nệ về việc họa phúc đâu?'. **Cương Mục, Chính Biên**, quyển 9.

Tháng 7 [8/1332], bổ dụng Nguyễn Trung Ngạn giữ việc ở viện Thẩm Hình. Trung Ngạn lập nhà Bình Doãn để xét xử ngục tụng; những người bị can, không ai bị oan uổng hoặc bị xử quá đáng. Nhà vua tỏ ý khen ngợi.

Năm Khai Hựu thứ 6 [1334], Thượng hoàng tự làm tướng sang đánh Ai Lao. Ai Lao trốn chạy đi nơi xa, Thượng hoàng bèn đem quân trở về:

"Thượng hoàng hạ lệnh cho Nguyễn Trung Ngạn sung chức Phát vận xứ Thanh Hóa, tải lương đi trước, rồi đem đại quân kéo đi sau. Khi quân đến Kiềm Châu [huyện Tương Dương, Nghệ An], thanh thế vang động, Ai Lao nghe tiếng, chạy trốn. Thượng hoàng sai Trung Ngạn đục núi ghi công rồi đem quân trở về.

Chỗ đục núi ghi công bây giờ ở quả núi tại thôn Trầm Hương, huyện Tương Dương, tỉnh Nghệ An, nét chữ viết to bằng bàn tay, nét tạc vào đá sâu đến hơn một tấc. Lời văn như sau:

'Hoàng Việt, triều nhà Trần, vua trị vì thứ 6, là Chương

Nghiêu Văn Triết thái thượng hoàng đế, được trời thương yêu cho thống trị đất đai rộng lớn, các nơi xa gần, đâu đâu cũng thần phục; thế mà Ai Lao là một nước nhỏ mọn, dám ngang ngạnh giáo hóa triều đình. Năm Ất Hợi [1335], tháng quý thu [tháng 9 âm lịch], hoàng đế thân đem lục quân (4) đi tuần thú đến biên thùy mặt tây, thì thế tử Chiêm Thành và nước Chân Lạp, nước Tiêm, đạo thần tù trưởng Mán là Quỳ Cầm, Xa Lặc, những bộ lạc mới phụ thuộc thì tù đạo mán Bôi Bồn và mán Thanh Xa, đều tranh nhau đến triều yết, dâng nộp phẩm vật địa phương; chỉ có một nghịch tặc tên là Bổng [Vua Ai Lao] cố giữ thói u mê, sợ bị tội lỗi, không đến triều yết ngay. Tháng quý đông [tháng 12 âm lịch], hoàng đế đóng ngự doanh ở cánh đồng Cự Đồn thuộc Mật Châu, hạ lệnh cho các tướng cùng binh lính man di kéo vào nước ấy, tên nghịch tặc Bổng nghe tiếng chạy trốn, bèn hạ chiếu đem quân về". **Cương Mục, Chính Biên**, quyển 9.

Cuộc hành quân làm ra vẻ rực rỡ, tạc bia đá ghi công, nhưng kết quả không có gì; năm sau quân Ai Lao lại đến gây hấn. Tháng 9 [18/9-16/10/1335], Thượng hoàng tự làm tướng sang đánh Ai Lao, bị thua; Đốc tướng Đoàn Nhữ Hài chết đuối:

"Từ khi ở Kiềm Châu đem quân về, Thượng hoàng định thân đi đánh Ai Lao lần nữa, nhưng chưa quả quyết. Nay nghe tin Ai Lao kéo xuống xâm lấn ấp Nam Nhung [Tương Dương] thuộc Nghệ An, nên lại bàn thân chinh, trong lúc ấy Thượng hoàng bị đau mắt, có người xin hoãn lại. Thượng hoàng nói:

'Việc này năm trước đã bàn rồi lại thôi, bây giờ nếu vì

đau mà hoãn lại, thiên hạ sẽ cho ta là người rút rát; vạn nhất giặc phương Bắc kéo sang xâm lấn bao vây, thì ta sẽ trông cậy vào đâu?'.

Bèn quyết ý thân chinh. Hạ lệnh cho viên quan quản lĩnh hai hiệu quân Thần Vũ và Thần Sách kiêm giữ chức kinh lược Đại sứ Nghệ An là Đoàn Nhữ Hài sung làm đốc tướng, các quân đều phải nghe theo hiệu lệnh. Nhữ Hài tự nghĩ rằng: Ai Lao đóng giữ ở ấp Nam Nhung, quân của chúng vừa ít vừa yếu, quân ta đánh thế nào cũng được. Vả lại, đồn trại của chúng đóng liền con sông lớn Tiết La [thuộc ấp Nam Nhung], sau khi ta đã đánh thắng rồi, sẽ đem tù binh bắt được và chiến lợi phẩm tước được đi theo dòng sông mà kéo tràn xuống, đi đến đâu sẽ diễu võ dương uy, nhân đó chiêu dụ các nước Chiêm Thành, Chân Lạp vào chầu, như thế có thể lập được công lao phi thường. Vì thế, Nhữ Hài liền đem quân Nghệ An và hiệu quân Thần Vũ tiến lên trước. Khi đến ấp Nam Nhung, gặp quân giặc, hai bên giao chiến. Lúc ấy sương mù mờ mịt, quân giặc đã mai phục sẵn voi ngựa từ trước, hai cánh quân giặc đánh khép lại. Quan quân bị ngã xuống sông, chết mất quá nửa, trong số đó có cả Đoàn Nhữ Hài. Thượng hoàng được tin, nói:

'Nhữ Hài nhân tình thế tất thắng, dùng mưu kế tất thắng, đã gần được công to mà lại bị mắc vào mồi của giặc, không phải vì y không liệu biết thế giặc, chỉ vì y dùng quá cái sức của mình đấy thôi! Thế mới biết sự mong muốn của người ta không thể quá hạn định được". **Cương Mục, Chính Biên**, quyển 9.

Năm Khai Hựu thứ 7 [1335] Sứ thần nhà Nguyên sang. Do Vua Thuận Đế nhà Nguyên mới lên ngôi, sai Lại bộ Thượng thư là Thiết Trụ sang báo tin, và ban cho lịch mới.

An Nam Chí Lược cũng chép việc này, lại còn sao lục chỉ dụ của Vua nhà Nguyên gửi cho Vua Hiến Tông:

"Năm Nguyên Thống thứ 3 (1335) sai Thượng thư bộ Lại Thiết Trụ, Lang trung bộ Lễ Trí Hy Thiện phụng sứ An Nam, tuyên cáo chiếu lên ngôi của đương kim Hoàng đế. Năm sau Trần Nhật Phụ sai Sứ triều cống và chúc mừng ." **An Nam Chí Lược** quyển 3, Đại Nguyên phụng sứ

(元統三年遣吏部尚書鐵柱禮部郎中智熙善使安南宣今
上皇帝即位詔明年陳日輔　　遣使貢賀)

Chiếu dụ năm Nguyên Thống thứ ba [1335]

(Nguyên Thống Tam Niên Dụ)

Thuận mệnh trời, Hoàng đế ra thánh chỉ. Trẫm nối dòng chính thống, noi theo nhân đức rộng rãi của tổ tiên, tiếng tăm giáo hóa phô bày; một lòng nhân đức không phân biệt gần xa, trong ngoài. Nghĩ đến đất An Nam đời đời chăm lo phụng sự bề trên; triều cống phương vật chưa bao giờ khuyết; lo dùng người tốt để mọi việc đều tốt đẹp. Nay sai Phụng Thành Đại Phu Lại Bộ Thượng thư Thiết Trụ, Phụng Trực Lang Lễ Bộ Lang trung Trí Hy Thiện đến hiểu dụ, ban một bản lịch Thụ Thời năm Nguyên Thống năm thứ 3. Khanh hãy kính cẩn tấn tu chức vụ nơi phiên bang, chăm việc nông vỗ về dân chúng xa gần, để đáp lòng sủng ái của ta. Vậy ban chiếu chỉ này, hãy suy nghĩ để hiểu rõ ràng ." **An Nam Chí Lược** quyển 2 Đại Nguyên chiếu chế

(元統三年詔

上天眷命，皇帝聖旨。朕纂承正統，君臨萬方。洪惟我
祖仁恩廣洽，聲教誕敷，一視同仁，無間中外。乃眷安南
之國，世勤事上之誠。方物貢輸，臣禮靡闕，良用嘉尚。
遣奉誠大夫、吏部尚書鐵柱，奉直郎、禮部郎中智熙善往

諭朕旨，賜元統三年《授時曆》一本。卿其敬修藩職，益謹農時，用安遐邇之人，咸副寵綏之意。故茲詔示，念宜知悉。）

Ngoài ra **Tục Tư trị Thông Giám** của Tất Nguyên còn chép thêm, vào năm 1335 phong cho Trần Đoan Ngọ [tên Vua Hiến Tông xưng với nhà Nguyên] làm An Nam Quốc vương:

"Tháng 3 năm Thuận Đế Chí Nguyên thứ nhất [1335], phong Thế tử An Nam Trần Đoan Ngọ làm An Nam Quốc vương." **Tục Tư Trị** quyển 207.

（封安南世子陳端午為安南國王）

Trong chiến dịch đánh Ai Lao, viên tướng quản lĩnh hiệu quân Khoái lộ là Đỗ Thiên Thứ tuy bị bệnh nặng vẫn hăng hái ra trận, mất ở nơi quân thứ, khiến Thượng hoàng rất thương cảm:

"Khi Thượng hoàng đi thân chinh đánh quân Ai Lao tại Nghệ An, Thiên Thứ quản lĩnh hiệu quân Khoái Hộ, đương bị bệnh nặng, Thượng hoàng cho ở lại. Thiên Thứ bắt người nhà khiêng mình đến ngoài cửa cung Vĩnh An, cố xin đi theo xe vua và nói rằng:

'Tôi thà chết ở ngoài cửa doanh trại, chứ không chịu chết ở trong giường nằm'.

Thượng hoàng khen là trung nghĩa, cho theo đi, khi đến đất giặc thì mất. Thượng hoàng thương tiếc, đặc cách cho khi tế được dùng nhạc Thái Thường (5)."

Tháng 9, năm Khai Hựu thứ 9 [1337]; xuống chiếu cho các quan trong và ngoài triều phải khảo hạch thuộc hạ. Xét những thuộc viên do mình quản đốc, người nào siêng năng, cẩn thận, có chứng cớ rõ ràng thì lưu lại, người nào không làm việc thì truất bãi đi. Nhân Nguyễn Trung Ngạn làm tào vận sứ ở Khoái Lộ [Khoái châu, Hưng Yên], đề nghị xin lập kho tào, phỏng theo thể thức ấy mà thi hành. thương, chứa thóc thuế để chẩn cấp cho dân đói. Nhà vua y theo và hạ chiếu cho các lộ khác

Mùa xuân năm Khai Hựu thứ 11 [1339] cho đổi lịch "**Thụ Thì**" thành lịch "**Hiệp Kỷ**":

"*Viên Hậu Nghi lang Thái sử cục lệnh là Đặng Lộ* [người huyện Sơn Minh, Sơn Nam] *thấy tên lịch từ trước đến nay đều gọi là lịch "**Thụ thì**", tâu xin đổi gọi là lịch "**Hiệp Kỷ**"; nhà vua y cho. Đặng Lộ chế ra thứ đồ xem thiên văn gọi là "**lung linh nghi**" khảo nghiệm khí tượng trên trời không việc gì là không đúng.*" **Cương Mục**, **Chính Biên**, quyển 9.

Tháng 6 năm Khai Hựu thứ 13 [1341], Vua Hiến Tông mất, ở ngôi 13 năm, hưởng thọ 23 tuổi. Trước đây Vua Hiến Tông là con cả của người vợ thứ, lên ngôi; đến sau bà đích mẫu là Huệ Từ hoàng thái hậu mới sinh con trai: con trưởng, Cung Túc vương tên là Dục; con thứ, tên là Hạo. Vua Hiến Tông mất, không có con trai. Thượng hoàng Minh Tông thấy Dục có tính ngông cuồng, không thể gánh vác được công việc trọng đại; lúc ấy Hạo mới 6 tuổi, bèn cho nối ngôi, xưng là Dụ Hoàng, tức vua Dụ Tông.

Chú thích:

1. Nhật lịch: Quyển lịch chuyên chép các công việc hằng ngày.

2. Hán Vũ đăng đài: Hán Vũ Đế, một ông vua có tài cao mưu giỏi về thời Tây Hán. Năm Nguyên Phong thứ 1 (110 tr.

c. ng.), Vũ Đế kéo quân ra Trường Thành, lên lâu đài của Thuyền Vu (lâu đài này do chúa Thuyền Vu là Mạc Lặc dựng lên), rồi kéo quân đến Sóc Phương, tới Bắc Hà, số quân mười tám vạn, cờ quạt cắm suốt hơn ngàn dặm, sai sứ bảo chúa Thuyền Vu rằng:

"Nếu dám chống cự lại, thì Thiên tử đã tự làm tướng, sẵn sàng đợi ở biên giới, nếu không thì phải đến thần phục ngay, sao lại cứ ẩn núp ở nơi Mạc Bắc cho rét mướt khổ sở làm gì?".

3. Quách Tử Nghi: Một danh tướng nhà Đường trong thời Đại Tông và Túc Tông. Chiến công của Tử Nghi đứng đầu các hàng tướng tá, giữ việc Tiết Độ Sứ ở Sóc Phương, được phong tước là Phần Dương vương; trong nhà lúc nào cũng đàn hát. Khi mất hưởng thọ 88 tuổi.

4. Lục quân: Sáu quân, binh chế thời cổ, mỗi quân 12.500 người, Thiên tử mới có sáu quân, còn vua các chư hầu, nước lớn được ba quân, nước vừa được hai quân, nước nhỏ có một quân.

5. Thái thường: Chế độ nhà Trần, chỉ có chức Hành khiển khi tế mới được dùng nhạc Thái Thường, nay cho Thiên Thữ được dùng, đấy là đặc biệt gia ơn.

50.
Vua Trần Dụ Tông
[1341-1369]

Niên Hiệu:

Thiệu Phong:1341-1357

Đại Trị: 1358-1369

Vua Hiến Tông lên ngôi lúc 13 tuổi, mất năm 23 tuổi; trị vì 11 năm thì mất. Năm 1341 Thượng hoàng Minh Tông bèn cho con thứ của bà chánh cung Huệ Từ hoàng thái hậu tên là Hạo, mới 6 tuổi lên nối ngôi; xưng là Dụ Hoàng, tức vua Dụ Tông. Vua Dụ Tông trị vì được 29 năm, dùng 2 niên hiệu Thiệu Phong và Đại Trị.

Tháng 8 năm Thiệu Phong thứ nhất [12/9-10/10/1341] (Nguyên, Chí Chính năm thứ nhất); sai Nguyễn Trung Ngạn và Trương Hán Siêu biên soạn **Triều Điển** và **Hình Thư**.

Tháng 3 năm Thiệu Phong thứ 2 [6/4-4/5/1342] (Nguyên, Chí Chính năm thứ 2) xét duyệt các quan văn võ và những kẻ bị lưu đày.

Tháng 4 [5/5-3/6/1342] (Nguyên, Chí Chính năm thứ 2), bổ dụng Cung Tĩnh vương là Nguyên Trác làm Thái Uý.

Tháng 5 [4/6-2/7/1342]. Sứ Chiêm Thành sang. Chúa

Chiêm Thành là Chế A Nam mất, con rể là Trà Hoà Bố Đế tự lập làm chúa, sai sứ sang cáo phó.

Theo chế độ nhà Trần trước kia, cho Thượng thư sảnh quản lãnh cấm quân, nay cải đổi giao cho viện Xu mật đảm trách:

"Tháng 7 [2/8-31/8/1342], mùa thu. Tôn Huệ Từ thái thượng hoàng hậu làm hoàng thái hậu. Bổ dụng Nguyễn Trung Ngạn làm Hành khiển, quản trị công việc viện Xu Mật. Theo chế độ cũ, cấm quân thuộc vào Thượng thư sảnh; đến đây, cho viện Xu Mật quản lĩnh. Trung Ngạn tuyển đinh tráng các lộ sung vào ngạch cấm quân hiện khuyết, đặt ra sổ sách để ghi chép. Viện Xu Mật quản lĩnh cấm quân bắt đầu từ đấy." **Cương Mục, Chính Biên**, quyển 9.

Ngày mồng một, tháng 4, năm Thiệu Phong thứ 3 [25/4/1343] (Nguyên, Chí Chính năm thứ 3), nhật thực. Đại hạn từ tháng 5 đến suốt tháng 6; xuống chiếu tha cho một nửa thuế đinh năm nay. Tháng 11 [18/11-17/12/1343], mất mùa, đói kém; dân gian phần nhiều người nổi lên làm trộm cướp, nhất là gia nô các nhà vương hầu.

Tháng 2 năm Thiệu Phong thứ 4 [15/2-14/3/1344] (Nguyên, Chí Chính năm thứ 4), Ngô Bệ người huyện Trà Hương, tức huyện Kim Thành tỉnh Hải Dương ngày nay, làm phản; Vua sai quân đi, đánh tan giặc:

"Tháng 2, mùa xuân. Giặc cướp khởi lên ở huyện Trà Hương. Người huyện Trà Hương là bọn Ngô Bệ họp tập nhiều người ở núi Yên Phụ khởi lên làm giặc cướp. Nhà vua sai quân đi bắt. Bọn Ngô Bệ liền trốn tránh tan rã." **Cương Mục, Chính Biên**, quyển 9.

Tháng năm năm Thiệu Phong thứ 5 [1/6-29/6/1345]

(Nguyên, Chí Chính năm thứ 5), cho thi thái học sinh. Phép thi: viết ám tả cổ văn và làm bài kinh nghĩa, thơ phú. **Cương Mục** ghi lời cẩn án rằng: *"Phép thi nhà Trần có bốn kỳ, đây không nói đến kỳ thi văn sách, hoặc bấy giờ đổi lại hay là Sử cũ bỏ sót, sẽ đợi khảo sau."*

Triều đình nhà Nguyên sai Vương Sĩ Hành sang hỏi địa giới cột đồng Mã Viện chôn ngày trước. Tháng 8 [28/8-25/9/1345], nhà vua sai danh sĩ Phạm Sư Mạnh, người huyện Giáp Sơn, tỉnh Hải Dương, sang triều Nguyên biện bạch việc này.

Ngày mồng một, tháng 2 năm Thiệu Phong thứ 6 [23/2/1346] (Nguyên, Chí Chính năm thứ 6), nhật thực. Sai sứ sang Chiêm Thành; nước này từ khi Bố Để tự lập làm chúa, không sang triều cống; nhà Vua sai Phạm Nguyên Hằng sang hỏi, bấy giờ Chiêm Thành lại sang cống, lễ vật rất là đơn bạc. Tháng 5 [22/5-19/6/1346], nước Ai Lao cướp ngoài biên giới; nhà vua sai Bảo Uy vương là Hoàn đi đánh, phá tan được. Tháng 9 [16/9-14/10/1346], bổ dụng Phạm Sư Mạnh giữ Bạ thư kiêm chức Xu mật tham chính.

Ngày mồng một, tháng giêng năm Thiệu Phong thứ 7 [11/2/1347] (Nguyên, Chí Chính năm thứ 7), nhật thực. Tháng 6, Bảo Uy vương là Hoàn có tội; truất ra làm Phiêu Kỵ tướng quân ở Diễn Châu, rồi sai người giết đi:

"Trước đây, thuyền buôn người nhà Tống sang, dâng một tấm vải "hỏa cán" [loại vải không cháy], nhưng vẫn để dành làm của quý: sau đem may áo cho vua, nhưng vì hơi ngắn, nên xếp để ở kho nội phủ. Hoàn tư túi với cung nhân lấy trộm. Một hôm, Hoàn vào chầu, tâu việc ở trước mặt vua,

cửa tay áo bị hở ra; Thượng hoàng trông thấy, lấy làm nghi, sai kiểm lại xem, quả nhiên cái áo cất khi trước đã mất rồi. Cung nhân lẻn ra đem áo ấy về dâng nộp. Thượng hoàng giận lắm, truất Hoàn ra ngoài biên trấn. Khi Hoàn đi đến sông Trinh Nữ (1), Thượng hoàng sai vũ sĩ chở chiếc thuyền nhỏ đuổi theo, giết đi." **Cương Mục, Chính Biên**, quyển 9.

Tháng giêng năm Thiệu Phong thứ 8 [31/1-28/2/1348] (Nguyên, Chí Chính thứ 8); bổ dụng Đỗ Tử Bình làm Thị giảng. Trọng dụng Đỗ Tử Bình có liên quan đến việc Vua Trần Duệ Tông bị hãm trận tại thành Đồ Bàn. Vì khi Vua bị phục kích, Đỗ Tử Bình cầm hậu quân, đã không điều binh đến cứu. Do đó sử gia Ngô Sĩ Liên cho rằng việc tiến cử Đỗ Tử Bình là nguyên nhân phục sẵn, đưa đẩy đến cái chết của Vua Duệ Tông, rồi cơ nghiệp nhà Trần sụp đổ:

"Nước đến khi sắp mất, tất nhiên trời sinh ra một người để mà phá hoại. Việc Tử Bình được tiến cử, là lúc mối hấn khích ở biên giới Nhật Nam đã chớm nảy nở, cái nguy cơ tai họa của Duệ Tông đã ngấm ngầm phục sẵn, mà từ đó, dần dần gây ra mối suy sụp cho cơ nghiệp nhà Trần." **Cương Mục**, Chính Biên, quyển 9.

Tháng 5 năm Thiệu Phong thứ 9 [18/5-15/6/1349] (Nguyên, Chí Chính thứ 9) nước Qua Oa [Java] đem vật phẩm địa phương sang cống và dâng chim anh vũ biết nói. Tháng 10 [11/11-10/12/1349], lập Trần Thị làm Hoàng hậu; Hậu là con gái Huệ Túc vương Đại Niên, nay lập thành Nghi Thánh hoàng hậu.

Ngày mồng một, tháng 11 [11/12/1349] nhật thực; bắt đầu đặt chức Sát Hải sứ và Bình Hải quân ở Vân Đồn thuộc tỉnh Quảng Ninh ngày nay; vì nơi này sản xuất nhiều ngọc trai:

"Trước kia, về thời nhà Lý, thuyền buôn của các nước ngoài đến nước ta, đều đi từ các cửa biển Diễn Châu đi vào; đến nay, lòng sông cạn, thuyền buôn dời đến tụ tập ở hải trang Vân Đồn. Lúc ấy có nhiều người mò trộm ngọc trai bán cho thuyền buôn, vì thế đặt quan quân để trấn thủ địa phương này." **Cương Mục, Chính Biên**, quyển 9.

Tháng giêng năm Thiệu Phong thứ 10 [7/2-8/3/1350] (Nguyên, Chí Chính thứ 9); người nhà Nguyên là Đinh Bàng Đức sang quy phụ nước ta. Khi bấy giờ, nước Nguyên loạn, bốn phương giặc cướp như ong, các quan lại không thể chế ngự được. Có người phường trò, tên là Đinh Bàng Đức, đem cả gia quyến sang quy phụ ta, được nhà vua dung nạp. Người nước ta tập trò leo dây bắt đầu từ đấy.

Tháng giêng năm Thiệu Phong thứ 11 [28/1-25/2/1351] châu Thái Nguyên thuộc tỉnh Thái Nguyên ngày nay và lộ Lạng Giang thuộc tỉnh Lạng Sơn ngày nay; giặc cướp nổi dậy, triều đình mang quân dẹp yên ngay. Ngày mồng một, tháng năm [21/5/1351], có nhật thực. Tháng 7 [24,/7-21/8/1351], dùng Trương Hán Siêu làm Tham tri chính sự. Tháng 11 [20/11-18/12/1351], duyệt cấm quân ở điện Thiên An. Nhà vua ngự ở điện Thiên An để duyệt cấm quân, cho Nguyễn Trung Ngạn mặc áo chiến bào, đội khăn quan võ, đeo cái nghiên thành gỗ vuông bốn cạnh và thếp vàng (lăng kim nghiễn), đi duyệt binh, nhận xét kẻ hơn, người kém.

Tháng 3 năm Thiệu Phong thứ mười hai (17/3/14/4/1352), Hoàng thân Chiêm Thành là Chế Mỗ chạy sang ta:

"Trước kia, vua Chiêm Thành là Chế A Nan khi còn sống, con là Chế Mỗ làm bố điền (2), con rể là Trà Hoà Bố Đế làm bố đề (3), hễ Bố Đế nói câu gì hoặc bàn kế gì, chúa Chiêm

cũng đều nghe theo. Khi nào Chế Mỗ phải quở trách, Bố Đề lại liệu bài gỡ cho. Bề ngoài Bố Đề làm ra thân thiết với Chế Mỗ, nhưng bề trong thì ngầm gây bè đảng, mua chuộc người trong nước, thế mà Chế Mỗ vẫn không biết. Kịp lúc A Nam mất rồi, người trong nước không theo Chế Mỗ. Bố Đề mới đuổi Chế Mỗ mà tự lập làm vua. Đến đây Chế Mỗ chạy sang ta, dâng một con ngựa bạch, một con voi trắng, một con kiến càng khổng lồ, dài một thước chín tấc và các đồ sản vật địa phương, cầu xin dung nạp." **Cương Mục, Chính Biên,** quyển 10.

Tháng 7 [10/8-8/9/1352], có thủy tai lớn; nước lên to, vỡ đê Bát, Khối; tức đê các xã Bát Tràng, Thổ Khối, thuộc tỉnh Bắc Ninh ngày nay; lúa má bị ngập.

Tháng giêng năm Thiệu Phong thứ 13 [5/2-5/3/1353], xuống chiếu cho các vương hầu chế tạo chiến cụ, rèn luyện quân sĩ. Dùng Cung Định vương Phủ làm Hữu Tướng quốc.

Tháng 6 [1/7-30/7/1453], dùng quân đội đưa Chế Mỗ về nước Chiêm Thành. Bộ binh đến Cổ Lũy (4), thủy quân tải lương không kịp, bèn trở về. Chế Mỗ ở lại nước ta, chưa được bao lâu thì chết.

Tháng 9 [28/9-27/10/1353], nước Chiêm Thành vào cướp Hóa Châu; quan quân đi đánh, bất lợi; nhà vua sai Trương Hán Siêu quản lĩnh quân đội, trấn giữ Hóa Châu:

Vua nước Chiêm là Bố Đề thấy việc đưa Chế Mỗ về không thành, lại càng kiêu rông ngang ngạnh, liền vào lấn cướp đất Hóa Châu. Nhà vua vời Hán Siêu đến bàn mưu; Hán Siêu thưa rằng:

"Vì không nghe lời tôi nói, nên đến nỗi thế". Bấy giờ vua mới sai Hán Siêu quản lĩnh các quân Thần Sách, đi trấn thủ

Hóa Châu." **Cương Mục, Chính Biên,** quyển 10.

Tháng 2 năm Thiệu Phong thứ 14 [24/2-24/3/1354], Trần Hữu Lượng tại Trung Quốc nổi dậy chống triều Nguyên, gửi sứ giả đến biên giới xin giao hảo với nước ta. **Đại Việt Sử Ký Toàn Thư** chép Hữu Lượng là con của Trần Ích Tắc:

"*Mùa xuân, tháng 2, quan trấn giữ biên giới phía bắc cho chạy trạm tâu việc Trần Hữu Lượng nước Nguyên dấy binh, sai sứ sang xin hòa thân (Hữu Lượng là con Trần Ích Tắc).*" **Toàn Thư**, Bản Kỷ, quyển 7, trang 17a.

Về điểm **Toàn Thư** chép rằng Trần Hữu Lượng là con Trần Ích Tắc, cần phải xét lại, bởi 2 lẽ:

Thứ nhất, **Minh Sử** chép:

"*Trần Hữu Lượng là con người đánh cá thuộc đất Miện Dương [Hồ Bắc], vốn họ Tạ, tổ tiên làm rể họ Trần, nên dùng họ này*" **Minh Sử** quyển 123.

(陳友諒，沔陽漁家子也。本謝氏，祖贅于陳，因從其姓)

Thứ hai, **Tục Tư Trị** chép vào năm 1329 Trần Ích Tắc tại Nguyên mất, được sắc phong Vương; thời điểm này Trần Hữu Lượng 9 tuổi, [1320年−1363]; nếu y là con Ích Tắc, lúc này cha y được sủng ái nhận tước Vương, không thể bỗng dưng đi làm giặc:

"*Tháng 7 nhuần năm Chí Thuận thứ nhất, Quốc vương An Nam Trần Ích Tắc mất vào năm Thiên Lịch thứ 2 [1329] tại phủ Hán Dương. Ngày Đinh Dậu ban chế tặng Khai phủ nghi đồng tam ty, Bình chương chính sự hành tỉnh Hồ Quảng, tước Vương như cũ thụy Trung Ý.*" **Tục Tư Trị** quyển 206.

(安南國王陳益稷，以天曆二年卒於漢陽府。丁酉，制贈開府儀同三司、湖廣行省平章政事，王爵如故，諡忠懿。）

Năm này trong nước có nhiều thiên tai, mất mùa đói kém; nên giặc giã nổi lên nhiều nơi; danh sĩ Tham tri chính sự Trương Hán Siêu mất:

"*Ngày mồng một, tháng 3 năm Thiệu Phong thứ 14 [25/3-23/4/1354] Nhật thực. Ở Lạng Châu và Nam Sách, giặc cướp nổi dậy. Năm bấy giờ đói kém. Dân gian khổ về giặc cướp. Có kẻ tên là Tề, tự xưng là cháu ngoại Hưng Đạo đại vương, tụ họp những kẻ đi trốn trong số các gia nô của các nhà vương hầu, nổi lên làm giặc cướp, cướp bóc các vùng Lạng Giang và Nam Sách [Hải Dương]. Tháng 9 [17/9-16/10/1354], có nạn sâu cắn lúa. Xuống chiếu xá một nửa thuế ruộng. Tháng 11 [15/11-14/12/1354], mùa đông; có con hổ đen xuất hiện ở trong thành. Tham tri chính sự Trương Hán Siêu mất. Hán Siêu là người chính trực, hay bài bác dị đoan, có tài làm văn. Nhà vua chỉ gọi ông là thầy, chứ không gọi tên. Nhưng ông hay khinh bỉ các bạn đồng liêu, không chịu giao du, chỉ chơi với bọn trung quan [hoạn quan] và y quan [thầy thuốc], đều là những kẻ không phải đồng điệu với mình. Tông chính Thái Khanh Lê Cư Nhân thường gọi ông là "thôn cầu cước"(5), ý nói người thôn quê đá cầu không trúng mấy, để ví với Hán Siêu liệu tính công việc có nhiều điều không thích đáng. Do chức tham tri chính sự, ông vào trấn ở Hóa Châu: nơi biên giới lại được yên ổn. Đến đây, ông xin về, nhà vua y cho. Chưa đến kinh đô, ông mất, được tặng phong Thái Bảo.*"**Cương Mục, Chính Biên**, quyển 10.

Năm Thiệu Phong thứ 15 (1355). (Nguyên, Chí Chính thứ 15). Dùng Nguyễn Trung Ngạn làm Nhập nội hành khiển thượng thư hữu bật, kiêm tri Xu Mật viện sự, sung Kinh

Diên đại học sĩ:

"*Trung Ngạn giữ chức trọng yếu, bảo toàn được tiếng tốt, nhưng tính hay khoe khoang, có làm bài thơ đại ý nói: Giới Hiên [tên tự của Nguyễn Trung Ngạn] tiên sinh là bậc có tài tế phụ, tuổi trẻ đã có chí khí hăng hái như con cọp non nhắm chực nuốt tươi trâu. Mười hai tuổi đỗ thái học sinh; mười sáu tuổi vào thi Đình; hai mươi bốn tuổi làm quan đài gián giữ việc can ngăn vua, hai mươi sáu tuổi đi sứ Yên Kinh [Bắc Kinh]. Đến đây, Trung Ngạn được cất lên giữ chức trong chính phủ; khi mất, 82 tuổi, có Giới Hiên Thi Tập lưu hành ở đời.*" **Cương Mục**, Chính Biên, quyển 10.

Tháng 3 năm **Thiệu Phong** thứ 16 [1/4-30/4/1356] (Nguyên Chí Chính năm thứ 16), nhà vua rước Thượng hoàng đi tuần nơi biên giới, đến Nghệ An. Tháng 5 [30/5-28/6/1356], trở về cung. Tháng 8 [27/8-24/9/1356], Thượng hoàng đến chơi đền cha vợ là Huệ Vũ Vương Quốc Trấn tại núi Kiệt Đặc, huyện Chí Linh [Hải Dương]; lúc trở về, có con ong vàng đốt má bên tả, do đó nằm bệnh.

Tháng 2 năm Thiệu Phong thứ 17 [20/2-20/3/1357] (Nguyên Chí Chính năm thứ 17), Thượng hoàng Minh Tông mất, **Cương Mục** chép như sau:

"*Khi ngài se mình, có người xin dâng thuốc và cầu cúng, Thượng hoàng đều từ chối cả. Nhân bấy giờ các hoàng tử đang ngồi hầu ở bên, ngài phán bảo:*

'Cứ xem việc làm của cổ nhân, điều hay thì bắt chước, điều dở thì tránh xa, chứ cần gì phải phiền cha phải dạy bảo?'.

Khi bệnh kịch, ngài sai thị thần là Nguyễn Dân Vọng đem bản thảo những thơ ngự chế đốt đi. Dân Vọng còn chần chừ. Ngài dụ bảo rằng:

'Các vật đáng tiếc còn không tiếc được thay, huống chi những thơ ấy còn tiếc làm gì!'.

Thượng hoàng mất ở cung Bảo Nguyên. Tên thụy là Chương Nghiêu Văn Triết hoàng đế, miếu hiệu là Minh Tông, ở ngôi 15 năm, nhường ngôi 28 năm, thọ 58 tuổi." **Cương Mục**, **Chính Biên**, quyển 10.

Tháng 4 [20/4-19/5/], phong cho anh là Thiên Trạch làm Cung Tín vương. Đào sông ở Nghệ An và Thanh Hóa.

Tháng giêng năm Đại Trị thứ 1 [9/2-9/3/1358] (Nguyên Chí Chính năm thứ 18), truy tặng ông ngoại là Huệ Vũ vương Quốc Trấn làm đại vương.

Tháng 3 [9/4-8/5/1358], xảy ra nạn đói, triều đình không lo nổi, đành xuống chiếu hạ lệnh cho nhà giàu phát lúa cho nhà nghèo, hứa sẽ hoàn trả bằng tiền. Ngô Bệ lợi dụng dân đói bèn tìm cách quấy phá:

"Hạn hán đến mãi tháng 7 [5/8-3/9/1358], mùa thu, tháng 8. Hạ chiếu cho nhà giàu các lộ bỏ thóc ra phát chẩn cho dân nghèo. Luôn năm đói kém, lắm người nghèo túng. Nhà vua hạ chiếu cho các quan sở tại khuyên những nhà giàu phát thóc ra để chẩn cấp cho dân, nhưng vẫn trị giá mà trả tiền. Dùng Phạm Sư Mạnh làm nhập nội Hành khiển, giữ việc viện Xu Mật. Ngô Bệ lại tụ họp quân gia làm phản. Ngô Bệ, sau khi tan tác trốn tránh, lại thu lượm những quân còn sót lại, tụ tập ở núi Yên Phụ, kéo lá cờ lớn ở trên núi, tiếm xưng ngụy hiệu, yết bảng rằng để "cứu tế dân nghèo"2. Từ xã Thiên Liêu [Hải Dương] đến huyện Chí Linh [Hải Dương], Bệ đều chiếm giữ được cả." **Cương Mục**, **Chính Biên**, quyển 10.

Tháng giêng năm Đại Trị thứ 2 [29/1-27/2/1359] (Nguyên Chí Chính năm thứ 19), sai sứ sang nhà Nguyên. Bấy giờ, nhà Nguyên đang loạn; Thái Tổ nhà Minh khởi binh ở Trừ Châu, rồi chiếm giữ cả đất Kim Lăng [Nam Kinh], bọn Trần Hữu Lượng và Trương Sĩ Thành cũng đều dấy binh nổi loạn, đánh phá tranh giành lẫn nhau, được thua chưa ngã ngũ. Nhà vua sai Lê Kính Phu sang bên Nguyên, có ý thăm dò hư thực.

Tháng 3 năm Đại Trị thứ 3 [18/3-15/4/1360] (Nguyên Chí Chính năm thứ 20); Ngô Bệ nổi loạn từ năm Thiệu Phong thứ 4 [1344], trải 16 năm, đến nay bị giết:

"Quan quân lùng bắt Ngô Bệ ở núi Yên Phụ. Ngô Bệ trốn chạy, muốn về kinh đô để ra thú, nhưng bị quan quân bắt được luôn với đỗ đảng Bệ 30 người, đều bị đóng cũi giải về kinh, chém chết cả." **Cương Mục, Chính Biên**, quyển 10.

Tháng 6 [14/7-11/8/1460], Trung Quốc loạn lớn, phe Chu Nguyên Chương xưng là Minh, Trần Hữu Lượng xưng là Hán, đánh nhau tại vùng biên giới Bằng Tường, Long Châu; khiến một số người chạy sang nước ta:

"Tháng 6, nước Nguyên loạn. Trần Hữu Lượng tiếm xưng đế, đặt quốc hiệu là Hán, đổi niên hiệu là Đại Nghĩa, đánh nhau với Minh Thái Tổ. Quan trấn thủ biên giới phía Bắc là Hoàng Thạc cho chạy trạm tâu rằng Minh và Hán đánh nhau ở Long Châu, Bằng Tường. Bọn Thạc nhân việc họ tranh nước với nhau thu được hơn 300 người." **Toàn Thư**, Bản Kỷ, quyển 7, trang 23b.

Tháng 10 [9/11-8/12/1360], thuyền buôn của các nước Lộ Hạc [có thể là La Hộc, thuộc Thái Lan] , Trà Nha [có thể là Ja va In-đô-nê-xi-a] , Xiêm La [Thái Lan] đến Vân Đồn buôn bán, dâng các vật lạ.

Lúc bấy giờ vùng châu thổ sông Hồng nhiều lụt lội, gia

nô các Vương Hầu thường rủ nhau đi cướp bóc; để giữ an ninh, nhà Vua ra lệnh các gia nô phải khắc chữ vào trán:

"Tháng 12 [8/1-5/2/1361], mùa đông. Sai cấm quân đi tuần, lùng bắt những giặc cướp ở các lộ. Nhà vua hạ chiếu: phàm gia nô các nhà vương, hầu và công chúa đều phải có thích chữ ở trán theo "phẩm hàm" của mình, và phải kê khai vào sổ hộ tịch. Nếu ai không thích chữ và khai sổ thì là hạng trộm cướp. Hễ bắt được, kẻ lớn thì trị tội; người bé thì sung công. Đó là vì cớ gia nô các nhà vương, hầu và công chúa bấy giờ phần nhiều trốn đi làm giặc cướp." **Cương Mục, Chính Biên**, quyển 10.

Tháng 3 năm Đại Trị thứ 4 [4/6-2/7/1361] (Nguyên Chí Chính năm thứ 21). Chiêm Thành vào cướp cửa biển Di Lý [huyện Bố Trạch tỉnh Quảng Bình] thuộc phủ Lâm Bình; quan quân đi đánh, địch thua chạy. Triều đình dùng Phạm A Song làm tri phủ Lâm Bình để trấn giữ đất ấy.

Tháng giêng năm Đại Trị thứ 5 [27/1-24/2/1362] (Nguyên Chí Chính năm thứ 22), bấy giờ nhà Vua ưa trình diễn kịch nghệ, đánh bạc; sai quan cho các tôi tớ trồng hành tỏi bên bờ sông Tô Lịch:

"Tháng giêng, mùa xuân. Ra lệnh bảo các nhà vương, hầu và công chúa cho diễn các trò tạp hí để dâng vua coi. Hồi đầu niên hiệu Thiệu Bảo (1279-1284), quan quân đánh phá quân Nguyên, bắt được vai kép Lý Nguyên Cát là người ca hay, hát giỏi. Rồi những nữ tì ít tuổi ở các nhà quyền quý đua nhau học hát theo lối Bắc [Trung Quốc]. Nguyên Cát làm trò cổ tích, có những tích như "Tây vương mẫu dâng bàn đào", v.v... Khi diễn có đến 12 người đóng các vai. Ai nấy đều mặc bào gấm, áo thêu, kẻ đánh trống, người thổi kèn, thay đổi

nhau mà tấu khúc. *Người xem, lúc vui mừng, lúc thương buồn, cảm động tùy theo từng quãng trong truyện cổ tích. Nước ta có lối trò cổ tích bắt đầu từ đấy. Đến đây, nhà vua bảo các vương hầu cho làm trò để dâng vua xem, rồi nhà vua nhận định đám nào biểu diễn trội hơn thì ban thưởng. Nhà vua lại chiêu tập những nhà giàu trong nước, như người làng Đình Bảng ở Bắc Giang [nay thuộc tỉnh Bắc Ninh], người Nga Đình ở Quốc Oai [Sơn Tây], vào cung đánh bạc, mỗi tiếng bạc ăn thua đến 300 quan tiền. Lại sai các tư nô ra khai khẩn ở bờ bên bắc sông Tô Lịch, để trồng hành, tỏi và các thứ rau; gọi chỗ phường ấy là "Toán viên" [vườn Tỏi]"* **Cương Mục, Chính Biên**, quyển 10.

Tháng 2 [25/2-26/3/1462], sao Chổi mọc ở phương bắc. Tháng 5, sai Đỗ Tử Bình điểm duyệt quân đội ở Lâm Bình và Thuận Hóa, sửa đắp thành Hoá Châu [Thừa Thiên]. Vì cớ người Chiêm Thành nhiều lần thường vào lấn cướp. Tháng 5 [24/5-21/6/1462]. Sét đánh điện Thiên An, tháng này [tháng 5] hạn hán đến mãi tháng 7 [22/7-19/8/1462], bèn cho lục xét các tù phạm. Mưa to, xuống chiếu miễn một nửa thuế đinh, thuế điền trong năm. Tháng 8 [20/8-18/9/1362], dùng Phạm Sư Mạnh giữ việc viện Xu Mật. Đói lớn, nhà vua xuống chiếu cho các nhà giàu quyên thóc, phát chẩn cho dân nghèo, rồi ban cho phẩm tước có tầng bậc khác nhau. Tháng 9 [19/9-17/10/1362]. Phủ Thiên Trường có bệnh dịch, xuống chiếu bảo đem thuốc, tiền và gạo của nhà nước chẩn cấp cho dân nghèo. Nhà Vua về chơi phủ Thiên Trường, gặp khi dân gian có bệnh dịch, bèn xuống chiếu phát cho nhà nghèo mỗi người: thuốc hai viên, tiền hai tiền [1 tiền=1/10 quan] và gạo hai thưng [1 thưng=1/10 đấu=.6 kg.]. Tháng 10, núi Thiên Kiện còn có tên là núi Địa Cận, nay thuộc huyện

Thanh Liêm, tỉnh Hà Nam bị lở.

Tháng 2 năm Đại Trị thứ 6 [15/2-15/3/1363] (Nguyên Chí Chính năm thứ 23). Tuyển lựa dân đinh bổ sung vào quân đội các lộ. Tháng 3 [16/3-14/4/1363], thi nho sĩ và lại viên; thi nho sĩ lựa lấy những người giỏi văn chương để bổ vào nơi quán, các (6). Thi lại viên kén lấy những người viết tốt và giỏi toán để sung vào làm thuộc lại ở các sảnh (7)

Tháng 10 [6/11-5/12/1363], cho sửa sang vườn Hậu Uyển. Đào hồ lớn ở vườn ngự nơi hậu cung, trong hồ chất đá làm núi, bên bờ hồ trồng thông, trúc và nhiều thứ cây khác, thêm vào đấy nào là cỏ lạ, nào hoa thơm, nào muông kỳ, nào chim quý. Bốn mặt khai sông cho nước thông vào, gọi hồ ấy là Lạc Thanh Trì. Về phía Tây hồ này trồng hai cây quế, dựng một tòa điện gọi là điện Lạc Thanh. Lại đào một cái hồ nhỏ khác, bắt người ở Hải Đông chở nước mặn chứa vào hồ, để nuôi các hải sản như đồi mồi, cá biển và loại ba ba; rồi bắt người Hoá Châu [Thừa Thiên] chở cá sấu thả vào đấy. Lại có hồ Thanh Ngư để nuôi cá thanh phụ [cá giếc]. Mọi thứ trên đây đều do chức khách đô được nhà vua đặt ra để coi giữ

Lại làm dãy khách lang ở Tây Điện thẳng đến cửa Hoàng Phúc, dựng một dãy lang dài từ gác Nguyên Huyền thẳng đến cửa Đại Triều phía Tây. Nay xây cất, mai tu tạo, không lúc nào ngớt việc.

Tháng 5 năm Đại Trị thứ 7 [1/6-29/6/1364] (Nguyên Chí Chính năm thứ 24), nhà Vua bị bệnh. Nhà Vua buông tuồng chơi bời vô độ. Tính nghiện rượu, thường vời quan chính chưởng phụng ngự ở cung Vĩnh An là Bùi Khoan đến cùng uống rượu. Bùi Khoan dùng kế giả vờ uống hết trăm thưng [thưng= 1/10 đấu, tương đương 0.06 kg] rượu, được thưởng tước hai tư (8). Nhà vua nhân lúc quá say, ra sông tắm, do đấy bị bệnh; sai bọn Trâu Canh ngày đêm hầu hạ thuốc thang, dần lại lành mạnh. Tháng 8 [28/8-25/9/1364], sắp xếp quân đội, tuyển lựa dân đinh lấy những người khoẻ mạnh, đặt làm ba hạng quân, sai sửa chiến cụ và chiến thuyền, để phòng ngừa hoạn nạn do ngoài biên giới gây ra. Tháng 10 [26/10-23/11/1364], Cung Túc vương Nguyên Dục mất.

Tháng giêng năm Đại Trị thứ 8 [23/1-20/2/1365] (Nguyên Chí Chính năm thứ 25), Chiêm Thành cướp bắt dân Hoá Châu [tỉnh Thừa Thiên]. Tục ở Hóa Châu, hàng năm, cứ đến đầu xuân, mở hội nam nữ đánh đu ở đất Bà Dương. Người nước Chiêm Thành, từ tháng chạp năm trước, đã ngầm mai phục ở nơi đầu nguồn, rình lúc không ngờ, ập ra cướp bắt lấy người.

Thiều Thốn, người làng Triệu Xá, huyện Đông Sơn, tỉnh Thanh Hóa; là vị quan lập nhiều chính tích, mắc oan bị cách chức, dân kêu lên, nên được phục chức, khiến lòng dân hoan hỷ:

"*Tháng 11 [13/12/1365-11/1/1366], sai phòng ngự sứ ở Lạng Giang là Thiều Thốn quản lĩnh quân đội trấn thủ biên giới miền Bắc. Khi bấy giờ, nhà Nguyên đang loạn, dân nơi biên giới náo động hoang mang, cho nên nhà vua sai Thiều Thốn đem các quân Lạo thuộc miền núi ở Lạng Giang đi phòng giữ một cách nghiêm ngặt. Thiều Thốn khéo phủ dụ quân sĩ. Trong đám quân sĩ ai cũng vui lòng. Sau, vì có người em kiêu ngạo, kiệt hiệt, Thiều Thốn phải tội lây, bị cách chức. Trong đám quân sĩ vì Thiều Thốn mà đặt câu này:*

'Trời không thấu oan, ông Thiều mất quan.'

Kịp khi Thiều Thốn sắm sửa hành trang để về, họ lại đặt ra câu này:

'Ông Thiều ra về, lòng tôi tái tê!'.

Triều đình nghe biết việc ấy, lại cho Thiều Thốn khai phục quan chức. Họ lại có câu rằng:

'Trời đã thấu oan, ông Thiều lại được làm quan'.

Không bao lâu, Thiều Thốn chết." **Cương Mục, Chính Biên**, quyển 10.

Tháng 3 năm Đại Trị thứ 9 [11/4-9/5/1366] (Nguyên Chí Chính năm thứ 26) Chiêm Thành lại lấn cướp phủ Lâm Bình thuộc huyện Quảng Ninh, tỉnh Quảng Bình ngày nay. Tri phủ là Phạm A Song đánh phá được địch. A Song được lên chức Đại Tri phủ Hành Quân Thủ Ngự sứ ở Lâm Bình.

Tháng 6 [9/7-6/8/1366], nhà Vua đến chơi làng Mễ Sở thuộc huyện Đông An, tỉnh Hưng Yên. Nhà vua dùng chiếc thuyền nhỏ, đêm đến chơi nhà riêng của thiếu uý Trần Ngô Lang, nửa đêm đi về, khi đến bãi Chử Gia, thuộc huyện Văn Giang, tỉnh Bắc Ninh, bị kẻ trộm lấy mất cả ấn báu và gươm báu. Tự biết là điềm chẳng lành, nhà vua lại càng buông thả ăn chơi dâm dật.

Tháng chạp năm Đại Trị thứ 10 [22/12/1367-19/1/1368] (Nguyên Chí Chính năm thứ 27), sai Trần Thế Hưng và Đỗ Tử Bình đi đánh Chiêm Thành, bị thua. Thế Hưng làm thống quân, Tử Bình làm phó, kéo quân đến Chiêm Động (9) [phủ Thăng Bnh, Quảng Nam]. Người Chiêm đặt quân mai phục, ập ra đánh: quan quân tan vỡ nặng nề. Thế Hưng bị giặc bắt; Tử Bình rút về.

Năm này nhà Nguyên mất.

Tháng 2 năm Đại Trị thứ 11 [19/2-18/3/1368] (Nguyên Chí Chính năm thứ 28), Sứ Chiêm Thành đến, Vua nước Chiêm Thành sai bầy tôi là Mục Bà Ma sang đòi đất cũ Hóa Châu.

Tháng 4 [18/4-16/5/1468], Sứ nhà Minh sang nước ta. Bấy giờ Minh Thái Tổ đã đại định thiên hạ, lên ngôi vua ở Kim Lăng, sai tri phủ Hán Dương là Dịch Thế Dân đem tờ chiếu thư sang ta. Đại lược nói: *"Chính sự nhà Nguyên không còn kỷ cương gì nữa. Thiên hạ nổi lên tranh giành đến 15 năm. Các nơi xa gần, do đấy, tin tức không thông. Bản triều gây dựng cơ nghiệp đế vương ở Giang Tả [tả ngạn sông Trường Giang], quét sạch các hùng trưởng, dẹp yên chốn hoa hạ, được quần thần và nhân dân suy tôn, đã lên làm chủ Trung Quốc. Vậy đâu đấy đều nên ở yên, đừng sinh sự gì để chung hưởng hạnh phúc thái bình".*

Minh Thực Lục chép nguyên văn đạo dụ này vào cuối năm Hồng Vũ thứ nhất [1368-1369], bản dịch như sau:

"Ngày 26 tháng 12 năm Hồng Vũ thứ nhất [3/2/1369], sai Tri phủ Dịch Tế ban chiếu dụ An Nam như sau:

Đế Vương xưa trị thiên hạ, cũng giống như ánh mặt trời, mặt trăng chiếu soi; không nề xa gần đều đối xử chung một lòng nhân. Bởi vậy Trung Quốc được tôn kính bình an, thì bốn phương cũng được yên chỗ, không nói đến việc thần phục. Từ đời Nguyên, việc chính trị không có riềng mối; thiên hạ binh đao loạn lạc đến 17 năm; xa gần thông tin bị tắc nghẽn. Trẫm khởi đầu dựng cơ nghiệp từ phía tả sông Dương Tử, quét sạch quần hùng, được thần dân suy tôn làm chủ Trung Nguyên, quốc hiệu Đại Minh, niên hiệu Hồng Vũ. Mới đây chiếm kinh đô nhà Nguyên, thống nhất toàn quốc, phụng thừa chính thống, cùng với các nơi xa gần được bình yên vô sự chung hưởng thái bình. Do các vua và tù trưởng các Di tộc (10) bốn phương chưa biết tin này, nên ban chiếu để hiểu rõ." (**Minh Thực Lục quan hệ Trung Quốc Việt Nam** (11), tập 1, trang 121, dịch giả Hồ Bạch Thảo)

Tháng 8 [13/9-11/10/1368], nhà vua liền sai Lễ Bộ thị lang, Đào Văn Đích, sang Minh đáp lễ.

Tháng 11 [11/12/1368-8/1/1369], mùa đông. Vời đạo sĩ Huyền Vân ở Chí Linh [Hải Dương] đến Kinh Đô. Huyền Vân tu ở núi Yên Tử, huyện Chí Linh; nhà vua cho vời đến triều đình, để hỏi về phép tu luyện, đặt tên cho chỗ đạo sĩ ở là động Huyền Thiên.

Ngày mồng một tháng 5 năm Đại Trị thứ 12 [5/6/1369], (Nguyên Chí Chính năm thứ 29), có nhật thực. Nhà vua mất, không có con nối dõi; bèn lập Dương Nhật Lễ, con hờ (12) của người anh cùng mẹ là Cung Túc vương Nguyên Dục, lên làm Vua. Tháng 6 trở về sau; thuộc Dương Nhật Lễ, năm Đại Định thứ 1.

Chú thích:

1. Sông Trinh Nữ: Tức sông Vạn Nữ xưa, thuộc địa giới huyện An Mô, tỉnh Ninh Bình.

2. Bố Điền: Nghĩa là Đại vương.

3. Bố Đề: Nghĩa là tể tướng.

4. Cổ Lũy: Xưa là địa phận quận Nhật Nam; từ đời Đường trở về sau là đất Chiêm Thành; nhà Hồ lấy đất này đặt làm châu Tư và châu Nghĩa; nhà Lê hợp lại làm một, gọi là phủ

Tư Nghĩa; bây giờ thuộc tỉnh Quảng Ngãi.

5. Thôn cầu cước: Kẻ đá cầu nhà quê.

6. Theo "**Quan chức chí**" trong **Lịch triều hiến chương**, quán, các, là những cơ quan trọng yếu của nhà nước quân chủ, như Lục Bộ (bộ Lại, bộ Binh, bộ Lễ, bộ Hình, bộ Công, bộ Hộ) và Tông Chính Phủ (tức là Tông Nhân phủ, trông coi công việc thuộc về hoàng tộc).

7. Sảnh: Như Thượng thư sảnh, Môn Hạ sảnh (theo **Lịch triều hiến chương**)

8. Tư: Cũng như một thứ điểm mà các triều đại quân chủ dùng để ghi thưởng hay ghi phạt các quan lại. Khi thưởng thì ban cho một hay nhiều tư; khi phạt thì giáng xuống một hay nhiều tư. Rồi đến cuối khoá một hạn là ba hay sáu năm, bấy giờ mới tính cộng số tư thưởng hoặc trừ số tư phạt, còn lại bao nhiêu, sẽ căn cứ vào đó mà thăng hay giáng.

9. Chiêm Động: Xưa là đất quận Nhật Nam; từ nhà Đường trở về sau là đất Chiêm Thành. Hồ Hán Thương lấy đất này, đặt làm châu Thăng và châu Hoa; nhà Lê hợp lại làm một, gọi là phủ Thăng Hoa, tức là phủ Thăng Bình, tỉnh Quảng Nam.

10. Di tộc: Trung Quốc kỳ thị gọi các dân tộc lân bang là Di tộc.

11. **Minh Thực Lục**. Quan hệ Trung Quốc - Việt Nam thế kỷ 14-17. Hồ Bạch Thảo dịch, Hà Nội: NXB Hà Nội, 2010.

12. Con hờ: Cung Túc vương đi xem hát tuồng, thấy vợ kép hát Dương Khương đẹp, đóng vai Tây vương mẫu bèn lấy làm vợ; khi ấy nàng đang có mang, rồi sinh ra Nhật Lễ.

Nguyên Dục nhận làm con mình. Kịp khi Dụ Tông mất, không có con kế tự, có để di chiếu cho Nhật Lễ nối ngôi.

51.
Dương Nhật Lễ
[1369-1370]

Niên hiệu:

Đại Định: 1369-1370

Sau khi Vua Dụ Tông mất, vào tháng sau [4/7-2/8/1369] sách lập Dương Nhật Lễ lên làm Vua. Nhật Lễ là con hờ của Cúc túc vương Nguyên Dục anh ruột Vua Dụ Tông; chắc Dụ Tông không biết điều thầm kín này, nên lập làm Vua:

"*Tháng 6. Huệ Từ [Hiến Từ, theo **Toàn Thư**] thái hậu lập Dương Nhật Lễ làm vua. Trước kia, người phường trò, tên là Dương Khương, diễn tích Tây vương mẫu dâng quả bàn đào, vợ hắn đóng vai Tây vương mẫu. Cung Túc vương Nguyên Dục cảm nàng đẹp, lấy làm vợ. Khi ấy nàng đang có mang; rồi sinh ra Nhật Lễ. Nguyên Dục nhận làm con mình. Kịp khi Dụ Tông mất, không có con kế tự, có để di chiếu cho Nhật Lễ nối ngôi. Quần thần bàn rằng:*

'Cung Định vương Phủ [Vua Nghệ Tông sau này] là người rất hiền, nhưng anh không lẽ lại kế tự em'.

[Hiến Từ] Thái hậu bảo quần thần:

'Nguyên Dục là con trưởng ngành đích, không được làm vua, mà lại mất sớm; vậy Nhật Lễ chẳng phải là con của Nguyên Dục dư?'.

Bèn đón lập Nhật Lễ. Nhật Lễ đã lên ngôi, truy tôn Nguyên Dục làm hoàng thái bá [bác Vua].” **Cương Mục, Chính Biên**, quyển 10.

Tháng 8 [2/9-30/9/1369], Dương Nhật Lễ tôn bà Hiến Từ hoàng thái hậu mẹ Vua Dụ Tông là Hiến Từ Tuyên Thánh thái hoàng thái hậu; bà Nghi Thánh hoàng hậu là Huy Từ Tá Thánh hoàng thái hậu; lập con gái Cung Định vương Phủ làm hoàng hậu.

Tháng 11 [30/11-29/12/1369], táng Vua Trần Dụ Tông ở Phụ Lăng [Ở xã Yên Sinh, huyện Đông Triều, Quảng Ninh].

Trước đây, triều đình ta sai sứ sang thăm nhà Minh; nhà Minh sai bọn Hàn Lâm thị độc học sĩ Trương Dĩ Ninh và Điển bạ Ngưu Lượng đem sắc sang phong, kèm với một quả ấn, núm ấn đúc hình con lạc đà mạ vàng. Khi đến nơi, thì Trần Dụ Tông đã mất, Ngưu Lượng có làm thơ viếng rồi về. **Minh Thực Lục** xác nhận việc này qua văn bản sau đây:

“Ngày 20 tháng 6 năm Hồng Vũ thứ 2 [23/7/1369]. Quốc vương An Nam Trần Nhật Khuê [vua Trần Dụ Tông] sai Thiếu Trung Đại phu Đồng Thời Mẫn, bọn Chánh Đại phu Giả Để, Lê An Thế, đến triều cống sản vật địa phương và xin phong tước. Sai Hàn Lâm Thị độc Học sĩ Trương Dĩ Ninh, Điển bạ Ngưu Lượng đi sứ nước này, phong Nhật Khuê làm An Nam Quốc vương và ban ấn bạc mạ vàng khắc hình lạc đà, kèm chiếu thư như sau:

'Cho Quốc vương nước An Nam Trần Nhật Khuê hay rằng tổ tiên người trước đây coi giữ biên thùy cõi Nam, truyền đến

con cháu, thường xưng phiên thần với Trung Quốc, cung kính giữ chức, được vĩnh viễn phong tước. Trẫm nhờ uy linh của trời đất, quét sạch bọn giặc tại Trung Hoa, bèn gửi thư báo tin, mong đất đai các nơi đều được yên ổn. Khanh dâng biểu xưng thần, gửi Đặc sứ đến chúc mừng, tuân theo lời dạy của tiền nhân, cần mẫn chăm sóc dân chúng, thực đáng khen. Bởi vậy, nay sai sứ trao ấn và phong ngươi làm Vương An Nam. Y hi! Ban bố lòng nhân rộng khắp; noi theo đức tốt của đứng anh quân, thừa hưởng hương thơm vượt trên 5 tước (1); mệnh ngươi vĩnh viễn làm phiên thuộc.'

Ban cho Nhật Khuê một bản lịch Đại Thống, 40 tấm lụa dệt hoa văn kim tuyến. Cho Đồng Thời Mẫn, Giả Để, Lê An Thế, Nguyễn Pháp bốn người; mỗi người một tấm lụa văn ỷ, 2 tấm lụa sa (2). Viên phó Nguyễn Huân cùng tùy tòng 23 người, thưởng có sai biệt. Bọn Dĩ Ninh đến biên giới An Nam vào tháng mười, nhưng Nhật Khuê đã mất trước vào mùa hè tháng 5, cháu là Nhật Kiên [Dương Nhật Lễ] nối ngôi, sai viên quan là Nguyễn Nhữ Lượng đón Sứ thần cùng xin ban chiếu và ấn. Dĩ Ninh không chấp thuận, lại sai bọn Đỗ Thuấn Khâm đến triều đình để thỉnh mệnh. Riêng Dĩ Ninh ở lại An Nam để đợi mệnh." (**Minh Thực Lục quan hệ Trung Quốc Việt Nam**, tập 1, trang 125)

Trong dịp này Sứ thần Trung Quốc Ngưu Lượng làm bài thơ viếng Vua Dụ Tông như sau:

Nam phục thương sinh điện chẩm an,

Long Biên khai quốc khống chư Man.

Bao mao sạ hý thông vương cống,

Giới lộ ninh kỳ biệt thử quan.

Đan chiếu viễn ban kim ấn trọng,

Hoàng trường tân bí ngọc y hàn.

Thương tâm tối thị thiên triều sứ,

Dục kiến, vô do lệ mãn an.

(Dân cõi Nam xa được trị an,

Long Biên mở nước giữ trăm Man.

Vừa mừng lễ vật sang dâng cống,

Đâu ngỡ bi ca bỏ các quan.

Chiếu đỏ xa ban kim ấn nặng,

Chén vàng mới đậy ngọc y hàn.

Sứ trời là kẻ đau lòng nhất,

Muốn gặp, còn đâu lệ ứa tràn.) **Đại Việt Sử Ký Toàn Thư**, Bản Kỷ, quyển 7, trang 29 b.)

Bấy giờ nước Chiêm Thành dưới thời Chế Bồng Nga cai trị, y xưng tên với nhà Minh là Ha Đáp Ha Giả; nước này và Đại Việt thường có hấn khích tại biên giới, Minh Thái Tổ nghe tin bèn gửi chiếu thư hòa giải 2 nước như sau:

"*Ngày mồng 1 tháng 12 năm Hồng Vũ thứ 2 [30/12/1369]; sai Hàn Lâm Viện Biên tu La Phục Nhân, Chủ sự bộ binh Trương Phúc mang chiếu thư dụ An Nam và Chiêm Thành rằng:*

'*Trẫm vốn xuất thân từ bình dân, nhân thiên hạ loạn bèn khởi binh để bảo vệ làng xóm, không ngờ hào kiệt theo rất đông. Trẫm cầm binh vài năm, đất đai mở rộng, quân lính cường thịnh, được thần dân tôn lên làm Vua trị thiên hạ, nối dòng chính thống, đến nay đã được 3 năm. Các nước ngoài* đến triều cống thì An Nam là nước đầu tiên, thứ đến Cao Ly, rồi Chiêm Thành; tất cả đều dâng biểu xưng thần, hợp với chế độ xưa, khiến Trẫm rất vui lòng.

Mới đây Chiêm Thành sai Bình chương Bồ Đán Ma Đô đến cống, tâu rằng An Nam mang binh đến xâm nhiễu, Trẫm xem tờ trình tâm không được yên. Nghĩ rằng hai nước các ngươi từ xưa đến nay, cương vực đã định sẵn, đó là ý trời, không thể cậy mạnh mà làm càn. Huống đất đai các ngươi, cách xa Trung Quốc hết núi đến biển, lời nói về sự xâm nhiễu nhất thời khó mà biết được để trình bày rõ ràng cho Trẫm hay. Các ngươi được truyền đời nối dõi đã lâu, việc giữ đất an dân, trên thuận theo đạo trời, tôn kính Trung Quốc; những việc này Vương trước của các ngươi chắc đã để lại lời dạy bảo, không đợi Trẫm dụ mới biết. Trẫm làm chủ thiên hạ, việc đáng làm là trị loạn, dẹp nguy; nay sai sứ đi quan sát sự việc, hiểu dụ các ngươi phải sợ trời, thủ phận. Nếu như cả hai dùng binh, năm này qua năm khác không ngừng, làm độc hại sinh linh, thượng đế hiếu sinh sẽ không bằng lòng; e rằng trên thì trời ghét, dưới thì lòng dân oán hận, mối họa sẽ không tránh được. Vương hai nước hãy nghe lời Trẫm, tuân theo đạo lý, yên phận mình để con cháu các ngươi được hưởng phúc lâu bền, há lại không tốt đẹp hơn ư! Khi chiếu thư tới, hai nước hãy tuân mệnh bãi binh."(**Minh Thực Lục quan hệ Trung Quốc Việt Nam**, tập 1, trang 127)

Tháng 12 [30/12/1369-27/1/1370] Dương Nhật Lễ giết bà Hiến Từ Tuyên Thánh Thái hoàng thái hậu. Khi Nhật Lễ đã lên ngôi rồi, bà Hiến Từ hoàng hậu thường hối hận rằng nó không phải là con Cung Túc vương. Nhật Lễ bèn ngầm đầu độc giết chết bà. Bà Hiến Từ có tính nhân từ. Cung Tĩnh vương Nguyên Trác là con vợ thứ. Có kẻ thêu dệt cho rằng

Nguyên Trác yểm bùa và nguyền rủa Dụ Tông. Nguyên Trác suýt bị hãm hại. Nhờ có bà cố sức cứu giúp, nên mới được khỏi tội. Đương thời khen bà là người hiền đức. Song phải nỗi là bà thiên vị cho con Cung Túc vương mà lập Nhật Lễ, đến nỗi ngôi báu nhà Trần bị chuyển dời.

Tháng giêng, Dương Nhật Lễ, năm Đại Định thứ 2 [28/1-25/2/1370] (Minh Hồng Vũ năm thứ 3). Nhà Minh sai sứ sang nước ta, tế các thần núi sông. Các triều đại trước kia chỉ có lệ Thiên tử vọng tế sông núi các nước chư hầu; tức tế từ nước họ, không đích thân sai người đến tế. Đến đây, vua Minh sai đạo sĩ ở cung Triều Thiên là Diêm Nguyên Phục kính đem bài văn ngự chế sang tế các thần núi, sông. Lại sai rập những bài ở bia đá vuông và bia đá tròn, chép lấy các đồ thư điển tịch đem về, rồi lại tạc bia ghi việc làm này; phải chăng Vua Minh muốn thừa dịp tìm hiểu địa hình nước ta, chuẩn bị cho những âm mưu trong tương lai. Theo **Minh Thực Lục**, trước đó nhà Minh dự định cho người đến tế tại 21 dãy núi, và 6 con sông, 6 vực sâu, tại nước ta:

"Ngày 21 tháng 12 năm Hồng Vũ thứ 2 [19/1/1370]; Thiên tử bảo các quan thuộc Trung Thư (4) và bộ Lễ rằng:

'Nay An Nam và Cao Ly đều quy phụ xưng thần, các sông núi thuộc các nước này cần được tế một lần với Trung Quốc.'

Rồi bộ Lễ cho khảo xét các sông núi của các nước này.

Núi tại An Nam có 21 dãy, gồm: Phật Tích, Triệt Vi, Vũ Ninh, Tiên Du, Phả Lại, Vạn Kiếp, Kiệt Đặc, Yên Tử, Địa Cận, Thiên Dưỡng, Thần Đầu, Long Đại, Văn Trường, Yên Hộ, Biện, Lập Thạch, Hương Tượng, Sùng, Đô Long, Trắc, Phân.

Tại An Nam có 6 sông, gồm: Xuyên Đường, Phú Lương, Đại Hoàng, Đại Lịch, Tô Lịch, Tam Đái.

Vực sâu có 6, gồm: vực An Thạch, cửa Thạch Long, Tư Liêm, Lãng Bạc, Việt Thường, Cửu Đức. ....

Bèn ra lệnh chép vào tự điển, lập bài vị để tế." (**Minh Thực Lục quan hệ Trung Quốc Việt Nam**, tập 1, trang 129)

Để tăng phần long trọng, Minh Thái Tổ đích thân viết chúc văn giao cho Sứ giả đến các nước, trực tiếp tế lễ cùng khắc bia tưởng niệm:

"*Ngày 10 tháng 1 năm Hồng Vũ thứ 3 [6/2/1370]; sai Sứ giả đến An Nam, Cao Ly, Chiêm Thành tế sông núi các nước này. Trước tiên Thiên tử giữ trai giới (5), đích thân viết chúc văn (6) Ngày hôm nay ngự triều trao cho Sứ giả hương và lụa; hương đựng trong hộp vàng; lụa gồm 2 thứ, thứ nhất làm cờ hiệu hoa văn, thứ 2 tùy phương hướng mỗi nước dùng lụa màu sắc thích hợp, chép chúc văn lên, rồi Thiên tử đích thân đề ngự danh (7) vào. Lại cấp 25 lượng bạch kim để biện lễ vật cúng tế. Sứ giả được cấp 10 lượng bạch kim, cùng y phục rồi sai đi.*

Lại ra lệnh cho các nước vẽ họa đồ sông núi, chép các văn bia, rồi giao cho Sứ giả mang về. Sứ giả đến các nước, khắc trên đá văn tự sự, đại lược như sau:

'*Trẫm nhờ trời đất tổ tông phù hộ, địa vị đứng trên cả thần dân; việc cúng tế giao, miếu, xã tắc, thần núi, sông, biển không dám không cung kính. Các người tại Chiêm Thành, Ai Lao, Cao ly đều sai sứ dâng biểu xưng thần, đã được phong Vương; vậy sông, núi trong lãnh thổ cũng thuộc về chức phương (8); khảo điển xưa đều được Thiên tử vọng tế, nhưng chưa có lệ sai Sứ đến tại lãnh thổ trực tiếp tế. Nay nghĩ rằng phàm đất dưới cõi trời đều được hưởng chung sự thăng bình, nên biện lễ sinh vật, lụa; sai Sứ giả đến tế thần.*

Thần cảm ứng an hưởng tất sẽ phù hộ cho đất nước, đời đời giữ gìn bờ cõi, khiến mưa gió phải thời, mùa màng lúa tốt, dân bình yên. Làm rõ ý nghĩa đối xử cùng chung một lòng nhân, nên khắc vào đá để lưu truyền mãi mãi." (**Minh Thực Lục quan hệ Trung Quốc Việt Nam**, tập 1, trang 131)

Vào tháng 4, Sứ thần Đại Việt đến triều Minh cáo ai việc Vua Trần Dụ Tông mất:

"*Ngày 14 tháng 4 năm Hồng Vũ thứ 3 [9/5/1370], Sứ thần An Nam, Đỗ Thuấn Khâm, đến cáo ai nhân việc Trần Nhật Khuê [vua Trần Dụ Tông] mất và xin mệnh.*" (**Minh Thực Lục quan hệ Trung Quốc Việt Nam**, tập 1, trang 135)

Vua nhà Minh mặc áo tang trắng, đích thân phân ưu với Sứ giả Đỗ Thuấn Khâm, cùng sai viên Hàn lâm Vương Liêm sang nước ta điếu tế:

"*Ngày 15 tháng 4 năm Hồng Vũ thứ 3 [10/5/1370]. Thiên tử mặc y phục trắng (9) gặp Thuấn Khâm tại cửa Tây Hoa, rồi sai bọn Hàn lâm Biên tu Vương Liêm sang tế; mang đồ phúng điếu gồm 50 lạng bạch kim, 50 tấm quyên, cùng văn tế như sau:*

"*Trẫm xuất thân áo vải, nhân Trung Quốc lắm nạn, bèn dấy quân dẹp yên loạn nước xong, xếp việc binh để yên dân, thống nhất Trung Hoa. Năm đầu mới lên ngôi, bèn sai sứ đến gặp Tù trưởng các Di bốn phương, cho biết nước Trung Quốc ta mới được bình an. Riêng ngươi Nhật Khuê, sai Bồi thần đãi ngộ Sứ giả, tỏ lòng thành và hoan hỷ như từ lâu đã là bầy tôi. Các nước khác chưa kịp tới, chỉ riêng ngươi cho Sứ giả đến sân đình, Trẫm nhìn lên trời an ủi rằng dân An Nam được hưởng phúc. Lập tức mệnh Trung thư bộ Lễ* phỏng theo xưa đúc ấn, sai Hàn Lâm Thị độc Học sĩ Trương Dĩ Ninh mang sắc đến nước ngươi biểu dương sự hiền đức và khuyến khích lòng thành. Ngày 14 tháng 4 [9/5/1370] năm nay, Trung Thư tâu rằng Sứ thần nước ngươi là Đỗ Thuấn Khâm đến báo tin ngươi đã mất. Trẫm bất giác dẫm chân, kinh ngạc than rằng: "Hiền Vương tại nước phía tây nam, sao sớm vội từ giã cõi đời thế!" Vì vậy bèn sai sứ đến tế ": Duy anh linh Nhật Khuê, lúc sống có kiến thức, lúc chết biết việc đáng làm, phù hộ cho nước ngươi, và con cháu được đời đời thế tập."

Lại sai Chủ sự bộ Lại Lâm Đường Thần mang chiếu thư phong Nhật Kiên [Dương Nhật Lễ] làm An Nam Quốc vương. Chiếu rằng:

"Trẫm lấy danh chính thống, cai trị thiên hạ, nghĩ đến nước An Nam các ngươi, biết tôn kính hâm mộ Trung Quốc; năm ngoái Quốc vương Trần Nhật Khuê dâng biểu xưng thần, Trẫm sai sứ mang chiếu thư và ấn, phong làm An Nam Quốc vương. Sứ đến gần biên giới, thì được tin Nhật Khuê mất. Nay Thế tử Nhật Kiên có thể theo chí của người trước, nên mệnh đặc sứ khảo xét điển lệ nối dõi. Bởi vậy mệnh ngươi Nhật Kiên thế tập, phong làm Quốc vương An Nam; trao cho ấn vàng, cũng được ban 40 tấm lụa ỷ dệt hoa văn kim tuyến. Bọn Thuấn Khâm cùng kẻ dưới quyền 14 người được ban lụa ỷ, lụa bạch, có phân biệt."

Lúc Vương Liêm được sai đi, lại ban chiếu rằng Phục Ba Tướng quân Mã Viện nhà Hán xưa được phong tại Giao Chỉ, cho lập cột đồng làm biểu tượng để trấn phục nam Man, công rất lớn nên mệnh Liêm đến tế. Liêm đến thác Ô Man, Quảng Châu; thấy miếu bị hư hủy bèn sai người trong châu tu sửa lại; xong mới làm lễ tế." (**Minh Thực Lục quan hệ**

Trung Quốc Việt Nam, tập 1, trang 135)

Phía Đại Việt cử một phái đoàn sang tạ ơn, chẳng may viên Thượng đại phu Nguyễn Yến mất, triều đình nhà Minh cấp cho 50 lạng bạc để làm đám tang; riêng bọn Trung đại phu Mạc Quý Long cũng được cấp tơ lụa, rồi đưa linh cữu trở về nước:

"Ngày 16 tháng 6 năm Hồng Vũ thứ 3 [9/7/1370]. Quốc vương nước An Nam Trần Nhật Kiên [Dương Nhật Lễ] sai Thượng Đại phu Nguyễn Yến, Trung Đại phu Mạc Quý Long, Hạ Đại phu Lê Nguyên Phổ đến dâng biểu tạ ân, cống phương vật. Nguyễn Yến chết tại Nam An. Thiên tử ban hàng tơ, lụa, có phân biệt cho bọn Quý Long. Lại ban cho Nhật Kiên lụa, là, mỗi thứ 2 tấm. Cho 50 lạng bạc để làm phí tổn đám tang Nguyễn Yến, sai chức trách đưa linh cữu về nước." (**Minh Thực Lục quan hệ Trung Quốc Việt Nam**, tập 1, trang 139)

"Ngày 20 tháng 6 năm Hồng Vũ thứ 3 [13/7/1370]. Hàn lâm viện Biên tu La Phục Nhân, Chủ sự bộ binh Trương Phúc mang chiếu chỉ đến An Nam trở về; tâu rằng An Nam tặng các vật như vàng, đồ quý; nhưng đã từ khước không nhận. Thiên tử phán rằng không nhận đồ tặng là đúng; lại ra lệnh Trung Thư ban thêm cho Sứ thần nước này là Mạc Quý Long rồi cho trở về." (**Minh Thực Lục quan hệ Trung Quốc Việt Nam**, tập 1, trang 139)

Tháng 9 [20/9-19/10/1370], Cung Tĩnh vương là Nguyên Trác mưu giết Dương Nhật Lễ, nhưng không thành, bị giết chết:

"Nhật Lễ, khi đã được làm vua, ngày ngày rượu chè, dâm dật, chăm sự chơi bời, hay bày ra các trò tạp kỹ, thân cận suồng sã với lũ tiểu nhân. Nhật Lễ có ý muốn đổi lại lấy theo

họ Dương và ngầm mưu trừ bỏ hết những người họ Trần có danh vọng. Tôn thất nhà Trần và trăm quan ai cũng thất vọng. Nguyên Trác với con là Nguyên Tiết và hai người con của Thiên Ninh công chúa [con gái Vua Minh Tông], đêm đến, đem mọi người trong họ tôn thất vào thành để giết Nhật Lễ. Nhưng Nhật Lễ trèo tường ra ngoài, nằm núp dưới cầu mới. Mọi người sục sạo không bắt được; giải tán về cả. Trời gần sáng, Nhật Lễ trở vào cung, cho quân đi lùng bắt tất cả 18 người đã dự mưu vào việc này. Bọn Nguyên Trác đều bị hại cả." **Cương Mục, Chính Biên**, quyển 10.

Tháng 10 [20/10-18/11/1370], Cung Định vương Phủ chạy lên Đà Giang, họp với các Vương, Hầu, Công chúa mưu khởi binh đánh dẹp Dương Nhật Lễ:

"Trước đây, Nhật Lễ tiếm ngôi, lấy con gái Cung Định vương lập làm hoàng hậu. Cung Định vương thường sợ vạ lây đến mình. Kịp khi công cuộc của Nguyên Trác đã thất bại, Chi hậu nội nhân phó chưởng là Nguyễn Nhiên biết Nhật Lễ muốn giết Cung Định vương, mới khuyên vương sao không liệu cơ mà sớm lánh đi. Vương vốn không có chí làm vua; đến đây tình thế bức bách quá, mới bàn mưu với thiếu uý Trần Ngô Lang. Thiên Ninh công chúa Ngọc Tha cũng bảo vương rằng:

'Thiên hạ này là của ông cha chúng ta, lẽ nào lại vất bỏ cho người khác? Anh hãy cứ đi đi! Em sẽ đem gia nô dẹp nó cho!'

Cung Định vương bấy giờ mới chạy lên Đà Giang bí mật cùng Cung Tuyên vương Cảnh, Chương Túc hầu Nguyên Đán và Thiên Ninh công chúa Ngọc Tha hẹn nhau hội ở Đại Lại giang [Thanh Hóa] (10) để khởi binh. Khi ấy, Nhật Lễ dùng Trần Ngô Lang làm việc, nhưng không biết Ngô Lang vẫn đồng mưu với Cung Định vương: mỗi khi sai quân đi lùng bắt Cung Định vương thì Ngô Lang lại mật bảo quân được sai đi ở lại theo vương, đừng về. Nhiều lần sai Nam Bắc quân đi, cũng không thấy một ai quay về cả, Ngô Lang cũng giả vờ xin đi, Nhật Lễ không cho." **Cương Mục, Chính Biên**, quyển 10.

Tháng 11 [19/11-18/12/1370]. Cung Định vương lên ngôi Hoàng đế ở phủ Kiến Hưng, tiến lấy kinh thành, bắt Dương Nhật Lễ, giết chết:

"Cung Định vương đến động mán ở Đà Giang, lưu lại đấy được mươi hôm; các người họ tôn thất và trăm quan cùng nhau kéo đến, khuyên Cung Định vương nên sớm về để dẹp yên nội nạn. Vương cứ nghẹn ngào từ tạ. Mọi người hai ba lần cố mời vương lên kiệu, ra khỏi núi. Khi vương về đến phủ Kiến Hưng, xa gần kéo đến như mây dày đặc, tiếng vui mừng vang trời. Mọi người xin ra lệnh phế Nhật Lễ làm Hôn Đức công. Vương lên ngôi, đổi niên hiệu, đại xá, xưng là Nghĩa Hoàng; bầy tôi dâng tôn hiệu là Thể Thiên Kiến Cực Thuần Hiếu hoàng đế ấy là Trần Nghệ Tông. Ngự giá ra đi, tiến đóng ở bến Đông Bộ Đầu [Hà Nội]. Trần Ngô Lang khuyên Nhật Lễ viết bức thủ thư nhận tội, lánh ngôi, ra đón tận ngoài thành. Nhật Lễ phủ phục xuống đất, tạ tội. Nhà vua cũng ôm lấy Nhật Lễ, khóc lóc mà rằng:

'Không ngờ sự thể ngày nay đến thế này!'.

Cung Tuyên vương Cảnh tuốt gươm quát lên rằng:

'Nay vâng mạng trời, đánh kẻ có tội. Tên tội nhân kia sao còn được nói lôi thôi! Bệ hạ há nên vì lòng nhân từ bịn rịn mà bỏ mất nghĩa lớn sao!'.

Rồi thét những kẻ ở tả hữu lôi Nhật Lễ ra, giam ở phường Giang Khẩu. Nhật Lễ lừa Ngô Lang vào màn nói chuyện, bóp cổ giết chết. Việc đó đến tai vua. Nhà vua sai đánh chết ngay Nhật Lễ và con nó là Liễu; truy tặng Ngô Lang làm Tư mã, ban cho tên thụy là Trung Mẫn á vương." **Cương Mục, Chính Biên**, quyển 10.

Chú thích:

1.5 tước: Vua đứng trên 5 tước tức Công, Hầu, Bá, Tử, Nam.

2. Sa: Lụa mỏng

3. **Minh Thực Lục: Quan hệ Trung Quốc - Việt Nam thế kỷ 14-17.** Hồ Bạch Thảo dịch, Hà Nội: NXB Hà Nội, 2010.

4. Trung Thư hay Trung Thư Tỉnh: Chức quan coi việc văn phòng cho nhà vua; riêng đời Minh chức quan này phụ trách việc soạn chép văn thư cơ mật.

5. Trai giới: Giữ trong sạch kiêng cữ trong sự ăn uống và sinh hoạt.

6. Chúc văn: Văn cúng các linh hồn, thần linh vv..

7. Ngự danh: Tên vua.

8. Chức phương: Chức vụ cai quản một phương.

9. Y phục trắng tức đồ tang.

10. Đại Lại giang: Một chi lưu sông Lương Giang thuộc địa phận Thanh Hóa, sông Đại Lại chảy qua huyện Vĩnh Lộc và huyện Hậu Lộc rồi đổ ra biển.

52.

Vua Trần Nghệ Tông

Niên hiệu:

Thiệu Khánh: 1370-1372

Tháng 11 năm Thiệu Khánh thứ nhất [19/11-18/12/1370] (Minh Hồng Vũ năm thứ 3). Cung định vương Phủ lên ngôi Vua tại phủ Kiến Hưng [Nam Định], miếu hiệu là Nghệ Tông, mang quân về thành Thăng Long, vào thành bái yết nhà Thái miếu, nhà vua nói:

"Việc ngày nay thật vượt ngoài ý tôi định liệu. Chỉ vì cố nghĩ đến xã tắc, nên không thể từ chối được. Xét mình lỗi đạo hiếu trung, lòng những hãi hùng hổ thẹn. Vậy xin giảm bỏ sự cao sang để gọi là đáp lại sơ tâm đôi chút". **Cương Mục, Chính Biên**, quyển 10.

Vua bèn ra lệnh: phàm các xe kiệu và đồ dùng đều sơn đen, không được trang sức bằng vàng son, châu báu và màu đỏ. Nhà vua lại dụ bảo quần thần rằng:

"Bản triều dựng nước có chế độ riêng. Khoảng niên hiệu Đại Trị [1358-1369 Dương Nhật Lễ] thay đổi lung tung đến nỗi rối ren phiền nhiễu! Nay nên trừ bỏ những chính sự tệ hại. Mọi việc đều tuân theo điều lệ thời Khai Thái [1324-1328 Minh Tông]". **Cương Mục, Chính Biên**, quyển 10.

Trần Nhật Hạch là người tôn thất nhà Trần, trước đây

thuộc bè đảng với Dương Nhật Lễ, định mưu lật đổ xã tắc; nhà vua sai bắt giết chết.

Danh sĩ Chu Văn An, Quốc Tử giám tư nghiệp (1) trí sĩ, mất:

"Chu An tính cương trực, thanh cảnh, giữ tiết khắc khổ thanh tu, không cầu danh lợi hiển đạt. Ở nhà, đọc sách, học nghiệp tinh thâm thuần túy. Gần xa nghe tiếng, đến học rất đông. Học trò nhiều người thi đậu cao, làm quan to, như Phạm Sư Mạnh và Lê Bá Quát đã làm đến Hành Khiển, thời thường lui tới thăm hỏi, vẫn cứ thụp lạy ở bên giường thầy, hễ được thầy nói chuyện một chút thì họ lấy làm mừng lắm. Hễ kẻ nào làm gì lầm lỗi trái ý thì thầy quở trách ráo riết, có khi đến quát mắng đuổi ra. Ấy tính Chu An nghiêm nghị là như vậy. Dưới triều Trần Minh Tông, ông được vời làm Quốc Tử Tư nghiệp, dạy thái tử học. Đến Trần Dụ Tông ham mê chơi bời, xao lãng chính sự, bọn quyền thần làm nhiều sự trái phép. Chu An can không nghe, bèn dâng sớ xin chém bảy tên nịnh thần, đều là những kẻ có thế lực và được cưng chiều cả; bấy giờ gọi là "Thất trảm sớ" (2). Sớ dâng lên, không được trả lời, Chu An liền treo trả mũ áo, trở về điền viên. Yêu phong cảnh núi Chí Linh, ông đến ở ẩn tại đấy. Những ngày đại triều hội thì vào kinh triều cận. Dụ Tông muốn ủy thác công việc chính trị cho ông, nhưng ông từ chối không nhận. Bà Huệ Từ thái hậu nói rằng:

'Đối với kẻ sĩ thanh tu, thiên tử còn không bắt làm bầy tôi được, nữa là chực đem chính sự ép người ta làm?'.

Mỗi khi nhà vua có ban thưởng gì, ông lạy tạ xong rồi, lại đưa cho người khác. Thiên hạ đều khen là người có khí tiết cao. Kịp khi Trần Dụ Tông mất, quốc thống (3) hầu đứt.

Được tin Trần Nghệ Tông lên làm vua, Chu An mừng lắm, chống gậy đến bái yết, xong lại xin về, rồi mất ở nhà. Nhà vua sai quan đến tế viếng. Đặt cho tên thụy là Văn Trinh, được thờ phụ ở Văn Miếu." **Cương Mục, Chính Biên**, quyển 10.

Tháng 2 năm Thiệu Khánh thứ 2 [16/2-17/3/1371] (Minh Hồng Vũ thứ 4). Thết yến quần thần ở điện Thiên An; ban thưởng tùy công, có phân biệt hơn kém. Phong cho người thuộc dòng tôn thất như Thiên Ninh công chúa làm Lạng Quốc thái trưởng công chúa, Sư Hiền làm Cung Chính vương; dùng Trần Nguyên Đán làm Tư đồ, Trần Nguyên Uyên làm Phủ quân tướng quân.

Nhà vua xuống lệnh trừ bỏ phép *"sa châu tiệt cước"* tức lấy đất bồi tại ven sông và điểm kiểm tài sản:

"Trước đây, bà Chiêu Từ thái hậu đặt ra phép "sa châu tiệt cước", để cắt lấy những bãi phù sa mới bồi ở ven sông, chiếm làm của mình. Trần Dụ Tông lại ra lệnh điểm kiểm tài sản: các nhà quyền quý có đồ quý báu, khi chết đi rồi, phải điểm kiểm đem nộp nhà nước, không được chia cho con cháu. Phàm những chính sự tệ hại ấy đều bởi bọn bầy tôi "tụ liễm" (4) bày ra cả. Đến đây, bãi bỏ hết." **Cương Mục, Chính Biên**, quyển 10.

Trước khi Chế Bồng Nga mang quân đánh thành Thăng Long vào tháng 3 nhuần năm Thiệu Khánh thứ 2 [16/4-14/5/1371]; vào dịp này y sai Sứ dâng biểu lên nhà Minh dưới tên Ha Đáp Ha Giả, phàn nàn bị An Nam xâm lấn, xin giúp cho vũ khí. Vì giao thông cản trở, nên mãi đến tháng 7. Sứ giả mới tới triều Minh:

"Ngày 25 tháng 7 năm Hồng Vũ thứ 4 [5/9/1371]

Quốc vương Chiêm Thành Ha Đáp Ha Giả [Chế Bồng

Nga] sai bầy tôi Đáp Ban Qua Bốc Nông đến triều đình dâng biểu về việc An Nam xâm lấn đất. Biểu viết trên vàng lá, dài hơn 1 xích, bề ngang 5 thốn (5) bằng chữ nước này, Thông sự dịch văn bản ý như sau:

'Hoàng đế Đại Minh lên ngôi cao quý, chức vị coi sóc bốn biển, như trời đất che chở; mặt trời, mặt trăng soi sáng. Ha Đáp Ha Giả chỉ đáng là một cây cỏ mà thôi, được ơn Hoàng đế ban cho ấn vàng, phong làm Quốc vương; lòng trung thành hân hoan đội ơn vạn bội.

Duy việc An Nam dùng binh xâm nhiễu bờ cõi, giết bắt quan lại nhân dân; nguyện được Bệ hạ nghĩ đến ban cho binh khí, nhạc khí, chuyên viên về âm nhạc; khiến An Nam biết Chiêm Thành được trang bị thanh giáo, là nước triều cống Trung Quốc, thì An Nam không dám khinh thường.'

Thiên tử cảm động bởi lòng mong muốn, nên khi Đáp Ban Qua Bốc Nông từ giã bệ rồng bèn ra lệnh cho Trung thư tỉnh chuyển văn thư cho viên Quốc vương như sau:

'Lân quốc giao thiệp, đạo lý là phương sách hay để giữ đất, thờ nước lớn tận lòng thành để làm trọn lễ của bề tôi. Vả lại Chiêm Thành và An Nam đã là bề tôi thờ triều đình, cùng phụng thừa lịch Chính Sóc, lại gây việc binh khiến độc hại sinh linh, trái lễ phụng sự bề trên, lại sai đường giao hảo giữa lân bang. Đã báo cho Quốc vương An Nam bãi binh ngay, bản quốc cũng nên để hai bên tôn trọng giữ gìn cương thổ. Việc xin Thiên tử binh khí thì nào có tiếc gì, nhưng Chiêm Thành và An Nam đang tranh chấp, mà triều đình lại cho riêng Chiêm Thành, là giúp ngươi đánh nhau, rất trái với đạo chiêu an. Còn về việc xin nhạc khí và chuyên viên âm nhạc, thì về thanh luật Trung Quốc và nước ngoài không *khác, nhưng về ngữ âm thì có sự sai biệt giữa Hoa và Di, như vậy khó có thể điều khiển. Nếu nước ngươi có kẻ tập nói được tiếng Hoa, có thể dạy cho âm luật; hãy tuyển chọn một số người đến kinh đô học tập. Lại dụ Hành tỉnh Phúc Kiến nếu thuyền bè Chiêm Thành ghé bờ thì cho miễn thuế, để tỏ ý mềm dẻo quyến luyến."* (**Minh Thực Lục quan hệ Trung Quốc Việt Nam**, tập 1, trang 141)

Tháng 3 nhuận [16/4-14/5/1371], quân Chiêm Thành vào cướp thành Thăng Long. Nhà vua chạy sang huyện Đông Ngàn [Bắc Ninh] trốn tránh; quân giặc cướp phá, kinh đô thiệt hại rất lớn:

"Dương Nhật Lễ đã bị giết rồi, mẹ nó trốn sang nước Chiêm Thành, xui Chiêm Thành vào lấn cướp. Bấy giờ, từ khi Trần Dụ Tông rông rỡ chơi bời, việc võ không sửa sang, biên giới chẳng phòng bị, quân Chiêm Thành do cửa biển Đại An [Cửa Liêu ở huyện Hải Hậu, Nam Định] *thẳng tiến, xâm phạm kinh đô. Cánh du binh của địch đến bến Thái Tổ* [phường Phục Cổ, huyện Thọ Xương, Hà Nội], *không ai chống cự được. Nhà vua phải chạy sang huyện Đông Ngàn để lánh giặc. Người Chiêm bắt lấy con trai, con gái, cướp bóc ngọc lụa, của cải, thiêu đốt cung điện, đồ thư và sổ sách. Kinh thành, vì thế, hết sạch sành sanh. Từ đấy, năm nào, Chiêm Thành cũng thường vào xâm lấn khuấy nhiễu; do đó biên giới mới xảy ra lắm việc."* **Cương Mục**, **Chính Biên**, quyển 10

Sau khi quân giặc rút, vào tháng 4 [15/5-12/6/1371] nhà Vua từ huyện Đông Ngàn trở về kinh đô. Bấy giờ Cung Tuyên vương Kính, em cùng cha khác mẹ với Vua có công trong việc chiêu tập quân sĩ lấy lại đất nước, bèn phong làm Hoàng thái tử; ban cho 14 chương khuyên dạy gọi là Hoàng

Huấn.

Tháng 5 [13/6-12/7/1371], dùng người họ ngoại là Lê Quý Ly tức Vua Hồ Quý Ly sau này, làm Xu mật đại sứ:

"Ông tổ nhà Quý Ly là Hồ Hưng Dật, người tỉnh Chiết Giang, về đời Ngũ Quý (907-959), sang bên ta, lập ấp ở tại làng Bào Đột thuộc Diễn Châu. Về sau, Hồ Liêm di cư sang Thanh Hóa, làm con nuôi Lê Huấn, do đấy, đổi theo họ Lê. Quý Ly là cháu bốn đời. Quý Ly có hai người cô đều được Trần Minh Tông lấy vào hậu cung: Một người, là bà Sinh Từ, sinh được nhà vua đây; một người, là bà Đôn Từ, sinh được Duệ Tông. Cho nên nhà vua tin dùng Quý Ly, cho Quý Ly do Chi hậu chánh chưởng thăng lên chức này; lại gả cho Quý Ly người em gái mới góa là Huy Ninh công chúa." **Cương Mục, Chính Biên**, quyển 10.

Bấy giờ cung thất đều bị Chiêm Thành đốt phá. Nhà vua hạ chiếu cho xây dựng và sửa sang lại, nhưng việc doanh tạo chỉ cốt mộc mạc, đơn giản, do những người trong họ tôn thất đứng làm, chứ không dùng đến sức dân.

Tháng 9 [8/10-7/11/1371], gia phong cho Lê Quý Ly tước Trung Tuyên quốc thượng hầu; sai đi vào Nghệ An, vỗ về nhân dân, chiêu an nơi biên giới.

Tháng 10 [8/11-7/12/1371], sai Phan Nghĩa, lang trung bộ Lễ, đặt ra thông chế và các lễ nghi.

Tháng giêng năm Thiệu Khánh thứ 3 [5/2-5/3/1372] (Minh Hồng Vũ năm thứ 5), triều đình xét thành tích các quan.

Tháng 2, Sứ thần nước ta đến triều Minh nạp cống, biểu văn không đề tên vua cũ Dương Nhật Lễ, mà đề tên Vua mới là Trần Thúc Minh [tên Vua Nghệ Tông xưng với nhà Minh]. Khiến Minh Thái Tổ giận dữ, từ khước không nhận cống; việc rắc rối này kéo dài đến năm sau [1373] mới tạm giải quyết xong:

"Ngày 8 tháng 2 năm Hồng Vũ thứ 5 [13/3/1372]

Trần Thúc Minh nước An Nam sai quan là Nguyễn Nhữ Lâm đến triều đình dâng biểu và cống voi thuần. Người bộ Lễ nhận tờ biểu mang vào, Chủ sự Tăng Lỗ xem phó bản rồi nói rằng:

'Vương trước là Trần Nhật Kiên [Dương Nhật Lễ], nay biểu đề tên Trần Thúc Minh tất phải có lý do; hãy trình ngay Thượng thư để cật vấn việc này.'

Hóa ra Thúc Minh bức tử Nhật Kiên để đoạt ngôi; sợ triều đình trách phạt nên giả bộ nạp cống để dò ý. Nhữ Lâm không dám giấu, khai đầy đủ. Thiên tử nói:

' Man Di nơi hải đảo giảo hoạt như vậy, hãy từ khước cống vật không nhận. (**Minh Thực Lục quan hệ Trung Quốc Việt Nam**, tập 1, trang 142)

Tháng 4 [4/5-1/6/1472], dùng Đỗ Tử Bình làm Hành khiển, Tham mưu quân sự.

Tháng 5 [3/6-30/6/1472], dùng Nguyễn Nhiên kiêm chức Xu Mật viện. Nguyên trước đây Nguyễn Nhiên có công lao bí mật báo tin Dương Nhật Lễ định giết nhà Vua, nên khi mới lên ngôi, cho làm Hành khiển rồi thăng tả Tham tri chính sự. Nhưng Nguyễn Nhiên ít chữ, lúc phê sổ sách, nhà vua thường phải dạy cho viết chữ. Đến đây, lại có mệnh lệnh cho kiêm giữ chức Xu Mật viện.

Sau khi sang đánh nước ta, Chế Bồng Nga sai Sứ sang

cống triều Minh, được Minh Thái Tổ sủng ái ban nhiều tặng vật:

"Ngày 20 tháng 9 năm Hồng Vũ thứ 5 [17/10/1372]

Quốc vương Chiêm Thành Ha Đáp Ha Giả [Chế Bồng Nga] sai quan là bọn Dương Bảo Ma Ha, Bát Đích Phật Lộc đến cống phương vật. Chiếu ban cho Ha Đáp Ha Giả 40 tấm lụa là, lụa ỷ, có hoa văn kim tuyến. Ban cho Sứ giả lụa là, lụa ỷ và tiền có phân biệt." (**Minh Thực Lục quan hệ Trung Quốc Việt Nam**, tập 1, trang 143)

Tháng 10 [27/10-25/11/1372], nhà Vua đi Thiên Trường, sửa sang lăng miếu.

Tháng 11 [26/11-25/12/1372], Vua truyền ngôi cho thái tử Kính. Thái tử lên ngôi, xưng là Khâm Hoàng. Bầy tôi dâng tôn hiệu là Kế Thiên Ứng Vận Nhân Minh Khâm Ninh hoàng đế tức là Vua Trần Duệ Tông. Vua Nghệ Tông làm bài châm (6), gồm 150 chữ, ban cho.

Chú thích:

1. Quốc Tử giám tư nghiệp: Như chức phó hiệu trưởng trường Đại học bây giờ.

2. Tờ sớ xin chém bảy tên.

3. Quốc thống hầu đứt: Đây chỉ dòng vua họ Trần truyền cho Dương Nhật Lễ.

4. Tụ liễm: Ráo riết thu vét bắt dân đóng góp để làm giàu cho người trên.

5. Xích, thốn: 1. xích = 0.32 mét. Thốn= 1/10 xích.

6. **Châm:** Một thể văn cô đọng, súc tích; nhằm khuyên răn.

53.
Vua Trần Duệ Tông

Niên hiệu:

Long Khánh: 1373-1376

Ngài tên húy là Kính, con thứ 11 của Vua Minh Tông, em Vua Nghệ Tông. Mẹ là Đôn Từ hoàng thái phi; sinh ngày mồng 2 tháng 6 năm Khai Hựu năm thứ 9 [30/6/1337]. Khi Nghệ Tông lánh nạn, việc cần vương quân lính, khí giới đều do công sức của nhà Vua cả, vì thế Nghệ Tông nhường ngôi cho. Vua trị vì 4 năm, thọ 41 tuổi.

Tháng giêng, năm Long Khánh thứ 1 [24/1-22/2/1373] (Minh Hồng Vũ thứ 6). Tôn thượng hoàng Nghệ Tông làm Quang Hoa Anh Triết thái thượng hoàng đế; truy tôn Thục đức hoàng hậu làm Thuận từ hoàng thái hậu. Thượng hoàng khi mới lên ngôi, bà nguyên phi là Huệ Ý phu nhân mất ở phủ Kiến Xương [Thái Bình], truy phong làm Thục Đức Hoàng hậu; đến đây, nhà Vua được nhường ngôi, lại truy tôn làm Hoàng thái hậu.

Năm trước triều đình nhà Minh bắt lỗi việc Dương Nhật Lễ chết, Vua Nghệ Tông tự tiện lên ngôi, không thông báo cho biết; nên ra lệnh tuyệt giao không nhận cống vật. Đến nay sự việc tạm dàn xếp, Minh Thái Tổ đồng ý cho vua Nghệ

Tông dùng ấn của Vua cũ; lúc này việc Vua Duệ Tông lên ngôi chưa báo cho nhà Minh biết:

"Tháng giêng năm Hồng Vũ thứ 6 [24/1-22/2/1373]. Tháng này Trần Thúc Minh [Trần Nghệ Tông] nước An Nam sai bầy tôi là bọn Đàm Ứng Ngang dâng biểu tạ tội, cống phương vật và xin phong tước. Đàm Ứng Ngang khẩn khoản trần tình rằng Vương trước Nhật Kiên bị bệnh mất, Thúc Minh tránh tiếng lánh bên ngoài, rồi được người trong nước lập lên. Thiên tử phán rằng:

'Nhật Kiên mất, người trong nước hãy lo tang phục, Thúc Minh tạm dùng ấn của Vương trước để trông coi công việc, đợi khi giữ yên được lãnh thổ, cai trị ổn thỏa nhân dân, sau đó sẽ xét. Mệnh Trung Thư hạ lệnh Hành tỉnh Quảng Tây thuật rõ ý như vậy, để dụ nước này. Ban cho bọn Ứng Ngang lụa là, vải bố cho y phục mùa hè, rồi sai về." (**Minh Thực Lục quan hệ Trung Quốc Việt Nam**, tập 1, trang 145)

Tháng 2, cho đặt ra sổ sách các quan văn, quan võ.

Lập bà phi họ Lê làm hoàng hậu; Hoàng hậu là em con nhà chú của Quý Ly, trước kia đã phong làm Hiển Trinh thần phi, đến đây lập làm Gia Từ hoàng hậu.

Tháng 8, bổ sung quân đội, tu tạo thuyền chiến. Nhà vua thấy người Chiêm Thành hay vào xâm lấn, nên sai sửa sang việc võ, ý muốn chính mình cầm quân đi đánh.

Ra lệnh cho quân và dân quyên thóc, rồi ban cho phẩm tước có đẳng hạng khác nhau.

Thi tuyển lại viên, bổ làm duyện lại ở Nội Lệnh sử.

Cũng vào tháng 8, Sứ giả Chiêm Thành đến triều Minh báo tin Chế Bồng Nga dẹp được bọn cướp biển Trung Quốc, tịch thu nhiều chiến lợi phẩm; Minh Thái Tổ đánh giá cao thành tích này, nên ban thưởng rất hậu:

"Ngày 29 tháng 8 năm Hồng Vũ thứ 6 [16/9/1373]

Quốc vương Chiêm Thành Ha Đáp Ha Giá [Chế Bồng Nga] sai bọn bầy tôi Dương Bảo Ma Ha, Bát Đích Duyệt Văn Đán dâng biểu, cống phương vật. Lại tâu rằng bọn giặc bể Trương Nhữ Hậu, Lâm Phúc tự xưng là Nguyên soái cướp phá trên biển, bị Quốc vương đánh bại. Bọn Nhữ Hậu bị chết trôi. Bắt được 20 chiếc thuyền biển, 7 vạn cân tô mộc, cùng tên giặc Ngô Đệ Tứ, đem đến hiến. Thiên tử vui lòng, mệnh ban cho Vương nước này 40 tấm lụa là, lụa văn ỷ; cho Sứ giả 2 tấm lụa là, 4 tấm lụa văn ỷ, 1 bộ y phục, 1 vạn 2000 đồng tiền; những người đi theo được ban thưởng có phân biệt." **(Minh Thực Lục quan hệ Trung Quốc Việt Nam**, tập 1, trang 146)

Sứ giả Chiêm Thành lại đến triều Minh báo tin chiến thắng nước Đại Việt; Vua Minh tiếp tục khuyên hai phía bãi binh:

"Ngày 12 tháng 11 năm Hồng Vũ thứ 6 [26/11/1373], nước Chiêm Thành sai sứ tâu:

'An Nam dùng binh xâm lăng, nước thần nhờ uy linh của thiên triều, đánh bại chúng tại biên giới. Nay kính cẩn sai sứ báo tin chiến thắng.'

Thiên tử nói với các quan tại Trung Thư Tỉnh rằng:

'Các nước hải ngoại cách trở núi biển, mỗi nước lo tự phòng thủ biên giới, lâu lâu mới đến triều đình. Năm ngoái An Nam dâng biểu tâu rằng Chiêm Thành xâm phạm biên giới, năm nay Chiêm Thành lại tâu tiếp là An Nam quấy

nhiễu biên cương. Hai nước đều thờ triều đình, không rõ hai bên ai đúng ai sai. Nay sai người đến dụ hai bên nên bãi binh để yên dân, không được xâm lấn lẫn nhau.'

Vẫn ban cho Quốc vương Chiêm Thành cùng Sứ giả lụa văn ỷ, rồi sai trở về nước." (**Minh Thực Lục quan hệ Trung Quốc Việt Nam**, tập 1, trang 146)

Vào cuối năm Hồng Vũ thứ 6, Sứ giả nhà Minh mượn đường đến nước Miến Điện, lúc qua nước ta bị trở ngại vì quân Chiêm Thành đang đánh phá, đành phải trở về:

"Ngày 18 tháng 11 nhuần năm Hồng Vũ thứ 6 [1/1/1374], bọn Điền Nghiễm đi sứ nước Miến nhưng không đến nơi được, bèn trở về. Nước Miến tại vùng tây nam Vân Nam; giáp giới với nước Bát Bách và nước Chiêm Thành, còn được gọi là Miến Điện. Đời Nguyên rất thịnh, sau khi bình Thịnh Lộc Xuyên, nước Miến bèn phụ thuộc. Thiên tử nghe rằng nước này từng nạp cống cho nhà Nguyên, nên sai Điền Nghiễm, cùng Trình Đấu Nam, Trương Vĩ, Tiền Cửu Cung mang chiếu thư đi sứ. Bọn Nghiễm đến An Nam, gặp lúc Chiêm Thành mang binh đến tấn công, đường trở ngại không lưu thông, phải lưu lại 2 năm tại đây, không đi tiếp được. Ban chiếu gọi trở về, chỉ có Nghiễm về được, còn những người khác chết trên đường." (**Minh Thực Lục quan hệ Trung Quốc Việt Nam**, tập 1, trang 147).

Tháng 2, năm Long Khánh thứ 2 [14/3-12/4/1374] (Minh Hồng Vũ năm thứ 7) bắt đầu đặt khoa thi tiến sĩ. Trước đây, khoa Thái học sinh, cứ 7 năm một lần thi, số đậu chỉ lấy 30 người thôi. Đình thí, số lấy đỗ không có lệ đặt nhất định; phàm tam quán thuộc quan Thái học sinh, thị thần học sinh, tướng phủ học sinh và những người có tước phong đều được vào thi cả. Đến đây mới bắt đầu gọi là khoa tiến sĩ; ban cho Đào Sư Tích người phủ Thiên Trường [Nam Định] đậu Trạng nguyên, Lê Hiến Phủ người phủ Khoái Châu [Hưng Yên] đậu Bảng nhỡn, Trần Đình Thâm người phủ Sách Giang [Hải Dương] đậu Thám hoa, La Tu người huyện Thuần Hựu, [Thanh Hóa] đậu Hoàng giáp; tiến sĩ cập đệ và các đồng cập đệ gồm 50 người, đều cho ăn yến và ban áo mũ, xuất thân có đẳng hạng khác nhau.

Tháng 3, đào các sông ở Thanh, Nghệ. Ra lệnh cho dân ở Thanh, Nghệ đào các sông, đến cửa biển Hà Hoa thuộc huyện Kỳ La [Hà Tĩnh] thì thôi.

Đáp lại chiếu thư của Minh Thái Tổ cho phép tiếp tục dùng ấn Vua cũ; Vua Nghệ Tông sai Sứ sang nhà Minh cảm ơn, nhân dịp dâng biểu nhường ngôi cho em là vua Duệ Tông:

"Tháng 3 năm Hồng Vũ thứ 7 [13/4-11/5/ 1374], tháng này Trần Thúc Minh [Trần Nghệ Tông] nước An Nam đã nhận được chiếu thư cho phép dùng ấn của Vương trước để trị việc nước; bèn sai Chánh Đại phu Nguyễn Thời Trung đến cống phương vật, dâng biểu tạ ơn. Lại xưng rằng vì tuổi già nên xin cho em là Đoan (1) thay thế. Lời xin được chấp thuận." (**Minh Thực Lục quan hệ Trung Quốc Việt Nam**, tập 1, trang 148)

Sau đó, Vua Duệ Tông lại cử 1 phái đoàn sang triều Minh cảm ơn:

"Ngày 29 tháng 5 năm Hồng Vũ thứ 7 [9/7/1374], Trần Đoan [vua Trần Duệ Tông] sai quan là bọn Lê Tất Tiên dâng biểu tạ ân. Mệnh ban cho lụa là và vải bố. (**Minh Thực Lục quan hệ Trung Quốc Việt Nam**, tập 1, trang 149)

Tháng 8, cho đặt thêm quân hiệu. trước kia quân Túc vệ chỉ có các quân Tứ Thiên, Tứ Thánh, Tứ Thần. Đến đây, đặt thêm các quân Uy Tiệp, Bảo Tiệp, Long Dực, Thần Dực, Điện Hậu. Tuyển những dân đinh khoẻ mạnh, phân ra ba hạng, sung vào các quân hiệu ấy. Ai cũng phải xăm trán để làm dấu ghi, như: quân Túc vệ thì trán xăm hoa; quân mới đặt thêm thì xăm trán đồ đen. Còn Thiên Trường, Bắc Giang, Thanh Hóa, Nghệ An, Lâm Bình, và Thuận Hóa đều có quân hiệu, đặt đại đội trưởng và đại đội phó để cai quản.

Về phía nhà Minh, để tỏ ra ân sủng đối với việc Chiêm Thành bắt giặc biển, Vua Minh đặc cách thưởng thêm:

"Ngày 4 tháng 8 năm Hồng Vũ thứ 7 [11/9/1374], Thiên tử phán bảo quan Trung Thư Tỉnh rằng:

' Mùa thu năm ngoái Quốc vương Chiêm Thành sai sứ là Dương Bảo Ma Ha, Bát Đích Duyệt Văn Đán đến cống, chỉ ban cho lụa văn ỷ, lụa là đáp lại; còn công bắt giặc thì chưa thưởng. Nay gần ngày sứ trở về nước, có thể sai người mang đồ vật đem cho. Liền sai Tuyên sứ Kim Cừ mang rượu Thượng Tôn, cùng 24 tấm văn ỷ dệt kim tuyến, lụa là, đến Quảng Đông giao cho sứ nước này là Dương Bảo Ma Ha, Bát Đích Duyệt Văn Đán mang về để tặng Quốc vương."

(Minh Thực Lục quan hệ Trung Quốc Việt Nam, tập 1, trang 149)

Nhằm duy trì bản sắc phong tục nước ta, Vua Duệ Tông xuống chiếu cho quân và dân không được mặc áo, chải đầu theo thời tục người phương Bắc, và bắt chước tiếng nói của các nước Chiêm, Lào.

Mùa đông, tháng 10, dùng Trần Thúc Ngạn, con trai của Thượng hoàng làm Tư đồ coi trấn Thái Nguyên; Tư đồ

Nguyên Đán coi việc quân trấn Quảng Oai [Sơn Tây].

Tháng giêng, năm Long Khánh thứ 3 [1/2-2/3/1375] (Minh Hồng Vũ năm thứ 8), dùng Lê Quý Ly làm tham mưu quân sự.

Sai Quý Ly tuyển trong họ tôn thất và trong các quan viên lấy những người am tường võ nghệ, tinh thông thao lược, bổ làm quân tướng.

Đặt lại các lộ, các phủ ở Hoan Châu, Diễn Châu và Lâm Bình. Đổi Hoan Châu làm lộ Nhật Nam và các lộ Nghệ An Nam, Bắc, Trung; đổi Diễn Châu làm lộ Diễn Châu; phủ Lâm Bình làm phủ Tân Bình [Quảng Bình]. Sai Đào Lực Đinh và Hà Tử Công đem dân sở tại sửa sang đường sá, từ lộ Cửu Chân đến huyện Hà Hoa [Kỳ Anh, Hà Tĩnh], ba tháng làm xong.

Vào tháng 6, nhà Minh ban dụ quy định 3 năm triều cống một lần:

"Ngày 6 tháng 6 năm Hồng Vũ thứ 8 [4/7/1375], Trần Đoan [Duệ Tông] nước An Nam sai bọn Thông Nghĩa Đại phu Nguyễn Nhược Kim đến triều yết, xin cho biết kỳ hạn tiến cống. Thiên tử mệnh quần thần bàn, tất cả đều tâu rằng thời xưa nước chư hầu đối với Thiên tử hàng năm làm lễ sính nhỏ, ba năm lễ sính lớn; các phiên bang và nước xa xôi thì một đời gặp một lần. Vì vậy quan Trung Thư Tỉnh được lệnh dụ các nước An Nam, Cao Ly, Chiêm Thành rằng:

"Kể từ nay 3 năm đến triều cống một lần, nếu các Vương muốn đến cống một đời một lần thì cũng được." (**Minh Thực Lục quan hệ Trung Quốc Việt Nam**, tập 1, trang 151)

Tháng 8, nhằm chuẩn bị đánh Chiêm Thành, nhà Vua

ra lệnh tuyển lính. Binh lính, người nào già yếu thì thải ra; chọn lấy những dân đinh khỏe mạnh để bổ sung. Phàm những người ngụ cư làm thuê ở Thanh Hoá và Nghệ An đều lấy vào quân đội.

Hạ chiếu cho những nhà giàu ở các lộ nộp thóc vào nhà nước, rồi ban cho phẩm tước có đẳng hạng khác nhau.

Vào tháng 10, Sứ Chiêm Thành sang cống triều Minh, Vua Thái Tổ ban cho Chế Bồng Nga y phục kim tuyến:

"Ngày 11 tháng 10 năm Hồng Vũ thứ 8 [4/11/1375], Quốc vương Chiêm Thành Ha Đáp Ha Giả sai bầy tôi Bảo Khuê Trại Tây Na Bát Đích dâng biểu cống sản vật địa phương. Ban cho Vương nước này cùng Sứ giả y phục văn ỷ dệt kim tuyến và các vật có sai biệt." (**Minh Thực Lục quan hệ Trung Quốc Việt Nam**, tập 1, trang 151)

Tháng 4, năm Long Khánh thứ 4 [19/4-18/5/1376] (Minh Hồng Vũ năm thứ 9) mùa hạ. Vì cớ sắp làm lễ hội thề ở đền Đồng Cổ nên quy định chế độ về thuyền, xe, kiệu, tàn lọng, áo, mũ và đồ nghi trượng.

Tháng 5, quân Chiêm Thành vào cướp phá Hoá Châu.

Tháng này Cống sứ nước ta đến triều Minh trước kỳ quy định, nên Vua Minh lại đưa chỉ dụ quy định 3 năm cống một lần:

"Ngày mồng 1 tháng 5 năm Hồng Vũ thứ 9 [19/5/1376], Trần Đoan [vua Trần Duệ Tông] nước An Nam sai bọn Thông Nghĩa Đại phu Lê Á Phu đến triều cống phương vật. Thiên tử bảo quan Trung Thư Tỉnh rằng các nước ngoại Di cách núi ngăn sông, nếu triều cống không định kỳ thực mệt nhọc kẻ xa xôi, không thỏa đáng. Năm ngoái An Nam đến xin

cho biết kỳ hạn tiến cống, đã ra chỉ dụ hoặc 3 năm, hoặc một đời một lần; nay lại sai sứ đến, thực là vô vị trái ý Trẫm. Hãy dụ rằng các phiên bang ngoại quốc đáng theo thường chế 3 năm cống một lần thì không phiền; Sứ thần hạn số chỉ 3 hoặc 5 người, cống vật không cần quá hậu, chứng tỏ lòng thành kính là được rồi." (**Minh Thực Lục quan hệ Trung Quốc Việt Nam**, tập 1, trang 153)

Tháng 10, nhà Vua duyệt binh ở sông Bạch Hạc [Sơn Tây], chuẩn bị mang quân đi đánh Chiêm Thành:

"*Thấy người Chiêm Thành hay vào lấn cướp, nhà vua bàn định chính mình cầm quân đi đánh; Ngự sử trung tán là Lê Tích dâng sớ can rằng:*

'Binh đao là thứ hung dữ, không nên tự chính nhà vua dấy quân đi đánh, huống chi bây giờ nội nạn vừa mới được yên, Chiêm Thành dầu không giữ lễ làm tôi, nhưng cũng chỉ nên sai tướng đi hỏi tội, chứ nếu xa giá thân chinh, thì theo ngu kiến, thần tưởng không nên'.

Ngự sử đại phu là Trương Đỗ cũng can rằng:

'Chiêm Thành chống lại mệnh lệnh nhà vua, tội nó đáng phải giết, không dong thứ được; nhưng nước nó ở tít cõi tây, có núi sông hiểm trở. Ngày nay, bệ hạ mới lên ngôi, chính lệnh và giáo hóa chưa thấm khắp đến phương xa, tưởng nên trau sửa văn đức để cho nó theo về với mình. Nếu nó không theo, bấy giờ sẽ sai tướng đi đánh cũng chưa muộn nào'.

Trương Đỗ ba lần dâng sớ lên can, nhưng cuối cùng nhà vua vẫn không nghe. Liền đó nhà vua sai quân và dân ở Thanh Hoá và Nghệ An tải năm vạn thạch lương thực đến tích trữ ở Hoá Châu. Lại rước Thượng hoàng đi điểm duyệt quân đội ở Bạch Hạc giang. Mọi việc này đều là chuẩn bị để đánh Chiêm Thành." **Cương Mục - Chính Biên** - Quyển 10.

Tháng 12, nhà vua đích thân làm tướng, đi đánh Chiêm Thành:

"*Trước đây, Đỗ Tử Bình vào trấn giữ Hóa Châu; chúa Chiêm là Chế Bồng Nga đưa 10 mâm vàng để dâng triều đình. Tử Bình ăn chặn, giấu đi, lại nói dối rằng: Bồng Nga kiêu ngạo, khinh nhờn, vô lễ, nên đem quân đi đánh. Bấy giờ nhà vua mới quyết tâm thân chinh. Thống lĩnh 12 vạn quân từ kinh đô xuất phát, nhà vua sai Lê Quý Ly đốc sức dân ở Nghệ An, Tân Bình, Thuận Châu và Hóa Châu vận tải lương thực để cung cấp cho quân sĩ. Khi đến cửa biển Di Luân [huyện Bình Chánh, Quảng Bình], nhà vua sai các quân sĩ vượt biển mà đi, còn mình thì đem bộ binh tiến theo ven bờ biển. Khi đến cửa biển Nhật Lệ [huyện Phong Lộc, Quảng Bình], đóng doanh trại ở đấy hơn một tháng để luyện tập quân sĩ.*" **Cương Mục - Chính Biên** - Quyển 10.

Tháng giêng, năm Long Khánh thứ 5 [9/2-9/3/1377] (Minh Hồng Vũ thứ 10). nhà vua kéo quân vào đánh Chà Bàn [Đồ Bàn], bị thua, mất tại trận. Bọn đại tướng là Đỗ Lễ và Nguyễn Nạp Hòa, hành khiển là Phạm Huyền Linh đều chết trận cả; Ngự câu vương Úc đầu hàng Chiêm Thành:

"*Quan quân đến Thị Nại cảng (2), tiến lên Cầu Đá (Thạch Kiều), đóng lại ở động Ỷ Mang. Bồng Nga dựng lũy bằng tre gỗ ở ngoài thành Chà Bàn, sai bầy tôi là Mục Bà Ma ra trá hàng, nói rằng Bồng Nga đã chạy trốn, chỉ để thành bỏ ngỏ đó thôi, nên mau tiến quân kẻo lại lỡ cơ hội. Nhà vua tin lời, sai gấp tiến quân. Đại tướng Đỗ Lễ can rằng:*

'*Theo binh pháp, đánh lấy thành là sự bất đắc dĩ. Kẻ kia đã nói xin hàng, thì ta nên lấy việc cho nước nó được an toàn là hơn cả. Vậy ta hãy cho một tay thuyết khách cầm thư đi hỏi tội để dò hư thực, theo như mưu chước Hàn Tín đánh phá nước Yên (3) ngày trước, chẳng phải khó nhọc mà được nên công. Vả, tình ý của kẻ địch khó suy lường được. Vậy tôi xin bệ hạ hãy xét kỹ".*

Nhà vua nói rằng: "Ta mặc áo giáp bền, cầm võ khí sắc, gội gió, tắm mưa, trèo non, lội suối, len lỏi đi sâu vào đất giặc, không ai dám đương đầu với ta. Thế là cái cơ trời giúp ta đó. Huống chi bây giờ vua nước nó sợ bóng sợ gió, chạy trốn xa, không có tinh thần chiến đấu. Việc binh quý hồ nhanh chóng, nếu để chậm trễ không tiến quân thì là trời cho mà mình không nhận; rồi ra nếu nó tráo trở, dù có ăn năn thì sự đã rồi! Nhà ngươi thực là kiến thức đàn bà!". Nhà vua liền sai lấy áo đàn bà mặc cho Đỗ Lễ (4). Rồi đoàn quân cứ nối đuôi nhau như xâu cá mà tiến lên. Giặc nhân cái đà thuận tiện, thình lình đổ ra tập kích, cắt ra từng tốp: Quan quân tan vỡ nặng nề. Nhà vua bị vây hãm, chết tại trận. Bọn đại tướng Đỗ Lễ và Nguyễn Nạp Hoà cùng hành khiển Phạm Huyền Linh đều bị chết cả. Ngự câu vương, tên là Úc, đầu hàng giặc, được giặc gả cho con gái. Đỗ Tử Bình cầm hậu quân, không đến cứu viện. Lê Quý Ly nghe tin bại trận, vội trốn về. Ngày hôm ấy, ở kinh đô đương ban ngày, trời tối sầm lại; chợ búa, hàng quán phải đốt đèn đuốc mà mua bán. Thượng hoàng sai đem chiếc xe tù đi bắt Tử Bình. Khi Tử Bình về qua phủ Thiên Trường, người ta đua nhau chửi mắng, lấy gạch ngói ném vào xe tù Tử Bình. Thượng hoàng xuống chiếu trị tội hắn, miễn cho tử hình, nhưng phạm tội đồ, bắt đi làm lính." **Cương Mục - Chính Biên** - Quyển 10.

Cùng thời điểm này, **Minh Thực Lục** xác nhận Vua Duệ Tông tử trận như sau:

"Ngày 28 tháng giêng năm Hồng Vũ thứ 10 [8/3/1377], Trần Đoan [vua Trần Duệ Tông] nước An Nam mang binh giao tranh với Chiêm thành, bị đại bại tại đất Chiêm Thành. Đoan tử trận. (**Minh Thực Lục quan hệ Trung Quốc Việt Nam**, tập 1, trang 153).

Thượng hoàng Nghệ Tông thấy Vua Duệ Tông chết vì việc nước, bèn cho con trưởng là Kiến Đức đại vương Hiện lên nối ngôi, xưng là Giản Hoàng. Bầy tôi dâng tôn hiệu là Khâm Minh nhân hiếu hoàng đế tức là Đế Hiện.

Chú thích:

1. Tên vua Trần Duệ Tông xưng với nhà Minh là Trần Đoan.

2. Cảng Thi Nại: Ở địa giới hai thôn Hương Mai và Chánh Thành, huyện Tuy Phước, tỉnh Bình Định bây giờ.

3. Hàn Tín đánh phá nước Yên: Thời đại Hán Sở, nước Yên [Hà Bắc], nước Triệu [Sơn Tây] là hai nước vừa lớn vừa mạnh ở gần nhau. Đại tướng nhà Hán là Hàn Tín sau khi phá được nước Triệu, thế quân lừng lẫy. Hàn Tín đem quân đóng ở địa đầu nước Yên, đưa thư hiểu dụ; vua Yên sợ, xin hàng.

4. Lấy áo đàn bà mặc cho Đỗ Lễ. Có ý chê Đỗ Lễ nhút nhát.

54. Trần Phế Đế (1)
(1377-1388)

Niên hiệu:
Xương Phù

Ngày 13 tháng 5 [19/6/1377] Thượng hoàng Nghệ Tông cảm thương Vua em Duệ Tông chết vì việc nước, bèn cho con trưởng là Kiến Đức đại vương Hiện lên nối ngôi, trị vì được 11 năm [1377-1388] rồi bị phế, nên sử gọi là Phế Đế. Vua tự xưng là Giản Hoàng, đổi niên hiệu là Xương Phù năm thứ 1. Đại xá. Các quan dâng tôn hiệu là Hiến thiên thể đạo khâm minh nhân hiếu hoàng đế.

Lúc nhà Vua vừa mới lên ngôi, quân Chiêm Thành thừa thắng mang binh thuyền đến đánh phá thành Thăng Long. Khi quân giặc đến cửa biển Đại An [tại cửa sông Đáy Ninh Bình], thấy quân ta phòng bị nơi này cẩn mật; bèn từ cửa Thần Phù [chỗ giáp giới 2 tỉnh Ninh Bình, Thanh Hóa] ngược theo sông Hồng, vào thành Thăng Long cướp phá vơ vét:

"*Tháng 6 [6/7-4/8/1377], Chiêm Thành vào cướp kinh đô. Hay tin giặc đến, Thượng hoàng sai Cung Chính vương Sư Hiền giữ cửa biển Đại An. Giặc biết ở đó có phòng bị, bèn từ cửa biển Thần Phù tiến vào, xâm phạm thẳng kinh đô, mặc sức cướp bóc vơ vét. Chúng ở lại một ngày rồi mới rút lui. Khi ra đến cửa biển Đại An, gặp cơn phong ba, chúng chết đuối nhiều lắm."* **Cương Mục, Chính Biên**, quyển 10.

Tháng 9 [3/10-1/11/1377], lập con gái Thượng hoàng là Thiên Huy công chúa làm Hoàng hậu. Sai Trung thư Trần Đình Thâm sang nhà Minh báo tin Vua Duệ Tông mất. Lúc đầu phía Minh từ chối sang viếng, Đình Thâm tranh luận kịch liệt, cuối cùng phải thuận theo lời yêu cầu:

"Sau khi lên nối ngôi, nhà vua sai Đình Thâm sang cáo phó với nhà Minh, và nói vua Duệ Tông đi tuần nơi biên giới, bị chết đuối ở biển. Người Minh từ chối không sang viếng, lấy cớ rằng theo Lễ, có ba điều không nên viếng là: vì phạm tội mà chết ở trong ngục, hoặc vì bị đè chẹt mà chết bẹp, hoặc vì ngã xuống nước mà chết đuối. Đình Thâm tranh luận, cãi rằng:

'Người Chiêm chống nghịch, quấy nhiễu nơi biên giới, vua Duệ Tông có công chống ngoại hoạn, cứu nhân dân: vậy sao không nên viếng?'.

Nhà Minh mới sai sứ sang điếu tang. Bấy giờ nhà Minh đương muốn nhân kẽ hở, tính chuyện xâm nhiễu nước ta; Thái sư nước này Lý Thiện Trường nói rằng:

'Thấy em chết vì việc nước, anh lại lập con của em lên ngôi; xem nhân sự xử tốt với nhau như thế, thì đủ biết lòng trời hãy còn tựa nước người ta'.

Do đấy, việc định xâm nhiễu mới thôi." **Cương Mục, Chính Biên**, quyển 10.

Minh Thực Lục xác nhận sự kiện nêu trên, duy có sai

lầm ở chỗ chép Phế Đế là em vua Duệ Tông, đúng ra là con:

"*Tháng giêng năm Hồng Vũ thứ 11 [29/1-27/2/ 1378]. Tháng này Vi [Phế Đế], em của Trần Đoan [Duệ Tông], sai quan là Trần Kiến Tế, Nguyễn Sĩ Ngạc đến cáo việc Đoan chết. Trước đó triều đình sai sứ đến ban cho Đoan loại lụa ỷ có hoa văn rất quý, nhưng khi Sứ thần tới nơi thì Đoan đã mất. Em là Vi quyền coi việc nước, sai sứ dâng biểu tạ ân, cống voi thuần, cùng phương vật và cáo việc Đoan mất. Chiếu ban cho Kiến Tế, Sĩ Ngạc áo và đồ vật; lại mang lụa văn ỷ và lụa là ban cho Vi. Sai viên Trung sứ Trần Năng đến nước này điếu tế.*" (**Minh thực Lục quan hệ Trung Quốc Việt Nam**, tập 1, trang 154)

Tháng giêng, năm Xương Phù thứ 2 [29/1-27/2/1378] (Minh Hồng Vũ thứ 11), tuyển các vệ sĩ cai quản các quân như sau:

"*Trần Ngoạn quản lĩnh quân Thiên Đinh, Bùi Hấp quản lĩnh quân Thiên Uy, Hoàng Phụng Thế quản lĩnh quân Thánh Dực, Trần Thế Đăng quản lĩnh quân Thần Dực, Bùi Bá Ngang quản lĩnh quân Thần Sách, Nguyễn Kim Ngao quản lĩnh quân Thần Vũ, Trần Trung Hiếu quản lĩnh quân Bảo Tiệp, Trần Bang quản lĩnh quân Long Tiệp. Lê Mật Ôn quản lĩnh quân Hoa Ngạch, Đỗ Dã Kha quản lĩnh quân Thị Vệ, Nguyễn Tiểu Luật quản lĩnh quân Thiên Trường.*

Lại tuyển trong các quân lấy những người khoẻ mạnh, biết võ nghệ, cho vào làm vệ sĩ ở hoàng thành. Dùng Nguyễn Bát Sách quản lĩnh quân Thiết Sang, Nguyễn Vân Nhi quản lĩnh quân Thiết Giáp, Nguyễn Hô và Lê Lặc quản lĩnh quân Thiết Liêm, Nguyễn Thánh Du quản lĩnh quân Thiết Hổ, Trần Quốc Hưng quản lĩnh quân Ô Đồ". **Cương Mục**, **Chính**

Biên, quyển 10.

Tháng 5 [27/5-24/6/1378], quân Chiêm Thành theo sông Đại Hoàng [khúc sông Hồng phía bắc Nam Định] vào cướp kinh đô; Kinh Doãn Lê Giốc chết vì nước:

"Trước đây, Ngự câu vương Úc đầu hàng Chiêm Thành. Đến đây, người Chiêm đưa Úc về cướp Nghệ An, tiếm xưng tôn hiệu để chiêu dụ nhân dân. Có nhiều kẻ ra nhận ngụy chức. Liền sau đó quân giặc xâm phạm đến Đại Hoàng giang. Nhà vua sai hành khiển Đỗ Tử Bình đi chống giữ, nhưng chống không nổi! Quân giặc bèn xâm phạm kinh đô: cướp của, bắt người, rồi rút về. Kinh Doãn Lê Giốc (1) bị giặc bắt, giặc ép phải thụp lạy, nhưng Lê Giốc nói:

'Ta đây là một ông quan ở nước lớn, đâu phải lạy mày!'.

Rồi mắng nó mãi. Giặc giận lắm, giết chết. Nhà vua nghe biết việc này, truy tặng Lê Giốc là Mạ tặc Trung vũ hầu (2), cho con Giốc là Nhuế làm cận thị chi hậu chánh chưởng."
Cương Mục, Chính Biên, quyển 10.

Tháng 7 [25/7-23/8/1378], bắt đầu quy định lại thuế đinh, nặng nề hơn:

"Theo phép cũ, dân đinh khi đã vào sổ thành số ngạch hẳn hoi rồi, thì sinh thêm không kể, chết đi không trừ. Hạng binh lính thì đời này qua đời khác phải làm lính mãi, không được ra làm quan. Nhân đinh nào có ruộng đất, mới phải nộp tiền, không có ruộng đất thì được miễn. Gặp lúc có việc dấy quân cũng chỉ những người có ruộng bãi dâu, đầm cá thì phải tùy có nhiều hay ít mà nộp tiền, thóc, bạc, lụa để cung cấp cho việc quân. Đến đây việc quân đương tới tấp, kho tàng trống rỗng, Đỗ Tử Bình kiến nghị xin làm theo phép đánh thuế "dung" đời Đường: bắt đinh nam mỗi năm phải nộp ba quan

tiền. *Từ đó, thuế đinh mới thêm nặng.*" **Cương Mục**, **Chính Biên**, quyển 10.

Tháng giêng năm Xương Phù thứ 3 (19/1-16/2/1379] (Minh Hồng Vũ thứ 12); dùng Lê Quý Ly làm Tư không kiêm chức Xu mật đại sứ. Quý Ly lại tiến cử Nguyễn Đa Phương làm tướng quân, Phạm Cự Luận làm Quyền đô sự.

Tháng 8 [11/9-10/10/1379], Nguyễn Bổ ở Bắc Giang tự xưng là Đường Lang Tử Y, mê hoặc lòng người bằng phép thuật, rồi tự tiếm hiệu xưng Vương; quan quân bắt được, giết chết.

Lúc này triều đình sợ Chiêm Thành đến cướp bóc, bèn đem tiền của giấu ở tầng dưới tháp Khả Lãng, tại núi Thiên Kiện [Ninh Bình].

Phía nhà Minh nhận thấy thế lực Đại Việt lúc này tỏ ra yếu đuối, nên triều đình nước này nêu lên lễ nghi phiền phức với dụng ý gây khó khăn; tuy nhiên sau đó Vua Minh cảm thấy chưa cần thiết, nên tỏ ra rộng lượng hơn. Riêng đối với Chiêm Thành thì vồ vập cưng chiều; nhưng can ngăn Chế Bồng Nga gây hấn với Đại Việt. Thái độ này thấy được, qua những văn kiện gửi đến 2 nước, trong năm Hồng Vũ thứ 12 [1379] như sau:

"*Ngày 12 tháng 2 năm Hồng Vũ thứ 12 [28/2/1379]. Thượng thư bộ Lễ, Chu Mộng Viêm tâu về nghi lễ phụng sứ nước ngoài, ban cho An Nam như sau:*

'*Phàm Sứ thần trước khi đến đến biên cảnh, sai người báo cho Quốc vương. Vương sai quan đón từ ngoại thành; cho lập hương án tại giữa dinh thự chính, nếu như có ban rượu, đồ vật thì đặt trên án tại phía bắc hương án này. Tại nơi công quán (3) thiết long đình (4) trang trí màu sắc. Khi*

Sứ giả đến công quán, Vương cùng các quan nghênh đón tại công quán. Đám rước với nghi trượng kèn trống, các quan và Vương đi trước dẫn đường; Sứ giả theo sau long đình đến dinh thự chính. Sứ giả đứng bên trái long đình, Vương và các quan làm lễ lạy 5 lạy, khấu đầu 3 lần. Sau đó Vương và Sứ giả gặp nhau, Sứ giả tại phía trái, Vương tại phía mặt lại làm lễ bái. Sứ giả ra vào Vương phủ, đi theo đường giữa cửa chính; khi lên ngựa xuống ngựa Vương ra tống tiễn. Khi ngồi thì Sứ giả bên trái, Vương bên phải.'

Thiên tử phán:

' Trung Quốc đối với các Di bốn phương đều lấy lòng thành mà đãi, không đặt nặng lễ văn phiền phức. Từ nay nếu không có việc, không đưa chế cáo phiền nhiễu An Nam. Họ đến cống, lệnh 3 năm một lần, số người sai đến không quá 5 người, cống vật nên tiết kiệm đơn giản, sứ giả tự mang lấy, đừng để dân mệt nhọc gánh đội; cống vật không vụ nhiều chỉ cần lòng thành mà thôi." (**Minh Thực Lục quan hệ Trung Quốc Việt Nam**, tập 1, trang 155)

"Ngày 1 tháng 10 năm Hồng Vũ thứ 12 [10/11/1379]. Sai sứ ban cho Quốc vương Chiêm Thành Ha Đáp Ha Giả [Chế Bồng Nga] lịch Đại Thống, y phục văn ỷ dát vàng, lụa là; lại ban tỷ thư dụ rằng:

'Đạo của Đế Vương đối xử cùng chung một lòng nhân, nên cũng muốn nơi hải ngoại được yên ổn vô sự. Chiêm Thành vị trí tại phía tây nam, cách biển, cách núi; nhưng biết lấy lễ bầy tôi phụng sự Trung Quốc, mấy lần cống phương vật. Mới đây sai sứ cống voi, lòng thành đáng khen. Trong tờ biểu tâu rằng vẫn còn giao tranh với An Nam, đến nay vẫn chưa chấm dứt. Tuy nhiên Chiêm Thành và An Nam cương *giới đã định từ xưa, mỗi nước nên giữ đất an dân, chớ nên tranh giành, đạo trời vốn ghét không thể không lấy làm răn, Nay ban cho khanh y phục thêu rồng vàng, ngựa tốt. Khi vật đưa đến, hãy lãnh lấy."* (**Minh Thực Lục quan hệ Trung Quốc Việt Nam**, tập 1, trang 157)

Sau khi Vua Trần Duệ Tông tử trận tại Chiêm Thành, Minh Thái Tổ gửi chiếu thư dài trách Vua Nghệ Tông hiếu chiến, mà không trách Chiêm Thành mấy lần xâm lăng Đại Việt; rõ ràng có sự thiên vị:

"Tháng 12 năm Hồng Vũ thứ 12 [1-2/1380]. Trần Vi [Phế Đế] nước An Nam sai sứ đến cống. Thiên tử cho rằng An Nam tự thị mạnh, muốn xâm đoạt đất đai Chiêm Thành, đến nỗi bị bại chết, bèn ban chiếu dụ cho anh của Vi (5), Vương cũ của An Nam là Trần Thúc Minh [Nghệ Tông] rằng:

'Ta nghe rằng các nước chư hầu thời Xuân Thu (6) lần lượt diệt vong bởi tại sao? Vì do nghịch mệnh Thiên tử, làm hại đến lê dân; gương trời rành rành như vậy, không thể trốn tránh tai họa được. Nếu đương thời các nước chư hầu tuân theo mệnh vua, há lại không cùng tồn tại vững mạnh với nhà Chu ư! Cớ sao lại bỏ phú quý lâu dài, tham lam cao vị, khiến phú quý trở nên ngắn ngủi như sương buổi sáng. Hiền nhân dạy rằng: 'Chớ đùa với mối họa để mong phúc đến'. Ngươi Thúc Minh từ khi lên ngôi đến nay trong nước có lắm việc, dân chúng lưu ly; há chẳng phải anh em ngươi hâm mộ phú quý mà đến như vậy ư! Hoặc dân ngươi có tội mà phải chịu vậy? Nay chuyện đã qua không làm khác được, không biết tương lai đi về đâu? Kinh Dịch có câu: 'Một nhà tích lũy điều thiện sẽ có dư hạnh phúc; chứa nhiều điều ác sẽ gặp nhiều tai ương'; biết theo lời này thì thuận ý trời, có thể đổi lại số mệnh. Vả lại cõi trời đất rộng lớn, dân chúng đông đúc; nếu

một nước có chính sách tốt, giữ vững bờ cõi, không cầu bên ngoài, sẽ được vĩnh viễn hưởng phúc; nếu vượt biên giới, làm hại dân nước khác, thì phúc không giữ được.

An Nam và Chiêm Thành đánh nhau đã mười năm nay rồi, hai bên phải trái Trẫm không biết rõ, nỗi oán chưa tiêu, mối thù chưa giải được, biết làm sao đây? Như biết nghe lời Trẫm, dẹp việc binh đao, dưỡng dân, gương trời soi xét, sẽ hưởng phúc vô cùng sau này; nếu không theo mệnh Trẫm cứ làm càn, thì số phận sẽ như các nước thời Xuân Thu tự mang đến diệt vong vậy. Bởi vậy người xưa nói rằng: 'Dùng đạo đức để trợ giúp cho vua, không dùng binh để cưỡng ép thiên hạ'. Sao vậy? Việc sát phạt sẽ xảy ra liên tiếp, bậc trí giả chê không dùng. Ngươi hãy lấy sự diệt vong thời Xuân Thu làm gương, đừng giẫm vào vết xe đổ, như vậy không tốt ư! Nên nghiền ngẫm ý Trẫm, chớ xem thường!"(**Minh Thực Lục quan hệ Trung Quốc Việt Nam**, tập 1, trang 157)

Tháng 2, năm Xương Phù thứ 4 [7/3-5/4/1380] (Minh Hồng Vũ thứ 13), Chiêm Thành lấn cướp Nghệ An, Thanh Hóa. Tháng 5 [4/6-2/7/1380], Lê Quý Ly kéo quân đến sông Ngu Giang, một nhánh sông Mã tại Thanh Hóa, đánh bại được quân Chiêm:

"Người Chiêm dụ dỗ dân ở Tân Bình và Thuận Hoá đến lấn cướp Nghệ An: bắt người đem đi. Rồi lại lấn cướp Thanh Hóa. Thượng hoàng sai Lê Quý Ly quản lĩnh thủy quân, Đỗ Tử Bình quản lĩnh bộ quân đi đánh. Khi đến Ngu Giang đóng cọc trong sông, cầm cự với quân Chiêm. Quý Ly sai Nguyễn Kim Ngao, tướng Thần Vũ quân, và Đỗ Dã Kha, tướng Thị Vệ quân, ra đánh. Kim Ngao quay thuyền lại để tránh giặc. Quý Ly liền chém Kim Ngao, cho lấy đầu đem rao trong quân. Các quân đánh trống hò reo, tiến lên trước. Chúa Chiêm là

Chế Bồng Nga thua trận, trốn về.

Tử Bình từ đó cáo ốm, xin thôi, không giữ binh quyền; duy còn Quý Ly chuyên giữ chức Nguyên nhung, làm Hải Tây đô thống chế." **Cương Mục, Chính Biên**, quyển 10.

Tháng 11 [27/11/26/12] , dùng Đỗ Tử Bình làm nhập nội Hành khiển, tả tham tri chính sự, lĩnh chức kinh lược sứ ở Lạng Giang. Từ khi Tử Bình đi đánh Chiêm Thành không nên công trạng gì, xin thôi không giữ binh quyền, đến đây lại có mệnh lệnh cho lên chức này. Chưa bao lâu, Tử Bình mất, được thờ phụ vào văn miếu.

Sau khi Minh Thái Tổ gửi chiếu thư khuyên chấm dứt chiến tranh với Chiêm Thành, vào năm sau [1380] Thượng hoàng Trần Nghệ Tông sai Sứ dâng biểu cảm ơn cùng cống sản vật địa phương. Phía Chiêm Thành cũng dâng biểu mừng thọ, và trình bày trận thủy chiến tại Thanh Hóa bất lợi; đến lượt Minh Thái Tổ cảnh cáo Chiêm Thành đừng tiếp tục gây chiến:

"*Ngày 4 tháng 6 năm Hồng Vũ thứ 13 [6/7/1380]. Trần Thúc Minh [Trần Nghệ Tông] nước An Nam sai sứ dâng biểu cống phương vật tạ ân về việc đã ban chiếu răn bảo. Ban cho các Sứ thần lụa ỷ dệt hoa văn, có phân biệt.*" (**Minh Thực Lục quan hệ Trung Quốc Việt Nam**, tập 1, trang 159)

"*Tháng 9 năm Hồng Vũ thứ 13 [10/1380]. Sứ nước Chiêm Thành trở về nước, ban cho lụa ỷ dệt hoa văn, lụa là, vải, có phân biệt. Dùng tỷ thư dụ Quốc vương Chiêm Thành Ha Đáp Ha Giả [Chế Bồng Nga] như sau :*

'*Vào ngày 18 tháng 9 [16/10/1380] năm nay sứ Chiêm Thành đến mừng Trẫm thượng thọ, xa cách hàng vạn dặm, nếu không vì lòng thành của Vương, thì làm sao đến đúng* lúc được. Tuy nhiên xem lời trong biểu văn, biết được mới giao tranh thủy chiến với An Nam bất lợi, Trẫm đã răn hai nước các ngươi đừng kết thù dai, để yên cho dân chúng; đánh nhau một được một thua; không được yên nghĩ, chẳng gặt hái được gì! Nay lại ban sắc cho Vương, hãy suy xét lấy. Người xưa nói:' Không ai gây tội giết người lớn bằng kẻ hiếu sát, không ai cứu người bằng kẻ hiếu sinh!' ; kẻ hiếu sát chính là người ưa dùng binh, trời vốn ghét; kẻ hiếu sinh là người ưa điều nhân nghĩa, được trời mến yêu. Làm điều nhân gặt quả tốt vì thi hành nhân hợp với đạo trời, thì nước há lại không vững bền, con cháu há lại không thịnh vượng ư? Nay hai nước các ngươi tương tranh, phải trái ta không rõ. Chỉ biết rằng mới đây An Nam ra quân bại bởi Chiêm Thành; rồi Chiêm Thành thừa thắng vào nước An Nam đánh phá, An Nam bị nhục đã nhiều. Nếu từ nay trở về sau, Vương có thể giữ vững bờ cõi, thờ trời, lo cho dân thì phúc lộc lâu dài vậy. Nếu không thì quanh năm khổ chiến, hai bên thắng thua vốn không thể biết; ' cò trai đánh nhau, ngư ông được lợi ', ngày sau hối hận thì đã muộn rồi! Ta xem sách đời Tống, được biết dưới triều này nước Chân Lạp vào cướp phá Chiêm Thành, đó cũng là mối nhục lớn. Khi thư tới, Vương cần hòa mục với các nước bốn phương, làm điều phải sẽ không còn sai trái; còn tự coi mình là phải, cho người là trái thì không được. Nhân Vương có lòng thành bèn khuyên răn hai ba lần, Vương lo tu điều nhân thì điều may sẽ đến." (**Minh Thực Lục quan hệ Trung Quốc Việt Nam**, tập 1, trang 159).

Tháng 3 năm Xương Phù thứ 5 [26/3-24/4/1381] (Minh Hồng Vũ thứ 14); Chiêm Thành thường sang xâm lấn quấy nhiễu, binh lực của nhà Trần đã mỏi mệt, kiệt quệ. Nhà vua bèn sai thiền sư xã Đại Than thuộc huyện Gia Bình tỉnh Bắc

Ninh lựa lấy những nhà sư khỏe mạnh trong nước và những nhà sư ở rừng núi không có độ điệp (7), tạm làm binh lính để đi đánh giặc.

Tháng 5 [24/5-22/6/1381], dùng Đào Sư Tích làm nhập nội Hành khiển tả ti lang trung, Đào Toàn Bân, cha của Tích, làm tri Thẩm hình viện sự, coi về hình pháp.

Tháng 6 [23/6-21/7/1381], phòng ngừa nạn người Chiêm thường sang cướp phá quấy nhiễu; bèn cho rước tượng thần các lăng ở Quắc Hương [Mỹ Lộc, Nam Định], Thái Đường [Hưng Nhân, Hưng Yên], Long Hưng [Hưng Yên], và Kiến Xương [Nam Định] đưa về An Sinh thuộc huyện Đông Triều, Hải Dương.

Tháng 10 [18/10-16/11/1381], Gia Từ hoàng hậu họ Lê, mẹ Vua Phế Đế mất:

"Duệ Tông đi Nam chinh, không trở về; hoàng hậu cắt tóc làm sư ni. Thấy Nghệ Tông lập Đế Hiện lên nối ngôi, hoàng hậu từ chối cho con không được, bèn khóc lóc nói với những người thân tín rằng:

'Con tôi kém phúc đức, không cáng đáng được cái ngôi rất quý trọng ấy đâu, chẳng qua chỉ tổ do đấy mà chuốc lấy vạ vào mình! Tiên quân [Vua trước] đã tạ thế, người vị vong (8) này chỉ muốn thác đi cho rồi, chứ chẳng muốn ngó đến việc đời nữa, huống chi lại nỡ nhìn thấy con mình sắp bị nguy hại ư!'.

Hoàng hậu mất rồi, Đế Hiện rồi cũng bị phế. Người nào nghe biết chuyện này cũng phục bà là người biết trước." **Cương Mục, Chính Biên**, quyển 10.

Nhà Vua giết Quan Phục Hầu đại vương tên là Húc; Húc

là con của Thượng hoàng Nghệ Tông.

Trong năm này, xảy ra những vụ tranh chấp tại biên giới Việt Hoa, nên Sứ thần Đại Việt gửi biểu văn đến cống, bị triều Minh từ chối:

"Ngày 2 tháng 6 năm Hồng Vũ thứ 14 [24/6/1381]. Trần Vi [Phế Đế] nước An Nam sai quan Thái Trung Đại phu La Bá Trường dâng biểu cống phương vật. Lúc bấy giờ phủ Tư Minh (9) đến tâu rằng các huyện Thoát, Đổng (10) của An Nam đánh các trại như Vĩnh Bình. An Nam lại tâu rằng phủ Tư Minh đánh các xứ Thoát, Đổng, Lục Trì. Thiên tử cho là dối trá, bèn cho trả lại đồ cống cùng đưa thư trách vấn. Vi nhận tội đã dối trá Trung Quốc, gây sự thù hằn. Lại sắc cho ty Bố Chánh Quảng Tây, từ nay An Nam đến cống sẽ không thu nhận." (**Minh Thực Lục quan hệ Trung Quốc Việt Nam**, tập 1, trang 160)

Chú thích:

1. Lê Giốc: Người làng Phủ Lý, huyện Đông Sơn, tỉnh Thanh Hóa. Giốc là con Lê Quát.

2. Mạ tặc Trung vũ hầu: Vị Trung vũ hầu chửi giặc.

3. Công quán: Chỗ Sứ thần tạm trú.

4. Long đình: Một thứ kiệu, đòn khiêng chạm rồng, trên có tủ kính như cái đình, trong đựng sắc Vua.

5. Trần Vi: Đúng ra Trần Thúc Minh tức vua Trần Nghệ Tông là bác ruột của Phế Đế tức Trần Vi.

6. **Xuân Thu**: tên bộ sử Khổng Tử viết cho thời đại từ Chu Bình Vương thứ 49 [TCN723] đến Chu Kính Vương

[TCN 481] gồm 242 năm; thời đại này được gọi là Xuân Thu.

7. Độ điệp: Tờ điệp chứng thực đã được độ; tức là cái bằng mà nhà nước cấp cho các tăng ni có đủ tiêu chuẩn .

8. Vị vong: Người xưa coi việc chồng chết là thảm họa, coi như sắp chết, nên gọi là vị vong.

9. Tư Minh: phủ trị Tư Minh xưa tại huyện Ninh Minh hiện nay, vị trí cách ải Nam Quan khoảng 30 km.

10. Hai huyện Thoát, Đồng thuộc phủ Lạng Sơn giáp biên giới Hoa Việt. Huyện Thoát trước gọi là Thoát Lãng nay là huyện Văn Lãng.

(Còn tiếp)

55. Trần Phế Đế (2)
(1377-1388)

Niên hiệu:

Xương Phù

Tháng 2 năm Xương Phù thứ 6 [14/2-15/3/1382] (Minh Hồng Vũ thứ 15), quân ta đại thắng Chiêm Thành tại cửa biển Thần Đầu, chỗ giáp giới 2 tỉnh Thanh Hóa, Ninh Bình; đuổi quân giặc ra đến tận Nghệ An:

"Quý Ly đóng ở núi Long Đại [Thanh Hóa], tướng Thần Khôi quân là Nguyễn Đa Phương đem quân thuyền đi giữ những hàng cọc cắm cừ ở cửa biển Thần Đầu, quân Chiêm thủy bộ đều kéo đến: Bộ binh địch lên chiếm trên núi trước, lấy đá ném xuống, thuyền quân ta bị tổn hại nhiều mà không còn nấp tránh vào đâu; thủy quân của địch lại đương tiến đến sát gần. Đa Phương không đợi mệnh lệnh của Quý Ly, tự ý cho mở hàng cọc cắm cừ, kéo ra thẳng xông vào quân thủy Chiêm Thành. Thủy quân của địch giở tay không kịp. Các quân của ta nhân đà thắng lợi, đổ xô ra đánh, ném đồ hoả khí vào thuyền giặc, thiêu đốt gần hết. Còn bộ quân của địch thì chạy tản mác vào rừng núi. Quan quân lùng bắt giặc trong núi đến ba ngày. Quân giặc nhiều đứa bị chết đói. Những kẻ còn sót lại thì chạy trốn. Quan quân đuổi đến Nghệ An rồi về. Được tin thắng trận, nhà vua cho Nguyễn Đa Phương làm

Kim ngô vệ Đại tướng quân." **Cương Mục, Chính Biên**, quyển 10.

Tháng 10 [6/11-5/12/1382], cho đào mấy con sông ở Nghệ An, Tân Bình [Quảng Bình] và Thuận Hóa.

Trong năm này, cả 2 nước Chiêm Thành và Đại Việt đều gửi Sứ thần tiến cống triều Minh:

"*Ngày 28 tháng 5 năm Hồng Vũ thứ 15* [9/7/1382]. *Trần Vi* [Phế Đế] *An Nam sai quan Thái Trung Đại phu nước này là bọn Tạ Sư Ngôn dâng biểu, tiến 15 người yêm hoạn* (1). *Ban cho bọn Sư Ngôn bạc nén.*" (**Minh Thực Lục quan hệ Trung Quốc Việt Nam**, tập 1, trang 161)

"*Ngày 24 tháng 9 năm Hồng Vũ thứ 15* [31/10/1382]. *Quốc vương Chiêm Thành Ha Đáp Ha Giả sai quan là bọn Dương Ma Gia Ích dâng biểu khắc trên vàng lá, cống sản vật địa phương. Ban cho Sứ giả y phục lụa ỷ có hoa văn, tiền giấy, có phân biệt.*" (**Minh Thực Lục quan hệ Trung Quốc Việt Nam**, tập 1, trang 162)

Tháng giêng, năm Xương Phù thứ 7 [3/2-4/3/1383] (Minh Hồng Vũ thứ 16). Sai Lê Quý Ly quản lĩnh chu sư đi đánh Chiêm Thành. Chu sư có các thuyền chiến lớn mới đóng mang tên Diễm Trị, Ngọc Đột, Nha Tiệp. Nhưng khi đến vũng biển Lại Bộ Nương [Kỳ Anh, Hà Tĩnh] và eo biển Ô Tôn [Bình Chánh, Quảng Bình], bị sóng gió khiến thuyền bị gãy vỡ hư hỏng, phải rút quân về.

Tháng 6 [1/7-29/7/1383], Chiêm Thành vào cướp phủ Quảng Oai [tỉnh Sơn Tây]. Nhà vua sai tướng Hoa Ngạch quân là Lê Mật Ôn đi chống giữ, nhưng bị thua. Thượng hoàng phải tránh sang Đông Ngàn, Bắc Ninh:

"*Chiêm Thành từ đời nhà Lê, nhà Lý trở về trước, quân của họ rất là nhút nhát. Hễ quan quân ta kéo đến thì họ đem cả nhà đi trốn, có khi xúm lại khóc lóc, xin đầu hàng. Kịp khi Chế Bồng Nga lên làm vua, phần thì sinh sôi đông đúc, phần thì được dạy dỗ tôi rèn, dần dần sửa bỏ được những thói dở cũ, quân và dân họ trở thành những người mạnh tợn, chịu đựng gian khổ. Cho nên họ thường sang quấy nhiễu nước ta. Bấy giờ Bồng Nga cùng với tướng nó là La Ngai đem quân đi tắt đường xuyên sơn, đổ ra đóng đồn ở sách Khổng Mục thuộc Quảng Oai. Kinh đô xao xuyến kinh hãi. Thượng hoàng sai Mật Ôn đem quân đi chống giữ. Mật Ôn đến Tam Kỳ châu, còn đương bày trận để chống cự, bỗng đâu quân phục của địch nổi dậy, voi trận của địch lồng lên: quan quân ta xô bồ giày đạp lên nhau, thua thiệt nặng nề. Mật Ôn bị giặc bắt. Thượng hoàng nghe tin, sai Nguyễn Đa Phương đem quân dựng hàng rào lũy bằng tre gỗ ở kinh thành, ngày đêm canh giữ. Rồi sai sửa soạn xa giá để sang Đông Ngàn lánh giặc. Nguyễn Mộng Hoa, là một kẻ sĩ, thấy vậy, mũ áo chỉnh tề, tới bến sông, tay níu thuyền ngự, khấu đầu xin Thượng hoàng ở lại đánh giặc, nhưng Thượng hoàng không nghe.*" **Cương Mục, Chính Biên**, quyển 10.

Tháng 12 [25/12/1383-22/1/1384] , sau khi quân Chiêm Thành đã rút lui; Thượng hoàng đến ở tại cung Bảo Hòa, thuộc huyện Tiên Du, tỉnh Bắc Ninh; thu thập truyện cũ, biên thành bộ sách 8 quyển, đặt nhan đề là **Bảo Hòa Dư Bút**, sai Đào Sư Tích đề tựa.

Trong năm này các nước Đại Việt, Chiêm Thành, Tiêm La, Chân Lạp triều cống nhà Minh, được đáp lễ bằng vải vóc, y phục, đồ sứ; triều Minh lại còn đặt ra thẻ "**khám hợp**" (2) gửi cho các nước lân bang, nhằm bảo đảm độ tin cậy trong việc giao dịch :

"*Ngày 26 tháng 2 năm Hồng Vũ thứ 16 [30/3/1383]. Quốc vương Chiêm Thành Ha Đáp Ha Giả sai quan là bọn Dương Ma Gia Ích dâng biểu, cống 200 ngà voi, 600 cân đàn hương, 400 cân văn dược, 600 tấm vải Phiên (3). Chiếu ban cho Vương lụa văn ỷ dệt vàng; ban tiền giấy cho Sứ giả có sai biệt.*" (**Minh Thực Lục quan hệ Trung Quốc Việt Nam**, tập 1, trang 162)

"*Ngày 22 tháng 4 năm Vĩnh Lạc thứ 16 [24/5/1383], sai sứ mang văn sách khám hợp ban cho các nước Tiêm La, Chiêm Thành, Chân Lạp. Phàm sứ Trung Quốc đến hãy đem đối chiếu khám hợp xem có đúng không; nếu không đúng tức là giả mạo. Hãy bắt lấy, rồi báo cho hay.*" (**Minh Thực Lục quan hệ Trung Quốc Việt Nam**, tập 1, trang 162)

"*Ngày 10 tháng 6 năm Hồng Vũ thứ 16 [10/7/1383]. Trần Vi [Phế Đế] nước An Nam sai bọn Thông Phụng Đại phu Lê Dữ Nghĩa tiến cống 25 người bị hoạn, ban cho lụa ỷ dệt hoa văn, lụa sa, và tiền giấy.*" (**Minh Thực lục quan hệ Trung Quốc Việt Nam**, tập 1, trang 163)

"*Ngày 24 tháng 8 năm Hồng Vũ thứ 16 [21/9/1383]. Sai sứ ban cho Quốc vương Chiêm Thành, Tiêm La, Chân Lạp mỗi người 32 tấm lụa ỷ hoa văn dệt kim tuyến, đồ sứ gồm 19.000 cái.* (**Minh Thực Lục quan hệ Trung Quốc Việt Nam**, tập 1, trang 163)

Tháng 9, năm Xương Phù thứ 8 (16/9-14/10/1384] (Minh Hồng Vũ thứ 17). Nhà Minh sai Sứ thần là bọn Dương Bàn và Hứa Nguyên sang nước ta trưng cầu lương thực để cung cấp cho lính trấn giữ ở Lâm An, tỉnh Vân Nam. Vua sai Hành khiển Trần Nghiêu Du vận tải năm nghìn thạch lương đưa đến đầu địa phận châu Thủy Vĩ [Lao Kai, Hà Giang]. Quan quân ta bị chết vì lam sơn chướng khí trong việc tải lương này rất nhiều.

Minh Thực Lục xác nhận sự kiện này, cũng cho biết số lương thực giao nạp là 5000 thạch, tương đương với 400 tấn [0.08 tấn x 5000=400 tấn lương]:

"Ngày 18 tháng 7 năm Hồng Vũ thứ 17 [5/8/ 1384]. Sai bọn Quốc Tử Trợ giáo Dương Bàn đi sứ An Nam bắt nạp lương thực cho quân tại Vân Nam. Trước đó Thiên tử bảo quan bộ Hộ rằng:

'Mới đây mấy lần xảy ra việc gây hấn tại Vân Nam, mệnh tướng thảo phạt, vùng đất này nay đã bình định, tất cả đều sáp nhập vào khu vực biên giới. Tuy nhiên binh nhiều dân ít, lương hướng không cung cấp đủ; Trẫm nghĩ rằng đất An Nam đến Lâm An rất gần; An Nam vốn kiên tâm thờ nước lớn, đáng trợ giúp lương thực để giúp nuôi lính ăn.'

Bộ Hộ y theo lời của Thiên tử hiểu dụ An Nam, lại sai bọn Dương Bàn đi sứ. Bàn đến nơi, Trần Vi lập tức cho chuyển vận 5000 thạch lương đến Thủy vĩ, biên giới Lâm An; lại biếu Bàn vàng và lụa, nhưng Bàn từ chối không nhận." (**Minh Thực Lục quan hệ Trung Quốc Việt Nam**, tập 1, trang 165)

Vào cuối năm, Dương Bàn trở về nước, Sứ thần Đại Việt đi theo, dâng lễ tết và cống người bị hoạn:

"Tháng 12 năm Hồng Vũ thứ 17 [1/1385]. Tháng này bọn Quốc Tử Trợ giáo Dương Bàn đi sứ An Nam trở về. Trần Vi lại sai bầy tôi bọn Lê Á Phu theo Bàn dâng biểu mừng lễ tết Nguyên Đán và cống 30 người bị hoạn." (**Minh Thực Lục quan hệ Trung Quốc Việt Nam**, tập 1, trang 166).

Ngoài ra trong năm này nước Đại Việt có 2 lần đến cống nhà Minh, Chiêm Thành cũng đến cống 1 lần; theo thường lệ triều Minh đáp lễ bằng y phục, vải vóc, riêng Chiêm Thành được ban thêm tiền giấy:

"*Ngày 2 tháng 2 năm Hồng Vũ thứ 17* [23/2/1384]. *Trần Vi [Phế Đế] nước An Nam dâng biểu cống 50 lạng vàng, 300 lạng bạc, 30 tấm lụa quyên, 9 đĩa vàng. Chiếu ban cho y phục lụa ỷ, đoạn và sa.*" (**Minh Thực Lục quan hệ Trung Quốc Việt Nam**, tập 1, trang 163).

"*Ngày 16 tháng 5 năm Hồng Vũ thứ 17* [5/6/1384]. *Trần Vi nước An Nam sai Trung Đại phu Lê Tông Triệt, Bùi Khinh dâng biểu cống voi; ban cho Tông Triệt, Bùi Khinh khăn đội đầu cùng dây đai; người đi theo được ban tiền giấy có sai biệt.*" (**Minh Thực Lục quan hệ Trung Quốc Việt Nam**, tập 1, trang 165)

"*Ngày 28 tháng 9 năm Hồng Vũ thứ 17* [13/10/1384]. *Quốc vương Chiêm Thành Ha Đáp Ha Giả sai quan Chiêu Văn Bộ dâng biểu khắc trên vàng, cống sản vật địa phương. Chiếu ban cho Sứ giả lụa ỷ có hoa văn, đĩnh (4) tiền giấy.*" (**Minh Thực Lục quan hệ Trung Quốc Việt Nam**, tập 1, trang 166)

Tháng 3, năm Xương Phù thứ 9 [10/4-9/5/1385] (Minh Hồng Vũ thứ 18). Sứ thần nhà Minh sang nước ta, yêu cầu dâng nộp các nhà sư:

"*Trước đây, ta đưa sang nhà Minh những hoạn quan là bọn Nguyễn Tông Đạo và Nguyễn Toán. Nhà Minh dùng họ làm chức nội quan, đối xử rất hậu. Nguyễn Tông Đạo nhân nói với vua Minh rằng:*

'*Phép thuật sư Nam giỏi hơn sư Bắc [Trung Quốc]. Đến đây, Minh sai sứ sang yêu cầu. Nhà vua sai tuyển lấy 20 vị* sư, đưa sang Kim Lăng [Nam Kinh]." **Cương Mục, Chính Biên**, quyển 11.

Tháng 7 [7/8-4/9/1385], quan Tư đồ Chương Túc hầu là Trần Nguyên Đán xin trí sĩ, được nhà vua y cho:

"*Nguyên Đán là bậc đại thần, người họ tôn thất, thấy quyền chính trong nước ngày một rơi vào tay kẻ quyền thần, nên không để ý đến việc kinh bang tế thế nữa, bèn xin cáo lão, về núi Côn Sơn (5), để vui cùng khóm trúc và đá núi; đặt tên hiệu là Băng Hồ. Thượng hoàng đã từng đến chơi nhà, hỏi han việc mai sau. Nguyên Đán đều không nói, chỉ dặn: 'Xin Bệ hạ kính trong nước Minh như cha, yêu thương Chiêm Thành như con, thì nước nhà sẽ được vô sự. Tôi dù có chết cũng được bất hủ'. Nguyên Đán biết Quý Ly thế nào rồi cũng cướp ngôi, nên tìm cách để tránh khỏi vạ, đem con là Mộng Dữ gửi gắm Quý Ly, và xin kết làm thông gia. Quý Ly đem con gái của Nhân Vinh, người họ tôn thất nhà Trần, gả cho Mộng Dữ; rồi cất làm Đông cung phán thủ. Em Mộng Dữ là Thúc Dao và Thúc Quỳnh cũng đều được làm tướng quân. Về sau, Quý Ly cướp ngôi, giết hại gần hết các tôn thất nhà Trần, chỉ riêng con cháu Nguyên Đán là được an toàn. Nguyên Đán có **Băng Hồ Thi Tập**, có nhiều bài mượn sự vật để tỏ ý cảm khái thời thế.*

Nhưng đó cũng chỉ là nói suông, lo hão, mà đối với nước của dòng dõi nhà mình còn hay mất, cứ bỏ mặc, không nói qua. Thế thực là người bất trung lắm đấy." **Cương Mục, Chính Biên**, quyển 11.

Tháng 2, năm Xương Phù thứ 10 [1/3-30/3/1386] (Minh Hồng Vũ thứ 19), Sứ giả nhà Minh lại sang nước ta đòi cây quý và hỏi đường đi đánh Chiêm Thành. Xét việc triều Minh liên lạc ngoại giao với Chiêm Thành bấy giờ rất nồng ấm; qua văn bản **Minh Thực Lục** đính kèm, hai bên gửi quà tặng cho nhau rất hậu. Riêng đối với Đại Việt thì năm trước [1384] đòi nạp gạo nuôi quân tại Vân Nam, rồi đòi sư sãi, cây quý, dâng người bị hoạn; lại giả vờ hỏi đường đi đánh Chiêm Thành. Những hành động trên chứng tỏ âm mưu thôn tính nước ta, đã manh nha từ thời Minh Thái Tổ:

"Nguyễn Tông Đạo [hoạn quan] lại nói nước ta có nhiều thứ cây quý. Nhà Minh sai Lâm Bột sang yêu cầu.

Nhà vua bèn sai viên ngoại lang là Phạm Đình đưa sang các cây: cau, vải, nhãn và mít, nhưng các thứ cây ấy không quen chịu lạnh, dọc đường, đều chết héo cả. Nhà Minh lại sai Lý Anh sang hỏi nhờ đường nước ta để đi đánh Chiêm Thành và đòi lấy 50 thớt voi nữa. Ta bèn sắp xếp từ Nghệ An đổ ra, cứ theo dọc đường, dựng các cung trạm, chứa sẵn lương thảo, luân chuyển đưa đến Vân Nam." **Cương Mục**, **Chính Biên**, quyển 11.

"Ngày 1 tháng 9 năm Hồng Vũ thứ 19 [24/9/1386]. *Quốc vương Chiêm Thành Ha Đáp Ha Giả [Chế Bồng Nga] sai con là Bảo Bộ Lĩnh Thi Na Nhật Vật đến mừng thọ Thiên tử, hiến 54 con voi, cùng ngà voi, tê giác, hồ tiêu, ô mộc, giáng hương, vải lụa hoa; cùng hiến ngà voi và những vật khác của Hoàng Thái tử. Chiếu ban cho Quốc vương khăn đội đầu, dây đai, y phục ỷ thêu kim tuyến. Ban cho con Quốc vương Bảo Bộ Lĩnh Thi Na Nhật Vật 200 lượng vàng, 1000 lượng bạc, hai bộ y phục lụa là màu xanh dệt kim tuyến; 2 bộ lụa là màu hồng, 2 bộ lụa ỷ màu xanh dệt kim tuyến, 2 bộ lụa ỷ màu hồng. Ban cho cháu Bảo Khuê Thi Ly Ban hai bộ áo xanh nạm vàng, 2 bộ lụa hồng; lụa hoa văn màu hồng, màu xanh mỗi thứ 2 bộ ; 6 tấm lụa ỷ đoạn, 150 lạng bạc. Ban cho Phó sứ,*

Đầu mục, Thông sự tiền giấy, áo lụa là, lụa ý, đoạn có phân biệt. Ban y phục cho 150 quân nuôi voi." (**Minh Thực Lục quan hệ Trung Quốc Việt Nam**, tập 1, trang 167)

Vào cuối năm Xương Phù thứ 10, Sứ thần Đại Việt Đỗ Anh Bật lại sang nhà Minh cống vàng bạc và kẻ bị hoạn:

"*Ngày 26 tháng 12 năm Hồng Vũ thứ 19* [16/1/1387]. *Trần Vi* [Phế Đế] *nước An Nam sai bọn Trung Đại phu Đỗ Anh Bật dưng biểu; cống vàng, bạc, đồ dùng trong tiệc rượu gồm 33 thứ, cùng 19 người bị hoạn.*" (**Minh Thực Lục quan hệ Trung Quốc Việt Nam**, tập 1, trang 167)

Năm này triều đình nhà Trần dùng Hồ Tôn Thốc người huyện Đông Thành, phủ Diễn Châu, Nghệ An; làm quan Hàn lâm viện Học sĩ phụng chỉ:

"*Thốc, lúc tuổi trẻ đỗ sớm, nổi tiếng về văn học. Khi làm An phủ sứ, Thốc ăn lễ của dân. Sự phạt giác, Nghệ Tông lấy làm lạ, có đòi hỏi, Thốc lạy tạ mà thưa rằng: "Một người được ơn vua thì cả nhà hưởng lộc nước"; Nghệ Tông bèn tha tội cho. Đến đây, được trao cho chức này, lại kiêm cả chức Thẩm hình viện sứ. Thốc có làm **Thảo nhàn hiệu tần** (6) thi, ngụ ý cảm khái về việc Quý Ly chuyên chính. Tuổi ngoài 80, Thốc mất.*" **Cương Mục**, **Chính Biên**, quyển 11.

Tháng 2, năm Xương Phù thứ 11 [19/2-19/3/1387] (Minh Hồng Vũ thứ 20) Thượng hoàng Trần Nghệ Tông trở về triều, sau khi lưu tại cung Bảo Hòa [Tiên Du Bắc Ninh] trong vòng 5 năm; soạn xong bộ **Bảo Hòa Dư Bút**.

Tháng 3 [20/3-18/4/1387], cho Lê Quý Ly làm Đồng bình chương sự tức Tể tướng. Thượng hoàng ban cho Quý Ly lá cờ và thanh kiếm có đề 8 chữ: "*Văn vũ toàn tài, quân thần đồng đức*" [Văn võ gồm tài, vua tôi một dạ]. Quý Ly làm thơ bằng quốc âm để tạ ơn Thượng hoàng.

Trong năm này 2 nước Đại Việt và Chiêm Thành, mỗi nước đưa 2 phái đoàn sang cống nhà Minh các sản vật địa phương cùng voi. Riêng triều Minh điều 100 chiếc thuyền cùng quân lính sang Chiêm Thành phối hợp với nước này, đánh bắt bọn cướp biển Nhật:

"Ngày 27 tháng 5 năm Hồng Vũ thứ 20 [13/6/1387]. Trần Vi [Phế Đế] nước An Nam sai bầy tôi là Đỗ Nhật Đôn cống cau, trầu, mít, chuối tiêu. Ban cho Đôn bạc nén."* (**Minh Thực Lục** v. 6, tr. 2743; Thái Tổ q.182, tr. 3a)

"Ngày 12 tháng 6 nhuần năm Hồng Vũ thứ 20 [27/7/1387]. Sắc cho Đô Chỉ huy Sứ ty Phúc Kiến tạo 100 chiếc thuyền đi biển; Quảng Đông chế tạo gấp bội số này, trang bị đầy đủ khí giới và lương thực tập trung tại Chiết Giang vào tháng 9, để chuẩn bị đến Chiêm Thành bắt bọn giặc Nụy [người Nhật Bản]". (**Minh Thực lục quan hệ Trung Quốc Việt Nam**, tập 1, trang 167)

"Ngày 10 tháng 8 năm Hồng Vũ thứ 20 [22/9/1387]. Trần Vi nước An Nam sai viên quan là Nguyễn Thái Xung, Thông Nghĩa Đại phu Trần Thúc Hoành cống voi, chai rượu bằng vàng. Ban cho bọn Thái Xung tiền giấy 130 đĩnh".* (**Minh Thực Lục quan hệ Trung Quốc Việt Nam**, tập 1, trang 168)

"Ngày 20 tháng 8 năm Hồng Vũ thứ 20 [2/10/1387]. Quốc vương Chiêm Thành Ha Đáp Ha Giả sai quan là bọn Tân Gia Xuất dâng 51 con voi, cùng gỗ gia nam, sừng tê giác. Chiếu ban cho Vương nước này 20 tấm lụa ỷ dệt kim, 4 tấm gấm."* (**Minh Thực Lục quan hệ Trung Quốc Việt Nam**, tập 1, trang 168)

"Ngày 4 tháng 10 năm Hồng Vũ thứ 20 [15/11/1387].

Quốc vương Chiêm Thành Ha Đáp Ha Giả sai quan là bọn Bảo Lạc Khuê Ha Na Lai Hữu 158 người đến cống sản vật địa phương. Mệnh ban cho y phục và tiền giấy có sai biệt." (**Minh Thực Lục quan hệ Trung Quốc Việt Nam**, tập 1, trang 169)

Theo văn bản nêu trên, được biết Chiêm Thành cống một số lượng lớn voi gồm 51 con, nhu cầu cần nhiều người coi sóc; lại đến vào mùa thu, thời tiết bắt đầu nhuốm lạnh, nên đặc cách ban cho y phục và chăn chống lạnh và cho thêm tiền:

"*Ngày 22 tháng 11 năm Hồng Vũ thứ 20* [1/1/ 1388]. *Thiên tử cho rằng Sứ cống voi Chiêm Thành, bọn Tiên Giả Tân Gia Xuất và quân lính thiếu y phục chống lạnh; mệnh ban cho chăn bông và một bộ y phục ấm. Khi bọn Tân Gia Xuất đến Quảng Đông, sai quan từ trung ương đến ban yến, lại ban cho mỗi người 20 nén tiền giấy để thưởng lộ phí đi đường, riêng quân lính cấp một nửa.*" (**Minh Thực Lục quan hệ Trung Quốc Việt Nam**, tập 1, trang 169)

Tháng 5, năm Xương Phù thứ 12 [5/6-3/7/1388] (Minh Hồng Vũ thứ 21). Dùng Trần Đỗ làm chức Cung lệnh , đứng đầu một cung để hầu Vua. Trần Đỗ là con Thượng vị hầu Tung, mẹ Đỗ cải giá lấy Quý Ly, nên về sau Đỗ đổi theo họ Hồ.

Tháng 6 [4/7-2/8/1388], dùng em Quý Ly là Lê Quý Tì làm chức Phán thủ Tri tả Hữu ban sự.

Tháng 12 [29/12/1388-27/1/1389], Vua Phế đế bàn với đám cận thần như Thái úy Ngạc rằng Lê Quý Ly có âm mưu cướp ngôi, cần lo tính trước. Quý Ly biết chuyện bèn giềm pha với Thượng hoàng truất ngôi nhà vua, giáng làm Linh đức đại vương, rồi giết chết tại chùa Tư Phúc. Lại giết cả những người ủng hộ nhà Vua như Ngự sử đại phu là Lê Á Phu, các Tướng quân là Nguyễn Khoái, Nguyễn Vân Nhi, Nguyễn Ha, Nguyễn Bát Sách, Lê Lặc và học sinh là Lưu Thường. Thượng hoàng Nghệ Tông lại nghe lời Quý Ly lập người con út của mình là Chiêu Định Vương lên làm vua, tức vua Thuận Tông:

"Trước đây, thấy có điềm sao chổi, nhà vua bàn với bọn Thái úy Ngạc và Lê Á Phu rằng:

'Thượng hoàng yêu nuông họ ngoại, Quý Ly càn rỡ, việc gì cũng làm theo ý muốn của hắn, nếu chúng ta không lo tính trước, sau này khó mà khống chế được'.

Vương Nhữ Mai hầu vua đọc sách, làm tiết lộ mưu ấy, nên Quý Ly biết chuyện. Nguyễn Đa Phương khuyên Quý Ly nên lánh ra núi Đại Lại [huyện Vĩnh Lộc, Thanh Hóa], để nghe ngóng tình thế biến chuyển ra sao, Phạm Cự Luận nói:

'Không nên. Một khi bước chân ra ngoài, thì khó mà toan tính vẹn toàn được'. Quý Ly nói: 'Nếu không có mưu kế gì, thì tôi phải tự tử, chứ không để lọt vào tay người khác'. Cự Luận nói: 'Mới rồi nhà vua dụ giết Quan phục hầu Đại vương Húc, việc ấy Thượng hoàng vẫn còn căm giận lắm. Hiện nay chỉ có một mình đại nhân [chỉ Quý Ly] nên vào yết kiến Thượng hoàng, bày tỏ lợi hại việc Thượng hoàng trước kia bỏ con mà lập cháu; vậy nên đem câu ngạn ngữ này làm rung động lòng Thượng hoàng: 'Chỉ thấy người ta bán cháu nuôi con, chứ chưa thấy ai lại bán con nuôi cháu!'. Nói như thế, chắc chắn Thượng hoàng nghe theo. Lúc bấy giờ đổi lập Chiêu Định [Con út Trần Nghệ Tông, tên là Ngung] lên làm vua, thì xoay họa ra phúc dễ dàng như trở bàn tay'.

Quý Ly nghe theo kế ấy, liền theo lời Cự Luận đã nói, vào tâu kín với Thượng hoàng. Thượng hoàng rất lấy làm phải lẽ. Đến đây, Thượng hoàng giả vờ đi chơi đất An Sinh [Đông Triều, Hải Dương], cho bầy tôi trong nội điện triệu nhà vua. Khi nhà vua đến, Thượng hoàng nói: 'Đại vương đã đến', liền sai người dẫn ra nhà giam ở chùa Tư Phúc. Rồi ban tờ nội chiếu nói:

'Trước đây Duệ Tông vào đánh trong Nam, không trở về, cho nên dùng người cháu trưởng [con Duệ Tông tức Phế Đế] nối ngôi vua là theo đạo đời cổ. Nhưng từ ngày quan gia [chỉ Phế Đế] lên ngôi đến nay, chưa bỏ hết tính nết trẻ con, chưa giữ được đức độ vững chắc, thân cận với bọn tiểu nhân như bọn Lê Á Phu, Lê Dũ Nghị, lập tâm hãm hại người bầy tôi có công, làm dao động cả xã tắc. Vậy cho giáng làm Linh Đức đại vương. Lại xét: nhà nước không thể không có người chủ trương, ngôi vua không thể để trống mãi được, chuẩn y cho rước Chiêu Định vương là Ngung vào triều, nối giữ đại thống. Vậy ban bố chiếu thư cho trong kinh thành, ngoài các lộ ai nấy đều biết'.

Lúc ấy, viên tướng đội quân Thiết Liêm là Nguyễn Khoái và Nguyễn Vân Nhi, viên tướng đội quân Thiết Giáp là Nguyễn Ha và Lê Lặc, viên tướng đội quân Thiết Sang là Nguyễn Bát Sách toan đem quân phá nhà tù để cướp lấy nhà vua ra ngoài. Nhà vua [Phế Đế] viết hai chữ "giải giáp" [bỏ khí giới xuống] đưa cho các tướng ấy và dặn rằng: "Không được trái ý vua cha". Các tướng bấy giờ mới thôi. Một lúc sau, Thượng hoàng sai người phù nhà vua xuống phủ Thái Dương, thắt cổ cho chết. Bọn Lê Á Phu, Nguyễn Khoái, Nguyễn Vân Nhi và Lưu Thường đều bị giết, còn Lê Dũ Nghị [anh họ Á Phu] phải đày đi trại Đầu." **Cương Mục**, **Chính Biên**, quyển 11.

Vào năm Hồng Vũ thứ 21, tức năm Xương Phù thứ 12 [1388], triều đình Đại Việt sai Sứ thần Lê Nhân Thống sang cống; nhà Minh sai Lang Trung bộ Lễ Hình Văn Bác mang sắc thư cùng vải vóc ban cho. Riêng Vua Chiêm Thành bị Minh Thái Tổ quở trách nặng nề, do lỗi chặn cướp một số voi của nước Chân Lạp đem sang cống; nhưng rồi mấy tháng sau, Chiêm Thành vẫn tiếp tục cử người triều cống hương liệu:

"Ngày 16 tháng 3 năm Hồng Vũ thứ 21 [22/4/1388]. An Nam sai quan là Lê Nhân Thống đến triều cống, lúc trở về ban cho Nhân Thống 30 nén tiền giấy, lại sai Lang trung bộ Lễ Hình Văn Bác mang sắc cùng lụa ỷ và vải mỗi thứ 100 tấm ban cho Vi [Phế Đế], Vương nước này." (**Minh Thực Lục quan hệ Trung Quốc Việt Nam**, tập 1, trang 170)

"Ngày 8 tháng 4 năm Hồng Vũ thứ 21 [14/5/1388] Sai Hành nhân Đồng Thiệu đến dụ Quốc vương Chiêm Thành Ha Đáp Ha Giả [Chế Bồng Nga] rằng:

' Ngươi sống tại nơi hải đảo, hiệu lệnh cho dân Di dưới quyền, nếu không dùng ân và tín để cai trị nuôi dạy dân chúng, thì làm sao có thể làm chủ một phương, truyền cho con cháu, giữ được không có mối lo. Mới đây ngươi sai con đến triều đình, ta sai Trung sứ đưa về nước; rồi viên sứ này trở về trình rằng hành động của ngươi trái với điển lệ. Lúc đầu Trẫm chưa tin, đến lúc Ma Lâm Cơ trình bày việc trong nước ngươi, đem so sánh thấy lời trên thật đáng tin, không phải là vu cáo. Tháng 4 năm nay lại được An Nam tâu như sau: 'Hành Nhân Lưu Mẫn trên đường ra khỏi Chiêm Thành đưa 52 con voi do Chân Lạp cống; Chiêm Thành sai người giả làm kẻ cướp đoạt mất ¼ số voi cùng bắt 15 tên quản tượng.' Ta biết rằng ngươi là Di phương nam; nhưng không

nghĩ rằng ngươi vừa tôn kính Trung Quốc, lại lấy việc cướp bóc làm nghề nghiệp. Dù rằng hàng ngày ngươi cướp bóc làm điều bất nghĩa, thì cũng phải biết kẻ lớn người nhỏ, kẻ trên người dưới! Há lại đứng đầu một nước lại dám buông tuồng khinh lờn Thiên tử. Như năm ngoái ngươi dâng voi và 2 người quản tượng; từ khi cho con ngươi trở về, thì trốn tránh không dâng tiếp! Việc làm của ngươi cứ tiếp tục như vậy thì một đàng không có lòng thờ nước lớn, một đàng thì mất sự tín nghĩa để giao thiệp với lân quốc; ngươi phải suy nghĩ sửa đổi, chớ để hối về sau." (**Minh Thực Lục quan hệ Trung Quốc Việt Nam**, tập 1, trang 170)

"Tháng 7 năm Hồng Vũ thứ 21 [8-9//1388]. Tháng này Quốc vương Chiêm Thành Ha Đáp Ha Giả sai bầy tôi là Bất Thứ Cơ Bá Thứ Phách Đệ cống gia nam, mộc hương. (**Minh Thực Lục quan hệ Trung Quốc Việt Nam**, tập 1, trang 172)

Chú thích:

1. Yêm hoạn: người đàn ông bị thiến hoặc không có bộ phận sinh dục.

2. Khám hợp: một loại thẻ còn gọi là tín phù, được chia làm 2; một phần gửi đi, một phần giữ lại. Để làm tin khi cần kiểm soát thì ráp 2 phần lại xem có hợp không

3. Phiên: Người Trung Quốc xưa kỳ thị, gọi các nước lân bang là Phiên hoặc Di, Địch.

4. Đĩnh: một thoi bạc hoặc vàng, có đĩnh nặng 5 lượng, có đĩnh nặng 10 lượng.

5. Côn Sơn: Ở xã Chi Ngại, huyện Chí Linh, tỉnh Hải Dương, trên có động Thanh Hư, dưới có núi cầu Thấu Ngọc.

6. **Thảo Nhàn Hiệu Tần Thi Tập**: Tập thơ bắt chước làm lúc nhàn rỗi. Thảo nhàn: tìm lấy cảnh nhàn rỗi. Hiệu tần: theo sách **Trang Tử**, Tây Thi đau bụng, nhăn nhó; một chị người làng, mặt mũi xấu xí, thấy Tây Thi nhăn nhó, cho là đẹp, về cũng ôm bụng bắt chước nhăn nhó. Do đó, người ta dùng danh từ "hiệu tần" để chỉ sự học đòi một cách vụng về.

56.
Trần Thuận Tông (1)
[1388-1398]

Niên hiệu:

Quang Thái

Tháng chạp năm Quang Thái thứ 1 [1388]; sau khi Đế Hiện đã bị truất ngôi, Quý Ly nói phao lên rằng sẽ lập Thái úy Trang định vương Ngạc, một người con của Thượng hoàng lên nối ngôi. Ngạc từ chối không nhận; nhân đấy Quý Ly nói với Thượng hàng rằng:

'*Quan Thái uý biết chối từ không nhận ngôi Vua, là người có đức độ lớn*'.

Thượng hoàng lấy làm phải; vì thế, nên mới có mệnh lệnh phong Ngạc làm Đại vương và lập người con út là Chiêu Định vương Ngung lên làm vua, tức Vua Thuận Tông, niên hiệu Quang Thái.

Việc thay đổi ngôi Vua tại nước ta, được **Minh Thực Lục** xác nhận qua văn bản sau đây:

"***Tháng 12 năm Hồng Vũ thứ 21** [1/1389]. Trần Vi [Phế Đế] An Nam bị viên Quốc tướng Lê Nhất Nguyên [Hồ Quý*

Ly] *phế và giam tại phường Đại Dương ngoại thành. Vào tháng 12 thì bị giết, lập con Thúc Minh là Nhật Côn [Thuận Tông] lên làm vua; Nhất Nguyên còn có tên là Quý Ly.*" (**Minh Thực Lục quan hệ Trung Quốc Việt Nam**, tập 1, trang 172)

Tháng giêng năm Quang Thái thứ 2 [28/1-25/2/1389] (Minh Hồng Vũ thứ 22), lập con gái Quý Ly làm Hoàng hậu. Sau khi đã sách lập, đặt tên chỗ ở là điện Hoàng Nguyên.

Tháng 4 [26/4-25/5/1389], bổ dụng Phạm Cự Luận làm Thiêm Thư Xu mật viện sự; Quý Ly hỏi Cự Luận quan trong viện Xu Mật, những người nào có thể dùng được. Cự Luận tiến cử người em của y là Phạm Phiếm, và bọn Đỗ Tử Mãn, Vương Khả Tuân, Dương Chương, Hàn Tử Tây, Nguyễn Sùng, Nguyễn Thư, Nguyễn Cảnh Chân, đều có danh vọng, đức độ có thể dùng được, nhưng có Đỗ Tử Mãn là hơn cả. Quý Ly bèn dùng Khả Tuân quản lĩnh đội quân Thần Dực, Dương Chương quản lĩnh đội quân Thần Dũng. Quý Ly bổ dụng như thế, là cốt đặt thêm vây cánh của mình.

Tháng 8 [21/8-19/9/1389], giặc cướp ở Thanh Hóa nổi lên. Nguyễn Thanh, người Thanh Hóa, tự xưng là Linh Đức vương, tụ họp nhiều người tại sông Lương [một nhánh tại hạ lưu sông Mã], dân chúng đều hưởng ứng. Lúc ấy lại có Nguyễn Kỵ, người Nông Cống, tự xưng là Lỗ Vương, tụ họp binh lính đi cướp bóc.

Tháng 10 [20/10-17/11/1389], Chiêm Thành vào cướp Thanh Hóa; triều đình sai Quý Ly đem quân đi chống cự, bị thua bèn trở về; riêng tướng Nguyễn Đa Phương do Quý Ly dèm pha bị giết chết:

"*Quân Chiêm Thành xâm phạm vào làng Cổ Vô [Thanh Hóa]. Quan quân đóng cọc gỗ ở sông, đem thuyền vây xung* quanh. Hai bên cầm cự nhau hơn hai mươi ngày. Quân giặc đắp đập chắn nước ở thượng lưu sông Lương [sông Chu], để mai phục quân và voi, rồi giả vờ dọn dẹp doanh trại để kéo quân về. Quý Ly chọn quân tinh nhuệ dũng cảm đuổi theo, đại quân mở cọc gỗ đã đóng, rồi quân thủy quân bộ nhất tề xông ra. Bên giặc bèn phá bờ đập, lùa voi xông ra trận. Quân tinh nhuệ dũng cảm của Quý Ly không thể quay lại ứng cứu được, thuyền chở quân chiến đấu ở dưới sông thì bị nước chảy xiết dồn vào một chỗ, bao nhiêu quân bị giết hết, nên bị thua to. Viên tướng quản lĩnh đội quân Thánh Dực là Nguyễn Chí bị giặc bắt, ngoài ra bảy mươi viên tướng cầm quân đều bị chết. Quý Ly bỏ trốn về, để tì tướng là Phạm Khả Vĩnh và viên tướng quyền quản lĩnh đội quân Thánh Dực là Nguyễn Đa Phương ở lại cầm cự với giặc ở Ngu Giang.

Đêm hôm ấy, Đa Phương bàn với Khả Vĩnh rằng:

'Thế giặc mạnh như thế, mà quân chúng ta ít ỏi, khó có thể cầm cự lâu dài được, nếu bây giờ muốn kéo quân về, tất nhiên giặc thừa cơ đuổi theo'.

Họ bèn hạ lệnh cho các quân lính phong ra rất nhiều cờ, buộc thuyền lớn vào cột gỗ ở sông, canh phòng nghiêm mật, đến đêm dùng thuyền nhỏ trốn về. Giặc thừa thế, tung quân ra cướp bóc. Khi Quý Ly trốn về đến kinh khuyết, xin cho xuất phát thuyền chiến để thêm sức mạnh. Thượng hoàng không chuẩn y. Nhân đấy Quý Ly xin thôi không giữ binh quyền, không đem quân ra đánh Chiêm Thành nữa.

Từ khi ở Ngu Giang trốn về, Đa Phương tự cho mình là có công giữ được quân trọn vẹn, thường chê bai Quý Ly là bất tài. Vì thế, Quý Ly gièm pha với Thượng hoàng rằng việc đánh Chiêm Thành thất bại là do ở Đa Phương, bèn thu lấy *binh quyền do Đa Phương giữ. Đa Phương vẫn có nét mặt kiêu ngạo. Thượng hoàng nói:*

'Cần phải bắt chịu tội nhẹ để răn bảo hắn'.

Quý Ly nói:

'Đa Phương là người mạnh khoẻ, tôi sợ hắn sẽ chạy sang phương Bắc với nhà Minh hay là chạy vào phương Nam với Chiêm Thành, thả cọp ra sẽ để họa về sau, chi bằng giết đi là xong'.

Bèn hạ lệnh bắt Đa Phương phải tự tử. Đa Phương phàn nàn rằng:

'Tôi vì có tài mà được sang, cũng vì có tài mà phải chết, chỉ ân hận là không được chết ở nơi chiến trận mà thôi'".
Cương Mục, **Chính Biên**, quyển 11.

Tháng 11 [18/11-17/12/1389], quân Chiêm Thành xâm phạm đến sông Hoàng Giang, tức đoạn sông Hồng giữa 2 tỉnh Thái Bình và Nam định; nhà Vua sai Đô tướng Trần Khát Chân đem quân ra chống cự.

Được phụng mạng đem quân đánh giặc, Khát Chân khẳng khái, khóc lạy Thượng hoàng để từ biệt. Thượng hoàng cũng khóc, mắt vẫn nhìn theo để tiễn đưa Khát Chân. Khi kéo quân đến Hoàng Giang, gặp quân giặc, Khát Chân xem xét địa thế, thấy không có chỗ bố trận, liền lui quân đóng giữ ở sông Hải Triều tức sông Luộc tại Hưng Yên.

Tháng chạp [18/12/1389-16/1/1390], một nhà sư tên là Phạm Sư Ôn, tự xưng là có yêu thuật, nổi lên làm loạn. Nhà vua sai viên tướng quản lĩnh đội quân Tả Thánh Dực là Hoàng Phụng Thế đi đánh, dẹp tan được:

"Sư Ôn hô hào dân chúng tụ họp ở lộ Quốc Oai [Sơn

Tây], *lạm xưng danh hiệu lớn. Dùng Nguyễn Mại, Nguyễn Khả Hành giữ chức Hành khiển, chiêu tập những kẻ vô lại đặt làm các hiệu quân Thần Kỳ, Dũng Đấu và Vô Hạn. Sư Ôn đem quân xâm phạm thẳng vào kinh sư, nhà vua và Thượng hoàng phải lánh sang Bắc Giang. Sư Ôn ở kinh thành ba ngày, rồi kéo ra đóng ở Nộn Châu. Nhà vua sai Hoàng Phụng Thế đem quân đi đánh. Lúc ấy, Phụng thế đương cùng La Ngai, tướng Chiêm Thành, cầm cự nhau ở Hoàng Giang. Khi đã nhận được lệnh, Phụng Thế từ Miệt Giang (1) tiến quân. Bấy giờ gặp mùa đông, nước sông cạn, Phùng Thế vội mở đường thủy, thuyền chiến tiến xông vào. Quân giặc bị đánh bất thình lình, liền bị vỡ. Quân nhà Trần bắt được Sư Ôn cùng lũ Nguyễn Mại và Khả Hành đem giết đi.*" **Cương Mục, Chính Biên**, quyển 11.

Năm Hồng Vũ thứ 17 [5/8/ 1384] nhà Minh đã bắt nước ta cung cấp lương thực một cách nặng nề cho quân đồn trú tại Lâm An, tỉnh Vân Nam khiến nhiều dân phu phải chết tại dọc đường. Nay lại gửi chiếu thư không muốn phiền hà dân ta trong việc tiến cống, chứng tỏ Minh triều không thực lòng, giả nhân nghĩa:

"*Ngày 13 tháng 12 năm Hồng Vũ thứ 21* [10/1/1389]. *An Nam sai bầy tôi là bọn Nguyễn Hoàn đến dâng biểu tạ ơn về việc ban sắc, lụa ỷ dệt hoa văn; cùng cống 4 con voi và 3 người quản tượng. Thiên tử phán rằng sang cống nhiều lần phiền hà, đồ cống phần nhiều quá xa xỉ, đường sá không khỏi mệt nhọc. Ban chiếu cho bộ Lễ dụ An Nam 3 năm triều cống một lần, phương vật thì tùy loại được sản xuất, chỉ cho 1 người mang đi, biểu lộ lòng thành kính mà thôi. Không đưa voi và tê giác nữa, vì việc này tiếp tục làm khổ dân.*" (**Minh Thực lục quan hệ Trung Quốc Việt Nam**, tập 1, trang 172)

"Ngày 21 tháng 11 năm Hồng Vũ thứ 22 [8/12/1389] Trần Vi [Phế Đế] nước An Nam sai Bồi thần Nguyễn Đồng Thúc đến cống phương vật, vàng, bạc, khí mãnh. Ban cho Đồng Thúc cùng người tùy tùng tiền giấy có sai biệt. Lúc này Trần Vi đã bị viên Tướng quốc là Lê Nhất Nguyên giết. Nhất Nguyên sợ triều đình mang quân đánh nên dấu việc này; vẫn giả xưng Vi sai Đồng Thúc đến cống." (**Minh Thực Lục quan hệ Trung Quốc Việt Nam**, tập 1, trang 173)

"Ngày 28 tháng 11 năm Hồng Vũ thứ 22 [15/12/1389]. Lại chiếu dụ bộ Lễ bảo An Nam rằng từ nay trở đi 3 năm triều cống một lần. Đừng sai sứ đi lại mấy lần gây phiền, mệt nhọc." (**Minh Thực Lục quan hệ Trung Quốc Việt Nam**, tập 1, trang 174)

Ngày 23 tháng giêng năm Quang Thái thứ 3 [8/2/1390] (Minh Hồng Vũ thứ 23), Đô tướng Trần Khát Chân đánh bại quân Chiêm Thành tại sông Hải Triều [sông Luộc, Hưng Yên], giết được vua nước ấy là Chế Bồng Nga:

"Bồng Nga cùng với hàng tướng Nguyên Diệu, quản lĩnh hơn trăm thuyền chiến, đến xem xét tình hình quan quân. Lúc các thuyền chưa kịp tập hợp thì một tiểu thần của Bồng Nga là Ba Lậu Kê bị Bồng Nga quở trách, hắn sợ phải tội, mới chạy sang bên quan quân, chỉ chiếc thuyền sơn màu lục bảo với quan quân rằng: 'Đấy là thuyền chúa Chiêm Thành'. Khát Chân liền sai hỏa pháo (2) cùng bắn một loạt, đạn bay trúng giữa thân Bồng Nga suốt vào ván thuyền, Bồng Nga bị chết ngay. Quân giặc sợ hãi tan vỡ.

Nguyên Diệu nhân lúc ấy cắt lấy thủ cấp Bồng Nga, chạy về với quan quân. Viên đại đội phó trong đội quân Long Tiệp là Phạm Như Lặc và người đào ngũ là Dương Ngang giết

Nguyên Diệu, cướp lấy thủ cấp Bồng Nga đem dâng nộp. Khát Chân sai bỏ vào hòm, cho phi ngựa đem đến hành tại (3) ở Bình Than [Hải Dương], tâu việc đánh được giặc. Lúc ấy giọt nước đồng hồ đã xuống đến trống canh ba, Thượng hoàng giật mình thức dậy, tưởng là giặc kéo đến, khi nghe biết tin thắng trận, mới cả mừng, liền triệu trăm quan đến xem cho kỹ, trăm quan đều chúc mừng. Thượng hoàng nói: "Ta với Bồng Nga cầm cự nhau đã lâu, ngày nay mới được thấy mặt nhau, không khác gì Hán Cao Tổ trông thấy đầu Hạng Vũ. Từ nay trong nước sẽ bình định".

La Ngai, tướng Chiêm Thành, thu thập tàn quân, hỏa táng hài cốt Bồng Nga, ngày đêm đi lần chân núi, bắc ngang cây làm giàn để nấu cơm, vừa đi vừa ăn, chỗ nào gặp quan quân đuổi đánh thì dừng voi lại, tung của ra, để làm kế ngăn cản, nên đem quân về nước được trọn vẹn.

Lúc ấy, dân ở Nghệ An, Tân Bình [Quảng Bình] và Thuận Hóa, nhiều người làm phản, đi theo Chiêm Thành, duy thổ hào Phạn Mãnh và Phạm Thế Căng đem dân chúng thuận theo về triều đình. Thượng hoàng khen ngợi, lại thấy Mãnh là người có tài lược, cho thăng ngay lên chức Minh uy tướng quân, quản lĩnh quân Tân Bình và Thuận Hóa để chống cự với giặc Chiêm Thành." **Cương Mục, Chính Biên**, quyển 11.

Tháng 2 [16/2-16/3/1390], bọn Tư đồ Trần Nguyên Đĩnh và Thiếu Bảo Trần Tôn phải chịu tội chết. Trước đây, Chiêm Thành vào lấn cướp, Nguyên Đĩnh và Trần Tôn ngấm ngầm giao thông; đến lúc quân Chiêm Thành rút lui, nhà vua hạ chiếu bắt để trị tội. Bọn Nguyên Đĩnh và Trần Tôn nhảy xuống nước chết, bè đảng của chúng là Trần Khang chạy sang Lão Qua [Lào].

Hạ chiếu định công trạng những người đánh được Chiêm Thành, ban tước có từng cấp bậc khác nhau. Trần Khát Chân làm Long tiệp phụng thần nội vệ thượng tướng quân, phong tước Vũ Tiết quan nội hầu; Phạm Khả Vĩnh làm Xa kỵ thượng tướng quân, phong tước Quan phục hầu; Phạm Lặc và Dương Ngang được ban tước năm tư, lại gia phong cho Lặc quản lĩnh Cấm vệ đô, ban cho Ngang 30 mẫu ruộng; còn những người khác đều được ban tước cao thấp khác nhau.

Tháng 6 [13/7-10/8/1390], hai con của Chế Bồng Nga là Chế Ma Nô Đã Nan và em là Chế Sơn Na chạy sang nước ta. Sau khi Chế Bồng Nga bị giết, tướng Chiêm Thành La Ngai dẫn quân về, bèn chiếm giữ lấy nước, tự lập làm Vua. Hai con của Bồng Nga sợ bị giết, nên chạy sang nước ta. Nhà Vua phong cho Ma Nô Đã Nan làm Hiệu chính hầu, Sơn Na làm Á hầu.

Tháng 2 năm Quang Thái thứ 4 [6/3-4/4/1391] (Minh Hồng Vũ thứ 24), Lê Quý Ly sai quân đi tuần tại Hóa Châu [tỉnh Thừa Thiên], bị Chiêm Thành đánh thua, bèn trở về:

"Quý Ly nhận thấy đất Hóa Châu tiếp giáp với Chiêm Thành, nên đem quân đi tuần đất ấy, xét định hàng ngũ quân lính, sửa sang xây dựng thành hào, rồi sai viên tướng quản lĩnh đội quân Thánh Dực là Hoàng Phụng Thế đem quân đi tuần tiễu đến địa giới Chiêm Thành. Người Chiêm Thành đặt quân mai phục để chờ đợi: quân Phụng Thế tự tan vỡ. Phụng Thế bị giặc bắt, sau tìm kế thoát ra được; khi đem quân về, lại được giữ chức như cũ. Còn 30 người trong bộ thuộc Phụng Thế thì bị Quý Ly đem chém hết." **Cương Mục**, **Chính Biên**, quyển 11.

Tháng 5 [3/6-1/7/1391], Quý Ly giết Thái uý là Trang Định đại vương Ngạc con Thượng hoàng Nghệ Tông.

"Trước đây, Đế Hiện bị truất, Thượng hoàng muốn lập Ngạc nối ngôi, Quý Ly dùng kế làm cho Thượng hoàng mê hoặc, do đấy Ngạc và Quý Ly sinh ra hiềm khích, nhiều lần Ngạc bị Quý Ly giềm pha, sinh lòng nghi ngờ lo sợ, bèn trốn ra Vạn Ninh. Thượng hoàng sai viên tướng quản lĩnh đội quân Ninh Vệ là Nguyễn Nhân Liệt đuổi theo bảo trở về. Quý Ly ngầm sai Nhân Liệt đánh chết Ngạc. Khi trở về kinh đô, Nhân Liệt nói dối là vì Ngạc đối với người Vạn Ninh [Quảng Ninh] một cách bạo ngược, nên bị họ giết. Thượng hoàng giận, truất Ngạc làm Mẫn vương, sau tỉnh ngộ ăn năn, mới hỏi người nào đuổi bắt Mẫn vương. Nhân Liệt sợ, thắt cổ tự tử." **Cương Mục**, **Chính Biên**, quyển 11.

Tháng 8 [30/8-28/9/1391], Quý Ly giết hai tướng quản lĩnh quân Hóa Châu là Phan Mãnh và Chu Bỉnh Khuê; dùng Đặng Tất người đất Can Lộc Hà Tĩnh, cha Đặng Dung, làm Châu phán; Hoàng Hối Khanh người đất An Định, Thanh Hóa làm Chánh hình viện đại phu. Bấy giờ uy quyền Quý Ly ngày một to lớn, các tướng ở Hoá Châu cùng nhau bàn luận chê bai. Phan Mãnh nói:

"Trời không bao giờ có hai mặt trời, dân không bao giờ có hai vua".

Chu Bỉnh Khuê nói:

"Đừng lắm điều, mọi người nên khoá miệng".

Tất và Hối Khanh ngầm viết thư mách Quý Ly. Quý Ly cho là Mãnh và Bỉnh Khuê ngấm ngầm làm điều trái phép, bèn giết hai người ấy, mà bổ dụng bọn Đặng Tất giữ chức quan này. Viên Ngự sử Đỗ Tử Trừng không nói gì đến việc này, Quý Ly đưa bài thơ để quở trách.

Toàn Thư, sử nước ta, chép Vua Chiêm Thành là Chế Bồng Nga bị quân nhà Trần bắn chết tại sông Hải Triều; viên tướng La Ngai mang quân rút về, rồi tự lập lên làm vua; hai con của Chế Bồng Nga sợ, phải chạy sang nước ta xin tá túc. Riêng **Minh Thực Lục** ghi rằng Các Thắng giết vua cướp ngôi, vậy có thể suy ra rằng La Ngai dùng tên Các Thắng để xưng với Trung Quốc:

"Ngày 7 tháng 11 năm Hồng Vũ thứ 24 [2/12/1391] Nước Chiêm Thành sai viên Thái sư Đào Bảo Gia Trực dâng biểu bằng vàng, tiến cống tê giác, nô tỳ, vải vóc. Thiên tử bảo các quan bộ Lễ rằng:

"Đây do viên quan soán nghịch! Đồ tiến cống đừng nhận. Trước đây viên quan Chiêm Thành là Các Thắng giết Vương nước này tự lập, nên cự tuyệt." (**Minh Thực Lục quan hệ Trung Quốc Việt Nam**, tập 1, trang 175)

Tháng 2, năm Quang Thái thứ thứ 5 [23/2-23/3/1392] (Minh Hồng Vũ thứ 25); giết tôn thất Trần Nhật Chương; vì Nhật Chương lập mưu giết Quý Ly, Thượng hoàng cho là người mang lòng phản bội nên giết đi.

Tháng 4 [23/4-21/5/1392], nhà vua hạ chiếu trưng cầu lời nói trung thực. Bùi Mộng Hoa dâng sớ, đại lược nói:

"Tôi nghe được câu đồng dao rằng "thâm tai Lê sư" (4), xem như thế thì tất nhiên Quý Ly có ý dòm ngó đến ngôi báu".

Thượng hoàng xem lời tâu, rồi lại bảo cho Quý Ly biết. Sau này Quý Ly chuyên giữ chính quyền trong nước, Mộng Hoa bèn trốn đi ở ẩn, không ra làm quan.

Tháng 10 [17/10-14/11/1392], cho đặt đồn ở các cửa sông,

cửa ải tuần phòng để canh giữ. Bấy giờ, Chiêm Thành thường vào xâm lấn, nhiều nơi giặc trộm hàng đàn khởi lên, cướp bóc giữa ban ngày, pháp luật không sao ngăn cấm được. Nay Quý Ly giữ chính quyền, mới đặt đồn ở các cửa sông, cửa ải để đi tuần và canh giữ, dò bắt trộm cướp, tùy theo địa thế xung yếu mà đặt 3,4, hoặc 5 đô; mỗi đô có 80 người.

Sử gia Phan Phu Tiên trong **Đại Việt Sử Ký** (Tục Biên) trước tác thời Lê Nhân Tông Diên Ninh thứ 2 [1455], đề cao công lao của Lê Quí Ly trong việc trị an như sau:

"Nhà Trần từ sau khi Dụ Tông hoang dâm phóng túng, lại thêm Chiêm Thành xâm lược, quấy rối, thì giặc cướp rất nhiều. Chúng cướp của bắt người giữa ban ngày, pháp luật không thể ngăn cấm được. Quý Ly nắm quyền cai trị, tìm cách lùng bắt, mới hạn chế được một phần nào!" **Toàn Thư**, Bản Kỷ, quyển 8, trang 22a.

Tháng 12 [14/12/1392-12/1/1393]. Định tội những quân và dân trốn tránh sai dịch. Phàm quân và dân trốn tránh sai dịch đều phải phạt 10 quan tiền, thích 4 chữ vào gáy. Nếu người trốn tránh ấy là hạng đầu mục trong quân và dân, sẽ bị tội chết chém, ruộng đất và tài sản bị sung công.

Cũng vào tháng này, Lê Quí Ly dâng lên 14 thiên **Minh Đạo**, nội dung như sau:

*"Lê Quý Ly làm 14 thiên **Minh Đạo** dâng lên vua. Đại lược nhận định Chu Công (5) là Tiên thánh, Khổng Tử là Tiên sư; sắp xếp ngôi thứ thờ ở Văn Miếu: đặt bài vị Chu Công ngồi giữa, mặt hướng nam; bài vị Khổng Tử (6) ngồi bên, mặt hướng tây. Nêu trong sách* Luận ngữ *có 4 chỗ Quý Ly lấy làm ngờ, như: Khổng Tử đến yết kiến nàng Nam Tử*

(7); *Khổng Tử bị hết lương ăn ở nước Trần (8); Khổng Tử đều muốn đến giúp Công Sơn Triệu, Phật Hất (9) cho gọi, mà Khổng Tử đều muốn tới giúp... cho Hàn Dũ [danh Nho đời Đường] là "đạo nho"; cho bọn Chu Mậu Thúc [Tống Nho], Trình Di [Tống Nho], Dương Thi [Tống Nho], La Trọng Tố [Tống Nho], Lý Diên Bình [Tống Nho], Chu Tử [Tống Nho], tuy học rộng nhưng ít tài, không sát với sự việc, chỉ thạo cóp nhặt văn chương người xưa. Mười bốn thiên* **Minh Đạo** *dâng lên, Thượng hoàng ban tờ chiếu khen ngợi và phủ dụ. Thái Học sinh Đoàn Xuân Lôi người Bắc Giang dâng thư nói: "Không nên như thế"; vì thế, phải phạt vãng đi châu gần."* **Toàn Thư**, Bản Kỷ, quyển 8, trang 22a.

Mười bốn thiên **Minh Đạo** của Lê Quí Ly có những tư tưởng mới, trải qua lịch sử chịu sự khen chê. Sử thần Ngô Sĩ Liên quan niệm Khổng Tử là toàn bích, nên sau khi thực lục như trên, bèn có lời phê ngay:

"Sử thần Ngô Sĩ Liên nói: Đạo của tiên thánh nếu không có Khổng Tử thì không ai phát huy được; hậu [23a] thánh sinh ra, nếu không có Khổng Tử thì không còn ai làm khuôn phép nữa. Từ khi có sinh dân đến nay, chưa có ai nổi tiếng hơn Khổng Tử, thế mà Quý Ly lại dám khinh suất bàn về ngài, thì thực là không biết lượng sức mình."

Vua Tự Đức, tỏ ra biết người, thái độ cẩn trọng hơn, với lời phê:

"Lời phê - Chưa phải đã hoàn toàn sai." **Cương Mục**, quyển 11

Riêng kẻ hậu học này, đọc **Luận Ngữ** của Khổng Tử, học được nhiều điều hay, nhưng nghĩ rằng chưa hẳn là toàn vẹn, không có chỗ chê. Cụ thể, tại thiên **Bát Dật**, sách **Luận Ngữ** có câu:

"Khổng Tử thuyết: "Di Địch chi hữu quân, bất như chư Hạ chi vong."

孔子又说："夷狄之有君，不如诸夏之亡也。"（《论语·八佾》."

Di Địch chỉ những nước lân bang Trung Quốc, như Nhật Bản, Cao Ly, Việt Nam, và ngay cả những nước Tây Phương. Hạ, tức Hoa Hạ, chi Trung Quốc. Như vậy câu nói nêu trên có nghĩa là: Các nước Di Địch tuy có Vua cai trị; cũng không bằng Trung Quốc, lúc mất nước, không có Vua.

Nhìn tổng quát thấy lời nói cụ Khổng thiếu công bằng. Dựa vào lịch sử để chứng minh, có thể nêu lên bài thơ của Vua Trần Dụ Tông nước ta so sánh nhân cách và đức độ của Vua Đường Thái Tông, Trung Quốc; và Trần Thái Tông, Việt Nam. Cả 2 Vua đều thuộc thời thịnh trị, nhưng có mối bất hòa giữa anh em; hậu quả Đường Thái Tông Trung Quốc đã giết người anh là Kiến Thành; riêng Vua Trần Thái Tông nước ta vẫn giữ được mạng sống cho anh là An Sinh vương Liễu, và dùng con anh là Trần Hưng Đạo làm Đại vương, thống lãnh việc quân. Lời thơ ca ngợi sau đây là niềm hãnh diện cho người Việt Nam, và phủ nhận hùng hồn câu nói của Khổng Tử *"Di Địch chi hữu quân, bất như chư Hạ chi vong."*:

"Đường Việt khai cơ lưỡng Thái Tông

Bỉ xưng Trinh Quán ngã Nguyên Phong.

Kiến Thành tru tử Yên Sinh tại,

Miếu hiệu tuy đồng đức bất đồng."

(唐越開基兩太宗，

彼稱貞觀我元豐。

建成誅死安生在，

廟號雖同德不同。）

Dịch thơ:

Sáng nghiệp Việt, Đường hai Thái Tông

Nó xưng Trinh Quán, ta Nguyên Phong

Kiến Thành bị giết, Yên Sinh sống,

Miếu hiệu tuy đồng, đức chẳng đồng.

Còn về việc Lê Quí Ly chê Tống Nho như bọn Chu Tử, Trình Di; thì chính cái học tôn quân, chuộng thi cử, chìm đắm trong thơ phú của Tống Nho là nguồn hệ lụy; khiến dân tộc Á Châu trở nên yếu hèn, riêng Việt Nam sa vào vòng nô lệ của Pháp vào thế kỷ thứ 19, 20. Học giả Đào Trinh Nhất thời Pháp thuộc, đã cảm nhận điều đó và có lời than như sau: *"Khổ nhất là cúi đầu nhắm mắt mà bắt chước cả cái học vấn luân lý của bọn Tống Nho và rước lấy cái độc hại mê mộng khoa cử, khiến cho dân khí hèn yếu, quốc vận suy vi, rồi thì thầy sao trò vậy, dính chùm với nhau một lũ hư hèn chìm đắm như ngày nay."*

Cũng vào năm Quang Thái thứ thứ 5 (1392); sử Trung Quốc **Minh Thực Lục** đề ngày 25 tháng 9 năm Hồng Vũ thứ 25 [14/10/1392], có tờ tâu về việc viên Tri phủ Tư Minh Hoàng Quảng Bình giết viên Tri châu Môn Tam Quý như sau:

"Trước tiên viên Tuần kiểm động Bằng Tường thuộc An Nam Cao Tường tâu rằng viên Tri châu Tư Minh Môn Tam Quý mưu giết Tri phủ phủ Tư Minh Hoàng Quảng Bình.

Quảng Bình biết được nên giết đi và mạo xưng rằng Quý chết vì bệnh. Triều đình cho rằng lời nói dối, nên bắt Quảng Bình để xét hỏi. Nay giải đến, Thiên tử bảo bộ Hình rằng:

'Bọn man di giết lẫn nhau là chuyện thường, Quảng Bình không khai thực là điều phạm hình pháp, nay khoan hồng tha cho để tự sửa lỗi.'

Bèn mệnh cấp cho tiền đi đường, để trở về quê." (**Minh Thực Lục** v. 7, tr. 3235-3236; Thái Tổ q.221, tr. 3a-3b)

Điểm đáng lưu ý, văn bản này xác nhận lúc bấy giờ Bằng Tường thuộc An Nam qua câu mở đầu như sau:

"Tiên thị An Nam Bằng Tường động Tuần kiểm Cao Tường tấu ngôn Tư Minh châu Tri châu Môn Tam Quý mưu sát Tư Minh phủ Hoàng Quảng Bình. 先是安南憑祥洞巡檢高祥奏言思明州知州門三貴謀殺思明府知府黃廣平" (Trước tiên viên Tuần kiểm động Bằng Tường thuộc An Nam Cao Tường tâu rằng viên Tri châu Tư Minh Môn Tam Quý mưu giết Tri phủ phủ Tư Minh Hoàng Quảng Bình.)

Vào tháng giêng năm Quang Thái thứ 6 [12/2-12/3/1393] (Minh Hồng Vũ thứ 26); bổ dụng Hồ Cương quản lĩnh quân Tả Thánh Dực. Quý Ly tự nhận gốc tích họ mình là Hồ, có ý muốn lại theo họ cũ, nên dùng Hồ Cương người Diễn Châu, Nghệ An là người thân thích, giữ chức quan này.

Bấy giờ nhà Minh muốn gây khó khăn phiền nhiễu An Nam, nên đem việc truất phế Vua Phế Đế 5 năm về trước [1388] ra bắt lỗi; rồi ra lệnh cấm triều cống:

"*Ngày 22 tháng 4 năm Hồng Vũ thứ 26* [1/6/1393]; ban chiếu cấm nước An Nam triều cống. Lúc bấy giờ An Nam phế và giết vua. Bèn cấm triều cống. Lại ra lệnh Đô Chỉ huy Sứ ty, Bố chánh Sứ ty Quảng Tây kể từ nay không tiếp nhận sứ *An Nam đến.*"(**Minh Thực Lục quan hệ Trung Quốc Việt Nam**, tập 1, trang 177)

Tháng 2, năm Quang Thái thứ 7 [3/3-31/3/1394] (Minh Hồng Vũ thứ 27), Thượng hoàng Nghệ Tông ban cho Quý Ly bức tranh "**tứ phụ**", tức bốn vị quan từ từ bốn triều đại đã từng giúp Vua khi mới lên ngôi để mong Quý Ly noi gương. Trong bốn vị quan, thì 3 vị người Trung Quốc là Chu Công giúp Thành vương (10), Hoắc Quang giúp Chiêu Đế (11), Gia Cát Lượng giúp Hậu Chúa (12); riêng Tô Hiến Thành là người Đại Việt giúp Lý Cao Tông (13). Bức tranh gọi là "**Tứ phụ đồ**", ban cho Quý Ly và dặn bảo rằng: "*Khanh giúp quan gia* [chỉ Vua Trần Thuận Tông] *cũng nên theo như những người ấy*".

Theo tục nhà Trần, hàng năm vua hội họp bầy tôi làm lễ tuyên thệ ở đền Đồng Cổ [Thanh Hóa]; năm này vào tháng tư, sau khi hội họp tuyên thệ xong, Thượng hoàng triệu Quý Ly vào cung bảo rằng:

"*Bình chương* [chỉ Quý Ly] *là họ thân thích nhà vua* (14), *hết thảy công việc nhà nước đều ủy thác cho khanh cả, nay thế nước suy yếu, mà Trẫm đã đến tuổi già lẫn, sau khi Trẫm qua đời, nếu quan gia có thể giúp được thì giúp, nếu là người hèn kém ngu tối, thì khanh tự nhận lấy ngôi vua*". Quý Ly tháo bỏ mũ (15), lạy sát đầu xuống đất vừa khóc vừa tạ tội, rồi chỉ lên trời thề rằng: '*Nếu tôi không làm thế nào hết trung hết sức để phò tá quan gia, thì dòng dõi nhà tôi sau này sẽ bị trời chán ghét*'. Quý Ly lại nói: '*Lúc Linh Đức vương* (16) *làm điều bất đức, nếu không nhờ oai linh bệ hạ thì tôi đã ngậm cười dưới đất rồi, còn đâu được đến ngày nay nữa? Tôi dầu nát thịt nát xương cũng chưa thể báo đáp ơn bệ hạ lấy một*

phần trong muôn phần, còn đâu dám mưu đồ sự khác, xin bệ hạ soi xét tấm lòng ấy cho hạ thần, không nên lo nghĩ quá".
Cương Mục, Chính Biên, quyển 11.

Tháng 12 [23/12/1394-21/1/1395]. Thượng hoàng mất, mai táng ở Nguyên Lăng; đặt tên thụy là Quang Nghiêu anh triết hoàng đế, miếu hiệu là Nghệ Tông. Ngài giữ ngôi Vua ba năm, nhường ngôi hai mươi bảy năm, hưởng thọ 74 tuổi.

Chú thích:

1. Miệt Giang: Sông Châu giang, phân lưu của sông Hát tức sông Đáy , tỉnh Hà Nam; rồi thông với Hoàng Giang.

2. Hỏa pháo: Một chiến cụ thời cổ, có máy để bắn đạn bằng đá. Người chế ra súng này là Phạm Lãi, người thời Xuân Thu, qua đời Hán đến đời Tống đều dùng chiến cụ này, đến đời nhà Nguyên mới chế bằng sắt, nặng 5, 6 trăm cân, dài 5, 6 thước, trang bị bằng thuốc có chất nảy lửa và đạn bằng đá, để bắn quân địch.

3. Hành tại: Nơi vua đặt ngự doanh ở ngoài kinh thành.

4. Thâm tai Lê sư: Thâm hiểm thay Thái sư Lê Quý Ly

5. Chu Công: Tên là Đán, con Văn vương, định quan chế, dựng lễ pháp; đời sau nói đến lễ nhạc, phần nhiều nhắc đến Chu Công.

6. Khổng Tử: Tên là Khâu, tự là Trọng Ni, người đời Xuân thu, sửa lại 6 kinh, để tuyên dương phép tắc của đế vương đời trước, là ông tổ về Nho giáo.

7. Nàng Nam Tử: Con gái nước Tống, vợ Linh công nước Vệ, là người tà dâm, việc chép trong thiên **Ung Dã**.

8. Khổng Tử hết lương: Khổng Tử ở nước Vệ sang nước Tần, bị hết lương ăn, người đi theo bị đói, không đứng dậy được, việc chép ở thiên **Vệ Linh công**.

9. Công Sơn: Họ Công Sơn Phất Nhiễu là quan thái tể của họ Quý nước Lỗ, giữ ấp Phí để chống lại họ Quý: Phật Hất là quan thái tể ấp Trung Mâu. Hai việc này đều chép ở thiên **Dương Hóa**.

10. Thành vương: Chu Công Đán, giữ chức Chủng tế nhà Chu. Khi Chu Vũ vương Phát mất, con là Tụng nối ngôi [tức là Thành vương] mới 13 tuổi, Chu Công thay Thành vương trông coi mọi việc, nhờ có Chu Công mà xã tắc nhà Chu mới yên.

11. Hoắc Quang giữ chức Đại tư mã đại tướng quân dưới triều Hán Vũ đế. Khi Hán Vũ đế mất, con là Phất Lăng mới 9 tuổi lên nối ngôi [tức là Hán Chiêu đế], Hoắc Quang một tay nắm hết quyền bính trong nước để giúp Chiêu đế.

12. Gia Cát Lượng, tức Khổng Minh, giữ chức Thừa tướng dưới triều Chiêu Liệt đế, nhà Hậu Hán [tức Lưu Bị]. Khi Lưu Bị mất, con là Lưu Thiện tuy đã trưởng thành, nhưng rất ngu hèn. Gia Cát Lượng phải giúp Lưu Thiện về mọi việc mới chống chọi được với các nước Ngụy và Ngô.

13. Tô Hiến Thành giữ chức Thái úy dưới triều Lý Cao Tông. Khi Cao Tông mất, con là Long Cán mới 3 tuổi lên nối ngôi. Hiến Thành thay Long Cán điều khiển công việc trong nước. Nhiều lần vợ Lý Cao Tông muốn thay đổi người khác làm vua, Hiến Thành nhất định không nghe.

14. Quý Ly có hai người cô đều lấy Trần Minh Tông, một người sinh ra Nghệ Tông, một người sinh ra Duệ Tông. Vợ Quý Ly lại là Huy Ninh công chúa, là một Tôn nữ nhà Trần.

15. Tháo bỏ mũ: Thời đại quân chủ, mỗi khi bầy tôi biết mình có lỗi thì tháo bỏ mũ đương đội trên đầu để tạ tội.

16. Linh Đức vương: Tước phong cho Đế Hiện khi bị giáng truất.

57

Trần Thuận Tông (2)
[1388-1398]

Niên hiệu:

Quang Thái

Tháng 2, năm Quang Thái thứ 8 [20/2-20/3/1395] (Minh Hồng Vũ thứ 28), Lê Quý Ly sai giết tôn thất là Nguyên Uyên, Nguyên Dận và nhân sĩ Nguyễn Phù. Quý Ly biết được Nguyên Uyên và Nguyên Dận, đương khi để tang Nghệ Tông, thường cùng với Nguyên Phù bàn tán đề cao việc Trần Nhật Chương lập mưu giết Quý Ly vào tháng 2 năm Quang Thái thứ thứ 5 [23/2-23/3/1392]; nên tước họ tôn thất của Uyên và Dận đổi là họ Mai, rồi đem giết.

Bổ dụng Quý Ly giữ chức Nhập nội phụ chính thái sư bình chương quân quốc trọng sự, Tuyên trung vệ quốc đại vương. Cho Quý Ly đeo phù hiệu chạm hình con lân màu vàng gọi là "*Kim Lân*", lại được ở tại phía hữu sảnh và đài, đặt tên chỗ ở là "*Hoạch Lư*". Nhân đấy, Quý Ly biên dịch thiên "**Vô Dật**" trong **Kinh Thư** ra chữ Nôm để dạy quan gia [Vua]. Mệnh lệnh ban ra thì xưng là Phụ chính cai giáo hoàng đế [Giúp giữ chính quyền trong nước kiêm cả việc dạy Vua].

Lúc này Sứ thần nhà Minh là Nhâm Hanh Thái sang nước ta, xin giúp lương thực và quân binh, dùng để đánh bộ tộc thiểu số tại Long Châu tỉnh Quảng Tây:

"Nhà Minh đem quân đánh người Mán bội bạn ở Long châu, sai Nhâm Hanh Thái sang nước ta xin giúp cho 5 vạn người, 50 thớt voi, và 50 vạn thạch lương thực để tiếp tế cho quân. Thâm tâm nhà Minh muốn giả thác việc này để chộp bắt người nước ta. Lúc Hanh Thái đến, đem thâm tâm ấy nói kín cho triều đình biết. Vì thế nước ta không giúp cho lính và voi, chỉ sai quan đưa số gạo, lương đến Đồng Đăng [huyện Cao Lộc, Lạng Sơn], giao nhận xong rồi trở về. Số gạo ấy cũng không được bao nhiêu." **Cương Mục, Chính Biên**, quyển 11.

Minh Thực Lục xác nhận việc nạp lương, nhưng chỉ nạp 2 vạn thạch [0.08 tấn x 20.000=1.600 tấn] tức 1.600 tấn mà thôi; nhưng trước khi nạp lương, triều Minh chấp nhận hòa hoãn, cho phái đoàn nước ta tiếp tục sang cống; diễn tiến sự việc được trình bày qua những văn bản sau đây:

"Ngày 21 tháng 5 năm Hồng Vũ thứ 28 [8/6/1395]. Nước An Nam sai quan Thái trung đại phu Lê Tông Triệt, Triều nghi đại phu Bùi Khinh dâng biểu và cống voi. Ban cho Tông Triệt, Khinh khăn đội đầu và dây đai; cho đám tùy tùng tiền giấy, có phân biệt." (**Minh Thực lục quan hệ Trung Quốc Việt Nam**, tập 1, trang 179)

"Ngày 7 tháng 8 năm Hồng Vũ thứ 28 [22/8/1395]; Sai Lễ bộ Thượng thư Nhậm Hanh Thái, Thái giám Ngự sử Nghiêm Chấn Trực đi sứ An Nam bảo cho biết về lý do đánh dẹp Triệu Tông Thọ tại Long Châu (1). Thiên tử bảo bọn Hanh Thái rằng:

"Long Châu tiếp giáp với An Nam, nay đại quân đến sát biên giới, bọn họ sẽ nghi ngờ. Nên báo cho biết rằng tội Triệu Tông Thọ không thể tha được, An Nam nên cẩn thận phòng thủ biên giới, chớ âm mưu mở cửa dung nạp bọn giặc, nếu làm được như vậy thì rất may cho dân chúng nơi biên thùy."

Bọn Hanh Thái đến An Nam, Trần Nhật Côn [vua Trần Thuận Tông] nghe lệnh triều đình rất sợ hãi, bèn đưa thư cho Hanh Thái, như sau:

'Triều đình dùng chính sách nhu viễn với các nước xa, thương xót man di, răn dạy kẻ làm điều sai trái; tựa như đức hiếu sinh của trời đất cha mẹ. Còn hạ quốc là nước thiển lậu, với lòng thành sợ trời thờ bề trên, xin Các hạ rộng lượng xét cho.'

Bọn Hanh Thái cũng nói thêm ý nghĩa việc triều đình dụng binh, để an ủi." (**Minh Thực Lục quan hệ Trung Quốc Việt Nam**, tập 1, trang 180)

"Ngày 13 tháng 10 năm Hồng Vũ thứ 28 [25/11/1395], Trước đây dùng binh đánh Triệu Tông Thọ tại Long Châu. Vì An Nam tiếp giáp với Long Châu, nên đã sai cựu Thượng thư bộ Hình Dương Tĩnh đến hiểu dụ An Nam nạp 8 vạn thạch lương, mang đến Long Châu để trợ giúp quân. Đến nay Tĩnh tâu rằng thần tới An Nam ra chỉ dụ, Quốc tướng nước này là bọn Lê Nhất Nguyên [Hồ Quý Ly] đều nói:

'Nước chúng tôi đất hẹp dân ít, thuế ruộng chỉ đủ tự cấp, xin nguyện nạp gạo 1 vạn thạch, số còn lại xin nạp thay bằng 1000 lượng vàng, 2 vạn lượng bạc. Lại nói năm trước nạp gạo tại Lâm An; Lâm An có thể tới được bằng thuyền, nhưng chuyển vận 5000 thạch gạo cũng không dễ dàng! Nay đường bộ tới Long Châu gian hiểm, xin chở đến động Bằng Tường"

Thần dụ rằng:

"Nay đưa nạp 2 vạn thạch gạo, chở đến sông Đà Hải. Tiếp đến hành trình từ sông Đà Hải đến Long Châu chỉ mất nửa ngày. Lại hỏi thăm từ thôn Đà Hải tới địa giới Long Châu sông rộng đến 40 trượng, thuyền bè có thể đến được; riêng Khâu Ôn hai bên bờ địa thế hiểm trở, không thể trữ lương tại đó; đã ra lệnh làm cầu nổi tại Long Châu để vận chuyển."

Vương nước này tuổi nhỏ, nói không rành; mọi việc đều nằm trong tay viên Quốc tướng Lê Nhất Nguyên và con là Lê Trừng, chúng đưa ra hàng trăm điều xảo trá. Lại nghe tin rằng Triệu Tông Thọ được mang ơn tha thứ; hình như Tông Thọ chịu tội được tha, nên đại quân đã di chuyển sang chinh phạt Hướng Vũ [Bách Sắc thị, Quảng Tây] và các Man khác. Thiên tử sai Hành nhân đến dụ Tĩnh rằng hãy ra lệnh vận chuyển 2 vạn thạch lương tới Hướng Vũ; số vàng bạc xin nạp thay cho trả lại." (**Minh Thực Lục quan hệ Trung Quốc Việt Nam**, tập 1, trang 181)

Tháng giêng, năm Quang Thái thứ 9 [10/2-9/3/1396] (Minh Hồng Vũ thứ 29), sa thải một số tăng đạo, những sư chưa đến 50 tuổi đều phải hoàn tục. Lại thi người nào thông hiểu đạo Phật, trao cho chức Tăng đường, Đầu mục, Tri cung, Tri quán, và Tri tự, ngoài ra gọi là Tu nhân, hoặc Thị giả.

Tháng 4, bắt đầu ban hành tiền giấy "**Thông bảo hội sao**".

"*Thiếu bảo Vương Nhữ Chu đề nghị đổi lại chế độ. Quý Ly nghe theo, mới định chế độ tiền giấy như sau: loại 10 đồng vẽ rau rong; loại 30 đồng vẽ thủy ba; loại một tiền [60 đồng] vẽ đám mây, loại hai tiền vẽ con rùa; loại ba tiền vẽ con lân; loại*

5 tiền vẽ con phượng; loại một quan [600 đồng] vẽ con rồng. *Người nào làm giả phải tội tử hình, tịch thu điền sản sung công. Khi tiền giấy đã in xong, hạ lệnh cho dân được đem tiền đồng đổi lấy tiền giấy: cứ một quan tiền đồng đổi lấy tiền giấy một quan hai tiền. Cấm chỉ dân gian không được dùng tiền đồng, bao nhiêu tiền đồng đều nộp vào quan, nếu như người nào tàng trữ riêng hoặc tiêu dùng riêng cũng phải tội như người làm giả tiền giấy.”* **Cương Mục, Chính Biên**, quyển 11.

Cho định lại thể lệ thi cử. Hồi đầu đời Trần thi học trò, thể văn không được nhất định, đến nay mới định ra thể văn bốn kỳ thi, Kỳ đệ nhất: thi một bài kinh nghĩa, có đoạn phá đề, tiếp ngữ, tiểu giảng, nguyên đề, đại giảng, chước kết, bài làm hạn trên năm trăm chữ. Kỳ đệ nhị: thi một bài thơ và một bài phú. Thể thơ dùng luật Đường; phú dùng Cổ thể, hoặc thể Ly Tao, thể Văn tuyển, riêng bài phú cũng hạn trên năm trăm chữ. Kỳ đệ tam: thi chiếu, chế và biểu mỗi thể một bài, bài chiếu dùng văn thể đời Hán, bài chế và bài biểu dùng văn thể tứ lục đời Đường. Kỳ đệ tứ: thi một bài văn sách, quan trường dùng điển tích ở sách kinh, sách sử và thời sự để ra đầu bài, hạn trên một ngàn chữ. Bỏ lối ám tả cổ văn, năm trước thi Hương, năm sau thi Hội; người nào trúng tuyển thì thi một bài văn sách để định thứ tự đỗ cao, đỗ thấp.

Tháng 6, quy định thể lệ mũ và áo:

“Về áo mặc: viên quan nhất phẩm mặc áo màu tía, nhị phẩm màu đại hồng, tam phẩm màu hồng điều, tứ phẩm màu lục, ngũ phẩm và thất phẩm màu biếc, bát và cửu phẩm màu xanh. Người không có phẩm cấp và hạng hoành nô [tôi tớ] đều dùng màu trắng. Về khăn hoặc mũ: hàng quan văn

*từ lục phẩm trở lên đội khăn Cao Sơn, hàng quan võ từ lục phẩm trở lên khăn Chiết Xung; họ tôn thất đội khăn Phương Thắng màu đen, người nào chức cao mà không có tước đội khăn Giác Đính; viên quan thất phẩm đội khăn Thái Cổ, tùng thất phẩm đội khăn Toàn Hoa, vương hầu đội khăn Viễn Du, ngự sử đài đội khăn Khước Phi. Thể lệ mũ áo này là theo lời kiến nghị của Thiếu bảo Vương Nhữ Chu." ***Cương Mục***, **Chính Biên**, quyển 11.*

Nhân năm trước Nhậm Hanh Thái sang nước ta, xin giúp lương thực và quân binh, dùng để đánh bộ tộc thiểu số tại Long Châu; lúc trở về bị tố cáo mua người An Nam về làm tôi tớ, nên bị giáng chức:

"*Ngày 6 tháng 2 năm Hồng Vũ thứ 29* [15/3/1396], *viên Thượng thư bộ Lễ Nhậm Hanh Thái đi sứ An Nam trở về bị giáng xuống Giám sát Ngự sử. Hanh Thái tại An Nam mua riêng người Man làm tôi tớ, nên bị giáng.*" (**Minh Thực Lục quan hệ Trung Quốc Việt Nam**, tập 1, trang 182)

Tiếp đến phái đoàn An Nam do Thông phụng Đại phu Đào Toàn Kim, và Thiếu trung Đại phu Nguyễn Ứng Long tức Nguyễn Phi Khanh, cha danh thần Nguyễn Trãi, sang nhà Minh triều cống:

"*Ngày 10 tháng 2 năm Hồng Vũ thứ 29* [19/3/1396]. *Trần Nhật Côn nước An Nam sai bọn bầy tôi Thông phụng Đại phu Đào Toàn Kim, Thiếu trung Đại phu Nguyễn Ứng Long dâng biểu, cống phương vật. Ban cho tiền giấy có sai biệt.*" (**Minh Thực Lục quan hệ Trung Quốc Việt Nam**, tập 1, trang 183)

Sứ giả báo tin Thượng hoàng Trần Nghệ Tông mất, triều

Minh hài tội Thượng hoàng, nên không chịu đưa Sứ giả sang phụng điếu:

"Ngày 29 tháng 2 năm Hồng Vũ thứ 29 [23/3/1396], nhân vua cũ là Trần Thúc Minh [Trần Nghệ Tông] mất, An Nam sai sứ sang báo tin buồn. Thiên tử cho rằng Thúc Minh giết vua đoạt lấy nước (2) nên dụ bộ Lễ rằng:

' An Nam Trần Thúc Minh đuổi vua cũ Trần Nhật Kiên [Dương Nhật Lễ] khiến y phải chết bất đắc kỳ tử (3) rồi giành ngôi; mà lại dấu không đem việc này tâu lên triều đình. Thúc Minh ôm lòng gian trá, tàn ác giết vua để mưu đồ phú quý, bất nghĩa như vậy làm sao bỏ qua được. Nay Thúc Minh chết, nếu sai sứ phúng điếu, làm như vậy là an ủi bọn loạn thần tặc tử. Ngày sau các nước man di bốn phương nghe được việc này, há lại không điên dại bắt chước, đó không phải là đường lối đúng để phủ trị các nước man di cõi ngoài. Bộ Lễ hãy nói cho nước này hay biết." (**Minh Thực Lục quan hệ Trung Quốc Việt Nam**, tập 1, trang 183)

Lại nhân lời tố cáo của viên Tri phủ Tư Minh, Minh Thái Tổ sai hai Sứ giả Trần Thành, Lữ Nhượng sang nước ta đòi đất tại biên giới:

"Ngày 1 tháng 12 năm Hồng Vũ thứ 29 [31/12/1396], sai Hành nhân Trần Thành, Lữ Nhượng đi sứ An Nam. Trước đây Tri phủ Tư Minh, viên Thổ quan Hoàng Quảng Thành tâu rằng:

"Bản phủ có từ xưa, đến đời nhà Nguyên lập ra châu Tư Minh, sau đổi là Tư Minh Lộ Quân Dân Tổng Quản Phủ; địa hạt gồm các châu, huyện, động, trại, dọc sông Tả Giang (4); phía đông giáp châu Thượng Tư, phía nam đến Đồng Trụ. Khi

quân Nguyên đánh Giao Chỉ, lập trại Vĩnh Bình Quân Dân Vạn Hộ Phủ cách Đồng Trụ (5) 100 dặm [.5 kmx100=50km], đặt quân phòng thủ và lệnh dân Giao [người Việt] cung cấp lương thực. Cuối đời Nguyên loạn lạc, người Giao mang binh đánh phá trại Vĩnh Bình, vượt đồng trụ 200 dặm, xâm đoạt đất Tư Minh gồm 5 huyện: Khâu ôn, Như Ngao, Khánh Viễn, Uyên, Thoát (6), rồi bắt dân quy phụ. Từ đó thuế má trong 5 huyện đều do thổ quan địa phương trưng thâu. Các bậc tiền nhiệm trông coi bản phủ không đưa việc này trình lên triều đình, nên để người Giao áp bức mỗi ngày một nặng. Đến khi tố cáo lên Nhiệm Thượng thư bộ Lễ, cho lập trạm tại Đồng Đăng. Đồng Đăng là đất thuộc phủ Tư Minh, mà người Giao lại xưng chỗ này là Đồng Trụ giáp giới! Thần đã từng tâu lên đầy đủ, lại được triều đình sai Thượng thư bộ Hình Dương Tĩnh khám xét sự thực, huống nay còn có thể khảo vào sách Kiến Vũ Chí (7), để xin ra lệnh An Nam hoàn lại 5 huyện, dừng tại địa giới đồng trụ, ngõ hầu cương vực trở nên chính xác, thuế má không thiếu."

Thiên tử lệnh bộ Hộ ghi đầy đủ lời tâu, sai bọn Thành đến An Nam dụ trả đất lại." (**Minh Thực Lục quan hệ Trung Quốc Việt Nam**, tập 1, trang 183)

Tháng giêng, năm Quang Thái thứ 10 [29/1-27/2/1397] (Minh Hồng Vũ thứ 30), Lê Quý Ly sai Thượng thư bộ Lại Đỗ Tỉnh đi Thanh Hoá dựng kinh đô mới tại Yên Tôn huyện Vĩnh Lộc Thanh Hóa gọi là Tây Đô, thành xấp xỉ hình vuông, mỗi chiều khoảng 870 mét:

"Trước đây, Quý Ly kiến nghị muốn dời kinh đô đến Yên Tôn, Hành khiển Phạm Cự Luận can ngăn. Quý Ly nói: 'Chí ta đã quyết định từ trước, nhà người còn nói làm gì nữa?'.

Đến nay, Quý Ly sai Đỗ Tỉnh đến Yên Tôn (8) xem xét đo đạc, đắp thành, đào hào, lập nhà tôn miếu, đàn thờ thần, mở phố xá, đường ngõ, có ý muốn dời kinh đô đến đấy. Viên Xu mật chủ sự thị sử là Nguyễn Nhữ Thuyết lại dâng thư can, đại lược nói: 'Ngày trước nhà Chu, nhà Ngụy thiên đô, sau đều không sao ngóc lên được. Nay đất Long Đỗ (9), có núi Tản Viên, có sông Nhị Hà, cao sâu phẳng rộng, từ trước, các đời đế vương mở cơ nghiệp dựng nước, không đời nào không lấy đất này làm nơi căn bản, vì thế mà mặt bắc chống giặc Nguyên thì quân Nguyên bị giết, mặt nam đánh Chiêm Thành thì giặc Chiêm nộp đầu, những việc ấy chả phải nhờ ở địa thế tiện lợi mới được như thế là gì? Dám xin nghĩ lại một chút, để làm kế vững vàng cho nước nhà. Còn như Yên Tôn địa thế nhỏ hẹp héo lánh, chỗ này là nơi sơn cùng thủy tận, không thể định cư được, trông cậy vào nơi hiểm trở, thì có ích gì? Cổ ngữ có câu: 'Cần ở đức, không cần nơi hiểm trở'.

Quý Ly không nghe. Sau, đến kỳ xét công trạng các quan, khi trông thấy tên Nhữ Thuyết, Quý Ly nói anh này là người nói 'Cần ở đức, không cần ở nơi hiểm trở' đây, rồi truất bỏ, không dùng nữa." **Cương Mục, Chính Biên**, quyển 11.

Tháng 4, cho đổi các lộ, phủ; gọi là trấn; quy định chức quan trông coi các lộ, phủ, châu và huyện:

"Quý Ly muốn dời kinh đô vào Thanh Hóa, mới đổi Thanh Hóa làm Thanh Đô trấn, lại đổi Quốc Oai lộ làm Quảng Oai trấn, Đà Giang lộ làm Thiên Hưng trấn, Nghệ An lộ làm Lâm An trấn, Trường Yên lộ làm Thiên Quan trấn, Diễn Châu lộ làm Vọng Giang trấn, Lạng Sơn phủ làm Lạng Sơn trấn, Tân Bình phủ làm Tân Bình trấn. Bãi bỏ chức đại tiểu ti xã, duy chức quản giáp vẫn đặt như cũ.

Quy định chức quan giữ việc ở lộ, phủ, châu và huyện. Ở lộ đặt An phủ sứ và chức phó, ở phủ đặt Trấn phủ sứ và chức phó, ở châu đặt Thông phán và Thiêm phán, ở huyện đặt Lệnh úy và Chủ bạ. Quan chức ở lộ thống trị phủ, phủ thống trị châu, châu thống trị huyện. Phàm những sổ hộ, tiền, thóc, ngục tụng ở phủ, châu, huyện đều tổng hợp lại làm sổ trong một lộ, cứ đến cuối năm báo cáo lên sảnh, để tiện tra khảo. Lại đặt các chức Đô đốc, Đô hộ, Đô thống, Tổng quản, Thái thú để quản trị công việc. Bổ dụng phó tướng Lê Hán Thương quản lĩnh Đô hộ phủ ở lộ Đông Đô, Thái bảo Trần Nguyên Hàng quản lĩnh Đô thống phủ ở lộ Bắc Giang, Trần Nguyên Trữ quản lĩnh Đô thống phủ ở lộ Tam Giang, Thiếu bảo Vương Như Chu coi giữ công việc quân dân ở lộ Thiên Trường phủ, Hành khiển Hà Đức Lân làm thái thú ở lộ Tân An phủ." **Cương Mục, Chính Biên**, quyển 11

Tháng 5. Đặt chức học quan ở các lộ, cấp cho ruộng hoặc nhiều hoặc ít có khác nhau; ban tờ chiếu rằng:

"Đời cổ [chỉ Hạ, Thương, Chu] ở trong nước có nhà quốc học [trường học cả nước], ở đảng [xưa khoảng 500 nhà] có nhà tự [trường học thời Thương], ở toại [miền xa xôi] có nhà tường [trường học thời Chu], chủ ý cốt làm cho giáo hóa được sáng tỏ, phong tục được thuần hậu, chính sách ấy Trẫm rất hâm mộ. Nay thể lệ về nhà học của nước đã đầy đủ, nhưng ở châu ở huyện hãy còn thiếu sót, thì làm thế nào mà mở rộng được đạo dạy dân? Vậy hạ lệnh cho phủ và châu thuộc các lộ Sơn Nam, Kinh Bắc và Hải Đông đều đặt một viên quan giáo thụ giữ về việc học, cấp cho ruộng theo đẳng cấp sau này: phủ và châu hạng lớn 15 mẫu, hạng trung bình 12 mẫu, hạng nhỏ 10 mẫu, để lấy hoa lợi ruộng ấy mà chi dùng vào việc học trong phủ hoặc châu. Viên quan cai

trị ở lộ đôn đốc viên quan giữ việc học phải dạy bảo học trò, cho thành người tài năng văn nghệ. Hằng năm, cứ đến cuối năm, lựa chọn người nào ưu tú tiến cống vào triều, trẫm sẽ thân hành thi lại rồi cất nhắc bổ dụng". **Cương Mục, Chính Biên**, quyển 11

Tháng 6. Lập phép hạn điền; đây là chính sách cải cách ruộng đất, hạn chế số ruộng đất địa chủ dưới 10 mẫu:

"Trước đây, các nhà tôn thất thường sai nô tì đắp đê ngăn nước mặn ở địa phận những nơi ven biển, hai ba năm khai khẩn thành ruộng, lập làm trang trại riêng. Đến nay lập phép hạn điền, chỉ có đại vương và trưởng Công chúa thì ruộng không bị hạn định, còn thứ nhân không được quá 10 mẫu ruộng. Người nào ruộng quá hạn định thì phải nộp vào quan, người nào phạm tội được phép đem ruộng chuộc tội." **Cương Mục, Chính Biên**, quyển 11

Trong năm Quang Thái thứ 10 [1397] có những cải cách lớn về hành chánh, giáo dục, quân sự, ruộng đất, xây Tây Đô, tuy dưới danh nghĩa vua Trần Thuận Tông nhưng thực ra do Lê [Hồ] Quý Ly chủ trì. Lẽ dĩ nhiên phần lớn những sự cải cách, quyền lợi một số người bị mất đi, kèm thêm sự phản đối của thành phần bảo thủ, khiến đất nước bị chia rẽ. Rồi sau đó Quý Ly giành ngôi nhà Trần; sự chia rẽ càng trầm trọng hơn, khiến sau này quân Minh thành công trong việc xâm lăng.

Tháng 10, Lê Quý Ly bắt nhà vua rời kinh đô Đông Đô [Hà Nội] vào Tây Đô, Thanh Hóa và giết hai người cung nữ bàn kín về việc Quý Ly cướp ngôi:

"Nhà vua đi An Sinh [Hải Dương] để bái yết lăng tẩm, Quý Ly bắt ép xa giá cùng đi đến sông Đại Lại [Tây Đô, Vĩnh

Lộc, Thanh Hóa]; *lúc ấy cung nhân là Trần Ngọc Kỵ và Trần Ngọc Kiểm nói kín với nhà vua là nếu thiên đô, tất nhiên có việc cướp ngôi. Quý Ly nghe biết chuyện cho rằng viên miếu lệnh là Lê Hợp và viên phụ đạo ở Cổ Lũng [Hữu Lũng, Bắc Ninh] là Lương Ông đều đồng mưu, nên giết cả mấy người này. Rồi sai Hành khiển Lương Nguyên Bưu dỡ các điện Thụy Chương và Thiên An bắt dân các châu Từ Liêm [Hà Nội] và Nam Sách [Hải Dương] chở gạch ngói và gỗ đến kinh đô mới: khi đi đường thủy, gặp gió bão, bị chìm đắm mất quá nửa.*" **Cương Mục**, **Chính Biên**, quyển 11.

Về phía nhà Minh, năm Hồng Vũ thứ 24 [1391] Vua Thái Tổ ban lệnh tuyệt giao với Chiêm Thành, vì Vua mới nước này là Các Thắng đã cướp ngôi của Chế Bồng Nga; đến nay đổi ý cho triều cống trở lại:

"*Ngày 3 tháng 2 năm Hồng Vũ thứ 30* [2/3/1397], *nước Chiêm Thành sai bầy tôi là Bốc Lạc Ký Chân Bốc Nông đến cống hồ tiêu, giáng hương, ngà voi vv.. Mệnh ban cho bọn Bốc Lạc Ký Chân Bốc Nông y phục, tiền giấy, có sai biệt.*" (**Minh Thực Lục** *quan hệ Trung Quốc Việt Nam, tập 1, trang 185*)

Riêng việc tranh chấp đất đai tại biên giới Hoa Việt đã xảy ra từ năm trước [1367], các Sứ thần Trần Thành, Lữ Nhượng đến nước ta dùng nhiều thì giờ bàn cãi; lời nói không thuyết phục được, nay lại soạn một văn kiện gửi cho triều đình ta như sau:

"*Ngày 21 tháng 2 năm Hồng Vũ thứ 30* [20/3/1397]. *Hành nhân Trần Thành, Lữ Nhượng đến An Nam dụ Vương nước này là Trần Nhật Côn* [vua Trần Thuận Tông] *trả lại* đất đã xâm lấn của phủ Tư Minh. Hai bên tranh cãi qua lại, nhưng chưa ngã ngũ. Thành cho rằng người thông dịch nói không đạt ý, bèn soạn bức thư gửi cho Nhật Côn. Thư rằng:

'Mới đây viên Thổ quan phủ Tư Minh Hoàng Quảng Thành tâu việc An Nam xâm chiếm đất đai, triều đình kê cứu điển sách, khảo lời ghi trong bản đồ, rồi sai sứ cáo dụ phải trả lại đất. Từ khi Thành đến Vương quốc, tuyên bố ý của Thiên tử, trình bày sự lý, nhưng Chấp sự quá cố chấp, chưa chịu tuân theo. Nay lấy những thư tịch đời trước đã ghi, cùng sự lợi hại trình bày cùng Chấp sự:

'Theo sử, Giao Chỉ thuộc đất Giao Châu xưa, dưới thời Hậu Hán có người đàn bà tên Trưng Trắc làm loạn, vua Quang Vũ sai Mã Viện mang binh bình định, bèn xây đồng trụ ghi công và làm giới hạn trong ngoài. Dưới đời nhà Đường đặt ra Ngũ Quản để đô hộ; đời Tống Càn Đức [Lý Nhân Tông] cướp phá biên giới, Quách Quì mang binh đánh, bắt được Thái tử ngụy là Hồng Chân. Càn Đức sợ nên cắt đất Quảng Nguyên, Môn Châu, Tư Lang, Tô Mậu, Quang Lang; vậy lúc bấy giờ những đất này thuộc quyền sở hữu của Trung Quốc; huống hồ là đất Khâu Ôn thuộc phía bắc đồng trụ? Thời Nguyên Thế Tổ, tổ ngươi là Quang Bính [Vua Trần Thái Tông] nạp cống xưng thần, đến đời Nhật Huyễn [vua Trần Thánh Tông] tự tiện lên ngôi, trái đạo vua tôi nên vua Thế Tổ mang quân hỏi tội, bọn Nhật Huyễn trốn trong gai góc cỏ rậm, dân chết gần hết, thành quách bỏ không; con nối dõi là Nhật Tuân [vua Trần Nhân Tông] cầu xin thương xót chịu tội. Vua Thế Tổ sai sứ mang chiếu dụ nhập triều. Nhật Tuân nói rằng trước kia tống tiễn đến Lộc Châu, nhưng tiểu quốc sợ phạm tội xâm vượt nên dừng tại Khâu Ôn. Xem vậy phần đất phía bắc Khâu Ôn rõ ràng thuộc về phủ Tư Minh vậy. Nay An Nam chiếm vượt cả Uyên, Thoát; giành hết đất Như Ngao, Khánh Viễn, chẳng phải thừa lúc loạn lạc cuối đời Nguyên mà chiếm được ư! Từ ngày Hành nhân xuống xe đến quý quốc, vua tôi vương đều một mực nói đất này thuộc An Nam đã lâu, nhưng không biết do 2 đời Trần, hoặc Lê hay đời nào đặt ra; cứ nói theo đời trước bảo đây là đất của tổ tiên mà không trưng bằng cứ. Nếu lời Chấp sự là đúng, thì chí thư ghi lời Nhật Tuân nói, là điều nói vu hay sao? Hoặc vương sợ phạm tội xâm đoạt nên đem những lời không kê cứu được để bào chữa. Hoàng thượng ta, trời ban cho trí dõng để cai trị vạn nước, nếu ngoan cố thì tội nhỏ cũng không tha, sửa lỗi thì dầu tội trọng cũng xá. Truyện viết: 'Sai biết sửa coi như không sai, sai không chịu sửa chính là lỗi vậy'. Bởi vậy sửa sai sẽ gặp may mắn, đó là trường hợp năm ngoái của Triệu Tông Thọ tại Long Châu; ngoan cố gặp tai ương là việc các tộc Man tại Nam Đan, Phùng Nghĩa mấy năm gần đây; những điều này thể nghiệm rõ ràng ai cũng nghe, ai cũng biết. Vương nên tránh tai ương, đón may mắn bằng cách trả lại đất, không những tông tộc được yên, mà cả nước được hạnh phúc. Bỏ cơ hội này không lo, không chịu nhường và ngoan cố đến cùng, thì cuối cùng sẽ gặp họa; chấp sự nên tính liệu." (**Minh Thực Lục quan hệ Trung Quốc Việt Nam**, tập 1, trang 186)

Vua Trần Thuận Tông gửi thư vạch ra lập luận sai trái rằng Khâu Ôn thuộc phủ Tư Minh; từ đó suy ra tất cả luận điệu của Tri phủ Hoàng Quảng Thành đều sai lầm:

"Nhật Côn gửi thư phúc đáp bọn Thành như sau:

'Mới đây được ân huệ nhận thư, với không ít lời khuyên

dụ:

Căn cứ vào thư của phủ Tư Minh kể rằng trước đây Thiên sứ mấy lần đến tiểu quốc, khi nghênh tống dừng lại tại Khâu Ôn vv.. Việc nghênh tống và cương giới không liên quan gì với nhau. Vì Khâu Ôn là chỗ xung yếu, trước đây [sứ giả] từ Tư Minh vào Lộc Châu; gần đây thì từ Bằng Tường vào đường Đồng Đăng; chỗ này trước đây rừng núi hoang dã không tiện lập trạm nên lập trạm tại Khâu Ôn, địa điểm này giữa huyện, có quan huyện lo việc khoản đãi. Còn việc giao cắt phu ngựa thì hai bên gặp nhau tại cương giới, địa điểm hiện nay tại quan ải Pha La Duy [Pha Lũy].

[Theo lập luận trên] vào đời đầu triều Nguyên, Khâu Ôn đã là đất của tiểu quốc, phủ Tư Minh lại bảo rằng vào cuối đời Nguyên nhiễu loạn, [người tiểu quốc] vượt đồng trụ hơn 200 dặm để xâm chiếm 5 huyện trong đó có Khâu Ôn, xem vậy những lời của Tư Minh không đủ để tin; từ một việc vu khống như vậy, thì những điều khác cũng có thể thấy được. Điều dẫn từ chí thư; thì từ Hán, Đường đến nay sự vật biến thiên, có thể nào đem chuyện xưa mà chất chính vào ngày nay! Những điều khác đã trình bày đầy đủ, không muốn nói lại rườm lời." (**Minh Thực Lục quan hệ Trung Quốc Việt Nam**, tập 1, trang 186)

Sau khi nhận thấy tranh luận dài ngày với bọn Sứ thần Trần Thành, Lữ Nhượng không có kết quả; triều đình ta bèn gửi thư thẳng lên bộ Hộ, cuối cùng Minh Thái Tổ đành phải chấp nhận tạm gác tranh chấp:

"Vương An Nam không đáp được, bèn viết thư gửi cho bộ Hộ:

"Được biết thượng ty vì việc phủ Tư Minh tâu chiếm đất bèn sai Hành nhân Trần Thành, Lữ Nhượng mang văn thư đến hạ quốc ra lệnh trả lại đất đai. Hạ quốc nghĩ rằng 5 huyện Khâu Ôn, Như Ngao, Khánh Viễn, Uyên, Thoát từ trước đến nay đời đời làm sưu dịch, nạp thuế cho hạ quốc; mà Đồng Đăng là đất thuộc huyện Uyên là nơi Thiên sứ thường đi lại; người dân Bằng Tường thuộc phủ Tư Minh mỗi năm cùng dân huyện Uyên của hạ quốc gặp nhau để giao cắt phu ngựa tại quan ải Pha La Duy [Pha Lũy] giáp giới với Bằng Tường. Nay người Tư Minh cho rằng hạ quốc lập trạm tại Đồng Đăng để xâm chiếm, sai trái biết là nhường nào! Cái gọi là lập trạm xâm chiếm để mong được đất được dân; mà đất đó, dân đó từ xưa đến nay đã có rồi, đâu cần phải lập trạm để chiếm? Phàm việc phế hoặc lập trạm, tùy đất thuận tiện, tùy thời thích nghi; trạm trường tồn tại Khâu Ôn là do đất thuận tiện; trạm tạm lập tại Đồng Đăng để thích nghi. Lúc bấy giờ Nhiệm Thượng thư và bọn Ngô Quan tra xét biên giới, bèn ra lệnh dựng lợp phòng ốc để tiện nghỉ ngơi, vậy việc dựng lên hoặc bỏ đi chẳng can dự gì đến việc chiếm đất! Nếu bảo rằng vốn không có đất này, không có dân này, cho dù mưu chiếm cũng không dễ! Vậy đánh nhau để chiếm lúc nào? Tàn phá tiêu diệt chỗ nào? Còn lúc lập trạm, chủ đất và nhân dân không kể là ai đều khoanh tay nhìn, việc cung cấp lao dịch không việc gì là không dễ dàng!

Lại bảo rằng dưới thời nhà Nguyên đại quân hai lần đánh Giao Chỉ, lúc trở về lập trại Vĩnh Bình, điều quân đến trấn thủ biên giới, lại bắt Giao Chỉ cung cấp lương hướng. Hai lần đại quân tướng soái của Trấn nam vương không dừng lại để được đưa tiễn, sử nhà Nguyên kỵ húy không chép rõ đầu đuôi, chỉ nói về việc trở về như sau "Trấn Nam vương tại ải Nội Bàng gặp giặc tập trung nhiều, chẹn đường về, Vương bèn từ huyện Đơn Kỷ theo đường tắt Lộc Châu để rút"; xem cách về biết được quân tình, lại còn sức đâu để mang quân trở lại Vĩnh Bình rồi bắt Giao Chỉ cung cấp lương thực!

Lại bảo hạ quốc vượt qua đồng trụ hơn 200 dặm để xâm chiếm 5 huyện như Khâu Ôn v.v... Xét kỹ thời Hán vũ thứ 19 sai Mã Viện đến Giao Chỉ đánh dẹp người con gái họ Trưng lập đồng trụ, tính đến nay đã hơn 1350 năm; dưới một ngàn năm gò lũng đã biến đổi, ai mà biết được đồng trụ ở đâu?

Lại bảo rằng đã hỏi ông già là Hoàng Bá Nhan, nói như vậy. Bá Nhan người cùng phủ Tư Minh, há lại không cùng ý nguyện. Dù hỏi một ngàn Bá Nhan cũng chẳng đáng tin!

Lại bảo rằng các Thổ quan cũ không trình bày rõ, mới đây nhậm chức bèn vẽ địa đồ đầy đủ, cùng trình bày sự kiện trong **Kiến Vũ Chí**. Há lẽ cha ông tổ tiên nhà Hoàng Quảng Thành không biết chuyện xưa, không thể trình rõ, phải đợi đến đến Quảng Thành mới có đủ kiến thức để trình ư!

Hạ quốc với Tư Minh giáp giới, người phủ Tư Minh thường đến đất hạ quốc giành đất đai, cướp trâu, súc vật; hạ quốc là chỗ sơ viễn khó có thể tố cáo. Nay Tư Minh đã quen với thu hoạch nhỏ, nên mưu lợi lớn.

Nếu hạ quốc xâm chiếm thì trả lại có khó gì! Nay không xâm chiếm lấy gì mà thoái hoàn. Năm huyện này là của hạ quốc, đời nối đời truyền lại; đất để lại phải giữ vững, đâu dám để đất đai của tổ tiên, giao cho Tư Minh. Hai bên đáng giữ biên giới đã định sẵn để thờ thiên triều, đâu dám tham vọng xâm đoạt để phiền đến thượng ty. Duy thánh Thiên tử đối xử cùng một lòng nhân, cùng đức với trời đất, nên hạ quốc dựa vào đó để dốc hết gan ruột ra trình bày, làm phiền nghe những lời rườm rà, tội không thể tránh được. Nay đã trình bẩm lên, cúi mong các hạ trên thể theo lòng chí đức của Thiên tử, nhìn xuống dưới thương xót đến hạ quốc người xa xôi, thẩm xét giám sát, hạ quốc lấy làm may mắn vô cùng."

Bọn Thành trở về phục mệnh, Thiên tử triệu quần thần bàn việc này; có kẻ tâu nghịch mệnh đáng mang quân thảo phạt. Thiên tử phán:

"Bọn man di tranh với nhau, từ xưa đến nay vẫn có như vậy, bọn chúng ngoan cố bất phục, cuối cùng sẽ mang họa, hãy chờ xem!" (**Minh Thực Lục quan hệ Trung Quốc Việt Nam**, tập 1, trang 186)

Đến tháng 3, năm Quang Thái thứ 11 (1398), Vua Trần Thuận Tông truyền ngôi cho Hoàng thái tử An. Thái tử lên ngôi tức Vua Thiếu Đế; Quý Ly tự xưng là Đại vương, thay Vua giữ chính quyền trong nước.

Chú thích:

1. Long Châu: vị trí gần biên giới Việt Nam, nay thuộc huyện Long Châu, Sùng Tả thị, tỉnh Quảng Tây.

2. Thúc Minh giết vua: chỉ vua Trần Nghệ Tông liên can đến việc Hôn đức công Dương Nhật Lễ bị giết.

3. Bất đắc kỳ tử: chết không bình thường, như bị giết, bị tai nạn vv..

4. Tả Giang:do sông Bằng tại tỉnh Cao Bằng chảy sang Trung Quốc hợp với sông khác tại Long Châu tạo thành Tả

Giang.

5. Đồng Trụ: đồng trụ thuộc về truyền thuyết, xét lịch sử không có một địa điểm nhất định.

6. Khâu Ôn, Như Ngao, Khánh Viễn, Uyên , Thoát: theo Đào Duy Anh **Đ. N. V. N. Q. C. Đ.** Khâu Ôn tương đương với huyện Ôn Châu tỉnh Lạng Sơn, dọc theo đường xe lửa Lạng Sơn đến Đồng Mỏ; Như Ngao tương đương với đại bộ phận huyện Lộc Bình, tỉnh Lạng Sơn; Khánh Viễn ở khoảng huyện Điềm He; Uyên tức huyện Văn Uyên ngày nay, huyện lỵ là Đồng Đăng, **Thiên Hạ Quận Quốc** chép cửa Pha Lũy tức ải Nam Quan thuộc huyện Uyên; Thoát tức huyện Thoát Lãng ở phía nam huyện Tràng Định.

7. Kiến Vũ: Thời Quang Vũ nhà Đông Hán; nhưng sách đã thất truyền.

8. Động Yên Tôn: Nay ở xã Yên Tôn, huyện Vĩnh Lộc, nền cũ của thành vẫn còn, bên tả bên hữu thành đều sát với núi đá, hai con sông Lương và sông Mã hợp lưu ở đằng trước, vì thế nên Nguyễn Nhữ Thuyết nói là địa thế nhỏ hẹp, hẻo lánh, thủy tận sơn cùng.

9. Long Đỗ: Tức thành Đại La. Lúc Cao Biền nhà Đường mới đắp thành này, truyền rằng thấy thần nhân hiện lên tự xưng là thần Long Đỗ, vì thế mới thành tên.

58.
Trần Thiếu Đế
[1398-1400]

Tháng 3, năm Quang Thái thứ 11 [19/3-16/4/1398] (Minh Hồng Vũ thứ 31), Vua Trần Thuận Tông truyền ngôi cho Thái tử An tức Trần Thiếu Đế. Thái tử lên ngôi, đổi niên hiệu là Kiến Tân năm thứ nhất; tôn Khâm thánh hoàng hậu làm Hoàng thái hậu. Lê Quý Ly tự xưng là Đại vương, thay vua giữ chính quyền trong nước:

"Quý Ly có chí cướp ngôi vua đã lâu, nhưng trót thề với Nghệ Tông [sự việc xảy ra vào năm 1394], nay trái lời thề cũng có ý ngại, bèn ngầm sai đạo sĩ Nguyễn Khánh ra vào trong cung, khuyên nhà vua rằng:

'Cảnh tiên thanh thú, khác hẳn trần gian, các thánh đế triều ta chỉ ham chuộng về Phật giáo, chưa có vị nào giao du với người tiên đắc đạo. Nay bệ hạ ở nơi cửu ngũ [chỉ ngôi Vua] (1) tôn nghiêm, nhọc lòng với muôn việc, chi bằng truyền ngôi cho Đông cung theo tiên tu đạo để cho cái đức khiêm cung thuần hoà ngày thêm sáng sủa.'

Nhà vua nhận lời, bèn phụng lĩnh đạo giáo ghi tên vào sổ tu tiên. Quý Ly dựng cung Bảo Thanh ở phía tây nam núi Đại Lại [huyện Vĩnh Lộc, Thanh Hóa], rước vua ra ở. Nhà vua bèn hạ chiếu truyền ngôi, đại lược tờ chiếu nói:

'*Trẫm lúc trước vẫn mến tưởng phong vị thanh tao, không có bụng muốn ngự xe hoàng ốc [chỉ ngôi Vua]. Vả lại, Trẫm là người không có đức, làm nhục đến ngôi Vua, thực không sao đương nổi công việc. Nay truyền ngôi để nghiệp lớn được lâu dài. Hoàng thái tử An cần được lên ngôi Vua (tức là Thiếu Đế), Phụ chính thái sư Lê Quý Ly lấy danh nghĩa là Quốc tổ [ông ngoại Vua] thay giữ chính quyền, Trẫm tự xưng là Thái thượng nguyên quân hoàng đế, bồi dưỡng lòng trai khiết ở cung Bảo Thanh, để thoả được ý muốn trước kia của Trẫm"..*" **Cương Mục**, **Chính Biên**, quyển 11.

Lúc ấy Thái tử mới 3 tuổi, khi nhận tờ chiếu truyền ngôi, không biết lạy. Quý Ly sai Thái hậu lạy đẳng trước để Thái tử theo sau. Quý Ly tự xưng là Khâm đức Hưng liệt đại vương. Lập bảng văn ghi:"*Trung thư, Thượng thư sảnh phụng mệnh Nhiếp chính cai giáo hoàng đế thánh chỉ*".

Ngày hôm ấy lên ngự điện ở kinh đô mới, làm lễ khánh thành, ban yến cho các quan từ hàng ngũ phẩm trở lên, cho phép con trai con gái được ngày đêm dạo chơi ngắm cảnh ở cửa nam kinh thành.

Nhằm yểm trợ cho phép "**Hạn điền**" ban hành từ năm trước; triều đình cho đo đạc chính xác; ruộng đất nào không sở hữu hợp pháp, thì đem sung công. Lại giáng chức Hành khiển Hà Đức Lân, vì có lời nói trái với chính sách:

"*Hạ lệnh cho dân, người nào có ruộng phải cung khai báo cáo số mẫu ruộng, trên mặt ruộng phải cắm thẻ tiêu đề họ tên của mình, các quan ở lộ, phủ, châu và huyện phải hội đồng kiểm xét đo đạc, làm thành số sách 5 năm mới xong.*

Ruộng nào không có người cung khai đoan nhận, thì nhà nước lấy làm ruộng công. Lúc ấy, Đức Lân nói kín với người nhà rằng:

'Đặt ra phép này chỉ để ăn cướp ruộng của dân đấy thôi'.

Quý Ly nghe biết, liền giáng chức Đức Lân." **Cương Mục**, **Chính Biên**, quyển 11.

Tháng 4 năm Kiến Tân thứ 2 [6/5-4/6/1399] (Minh Huệ Đế, Kiến Văn năm thứ nhất), sau khi đã truyền ngôi, Quí Ly bức Nguyên quân Thuận Tông dời ra ở quán Ngọc Thanh thuộc huyện Đông Triều, Hải Dương; lại ngầm sai nội tẩm học sinh Nguyễn Cẩn đi theo để trông nom coi sóc; Nguyên quân hỏi Cẩn:

'Anh đi theo ta, ý muốn làm gì?'.

Cẩn không nỡ nói rõ âm mưu. Trước đó Quý Ly đưa cho Nguyên quân 4 câu thơ, nhằm xui nhà Vua tự tử, nguyên văn như sau:

Tiền hữu dung ám quân,

Hôn Đức cập Linh Đức.

Hà bất tảo an bài,

Đồ sử lao nhân lực.

(Trước đó vua hèn ngu,

Hôn Đức [Dương Nhật Lễ] và Linh Đức [Phế Đế].

Sao không sớm liệu đi,

Để cho người nhọc sức?).

Sau lại bảo Cẩn rằng:

"Nếu Nguyên quân không chết, thì nhà người phải chết".

Cẩn dâng thuốc độc, Thuận Tông không chết, lại dâng nước dừa và không cho ăn, cũng không chết. Quý Ly bèn sai Xa kỵ thượng tướng quân Phạm Khả Vĩnh đem thắt cổ cho chết.

Rồi nhân lễ hội thề hàng năm, bọn Thái bảo Trần Nguyên Hàng và Thượng tướng quân Trần Khát Chân mưu giết Quý Ly không thành, nên bị giết:

"Bọn Thái bảo Trần Nguyên Hàng và thượng tướng quân Trần Khát Chân bàn định đến ngày hội họp tuyên thệ sẽ giết Quý Ly. Đến ngày ấy, hội thề ở Đốn Sơn [xã Cao Mật, huyện Vĩnh Lộc, tỉnh Thanh Hóa], Quý Ly lên trên lầu nhà Khát Chân để xem, nghi vệ y như Thiên tử đi tuần du. Lúc ấy Phạm Tổ Thu và thích khách là Phạm Ngưu Tất cầm vững tay kiếm muốn xông lên, Khát Chân trừng mắt nhìn, hai người bèn không quả quyết tiến lên nữa. Quý Ly thấy chột dạ, liền đứng dậy, vệ sĩ hộ vệ để xuống. Ngưu Tất quăng thanh kiếm xuống đất, nói:

'Cả lũ chỉ chết uổng mất thôi!'.

Việc ấy bị tiết lộ, Thái bảo Nguyên Hàng, Trụ quốc Nhật Đôn, Tướng quân Trần Khát Chân, Phạm Khả Vĩnh, Thượng thư Hà Đức Lân, Hành khiển Lương Nguyên Bưu và bọn Phạm Ông Thiện, Phạm Tổ Thu, Phạm Ngưu Tất cùng người thân thích liêu thuộc hơn ba trăm bảy mươi người đều bị hại, gia sản bị tịch thu. Những người liên can bị bắt, hết năm này sang năm khác chưa xong. Ở ngoài đường sá, người ta chỉ lấy mắt nhìn nhau, dầu hai người cũng không dám nói chuyện. Lễ hội thề từ đây bãi bỏ." **Cương Mục, Chính Biên,** quyển 11.

Tháng 6 [4/7-1/8/1399]. Quý Ly tự xưng là Quốc Tổ chương hoàng.

Quý Ly ở cung Nhân Thọ, bảng văn đề là "**Phụng nhiếp chính Quốc tổ chương hoàng**", mặc áo sắc bồ hoàng (sắc vàng), khi đi ra đi vào dùng 12 cây lọng vàng, y như nghi trượng Thiên tử, nhưng còn xưng là "dư" (2), chưa dám xưng là "trẫm"(2). Còn con Hán Thương xưng quyền chức Thái phó, ở bên hữu điện Hoàng Nguyên; Nguyên Trừng làm Tư đồ.

Tháng 7 [2/8-30/8/1399], Nguyễn Dụng Phủ đưa thư đả kích Lê Quý Ly, nên bị bắt giam, nhưng rồi được tha. Dụng Phủ người đất Hoằng Hóa thuộc tỉnh Thanh Hóa dâng thư lên Quý Ly đại lược nói: *"Chương hoàng là hiệu gì? Bồ hoàng là sắc gì? Đối với việc Tiên đế xưa phó thác thì sao?".* Quý Ly nổi giận, bắt giam mấy ngày, sau lại tha ra..

Tháng 8 [31/8-29/9/1399], Nguyễn Nhữ Cái nổi dậy tại Đà Giang; tháng 12 [28/12/1399-25/1/1400], An phủ sứ ở lộ Đông Đô là Nguyễn Bằng Cử dẹp yên được. Trước đây, Nguyễn Nhữ Cái ở Đà Giang, trốn đến Thiết Sơn làm tiền giấy giả; gặp lúc Thuận Tông bị hại, Khát Chân bị chết, Nhữ Cái liền chiêu dụ dân lành, được hơn một vạn người, đi lại quấy rối cướp bóc ở quãng sông Đáy, sông Đà, núi Tản, núi Lịch; châu, huyện không thể chống cự nổi. Quý Ly sai Bằng Cử điều binh đi đánh, dẹp yên được.

Tháng 9 [30/9-28/10/1399], dời các tội nhân giam ở Cảo Điền vào xã Tương Một, Thanh Hóa. Sai Trần Ninh đốc suất người phủ Thanh Hóa trồng tre gai ở phía tây thành, phía nam từ Đốn Sơn, phía bắc từ An Tôn đến tận cửa Bào Đàm, phía tây từ chợ Khả Lãng ở Vực Sơn đến sông Lỗi Giang, vây quanh làm toà thành lớn bọc phía ngoài. Dân chúng ai lấy trộm măng thì bị xử tử. Dọc rừng rậm và đồng hoang dựng các quán xá, từ cầu Đại Tân đến bến Đàm Xá để tiện cho quân dân qua lại nghỉ ngơi. Đặt sở tuần kiểm ở sông Đại Lại, thuộc huyện Vĩnh Lộc Thanh Hóa. Sai chăng dây chão to ở giữa sông phàm các thuyền trên sông phải kéo dây theo thứ tự mà đi, không được tranh nhau đi trước.

Mùa đông, tháng 10 [29/10-27/11/1399], đổi người có tội đi đày làm lính khơi mương, sai đi khơi các con kênh Vi, kênh Trầm, kênh Hào, đến tận cửa biển Hà Hoa [Kỳ Anh, Hà Tĩnh] để tiện thuyền bè qua lại.

Tháng 2, năm Kiến Tân thứ 3 [25/2-25/3/1400] (Minh Huệ Đế, Kiến Văn năm thứ 2). Quý Ly truất nhà vua làm Bảo Ninh đại vương, Quý Ly tự xưng Hoàng đế:

"Quý Ly nói thác ra rằng nhà vua truyền ngôi cho. Bầy tôi khuyên mời lên ngôi vua. Quý Ly giả vờ thoái thác nói:

'Ta sắp đến ngày xuống lỗ rồi, nếu làm như thế, thì còn mặt mũi nào trông thấy tiên đế ở dưới đất được?'.

Bầy tôi ba lần dâng tờ biểu, mới nhận lời, xưng là Hoàng đế, đặt niên hiệu là Thánh Nguyên, đổi quốc hiệu là Đại Ngu và đổi họ mình là họ Hồ (3), truất Thiếu Đế làm Bảo Ninh đại vương, vì Thiếu Đế là cháu ngoại (4), nên không giết chết."

Chú thích:

1. Cửu ngũ: Tượng trưng ngôi vua, do hào **Cửu Ngũ** trong **quẻ Kiền** là một quẻ thuần Dương trong **Kinh Dịch**: *"Long phi tại thiên, lợi kiến đại nhân"*. Ý nói rồng bay trên

trời, thì thiên hạ thấy có ông vua đức độ to lớn.

2. Chữ "*dư*" và chữ "*trẫm*": Đều nghĩa là ta, nhưng theo chế độ phân biệt đẳng cấp đời quân chủ thì chữ "dư" dùng chung cho người trên đối với người dưới, chữ "trẫm" để riêng cho Vua xưng với thần dân.

3. Theo truyền thuyết, họ Hồ là con cháu Ngu Thuấn; con Ngu Yên là Vĩ Mãn được Chu Vũ Vương phong cho ở đất Trần gọi là Hồ Công, sau dùng chữ Hồ làm tên họ. Quý Ly nhận mình là dòng dõi họ Hồ, con cháu Ngu Thuấn, nên đặt quốc hiệu là Đại Ngu.

4. Vợ Vua Thuận Tông là con gái trưởng của Lê Quý Ly, nên Thiếu Đế gọi Quý Ly bằng ông ngoại.

59.
Hồ Quý Ly
và Hồ Hán Thương.
Quý Ly:

Niên hiệu Thánh Nguyên [1400]

Hán Thương:

Niên hiệu Thiệu Thành [1401-1402]

Niên hiệu: Khai Đại [1403-1406].

Vào tháng 2, năm Kiến Tân thứ 3 [25/2-25/3/1400], (Minh Huệ Đế, Kiến Văn năm thứ 2); Hồ Quý Ly truất ngôi của cháu ngoại là Trần Thiếu Đế; tự xưng là Hoàng đế, đặt niên hiệu Thánh Nguyên, đổi quốc hiệu là Đại Ngu.

Năm Thánh Nguyên thứ 1 [1400], Vua nhà Hồ đặt chức Liêm phóng sứ ở các lộ với nhiệm vụ thanh tra, dò hỏi quan lại kẻ hay người dở, việc lợi hại trong dân gian, để thi hành việc giáng truất hay cất nhắc. Dùng quy chế này làm thể thức lâu dài; do đó các chức Thái thú, Lệnh doãn luôn luôn bị thay đổi.

Tháng 8 [20/8-17/9/1400], cho thi thái học sinh. Lưu Thúc

Kiệm, Nguyễn Trãi, Lý Tử Tấn, Vũ Mộng Nguyên, Hoàng Hiến, Nguyễn Thành, Bùi Ứng Đẩu, tất cả 20 người đều trúng tuyển. Thúc Kiệm, người huyện Gia Định thuộc Bắc Giang; Nguyễn Trãi người huyện Thường Tín, Hà Tây; Vũ Mộng Nguyên người huyện Đông Sơn, Thanh Hóa; Hoàng Hiến người huyện Tiên Sơn, Bắc Ninh; Bùi Ứng Đẩu, người huyện Lâm Thao, Vĩnh Phú.

Tháng chạp [16/12/1400-14/1/1401] Nhân Chúa Chiêm Thành mất, con là Ba Đích Lại mới lên ngôi; Hồ Quý Ly sai tướng là bọn Trần Tùng, Đỗ Mãn đem quân đánh, nhưng không thắng, bèn rút quân trở về:

"Chúa Chiêm Thành là La Ngai mất, con là Ba Đích Lại mới lập làm chúa, Quý Ly muốn nhân cơ hội ấy để cầu lợi, mới dùng Đỗ Mãn làm Đô tướng thủy quân Trần Vấn làm chức phó, Trần Tùng làm Đô tướng bộ quân, Đỗ Nguyên Thác làm chức phó, quản lĩnh mười lăm vạn quân, tiến đến biên cảnh Chiêm Thành. Tùng nghe lời Đinh Đại Trung, dẫn đạo quân bộ đi ven theo chân núi, cách xa với đạo quân thủy, lúc ấy nước lũ đã xô đến, ba ngày tướng sĩ không có lương, phải nướng mai rùa, da thú để ăn, bèn kéo quân về. Quý Ly cho rằng Tùng đi con đường hiểm trở, làm trái mất quân cơ, đáng phải tội chết chém, nhưng vì có công trong lúc ở nơi tiềm để (1), nên đem công chuẩn tội, miễn cho tội chết, phải đày làm lính." **Cương Mục, Chính Biên**, quyển 11.

TrầnTùng, Trần Vấn, sau đều được đổi sang họ nhà Vua, tức họ Hồ.

Lên ngôi chưa được một năm, Quý Ly truyền ngôi cho con là Hồ Hán Thương, tự xưng là Thái thượng hoàng, cùng giữ chính quyền trong nước. Hán Thương dùng các niên hiệu Thiệu Thành, Khải Đại; lập vợ là Trần Thị làm Hoàng hậu:

"*Hán Thương là con thứ của Quý Ly và là em Nguyên Trừng. Mẹ Hán Thương, Huy Ninh công chúa, là con gái Trần Minh Tông. Trước kia Quý Ly vẫn có ý muốn lập Hán Thương nối ngôi, nhưng chưa quả quyết, bèn ngụ ý vào cái nghiên đá, ra một câu đối cho Nguyên Trừng đối lại, để dò xét khí khái Nguyên Trừng:*

"*Thử nhất quyền kỳ thạch, hữu thời vi vân, vi vũ, dĩ nhuận sinh dân*".

[Dịch nghĩa:Viên đá nhỏ bằng nắm tay, có lúc làm mây, làm mưa, để thấm nhuần ơn cho dân].

Nguyên Trừng đối lại: "Giá tam thốn tiểu tùng, tha nhật tác đống, tác lương, dĩ phù xã tắc".

[Cây thông nhỏ chừng ba tấc, sau này làm cột, làm xà, để phù trì xã tắc). *Quý Ly bèn lập Hán Thương nối ngôi.*"
Cương Mục, Chính Biên, quyển 11.

Vế đối của Hồ Nguyên Trừng rõ ý rằng ông ta chỉ muốn làm tôi trung, phò Vua giúp nước. Tuy nhiên xét thời cuộc lúc này, việc Hồ Hán Thương lên ngôi là phương cách gỡ rối chính trị cho cha con họ Hồ. Bấy giờ Hồ Quý Ly giành ngôi nhà Trần bị dân chúng phản đối kịch liệt; phía nhà Minh cũng thường ôm mộng xâm lăng. Trong các con Quý Ly, Hồ Hán Thương dòng dõi phía mẹ thuộc Tôn thất nhà Trần, nên dễ bề ăn nói hơn. Quả vậy, sau khi Hán Thương lên ngôi, bèn sai sứ sang nhà Minh. nói dối là dòng dõi họ Trần đã tuyệt tự, xin lấy danh nghĩa là cháu ngoại, tạm quản lý công việc trong nước.

Nhằm tăng thu nhập kinh tế, Hán Thương quy định phép đánh thuế thuyền buôn. Chia các thuyền buôn làm ba hạng: thượng đẳng, trung đẳng và hạ đẳng. Thượng đẳng mỗi chân chèo phải nộp thuế 5 quan, trung đẳng 4 quan, hạ đẳng 3 quan.

Tháng 2 năm Thiệu Thành thứ nhất [13/2-14/3/1401(Minh Huệ Đế, Kiến Văn năm thứ 3), Hán Thương cho đổi lịch Hiệp Kỷ thời nhà Trần, thành lịch Thuận Thiên. Vì triều đại Hồ ngắn ngủi, nên lịch Thuận Thiên chỉ dùng đến năm 1407 thì chấm dứt.

Tháng 4 [13/5-11/6/1401], ban lệnh làm sổ hộ, kiểm tra dân số. Trước đó, Hồ Quý Ly bàn mưu với bầy tôi rằng: *"Làm thế nào có được trăm vạn quân để đối địch với giặc phương bắc?"*. Đồng tri xu mật sứ Hoàng Hối Khanh xin gộp nhân số lại làm thành sổ hộ: từ 2 tuổi trở lên đều ghi vào sổ; người ở kinh kỳ đến trú ngụ các nơi phiên trấn bắt phải về nguyên quán, kê tên vào sổ, không được ẩn lậu. Khi sổ hộ làm xong, kiểm điểm người từ 15 đến 60 tuổi, được gấp bội so với số trước. Từ đấy, tuyển quân lính được thêm nhiều hơn.

Bọn quan lại như Hoàng Hối Khanh, thể theo ý của Hồ Quý Ly, tìm cách hạn chế dùng gia nô:

"Lúc ấy, bọn Hoàng Hối Khanh, Nguyễn Hi Chu và Đồng Thức lựa theo ý họ Hồ, nên thường khuyên Hán Thương giết con cháu nhà Trần, giảm bớt số điền nô, để đè nén thế lực họ Trần. Hán Thương mới lập ra phép hạn chế gia nô. Những người được phép dùng gia nô, cứ theo cấp bậc của mình mà dùng nhiều dùng ít khác nhau; số gia nô thừa phải đem sung công. Gia nô đều ghi dấu hiệu vào trán." **Cương Mục, Chính**

Tại thành Tây Đô tại Thanh Hóa, cho trồng tre gai, bắc cầu cống bao quanh bên ngoài; thành trong xây gạch trên nền đá. Ngoài ra nhằm điều hòa giá lương thực, Hán Thương cho lập kho thường bình tại các lộ, đến mùa giáp hạt bán ra rẻ hơn giá thị trường:

"Trước đây, bên ngoài thành tại kinh đô mới, Quý Ly bắt dân Thanh Hóa trồng tre gai làm như cái thành bao la ở ngoài và bắc cầu cống, đặt hàng quán, đào khe cừ, để tiện đi lại. Còn thành Tây Đô thì thân thành đều xây bằng đá, sau lại bị đổ. Nay Hán Thương hạ lệnh cho các lộ nung gạch để sửa đắp lại, xây trên bằng gạch, dưới bằng đá.

Hán Thương đặt kho thường bình, khi thóc rẻ thì đong vào, khi thóc kém thì bán ra theo giá rẻ để giá thóc ổn định; phát tiền giấy cho các lộ, theo giá cả mua thóc chứa vào kho. Tuy nhiên bấy giờ số quan lại ở các lộ, phủ, châu, huyện có thay đổi, nên không làm được đến nơi." **Cương Mục, Chính Biên**, quyển 11

Tháng 10 [6/11-4/12/1401], Hán Thương bổ dụng Nguyễn Phi Khanh làm Hàn lâm viện học sĩ. Phi Khanh là thân phụ Nguyễn Trãi, trước tên là Ứng Long, đỗ Thái học sinh triều nhà Trần, lấy con gái Trần Nguyên Đán. Vua Trần Nghệ Tông lấy cớ là dòng dõi hàn vi mà lại lấy con gái Nguyên Đán, thuộc Tôn thất, nên bỏ không dùng. Đến nay Hán Thương mới cất nhắc bổ dụng và cho đổi tên là Phi Khanh.

Tháng 2, năm Thiệu Thành thứ 2 [4/3-2/4/1402] (Minh Huệ Đế, Kiến Văn năm thứ 4), Hán Thương duyệt quân đội.

Tháng 3 [3/4-1/5/1402], cho đắp sửa đường sá từ thành

Tây Đô đến Hóa Châu [Thừa Thiên]. Dọc đường đặt phố xá và trạm chuyển thư, gọi là đường thiên lý.

Tháng 6 [1/7-29/7/1402], bổ dụng Đồng Thức, người đất Chí Linh, Hải Dương, làm Ngự sử trung tán. Đồng Thức đỗ Thái học sinh triều nhà Trần; Hán Thương ví Đồng Thức như Ngụy Trưng, một danh thần thời Đường Thái Tông, nên ban cho họ Ngụy.

Tháng 7 [30/7-28/8/1402], Hồ Hán Thương sai tướng là Đỗ Mãn đánh Chiêm Thành. Chiêm Thành sai Sứ dâng đất xin hàng:

"Hán Thương thấy bọn Trần Tùng đi đánh Chiêm Thành không thành công, phải rút về, lại dùng Đỗ Mãn làm đô tướng, Nguyễn Vị và Nguyễn Bằng Cử làm chiêu thảo sứ, đem đại quân sang đánh. Khi đại binh kéo đến biên giới Chiêm Thành, Đinh Đại Trung làm tiên phong, gặp tướng Chiêm Thành là Chế Thất Nan, hai bên giao chiến đều bị chết. Chúa Chiêm Thành là Ba Đích Lại hoảng sợ, sai người cậu là Bố Điền đem dâng các sản vật địa phương và dâng đất Chiêm động [Thăng Bình, Quảng Nam]; để xin cho rút quân. Khi Bố Điền đến nơi, Quý Ly bắt ép thay làm tờ biểu khác dâng cả đất Cổ Lũy [Quảng Ngãi] nữa. Rồi đem hai đất ấy chia làm 4 châu là: Thăng, Hoa, Tư và Nghĩa, đặt chức An phủ sứ lộ Thăng Hoa để trấn trị, còn ở đầu nguồn thì đặt làm trấn Tân Ninh [Thu Bồn, Quảng Nam]." **Cương Mục, Chính Biên,** quyển 11.

Sau khi chiếm được 4 châu Thăng, Hoa, Tư, Nghĩa; nhà Hồ bổ dụng Nguyễn Cảnh Chân làm An phủ sứ lộ Thăng Hoa. Ngoài ra còn bổ dụng Chế Ma Nô Đã Nan, con Chế Bồng Nga trước kia chạy sang nước ta, làm Cổ Lũy thượng hầu, để tìm cách chiêu dụ người Chiêm Thành.

Nhà Hồ Quy định lại phép đánh thuế tô tức thuế ruộng đất, thuế dung tức thuế sưu dịch. Đối với thuế dung, chiếu cố đến người nghèo, quả phụ, được giảm, hoặc miễn thuế:

"Trước kia, về triều nhà Trần, tư điền của dân cứ mỗi mẫu thu thóc 3 thăng; đất bãi trồng dâu, mỗi mẫu thu tiền 9 quan hoặc 7 quan. Đinh nam mỗi năm nộp tiền 3 quan. Đến nay Hán Thương thay đổi lại cho thi hành: mỗi mẫu ruộng thu thóc 5 thăng; đất bãi trồng dâu chia ra 3 bậc: bậc cao nhất mẫu thu 5 quan, bậc trung bình mỗi mẫu 4 quan, bậc thấp nhất mỗi mẫu 3 quan. Thuế đinh nam thì căn cứ vào số ruộng để đánh thuế: người nào có ruộng từ 2 mẫu 6 sào trở lên thu tiền 3 quan; người nào ruộng kém số ấy sẽ được giảm bớt dần; người không có ruộng cùng trẻ mồ côi và đàn bà góa mà có ruộng đều được miễn thuế dung." **Cương Mục, Chính Biên**, quyển 11.

Tháng 2 năm Khai Đại thứ nhất [21/2-22/3/1403] (Minh Thái Tông Vĩnh Lạc năm thứ nhất), sau khi đặt chức An phủ sứ lộ Thăng Hoa, chia lộ này thành 4 châu Thăng, Hoa, Tư, Nghĩa; Hồ Hán Thương dời dân đến Thăng Hoa; nhằm tránh sự lẫn lộn, dân thuộc châu nào, ghi tên châu đó vào cánh tay:

"Trước đây, Chiêm Thành dâng đất Chiêm Động và Cổ Lũy, họ dời hết dân đi nơi khác mà bỏ đất không; Quý Ly chia đất ấy làm lộ Thăng Hoa. Đến nay mới đem dân các lộ, người nào không có ruộng mà có của đến đấy để ở. Người mới đến cùng với người cũ của lộ ấy còn sót lại đều biên tên vào quân ngũ, nhưng thích hai chữ tên châu hiện ở vào cánh tay. Năm sau, lại cho vợ con những người đã đi đến khi

trước đi theo. Những người này, lúc đi đường biển gặp gió bão, bị chết đuối nhiều. Lòng dân rất là náo động." **Cương Mục, Chính Biên**, quyển 12.

Nhà Hồ cho đặt vùng đất Thanh, Nghệ, Tĩnh làm Tứ Phụ, với nhiệm vụ yểm trợ cho kinh kỳ Tây Đô:

"*Cơ sở ở Tây Đô đã xây dựng xong, Hán Thương lại đổi phủ Thanh Đô làm phủ Thiên Xương, phủ Diễn Châu làm phủ Linh Nguyên, hợp với Cửu Chân, Ái Châu gọi là "tứ phụ", đổi tên núi Đại Lại làm núi Kim Âu.*

Lại đặt chức Thị giám (2) ở kinh kỳ, ban phát cân, thước, thưng, đấu; định giá trị tiền giấy để buôn bán được lưu thông. Lúc ấy những người buôn bán phần nhiều chê tiền giấy nát, nên lập điều luật để bắt tội người nào chê bai tiền giấy, làm cao giá hàng hoặc đóng cửa hàng và người nào giúp đỡ bênh vực những việc ấy." **Cương Mục, Chính Biên**, quyển 12.

Tháng 2 năm Khải Đại thứ 2 [1404], Hán Thương định lại phép thi, chia làm 5 kỳ, trong đó có 1 kỳ thi về viết chữ và làm toán:

"*Hán Thương phỏng theo phép ba kỳ thi ở thời nhà Nguyên, chia làm bốn kỳ, lại thêm một kỳ thi viết chữ và tính, cộng thành năm kỳ thi. Cứ ba năm một lần mở khoa thi, năm nay thi hương, người nào trúng tuyển được miễn dao đài tạp dịch, đến năm sau thi ở bộ Lễ, người nào trúng tuyển được lựa chọn bổ dụng, lại năm sau nữa thi hội, người nào trúng tuyển được sung vào Thái học sinh. Lúc ấy sĩ tử mới do bộ Lễ thi, gồm 170 người được trúng tuyển, chưa kịp thi hội, sau vì việc quân nhà Minh sang xâm lấn, nên thôi không thi nữa.*" **Cương Mục, Chính Biên**, quyển 12.

Về việc binh, trước đây, xét định quân ngũ, chọn người nào mạnh khoẻ mà nhà nghèo sung vào quân trợ dịch, sau đổi làm quân bồi vệ. Đến nay chia quân ra tả và hữu, dùng tên loài lân, loài phượng để đặt tên hiệu quân, chọn các quan văn võ người cùng họ Hồ để quản lĩnh.

Sai đào Liên Cảng (3) từ Tân Bình [Quảng Bình] đến giáp giới Thuận Hóa, để việc chuyên chở được tiện lợi, nhưng vì bùn cát cứ nổi bềnh lên, nên không thành công, phải bỏ.

Bấy giờ, nhà Minh muốn gây việc binh đao. Hán Thương hạ lệnh đóng thuyền đinh sắt, đặt hiệu thuyền là "tải lương cổ lâu". Thuyền ấy ở bên trên bắc tre làm đường đi lại, bên dưới hai người chèo một mái chèo, có thể tiện lợi cho việc chiến đấu; tuy mượn tiếng vận tải để đặt tên thuyền, nhưng thực ra là để phòng bị quân nhà Minh.

Tháng 2, năm Khai Đại thứ 3 [1405], có nạn đói, hạ lệnh cho dân các lộ phải bán thóc. Sai các quan ở lộ, phủ, châu và huyện kiểm tra số thóc của nhà giàu, bảo họ bán cho dân, theo giá hai bên cùng thỏa thuận.

Tháng 6, Đặt bốn kho quân khí. Dân đinh người nào có tài nghệ khéo, đều sung vào làm việc công, sửa chữa chế tạo khí giới để đồ quân dụng được đầy đủ.

Tháng 7, Hán Thương đi tuần du xem xét núi sông ở kinh lộ và các cửa biển; tháng 8, trở về kinh đô. Trước đây, Hán Thương sai đóng cọc gỗ ở nơi xung yếu tại các cửa biển và sông cái để phòng bị chống cự quân giặc; đến nay lại thân đi xem xét việc này, là có ý muốn biết được nơi nào hiểm trở, để lưu ý thêm.

Thời Vua Thái tổ nhà Minh sai người sang nước ta bắt phải nộp sư sãi, người bị hoạn và gái đẹp đấm bóp, Vua

Phế Đế nhà Trần đã sai tìm những hạng người ấy đem nộp. Trong số đó có những người bị hoạn như bọn Nguyễn Toán, Nguyễn Tông Đạo, Từ Cá và Ngô Tín. Nay nhà Minh cho rằng bọn Nguyễn Toán am hiểu núi sông nước ta, nên đưa sang để dòm ngó tình hình trong nước.

Tháng 9. Hán Thương định lại quy chế quân ngũ. Nam và bắc chia làm 12 vệ, đông và tây chia làm 8 vệ, mỗi vệ 18 đội, mỗi đội 18 người, đại quân 30 đội, trung quân 20 đội, doanh 15 đội, đoàn 10 đội, cấm vệ đô 5 đội; có đại tướng quân thống lĩnh.

Bấy giờ Hán Thương thường bị nhà Minh tra hỏi, trầm trọng nhất là vụ việc vào ngày 17 tháng giêng năm Vĩnh Lạc thứ 3 [16/2/1405]; Minh Thái Tông sai Giám sát Ngự sử Lý Kỳ, Hành nhân Vương Khu mang sắc dụ đến điều tra việc Tôn thất Trần Thiêm Bình, trốn sang Trung Quốc, tố cáo cha con Hồ Quý Ly diệt họ Trần. Hán Thương bèn sai Tả ti lang trung Phạm Canh, Thông phán Lưu Quang Đình sang nhà Minh dâng lễ cống và tạ lỗi. Việc này là có ý muốn dập tắt việc chiến tranh có thể xảy ra; nhưng nhà Minh đã giữ Canh ở lại mà cho Quang Đình về.

Đáp ứng với tình hình gay go, nhà Hồ cho thực hiện những điều cấp thiết sau đây:

Thứ nhất: Đối phó với quân Minh lăm le xâm lăng nhà Hồ muốn bắt chước nhà Trần từng mở hội nghị Diên Hồng thời chống Nguyên Mông, nhưng không dám, vì sợ dân không theo. Hồ Quý Ly bèn lấy cớ mình tuổi 70, nên ban ơn cho phụ lão các lộ, những người từ 70 tuổi trở lên, đàn ông được ban tước một tư tức một bậc, đàn bà được ban cho tiền giấy; phụ lão ở kinh thành được ban tước và được hội họp uống rượu.

Thứ hai: Đắp thành Đa Bang. Nhà Hồ nhận thấy nếu quân nhà Minh kéo sang, thì Đa Bang chính là địa điểm xung yếu nhất, nên sai Hoàng Hối Khanh đắp thành để ngăn giữ. Thành Đa Bang vị trí tại xã Cổ Pháp, huyện Tiên Phong, tỉnh Sơn Tây; sau đó phân phối các vệ quân ở Đông Đô [Hà Nội] đi đóng cọc ở sông Bạch Hạc để chống giữ cánh quân nhà Minh từ mặt Tuyên Quang tiến xuống.

Thứ ba: Hội họp các quan văn võ trong kinh thành và ngoài các lộ bàn về kế hoạch nên đánh hay nên hòa:

"Hán Thương hạ lệnh các viên An phủ sứ ở các lộ về triều để cùng với các quan trong kinh bàn về kế hoạch nên đánh hay nên hòa. Lúc ấy có người khuyên nên đánh, nói: "Không nên để quân Minh kéo vào nước sẽ làm mối lo sau này". Nguyễn Quân, trấn thủ Bắc Giang, cho rằng hãy nên tạm hòa, chiều theo ý muốn bên địch, để hoãn binh, thì hơn. Tả Tướng quốc là Trừng nói: 'Tôi không sợ đánh, chỉ sợ lòng dân có theo hay không theo mà thôi'. Quý Ly đem cái hộp bằng vàng ban cho Trừng." **Cương Mục, Chính Biên**, quyển 12.

Tháng 4 năm Khai Đại thứ 4 [1406]; sau khi Hán Thương cho mang quân giết Thiêm Bình, liền dùng An phủ sứ ở Tam Giang là Trần Cung Túc làm chánh sứ và thông phán ở Ái Châu là Mai Tú Phu làm phó sứ, Thiêm phán là Tưởng Tư làm tòng sự, cùng đi sang nhà Minh biện bạch việc gian trá giả mạo của Thiêm Bình và xin được đi lại cống nạp như cũ. Nhà Minh giữ cả sứ giả lại, không cho về.

Hán Thương cho rằng quân nhà Minh bị thua một trận, tất nhiên sẽ lại kéo sang, nên hạ lệnh cho người có phẩm tước chiêu mộ những người trốn tránh phiêu lưu làm quân dũng hãn, đặt chức Thiên hộ, Bá hộ để cai quản. Lại sai đóng cọc gỗ ở bờ phía nam sông Nhị Hà nối tiếp nhau suốt hơn bảy trăm dặm; ở các sông và cửa biển đều hạ cây xuống để ngăn cản. Lại hạ lệnh cho dân Bắc Giang và Tam Đái (4) dựng nhà cửa ở nơi đất hoang rậm rạp về bờ phía nam sông Nhị Hà, dự bị làm chỗ di cư trong trường hợp phải rút lui.

Chú thích:

1. Thời Tiềm Đế: Thời chưa lên ngôi Vua.

2. Thị giám: Một chức giữ việc trông coi các nơi buôn bán.

3. Liên Cảng: Nay ở xã Thủy Liên, huyện Lệ Thủy, tỉnh Quảng Bình.

4. Tam Đái: Thuộc Vĩnh Tường, tỉnh Vĩnh Phúc.

60.

Minh Thái Tông vin vào 6 điều hỏi tội, mượn cớ xâm lăng An Nam.

(1)

Vào năm Hồng Vũ thứ 31 [1398] Minh Thái Tổ mất, trải qua 3 năm loạn lạc tranh giành ngôi báu dưới thời Kiến Văn, đến năm 1402 Yên vương tự lập làm Vua miếu hiệu là Thái Tông; sau đến đời Gia Tĩnh lại được truy tặng là Minh Thành Tổ. Sau khi lên ngôi, vào ngày 3/10/1402 ban chiếu báo tin cho các nước lân bang như sau:

"Ngày 7 tháng 9 năm Hồng Vũ thứ 35 [3/10/1402]. Sai sứ mang chiếu chỉ về việc lên ngôi cho các nước An Nam, Tiêm La, Trảo Oa [Java], Lưu Cầu (1), Nhật Bản, Tây Dương (2), Tô Môn Đáp Thứ [Sumatra], Chiêm Thành. Thiên tử dụ các quan bộ Lễ rằng:

"Dưới thời Thái Tổ Cao Hoàng đế các phiên quốc sai sứ đến triều cống đều được đối xử với lòng thành; có nước mang sản phẩm địa phương đến buôn bán được cư xử thuận tiện; hoặc không biết húy kỵ lỡ phạm vào pháp luật cũng được khoan hồng để tỏ sự chiếu cố người phương xa. Nay

bốn biển một nhà, công bố rằng không coi nước nào là ngoài, hễ có lòng thành đến cống đều chấp nhận. Các ngươi hãy hiểu dụ các nước, để họ biết rõ ý Trẫm.” (**Minh Thực Lục** v.9, tr. 205; Thái Tông q.12a, tr. 7a)

Nhân dịp này, Hồ Hán Thương nước Đại Ngu, vốn được Trung quốc gọi là An Nam, sai Sứ sang mừng và xin phong tước:

“Thành Tổ nhà Minh mới lên ngôi vua, Hán Thương sai sứ sang mừng việc đăng quang và xin phong tước. Nhà Minh sai hành nhân là Dương Bột đem sắc thư sang dụ bồi thần và phụ lão trong nước phải xét xem dòng dõi nhà Trần có còn hay không, lời tâu của Hán Thương thực hay giả, đều phải tâu bày sự thực. Hán Thương lại sai sứ theo sang triều đình nhà Minh đệ nộp tờ trạng cam đoan của bồi thần và phụ lão nhận là đúng như lời tâu trước của Hán Thương. Vua nhà Minh tin là thực, phong Hán Thương làm An Nam quốc vương. Từ đấy, sứ thần nhà Minh đi lại nước ta như mắc cửi, nào yêu cầu, nào hạch sách, Hán Thương phải khổ sở về sự ứng tiếp.” **Cương Mục**, **Chính Biên**, quyển 12.

Minh Thực Lục đề cập chi tiết hơn, phân tích việc Sứ thần nhà Minh đi lại hạch sách đòi hỏi nhiều lần, nhằm xúc tiến dã tâm xâm lăng nước ta trong tương lai. Việc đòi hỏi hạch sách, lần lượt liên quan đến 6 vấn đề sau đây:

- Thứ nhất, việc Hồ Hán Thương, xưng với nhà Minh là Hồ Đê, rằng y là cháu ngoại nhà Trần, được dân chúng suy tôn quyền coi việc nước.

- Thứ hai, nước Chiêm Thành tố cáo An Nam chiếm đất.

- Thứ ba, tranh chấp đất với phủ Tư Minh, tỉnh Quảng

Tây.

- Thứ tư, Bùi Bá Kỳ tố cáo họ Hồ cướp ngôi.

- Thứ năm, Đèo Cát Hãn tại châu Ninh Viễn tố cáo An Nam chiếm mất 7 trại.

- Thứ 6, Trần Thiêm Bình xưng là Tôn thất nhà Trần, tố cáo họ Hồ cướp ngôi.

1. Việc Hồ Hán Thương tức Hồ Đê xưng là cháu ngoại họ Trần, xin phong tước:

Khởi đầu bởi tờ biểu trần tình của Hồ Đê gửi sang triều Minh xưng là cháu ngoại nhà Trần, được dân chúng suy tôn quyền coi việc nước; bộ Lễ nhận được tỏ vẻ không tin xin cho mở cuộc điều tra, sự việc được Vua Thái Tông chấp thuận:

"Ngày 3 tháng 4 năm Vĩnh Lạc thứ 1 [21/4/1403], quyền trông coi việc nước An Nam, Hồ Đê, sai sứ dâng biểu, sản phẩm địa phương mừng lên ngôi; cùng tâu như sau:

'Trước đây Thiên triều Thái Tổ Cao Hoàng đế nhận mệnh trời thống nhất hoàn vũ, vương trước là Trần Nhật Khuê với lòng thành cho người đến triều cống trước các nước Di khác; được đội ơn ban tước Vương cai quản lãnh thổ. Nhưng chẳng may sau khi Nhật Khuê mất, con cháu và các chi thứ đều bị tuyệt tự, không có người thừa kế. Thần là cháu ngoại nhà Trần, được dân chúng suy tôn quyền coi việc nước, chủ việc cúng tế, đến nay đã 4 năm rồi; nhờ ơn Thánh đức đất nước được bình an. Nhưng danh phận chưa được chính, nên khó lòng đốc suất được kẻ dưới, dâng biểu lên cũng không có danh hiệu để xưng! Cúi mong ơn trời phong tước cho thần

để cho nước bị phế được phục hưng, chốn hoang di có sự thống trị; Thần phụng mệnh tiến cống đến chết không hai lòng.'

Việc đưa xuống bộ Lễ bàn luận. Bộ Lễ tâu:

'Dân Di xa xôi thường cầu thả khó tin, nên sai sứ sang điều tra.'

Thiên tử chấp thuận." (**Minh Thực Lục** v. 9, t. 337; Thái Tông q. 19, t. 1a)

Vua Thái Tông nhà Minh bèn sai bọn Hành nhân Dương Bột đến nước ta trực tiếp hỏi các quan lại và phụ lão hai điều: Con cháu họ Trần nối dõi, còn hay không có ai? Việc suy lập Hồ Đê, thực hay dối trá?

"**Ngày 15 tháng 4 năm Vĩnh Lạc thứ nhất** [5/5/1403]. Sai bọn Hành nhân Dương Bột đến dụ Bồi thần và kỳ lão An Nam:

'Nhận được lời tấu của Hồ Đê rằng con cháu nối dõi của Quốc vương họ Trần tuyệt tự, Đê là cháu ngoại được dân chúng suy tôn lên tạm quyền quản lý việc nước, chủ việc tế cúng. Nay muốn được phong tước Vương để cai quản một phương. Trẫm cho rằng An Nam xa xôi, chưa thể tin ngay được, bèn sai Hành nhân đến hỏi các ngươi, như sau:

Con cháu họ Trần nối dõi, còn hay không có ai?

Việc suy lập Hồ Đê, có thực hay dối trá?

Hãy khai thực rồi tâu lên, không được nói dối, không che dấu. Người Đê sai đến cống đều được ban thưởng rồi sai về."(**Minh thực Lục** v. 9, tr. 342-343; Thái Tông q. 19, tr. 3a-3b)

Sau đó đến lượt tấu chương của Bồi thần và kỳ lão An Nam phúc đáp, xác nhận nhà Trần tuyệt tự, dân chúng thành tâm suy tôn Hồ Đê quyền trông coi việc quốc sự:

"Ngày 15 tháng 11 năm Vĩnh Lạc thứ nhất [28/12/1403], An Nam sai sứ theo bọn Hành nhân Dương Bột đến kinh đô triều cống, dâng tấu chương của các kỳ lão và Bồi thần như sau:

' Quốc vương nước An Nam là Trần Nhật Khuê [vua Trần Dụ Tông] là nước đầu tiên, vào năm Hồng Vũ thứ 2, dâng biểu xưng thần triều cống. Thiên triều ban ân, phong tước Vương, cai quản một phương, được truyền con cháu lâu dài nơi cõi ngoài. Bất hạnh Nhật Khuê mất, con nối dõi văn số, rồi các cháu lần lượt chết. Sau hơn 30 năm lâm vào cảnh tuyệt tự, người trong nước rất lấy làm đau lòng. Hồ Đê quả thực là cháu ngoại, thuở nhỏ ở trong cung, lại cung thuận cẩn thận thờ kẻ trên; nên được dân chúng thành tâm suy tôn Đê quyền trông coi việc quốc sự, lo việc tông miếu cho họ Trần. Đến nay đã 4 năm, phàm việc lớn việc nhỏ đều yên. Thiên sứ hạ cố đến đây tra hỏi, bọn hạ thần thấp hèn ngu muội lấy sự thực tâu, cúi mong ơn trên thể theo lòng dân chúng ban cho tước mệnh, trông coi nước này, để dân đen được sống yên chỗ. Nay liều chết tâu lên." (**Minh Thực Lục** v. 10, tr. 0464; q. 25, tr. 8b)

Triều Minh không hạch hỏi được điều gì hơn, bèn phong Hồ Đê làm An Nam quốc vương:

"Ngày 24 tháng 11 nhuần năm Vĩnh Lạc thứ nhất [6/1/1404], sai Lang trung bộ Lễ Hạ Chỉ Thiện mang chiếu chỉ đến An Nam phong Hồ Đê làm An Nam Quốc vương. Chiếu rằng:

'Mọi sinh linh được trời đất che chở đều là con đỏ của ta; đặt ra ty, mục cai trị nhằm hợp với lòng dân. Xưa kia đất An Nam các ngươi là quận nơi biên giới, nhà Tống thể theo lòng dân bèn phong tước Vương để cai trị; nước các ngươi sát với Trung Châu nên ảnh hưởng nền thanh giáo. Khi vua cha của Trẫm, Thái tổ Hoàng đế mới lên ngôi, nước ngươi đầu tiên đến quy phụ. Trẫm nối ngôi lớn, ngươi Hồ Đê cũng dốc lòng thành tận tụy với chức vụ. Tâu rằng trước đây họ Trần bị tuyệt tự, ngươi là cháu ngoại lo việc tế tự đến nay được 4 năm. Hỏi han dân chúng, lời khai cũng tương đồng, nên đặc cách mệnh ngươi làm An Nam Quốc vương.

Y Hy! Làm điều thiện được ban tốt lành, đạo trời sáng tỏ. Hãy thờ nước lớn, khoan dung với kẻ dưới, giữ lòng thành để tiếp tục hưởng phúc." (**Minh Thực Lục** v.10, tr.0470; Thái Tông q. 25, tr. 11b).

2. Thứ hai, việc nước Chiêm Thành tố cáo An Nam chiếm đất:

Khởi đầu bởi biểu văn của Quốc vương Chiêm Bà Đích Lại viết trên vàng lá, dâng cho Vua Minh như sau:

"*Ngày 22 tháng 7 năm Vĩnh Lạc thứ 1* [9/8/1403], *Quốc vương Chiêm Thành Chiêm Ba Đích Lại sai sứ là bọn Bà Phủ Tức dâng biểu văn viết trên vàng lá, triều cống phương vật. Lại nói rằng Chiêm Thành giáp giới với An Nam, mấy lần bị nước này xâm lược khổ sở; xin giáng sắc dụ để răn đe. Thiên tử chấp thuận, lại ban cho Sứ giả tiền giấy, bộ y phục hoa văn.*" (**Minh Thực Lục** v.10, tr. 0400; Thái Tông q. 21, tr. 12b)

Sau khi nhận được biểu văn từ Chiêm Thành, Minh

Thái Tông gửi sắc dụ cảnh cáo Vua An Nam Hồ Đê [Hồ Hán Thương] như sau:

"Ngày mồng 8 tháng 8 năm Vĩnh Lạc thứ nhất [25/8/1403]. Sắc dụ Hồ Đê nước An Nam rằng:

"Trẫm lâm ngự vạn phương, thể theo đạo trời mà cai trị, một vật không được yên chỗ cũng là lỗi ở ta. Nay Chiêm Thành nói rằng cùng với nước ngươi đất đai tiếp giáp; ngươi mấy lần hưng binh xâm lăng, giết người, cướp đoạt tài vật; người dân Chiêm Thành khốn khổ vì sự độc hại bởi các ngươi. Phàm đất đai hai nước truyền từ thời xưa, do Thiên tử làm chủ, sao lại cậy mạnh vượt chiếm! Làm ác thì gặp họa, lời răn đã có từ xưa. Nay tha cho, việc đã qua không xét tới; từ nay trở về sau phải giữ gìn biên cảnh, bỏ việc binh đao, hòa hiếu, thì hai nước sẽ được hưởng phúc. Khâm tai!"
(**Minh Thực Lục** v. 10, tr.0408; Thái Tông q. 22 , tr. 2b)

Cương Mục chép rằng vào năm 1403 Hồ Hán Thương sai Phạm Nguyên Côi và Đỗ Mẫn sang đánh Chiêm Thành, vây thành Chà Bàn tại Bình Định nhưng không thắng, lại gặp quân Minh sang ngăn cản, nên đành rút quân về:

"Hán Thương đã lấy được đất Chiêm Động và Cổ Lũy, có ý muốn lấy hết cả đất của người Chiêm Thành, dự định chia các đất ở phía nam châu Tư, châu Nghĩa là Bản Đạt Lang, Hắc Bạch và Sa Li Nha làm châu huyện. Mới bổ dụng Phạm Nguyên Côi làm đô tướng quân thủy, Hồ Vấn làm phó; Đỗ Mẫn làm đô tướng quân bộ, Đỗ Nguyên Thác làm phó. Quân thủy, quân bộ tất cả 20 vạn, đều phải chịu dưới quyền điều khiển của Nguyên Côi; người nào ra trận mà nhút nhát sẽ xử trảm, điền sản và vợ con sung công. Khi quân đã đến Chiêm Thành, sắm sửa nhiều khí giới chiến đấu, bao vây thành Chà

Bàn, vì quân đi đã chín tháng, bị hết lương ăn, lại không hạ được thành, nên phải kéo về.

Trước đây, người Chiêm Thành cầu cứu với nhà Minh, nhà Minh dùng 9 chiếc binh thuyền vượt biển sang cứu, gặp đạo quân của bọn Nguyên Côi, người nhà Minh bảo Nguyên Côi rằng:

'Nên rút quân về ngay, không nên ở lại nữa'.

Khi bọn Nguyên Côi về đến kinh thành, Quý Ly quở trách về tội không sao giết hết được quân nhà Minh, còn Nguyên Trác vì trái tướng lệnh, nên phải tội đày làm lính." **Cương Mục**, **Chính Biên**, quyển 12.

Riêng đối với triều Minh, đáp lại sắc dụ ngày mồng 8 tháng 8 năm Vĩnh Lạc thứ nhất [25/8/1403] đàn hạch việc xâm lấn Chiêm Thành, Hồ Hán Thương hứa sẽ bãi binh:

"*Ngày 28 tháng 12 năm Vĩnh Lạc thứ nhất* [9/2/1404], *Hồ Đê nước An Nam sai sứ chúc mừng ngày lễ Nguyên Đán, tiến cống phương vật và dâng biểu chương tạ tội như sau:*

'Nhận được sắc thư trách thần về việc gây việc binh đánh Chiêm Thành, thần tội rất nặng, được ơn lớn như trời đất tha cho không tru phạt, thần cảm thấy xấu hổ và sợ sệt không kể xiết. Nay xin nghiêm cẩn bãi binh, an dân, đáp lại lời dạy của thánh Thiên tử.'

Thiên tử cho rằng biết hối lỗi, ban sắc dụ khuyến khích. Lúc bấy giờ tuy đã có chiếu phong Hồ Đê An Nam Quốc vương; nhưng trong biểu chương không xưng Vương, do bởi chiếu mệnh chưa tới nơi." (**Minh Thực Lục** v. 10, tr. 0488; Thái tông q. 26, tr. 7b)

Hơn nửa tháng sau, Minh Thái Tông gửi sắc dụ cho

Chiêm Thành báo tin rằng An Nam hứa sửa đổi, không xâm lấn nữa:

"Ngày 15 tháng giêng năm Vĩnh Lạc thứ 2 [25/2/1404], *sai sứ mang sắc dụ Quốc vương nước Chiêm Thành Chiêm Ba Đích Lại rằng:*

'Ngươi tâu rằng mấy lần bị nước An Nam xâm lấn. Ta đã sai người đến dụ nước này phải bãi binh, an dân. Nay Vương An Nam là Hồ Đê ngõ lời chịu tội, không dám vượt qua xâm lấn nữa. Người đã sửa sai thì không sai nữa, ngươi nên hòa mục với lân bang và bảo vệ người dưới." (**Minh Thực Lục**, v. 10, tr. 0494-495; Thái Tông q. 27, tr.2b-3a)

Rồi hơn nửa năm sau Chiêm Thành lại tâu rằng An Nam vẫn tiếp tục quấy phá, và trầm trọng hơn, dám tước đoạt đồ vật triều đình Trung Quốc ban cho Sứ thần Chiêm Thành:

"Ngày mồng 1 tháng 8 năm Vĩnh Lạc thứ 2 [5/9/1404], *Quốc vương Chiêm Thành Chiêm Ba Đích Lại sai sứ Bộ Cai Tự Bãi Ni đến triều cống tê giác, sản phẩm địa phương và tâu rằng:*

"Trước đây đã tâu việc An Nam đánh phá, cướp bóc người và súc vật; ngưỡng ơn triều đình giáng sắc dụ bắt bãi binh. Nhưng Quốc vương Hồ Đê nước này không tuân lời giáo huấn của thánh Thiên tử; tháng 4 năm nay lại mang thủy quân xâm nhập biên cảnh, dân chúng chịu độc hại. Gần đây sứ giả [đến Trung Quốc] *mang đồ vật được ban cho trở về, đều bị tước đoạt; lại áp bức thần phải nhận mũ, y phục, ấn chương, bắt làm thuộc quốc; chiếm cứ các xứ Sa Li Nha, nay lại đánh cướp Mộc Dĩ. Thần sợ không thể tự tồn được phải nạp đất đai để họ cho người cai trị."*

Thiên tử giận dữ, mệnh bộ Lễ mang sắc dụ Hồ Đê, cùng

ban cho sứ Chiêm Thành tiền giấy." (**Minh Thực Lục** v. 10, tr.0582-0583; Thái Tông q. 33, tr. 4b-5a)

Hai ngày sau, Minh Thái Tông ban sắc dụ quở trách Quốc vương An Nam nặng nề; lại đàn hạch thêm việc phủ Tư Minh tỉnh Quảng Tây tâu An Nam lấn chiếm đất châu Lộc, châu Tây bình, trại Vĩnh Bình:

"Ngày mồng 3 tháng 8 năm Vĩnh Lạc Thứ 2 [7/9/1404], sai sứ mang sắc dụ Quốc vương An Nam Hồ Đê rằng:

'Trước đây ngươi mấy lần xâm lăng Chiêm Thành, ta đã dụ ngươi phải thành khẩn hòa mục với lân bang. Rồi nhận được tờ tâu của ngươi hứa rằng từ nay trở về sau đâu dám không bãi binh! Ta vui vì ngươi chịu sửa sai lầm, nên giáng sắc dụ khuyến khích. Gần đây Chiêm Thành tâu rằng ngươi lại cho thủy quân cướp phá biên cảnh, cướp đoạt dân chúng; Sứ triều cống trở về, mang những đồ vật ban cho, đều bị tước đoạt; lại cưỡng bách phải nhận mũ, áo, ấn chương của ngươi để bắt làm thần thuộc. Trái lễ, ngược ngạo tăng thêm không ngớt! Phủ Tư Minh Quảng Tây lại tâu ngươi chiếm đoạt châu Lộc, châu Tây bình, trại Vĩnh Bình. Những vùng này là đất của Trung Quốc mà ngươi đoạt lấy, phóng túng không kiêng kỵ, việc làm như vậy thì nước mất sớm đó thôi. Trẫm không nỡ thảo phạt ngay bởi vậy lại dụ rõ ràng quỉ thần họa hại. Ngươi phải sửa sai ngay đi, nếu không sẽ không có lợi cho An Nam nữa!" (**Minh Thực Lục** v. 10, tr.0583; Thái Tông q. 33, tr. 5a)

5 ngày sau, Vua Thái Tông lại ban sắc dụ cho Vương Chiêm Thành báo tin rằng đã giáng trách An Nam, nếu Vua nước này vẫn còn ngoan cố thì sẽ có cách xử trí. Nhưng mãi đến năm Vĩnh Lạc thứ 4 [1406] khi Trương Phụ mang quân

sang đánh An Nam, sự việc vẫn không giải quyết xong; rồi Chiêm Thành hợp tác với Trương Phụ trong cuộc cuộc xâm lăng nước ta:

"*Ngày 8 tháng 8 năm Vĩnh Lạc thứ 2* [12/9/1404]. *Ban cho Quốc vương Chiêm Thành Chiêm Ba Đích Lại tiền giấy, cùng sắc dụ như sau:*

'*Vương lại tấu những việc xâm nhiễu của An Nam, Trẫm đã tiếp tục giáng sắc trách Hồ Đê. Vương cũng nên tu sửa đức, khéo bảo vệ người trong nước. Nếu như Hồ Đê ngoan cố không sửa đổi, lỗi do tại y; triều đình sẽ có cách xử trí.*" (**Minh Thực Lục** v. 10, tr. 0585; Thái Tông q. 33, tr. 6a)

3. Thứ ba, việc tranh chấp đất với phủ Tư Minh:

Trong bài nghiên cứu lịch sử triều đại Trần Thuận Tông, có đề cập đến việc năm Hồng Vũ thứ 30 [20/3/1397] Tri phủ Tư Minh Hoàng Quảng Thành tố cáo An Nam lấn đất; nhưng đã bị phía An Nam viện lý lẽ bác bỏ. Nay đến thời Minh Thái Tông, viên Tri phủ Hoàng Quảng Thành thấy vị Vua này thiếu thiện cảm với An Nam, nên dâng thư lên tố cáo một lần nữa:

"*Ngày 3 tháng 4 năm Vĩnh Lạc thứ 2* [11/5/1404], *Tri phủ Tư Minh Quảng Tây, Hoàng Quảng Thành tâu:*

'*Bản phủ tiếp giáp với An Nam; châu Lộc, châu Tây Bình, trại Vĩnh Bình đều là đất cũ của cha ông. Năm gần đây, An Nam mấy lần mang binh xâm lấn rồi chiếm lấy. Nay gặp thánh nhân cai trị, nếp cũ được tôn trọng; nghĩ đến đất đai của thần truyền từ nhiều đời, hy vọng Thiên tử anh minh soi xét cương vực, ra chỉ dụ bắt trả lại thì thật may mắn."* Thiên tử chấp thuận. (**Minh Thực Lục** v. 10, tr. 0538; Thái Tông q.30, tr. 3b)

Một tháng sau, vua Thái Tông sai quan bộ Lễ gọi Sứ thần An Nam đến, thuật lại lời Tri phủ Tư Minh tố cáo, kèm theo lời đe dọa nặng nề:

"Ngày 19 tháng 6 năm Vĩnh Lạc thứ 2 [25/7/1404], *Quốc vương An Nam Hồ Đê sai sứ dâng biểu tạ ân. Thiên tử sai quan thuộc bộ Lễ dụ Sứ giả rằng:*

"An Nam trước kia tự xưng là nước hiểu biết về lễ. Nay phủ Tư Minh tố cáo rằng châu Lộc, châu Tây Bình, trại Vĩnh Bình là đất cũ của phủ Tư Minh; đất này tiếp giáp với An Nam, đã bị An Nam chiếm đoạt. Khi các ngươi trở về hãy nói với Vương các ngươi rằng, nếu như không phải đất của An Nam thì phải trả lại gấp. Hãy lo giữ gìn lãnh thổ, yên phận, hòa hiếu với lân bang thì sẽ hưởng phú quý lâu dài." (**Minh Thực Lục** v. 10, tr. 0569; Thái Tông q. 32, tr. 3b)

Cảm thấy không thể chần chừ được với Minh Thái Tông hiếu chiến, nên vào tháng 2, năm Khai Đại thứ 3 [1405] cha con Hồ Quý Ly sai Hoàng Hối Khanh cắt đất nhường cho nhà Minh:

"Trước đây, Hoàng Quảng Thành, thổ quan châu Tư Minh, tâu với vua Minh rằng Lộc Châu nguyên là đất cũ của châu Tư Minh. Vua nhà Minh sai người sang nước ta dụ bảo trả lại đất ấy cho châu Tư Minh, nhưng Quý Ly không nghe. Nay lại sai sứ thần sang đòi, Quý Ly cho Hối Khanh sung làm cát địa sứ (3). *Hối Khanh đem đất 59 thôn ở Cổ Lâu trả cho nhà Minh; sau Quý Ly quở trách Hối Khanh về tội trả đất quá nhiều. Những thổ quan do nhà Minh đặt ra để giữ đất mới*

nhượng ấy, Quý Ly ngầm sai người bản thổ đánh thuốc độc cho chết." **Cương Mục, Chính Biên**, quyển 12.

4. Thứ tư, Bùi Bá Kỳ tố cáo.

Một cận thần nhà Trần, Bùi Bá Kỳ, trốn sang Trung Quốc; tố cáo họ Hồ cướp ngôi, giết nhiều quan lại cùng Tôn thất; được vua nhà Minh ưu đãi:

*"**Ngày 6 tháng 8 năm Vĩnh Lạc thứ 2** [10/9/1404]; Bồi thần An Nam là Bùi Bá Kỳ đến cáo cấp, lời tâu rằng:*

'Gia đình thần đời đời thờ họ Trần nước An Nam, cha ông thần là quan Đại phu, chết vì việc nước. Mẹ thần thuộc dòng thân cận tôn thất họ Trần; vì vậy lúc nhỏ thần được hầu hạ Quốc vương, tước ngũ phẩm; rồi được làm Tỳ tướng cho Vũ tiết hầu Trần Khát Chân. Năm Hồng Vũ thứ 32 [1399] thay Khát Chân mang binh ra biển Đông Hải chống cự với giặc Nụy [Nhật Bản]. Lúc này gian thần cha con Lê Quý Ly giết chúa soán ngôi, hãm hại trung thần diệt cả dòng họ có đến trăm mười người. Anh em vợ con thần đều bị giết hại; lại sai người đi bắt thần để xẻ thịt. Thần nghe việc biến bèn bỏ quân ngũ, chạy trốn vào rừng, sống nơi cùng tịch cùng Mường Mán, vượn khỉ. Lòng trung thành sáng chói, nhưng uất ức không có chỗ tố cáo. Mới đây nghe tin Hoàng thượng lên ngôi báu, mở mang sự cai trị ra muôn nơi, nên muốn được phơi bày gan ruột, cầu xin diệt nạn giặc này. Trải qua nhiều gian nan nguy hiểm, đến được biên giới. Giả mạo cùng với lái buôn khiêng vác hàng hóa, tháng 4 năm nay đến phủ Tư Minh Quảng Tây. Nhờ quan ty đưa đón và may mắn được chiêm bái Hoàng thượng. Thần trình rằng gian thần Lê Quý Ly là con của cố Kinh lược Lê Quốc Kỳ. Y đã hưởng

ân sủng dưới triều nhà Trần, con là Thương cũng được ban chức cao. Đắc chí với tham vọng, giết vua, đổi tên họ là Hồ Nhất Nguyên; con là Hồ Đê tiếm hiệu soán ngôi, không tôn trọng mệnh lệnh Thiên triều, ngược đãi con dân trăm họ, dân chúng hàm oan kêu trời khấn đất, trung thần nghĩa sĩ nhức óc đau lòng. Thần trong lòng khích động vì điều nghĩa, mạo muội tâu lên Thiên tử xin ban rộng lòng nhân, thương dân chúng vô tội, mang quân cứu dân phạt tội, nối dòng chính thống bị đứt, thần tình nguyện cầm cung nỏ đi dẫn đường biểu dương uy trời, những người trung nghĩa hưởng ứng họp lại diệt bọn giặc, quét sạch hung đồ, lập lại con cháu nhà Trần giữ đất này trở thành nước Di (4) cõi xa, đội ơn thánh đức, cung kính triều cống, vĩnh viễn làm ngoại phiên. Thần bất tài, trộm bắt chước Thân Bao Tư (5) chịu tội đáng chết để thỉnh cầu, kính xin Bệ hạ thương xót.'

Thiên tử thương tình, mệnh quan ty cấp cho y phục và thực phẩm." (**Minh Thực Lục** v. 10, tr. 0584-0585; Thái Tông q. 33, tr. 5b-6a)

5. Thứ năm: Đèo Cát Hãn tại châu Ninh Viễn tố cáo An Nam chiếm mất 7 trại.

Nội vụ được tâu lên, Vua Thái Tông bèn sai Sứ sang hạch hỏi:

"Ngày 6 tháng 2 năm Vĩnh Lạc thứ 3 [6/3/1405], Thổ quan châu Ninh Viễn, Vân Nam là Đèo Cát Hãn tâu rằng :

' Hạt của thần có 7 trại tại Mãnh Mạn, vốn đất xưa của tổ tông, mới đây bị An Nam đánh chiếm; lại bắt rể và con gái của thần cùng dân chúng súc vật. Ngoài ra còn bắt trưng nạp phục dịch trăm lối. Thần đời đời phụng cống Trung Quốc, nay bị ngược hại không thể chịu nổi, xin được triều đình thương xót.'

Thiên tử khiến bộ Lễ sai Sứ mang sắc dụ Hồ Đê nước An Nam rằng:

'Trước đây đã sai Ngự sử Lý Kỳ hỏi ngươi về việc giết chúa, tiếm vị, cải quốc hiệu. nay châu Ninh Viễn (6) lại tâu rằng ngươi chiếm đoạt 7 trại tại Mãnh Mạn, bắt trai gái, cướp người vật; trưng thu sưu dịch trăm cách; sự việc như thế nào ngươi hãy tâu sự thực.'

(**Minh Thực Lục** . v. 10, tr. 651; Thái Tông q. 39, tr. 2a)

Riêng điều thứ 6 đề cập đến việc Trần Thiêm Bình xưng là Tôn thất nhà Trần, tố cáo họ Hồ cướp ngôi; trải qua nhiều cuộc thương lượng giữa triều Minh và họ Hồ; cuối cùng Hồ Hán Thương xin đón Trần Thiêm Bình về nước, rồi sai phục binh giết đi; hậu quả nhà Minh mang đại quân sang xâm lăng nước ta; sự việc dài dòng, xin trình bày theo trình tự kế tiếp.

Chú Thích

1. Lưu Cầu: tên nước xưa, nay là quần đảo thuộc phía nam Nhật bản.

2. Tây Dương: theo **Từ Hải**, nước thời Minh gọi là Tây Dương nay thuộc quần đảo Nam Dương.

3. Cát địa sứ: Sứ giả lo việc cắt nhường đất.

4. Di: người Trung Quốc xưa khinh thường các nước lân bang, nên gọi họ là Di.

5. Thân Bao Tư: quan Đại phu nước Sở thời Xuân Thu. Khi quân nước Ngô đánh Sở, Bao Tư đến nước Tần xin quân cứu viện; đứng bên tường khóc suốt 7 ngày; Tần Ai Công cảm lòng thành mang quân đi cứu, khiến quân Ngô phải rút lui.

6. Theo **Toàn Thư**, châu Ninh Viễn tức Mường Lễ, sau này hàng vua Lê Thái Tổ được đổi là châu Phục Lễ; nay thuộc tỉnh Lai Châu.

61.

Minh Thái Tông
vin vào 6 điều hỏi tội,
mượn cớ xâm lăng An Nam.

(2)

Về điều thứ 6 liên quan đến việc Tôn thất nhà Trần là Trần Thiên Bình được Tuyên ủy sứ Lão Qua dẫn đến triều đình Trung Quốc, tố cáo với Minh Thái Tông họ Hồ cướp ngôi:

"Ngày 28 tháng 8 năm Vĩnh Lạc thứ 2 [2/10/1404], Quân dân Tuyên ủy sứ Lão Qua Đao Tuyến Ngạt sai sứ hộ tống cháu nội Vương An Nam cũ là Trần Thiên Bình đến triều; tâu rằng:

"Thần Thiên Bình là cháu của cựu Vương An Nam Hoàn, con của Minh, em của Nhật Khuê. Nhật Khuê [vua Trần Dụ Tông] kính trọng Thiên triều, sai người đến quy thuận đầu tiên, được Thái tổ Cao Hoàng đế phong làm Vương An Nam. Nhật Khuê tại ngôi hai năm sau thì mất, em là Sởng [vua Trần Duệ Tông] lập, chỉ được 2 năm thì con là Hiện [Đế Nghiễn] thay thế. Bấy giờ tặc thần Lê Quý Ly coi việc nước, tự ý ban uy phúc, Hiện muốn chống lại nên bị Quý Ly giết và

lập con là Ngung [vua Trần Thuận đế]. *Lúc này mọi quyền trong nước đều nằm trong tay Quý Ly và Thương, tả hữu xung quanh đều là đảng nghịch, Ngung chỉ biết khoanh tay mà nhìn. Chẳng bao lâu bèn giết Ngung, và lập con là Án [vua Trần Thiếu đế]; Án tuổi nhỏ, còn nằm trong tã lót. Cha con Quý Ly lại giết cả họ Trần cùng Án, rồi cướp ngôi đổi họ tên là Hồ Nhất Nguyên, con đổi là Hồ Đê, tự cho là con cháu Hồ Công Mãn đời Thuấn, cải quốc hiệu là Đại Ngu. Quý Lý tiếm hiệu là Thái thượng hoàng, con là Đê làm Hoàng đế Đại Ngu. Trước đó thần bị đuổi ra châu ngoài; khi cha con Quý Ly làm việc soán đoạt, thần may ở xa nên sống sót. Các thuộc hạ của thần phấn khích vì trung nghĩa, suy tôn thần làm Chúa để dẹp giặc phục thù. Đang bàn việc chiêu tập quân sĩ, thì giặc đến bức bách, bèn hốt hoảng chạy trốn. Tả hữu tan rã, giặc truy kích đến cùng, chia binh bốn phía lục soát; thần phải trốn trong hang, hái rau quả tự mưu sinh, đói khát khốn khổ, vạn lần chết một lần sống! Chờ lâu, xem tình hình bớt căng thẳng, bèn thận trọng ra đi, trải qua nhiều gian nan đến được nước Lão Qua.*

Tuy nhiên lúc này Lão Qua có lắm việc, nên không rảnh để nhìn ngó đến thần. Hướng về triều đình [nhà Minh] thì đường xa cách vạn dặm, nên không có nơi để tố cáo; thất vọng nên có lúc muốn tự tử. Rồi thời gian trôi qua, cầu thả sống qua ngày; nhân tình cờ đọc chiếu thư được biết Hoàng thượng mới chấp chính, thống nhất vĩ đại, thi hành chính sách cũ, trong lòng hoan hỷ vì đã có chỗ theo. Nhưng vì bị tật bệnh đã lâu, đến năm nay mới được tận mắt chiêm ngưỡng long nhan.

Kính nghĩ tổ tiên thần xưa chịu mệnh Thái tổ Cao Hoàng đế, đời đời giữ nước An Nam, cung kính làm tròn chức cống.

Há phải như tên giặc này gây tội ác đầy trời, ngỗ ngược với Thánh triều, bỏ cả lễ pháp, mấy lần giết vua rồi mưu thoán đoạt, họ hàng nhà Trần cùng thuộc hạ đều bị giết, còn sót lại chỉ một mình thần mà thôi! Thần với bọn giặc này thề không đội trời chung, xin thánh Thiên tử ra ơn thương xót; cúi đầu rơi nước mắt mà tâu rằng tên tặc thần Lê Quý Ly đã già, quỷ kế nghịch mưu phần lớn do tên Lê Thương, như đánh phá Chiêm Thành bắt phải nội thuộc, xâm lược phủ Tư Minh để cướp đất đai, bản tâm muốn tranh hoành với thượng quốc, hiếu chiến và ưa thu vét, thi hành pháp luật tàn khốc; trăm họ sầu oán như đạp vào nước lửa. Trước kia tông tộc nhà Thần đời đời khoan hậu, nay người trong nước ấm ức nhớ lại ơn xưa! Bệ hạ đức sánh với trời đất, lòng nhân rộng đến bốn biển, thấy một vật không yên chỗ trong bụng không đành. Nay đánh kẻ có tội để cứu dân, nối lại dòng họ bị tuyệt, đó là nguyện vọng của dân di địch mà cũng là lòng mong mỏi của Thần vậy.'

Thiên tử thương và chấp thuận, mệnh quan ty chịu trách nhiệm cấp nhà cửa cùng thực phẩm tiêu dùng."(**Minh Thực Lục** v. 10, tr. 0594-0596; Thái Tông q. 33, tr. 11a-11b)

Vua Thái Tông cảm thấy lời tố cáo của Trần Thiên Bình là vũ khí lợi hại có thể dùng để đánh bại triều đại nhà Hồ nước An Nam, nên rất trọng thị. Nhằm phơi bày lời khai gian dối của Hồ Hán Thương [Hồ Đê], Vua Thái Tông cho Sứ thần An Nam tiếp xúc với Trần Thiên Bình:

"Ngày 25 tháng 12 năm Vĩnh Lạc thứ 2 [25/1/1405], Sứ giả An Nam đến mừng Nguyên Đán. Thiên tử ra lệnh bộ Lễ đưa Trần Thiên Bình ra cho gặp. Sứ giả nhận ra cháu Vương cũ, nên kinh ngạc sụp xuống vái và khóc. Bùi Bá Kỳ lên tiếng trách vì đại nghĩa, Sứ giả kinh hoàng không đáp được. Thiên

tử nghe tin bèn bảo các quan hầu cận rằng:

"Hồ Đê nước An Nam trước kia tấu rằng họ Trần đã tuyệt tự, y là cháu ngoại quyền quản lý việc nước, xin được phong Vương. Trẫm vốn nghi, nên cho người hỏi Bồi thần và kỳ lão đều bảo rằng đúng như vậy. Trẫm nghĩ rằng họ Trần trước kia làm rể [Trần Thái Tông làm rể nhà Lý] mà được nước, nay Đê là cháu ngoại kế nghiệp cũng hợp lý, bèn xuống chiếu phong chức. Ai ngờ chính y giết chúa soán ngôi, tiếm xưng danh hiệu, thay đổi triều đại, bạo ngược với người trong nước, đánh chiếm đất đai lân quốc, việc làm quỉ thần cũng không dung, thần dân đều bị lừa phỉnh. Đây là tội nhân của một nước, làm sao mà dung thứ được!" (**Minh Thực Lục** v. 10, tr. 0635-0636)

Hơn một tháng sau, nhà Minh sai bọn Ngự sử Lý Kỳ đến An Nam cật vấn về những điều Trần Thiên Bình tố cáo:

"Ngày 17 tháng giêng năm Vĩnh Lạc thứ 3 [16/2/1405], Sai Giám sát Ngự sử Lý Kỳ, Hành nhân Vương Khu mang sắc đến dụ Hồ Đê nước An Nam rằng:

'Trẫm lâm ngự vạn phương, lấy dạ chí thành để đối xử. Trước kia ngươi, Đê, tâu rằng Vương họ Trần không có con cháu nối dõi; ngươi là cháu ngoại nên được dân chúng suy tôn lên quyền quản lý quốc sự, chủ việc tế cáo; cầu xin được tập ấm ban tước. Trẫm vốn nghi ngờ nên ban sắc hỏi các Bồi thần và kỳ lão trong nước ngươi, tất cả đều xưng là thực tình; nên đã hạ chiếu phong ngươi làm An Nam Quốc vương. Năm ngoái nước Lão Qua đưa một người cháu dòng dõi họ Trần tên là Thiên Bình đến; khai rằng ngươi vốn họ Lê, cha là Nhất Nguyên Quý Ly, ngươi tên thật là Thương; âm mưu ba lần giết quốc chúa. Bọn người soán vị đổi tên họ, tự cho là

hậu duệ vua Thuấn, quốc hiệu Đại Ngu; cha ngươi tiếm xưng là Thái Thượng hoàng, ngươi là Hoàng đế nước Đại Ngu, lại đổi kỷ nguyên mới. Lời khai thật đầy đủ! Trẫm lúc đầu chưa tin, đến lúc ngươi sai Sứ đến, bèn cho Thiên Bình gặp, bọn Sứ thần đều kinh ngạc sụp lạy cảm động mà khóc, vậy cái tội bất đạo của ngươi đã quá rõ ràng! Họ Trần tại nước An Nam nhận mệnh đức Thái Tổ Hoàng đế, nối đời chăm việc triều cống, ngươi là Bồi thần lại làm việc soán thí đoạt ngôi, tội ác tày trời không kể xiết, còn việc chiếm các đất như Lộc Châu chỉ là việc nhỏ mà thôi. Sắc đến, ngươi phải trình bày ta nghe đầu đuôi việc soán đoạt!" (**Minh Thực Lục** v. 10, tr. 644-645; Thái Tông q. 38, tr. 3b-4a)

Mấy tháng sau, Hồ Hán Thương sai Bồi thần Nguyễn Cảnh Chân sang triều Minh xin lỗi; hứa đem Trần Thiên Bình về nước để lên làm Vua, và trả lại các đất Lộc Châu, Mãnh Mạn:

"*Ngày 26 tháng 6 năm Vĩnh Lạc thứ 3 [22/7/1405], Hồ Đê nước An Nam sai sứ là bọn Nguyễn Cảnh Chân theo Giám Sát Ngự sử Lý Kỳ vào triều tạ tội Thiên tử, và tâu:*

'*Cha con thần là Đê, quả thực là Bồi thần lại kết liên hôn nhân, trước đây tận tâm thờ tiên Vương, đâu dám làm điều soán thí để phạm đại tội. Vì họ Trần gặp nhiều nạn con cháu chết hết, Thần là cháu ngoại được quần chúng cử lên quyền coi việc quốc sự, lo việc cúng tế; lại được Thánh triều ban tước, chỉ mong cẩn thận sợ bị sai lầm. Là nước nhỏ bé ở nơi cùng tịch hoang vu, đâu dám thay triều đại, dối trời, phạm thượng. Thiên Bình vốn người họ Trần, bị đuổi ra ngoài từ lâu, không ngờ còn sống; tin tức này đến nên được Thiên tử rộng ơn cho người đến hỏi. Thần xin đón Thiên Bình về thờ làm vua; các xứ Lộc Châu, các trại Mãnh Mạn cũng ra lệnh* trả lại, đã sai người đến các xứ đó để giao cắt đất đai. Cúi đầu xin Hoàng thượng như trời đất cha mẹ, tha cho Thần sự ngu dại, tội đáng chết. Thần sợ hãi không cùng, hết sức trông mong. Thiên tử vui lòng chấp nhận."(**Minh Thực Lục** v. 10, tr.0687-0688; Thái Tông q. 43, tr. 4a-4b)

Vua Minh chấp nhận ngay, bèn sai Hành nhân Niếp Thông sang An Nam dụ Hồ Đê rằng nếu bằng lòng đưa Thiên Bình lên làm Vua, sẽ ban cho Đê làm Thượng công và được phong một quận lớn:

"Ngày 11 tháng 7 năm Vĩnh Lạc thứ 3 [5/8/1405], sai bọn Hành nhân Niếp Thông mang sắc đến dụ Hồ Đê nước An Nam rằng:

'Nguyễn Cảnh Chân đến đây đã tâu đầy đủ; Trẫm nghĩ rằng trời đất lấy lòng thành sinh ra vạn vật, Thánh nhân cũng lấy lòng thành làm căn bản để thay trời cai trị vạn vật, kẻ dưới cũng phải lấy lòng thành để ứng xử. Trẫm dùng đạo này để cai trị vạn nước, suy bụng mình đãi người, không phân biệt xa gần. Tuy nhiên suy nghĩ về sự biến trá của ngươi, có thể nói chưa tận lòng thành; nên sai người đến dụ ngươi rằng nếu ngươi thành tâm, trừ bỏ sai trái cũ, đưa Thiên Bình về tôn lên làm vua, Trẫm sẽ đặt ngươi làm Thượng công, phong cho quận lớn, mãi mãi nối truyền con cháu. Lời nói của Trẫm thông đến trời, chờ biểu chương người gửi sang, sẽ ban ân mệnh vinh hiển. Nay sai bọn Cảnh Chân cùng Niếp Thông khởi hành."(**Minh Thực Lục** v. 10, tr. 0693; Thái tông q. 44, tr. 3a)

Mấy tháng sau, Bồi thần Nguyễn Cảnh Chân lại tháp tùng Hành nhân Niếp Thông sang nghênh đón Trần Thiên Bình trở về:

"*Ngày 15 tháng 12 năm Vĩnh Lạc thứ 3 [5/1/1406], Hồ Đê nước An Nam lại sai bọn Nguyễn Cảnh Chân theo Hành nhân Niếp Thông đến triều đình chuyển lời tâu rằng:*

'*Nhận được chỉ dụ của Hoàng đế phải dốc tận lòng thành, thần đối với trời đất Việt không dám hai lòng, nếu có sự phản bội nguyện thần minh tru diệt. Nay sai Bồi thần Nguyễn Cảnh Chân đến chúc mừng năm mới, và xin nghênh đón Thiên Bình trở về. Thần sẽ đưa người trong nước đến đón tiếp tại biên cảnh.*'

Bọn Hành nhân Niếp Thông lại khẩn khoản nói thêm rằng Đê thành tâm phục mệnh. Thiên tử bèn chấp thuận." (**Minh Thực Lục** v. 10, tr.740; Thái Tông q. 49, tr. 2b)

Mấy ngày sau Vua Minh Thái Tông đích thân ban sắc dụ cho Trần Thiên Bình báo tin sẽ sai Tổng binh Quảng Tây Hoàng Trung mang 5.000 quân đưa Thiên Bình về nước:

"*Ngày 18 tháng 12 năm Vĩnh Lạc thứ 3 [8/1/1406], sắc dụ Trần Thiên Bình cháu Vương An Nam rằng:*

'*Mới đây Hồ Đê tâu rằng nặng lòng hối cải, xin nghênh đón ngươi về nước để tôn làm Quốc quân. Ta cho rằng một nước không thể có hai chúa, sợ Đê không thực tình nên sai sứ hỏi lại, hứa sẽ ban tước Thượng công và phong cho một quận lớn. Nay Đê lại tâu thề không hai lòng và sai Nguyễn Cảnh Chân đến đón ngươi, riêng Đê sẽ đích thân nghênh đón tại biên cảnh. Trẫm nghĩ rằng đạo xử sự hay nhất là trung dung, lễ quý ở chỗ thích nghi, nên sai Tổng binh Đô đốc Quảng Tây là bọn Hoàng Trung lãnh 5000 quân đưa ngươi về nước, chiếu theo nhiệm vụ thi hành.*"(**Minh Thực Lục** v. 10, tr. 740-741; Thái Tông q. 49, tr. 2b-3a)

Rồi cùng ngày, lại ban chỉ dụ cho Tổng binh Quảng Tây

Chinh Nam Đô đốc Đồng tri Hàn Quan, Tả Phó Tướng quân Đô đốc Thiêm sự Hoàng Trung, Hữu Phó Tướng quân Đô đốc Thiêm sự Lữ Nghị vạch kế hoạch đem 5000 quân hộ tống Thiên Bình về nước:

"Ngày 18 tháng 12 năm Vĩnh Lạc thứ 3 [8/1/1406], sắc cho quan Tổng binh Quảng Tây Chinh Nam Đô đốc Đồng tri Hàn Quan, Tả Phó Tướng quân Đô đốc Thiêm sự Hoàng Trung, Hữu Phó Tướng quân Đô đốc Thiêm sự Lữ Nghị:

"Nay Hồ Đê nước An Nam sai sứ đến nghênh đón cháu Tiền Quốc vương là Trần Thiên Bình trở về nước để tôn làm Quốc quân. Trẫm suy lòng thành mà đối đãi, đặc cách sai các ngươi đưa trở về. Bọn ngươi tuyển binh 5000 tên, sai Hoàng Trung, Lữ Nghị đem đi; đợi Thiên Bình tới, hộ tống về nước. Càng nên tính toán cơ sự liệu sự tiến thoái, không được sơ suất khinh hốt." (**Minh Thực Lục** v. 10, t. 741; Thái Tông q. 49, t. 3a)

Vào đầu năm Vĩnh Lạc thứ 4 [1406] Trần Thiên Bình đến sân rồng từ giã, được Vua Thái Tông ân cần đưa lời khuyên phải hết sức cẩn thận vì không có nội ứng trong nước:

"Ngày 7 tháng 1 năm Vĩnh Lạc thứ 4 [26/1/1406], cháu Vương An Nam xưa là Trần Thiên Bình từ giã trước bệ rồng, tâu rằng:

'Thần bị mất nước bởi nghịch tặc, may nhờ đức lớn của Bệ hạ nuôi dưỡng tác thành được trở về nước mong khôi phục dòng họ bị tuyệt, lấy ngôi vị đã mất, để vong hồn sống lại, xương nát biến thềm thịt; thần tuy ngu muội nguyện báo đền. Ước mong Bệ hạ như trời đất cha mẹ ra ơn bao bọc những năm còn lại, Thần nguyện lúc sống liều mình, lúc chết kết cỏ (1) báo ơn.'

Thiên tử nói rằng:

'Từ xưa những vị vua mất nước phải chạy ra ngoài như Tề Hoàn Công, Tấn Văn Công đều có người bên trong làm nội ứng, nên lúc trở về thì mọi việc yên; nay người không có thực lực bên trong, chỉ dựa vào Trẫm bên ngoài, tình hình như vậy nên Trẫm phải để tâm nhiều. Riêng người đầu óc phải sáng như đuốc, dùng trí để đề phòng hoạn nạn, dùng nhân vỗ về kẻ dưới, dùng khoan hòa để dung nạp; như vậy mới khỏi có mối lo về sau. Nay ban cho y phục bằng ỷ, lụa, sa, mỗi thứ hai bộ; tiền giấy một vạn quan. Mệnh Tham chính Quảng Tây Vương Lân hộ tống. Sắc phong Hồ Đê Quận công Thuận Hóa, ăn lộc tất cả các châu huyện trực thuộc, cho bọn Sứ thần Nguyễn Cảnh Chân cùng trở về.'' (**Minh Thực Lục** v. 10, tr. 0747-0748; Thái Tông q. 50, tr. 2a-2b)

Hai tháng sau, Minh Thái Tông sai bọn Hoàng Trung hộ tống Trần Thiên Bình về nước, bị quân nhà Hồ phục kích, giết tại Cần Trạm:

"Ngày 16 tháng 3 năm Vĩnh Lạc thứ 4 [4/4/1406], Ngày 16 tháng 3 năm Vĩnh Lạc thứ 4 [4/4/1406], vào ngày này, Hồ Đê cướp và giết cháu của Quốc vương họ Trần tên là Thiên Bình. Lúc này bọn trấn thủ Quảng Tây Đô đốc Thiêm sự Hoàng Trung dùng 5000 binh hộ tống Thiên Bình đến Khâu Ôn. Đê sai bọn Bồi thần là Hoàng Hối Khanh mang lương thực đón tiếp, cùng rượu bò khao quân. Hối Khanh cùng tùy tùng gặp Thiên Bình đều sụp đầu bái lạy; Trung hỏi Hối Khanh:

- 'Tại sao Đê không đến?'

Bèn trả lời:

- 'Đâu dám không đến! Vì vướng phải chút bệnh nhỏ nên không tới kịp, nhưng đã hẹn tại Gia Lâm là sẽ đến đón.'

Trung bảo Hối Khanh trở về đốc thúc; lại sai kỵ binh qua lại dò xét vẫn không thấy, nhưng bọn tùy tùng nghênh tiếp vật thực như hồ tương, thì vẫn tiếp tục trên đường. Trung cho là thực tình nên ra lệnh tiếp tục đi qua Ải Lưu, Kê Lăng (2). Lúc gần tới Cần Trạm [Lạng Sơn] thì đường núi hiểm dốc, cây cối rậm rạp, quân đi không theo hàng được, đường lại ngập nước lụt; đột nhiên quân mai phục hô lên:

- 'Cướp cho được Thiên Bình!'.

Tiếp tục xa gần hô theo, động cả núi rừng, giặc có trên chục vạn tên. Trung vội lo toan chỉnh binh để đánh, thì giặc đã phá cầu nên không thể tiến được. Rồi tướng giặc đằng xa vái, và nói:

- 'Tiểu Di không dám chống nước lớn, phạm đến Vương sư. Nguyên do Thiên Bình thực là tên tiểu nhân sơ viễn, không phải là thân thuộc nhà Trần lại dám buông lời xảo ngụy để lừa Thánh thượng nhọc quân lính; thực chết còn chưa hết tội. Nay may bắt được, đem giết đi để tạ Thiên tử; Vương nước tôi sẽ dâng biểu chịu tội, Thiên binh từ xa đến tiểu quốc, nhưng vì nước nghèo không đủ để cung phụng lâu!'

*Trung tiến không được bèn mang quân trở về. Bấy giờ có Tiết Nham giữ chức Tự khanh đất Đại Lý, bị biếm trích tại Quảng Tây; Trung cử đi theo để phụ tá cho Thiên Bình cũng bị bắt. Nham ở tại đó rồi bị giết. Nham người đất Thiểm Châu, Văn Hương; khẳng khái mang chí lớn, có tài chính trị, từng giữ chức quan tại Trấn Giang, Tri phủ và dân chúng đều ca tụng. (**Minh Thực Lục** v. 10, tr. 781-783; Thái Tông q. 52, tr. 6a-7a)*

Riêng sử nước ta, Khâm Định Việt Sử Thông Giám

Cương Mục, trình bày về trận phục kích giết Trần Thiên Bình đại để tương đồng với **Minh Thực Lục**, duy có mấy điểm khác biệt như sau:

- **Minh Thực Lục** chép Trần Thiên Bình, **Cương Mục** chép Trần Thiêm Bình.

- **Minh Thực Lục** ghi cuộc phục kích xảy ra vào ngày 16 tháng 3 năm Vĩnh Lạc thứ 4 [4/4/1406]; **Cương Mục** chép vào tháng 4, Hán Thương, năm Khai Đại thứ 4 [5/1406].

- **Cương Mục** chép Hoàng Trung đem quân đánh vào cửa ải Linh Kênh; quân nhà Hồ bị thua, đại tướng Phạm Nguyên Côi và tướng quân Chu Bỉnh Trung đều tử trận; riêng **Minh Thực Lục** không ghi sự kiện trên. **Cương Mục** chép như sau:

"Tháng 4, Hán Thương, năm Khai Đại thứ 4 [1406]. Nhà Minh sai đốc tướng là bọn Hàn Quan và Hoàng Trung đem quân hộ tống Trần Thiêm Bình về nước ta; Hán Thương sai người đón đường giết đi.

Trước đây, Thiêm Bình nói dối vua nhà Minh rằng: 'Dòng dõi họ Trần chỉ còn một mình tôi, tôi cùng giặc nhà Hồ không đội trời chung được, dám xin nhà vua xuất phát ngay 6 quân (3) đánh kẻ có tội để tỏ rõ oai trời'.

Sau khi Lý Kỳ trở về Trung Quốc, Hán Thương liền sai Nguyễn Cảnh Chân dâng tờ biểu tạ tội và xin đón Thiêm Bình về tôn lên làm chúa. Vua nhà Minh sai hành nhân là Niếp Thông đem tờ sắc sang dụ Hán Thương:

'Nếu quả đón Thiêm Bình về tôn làm chúa, thì sẽ ban cho khanh tước thượng công và phong cho một quận lớn'.

Hán Thương lại sai Cảnh Chân theo Niếp Thông sang

báo cáo về việc đón Thiêm Bình.

Đến nay, vua nhà Minh sai bọn Hàn Quan đem 5000 quân hộ tống Thiêm Bình về nước. Hàn Quan đóng ở lại địa đầu biên giới không tiến quân, chỉ một mình Hoàng Trung đem quân đánh vào cửa ải Linh Kênh (4). Quân nhà Hồ bị thua, đại tướng Phạm Nguyên Côi và tướng quân Chu Bỉnh Trung đều tử trận. Gặp lúc ấy viên tướng quản lĩnh quân Thánh Dực là Hồ Vấn từ Vũ Cao bất thình lình dẫn quân đến, thành ra quân nhà Minh bị thua to, nửa đêm bỏ trốn. Trước đấy viên tướng trong quân Thánh Dực là Hồ Xạ và Trần Đĩnh đã đem quân chặn cửa ải Chi Lăng, quân nhà Minh không sao tiến lên được. Hoàng Trung sai người thầy thuốc trong quân ngũ là Cao Cảnh Chiếu đưa thư và giải Thiêm Bình sang bên quân nhà Hồ. Trong thư nói: "Theo lời Thiêm Bình, hắn chính là con vua An Nam, nếu đưa hắn về nước, thì đi đến đâu không ai là không hưởng ứng. Thế mà từ khi đưa hắn về nước đến nay, trong nước không một người nào theo cả, như thế tỏ ra là gian dối. Nay đưa Thiêm Bình trả lại, xin để cho quân lính được ra khỏi quan ải". Hồ Xạ nhận lời, bèn giải nộp Thiêm Bình để tâu công chiến thắng. Hán Thương sai chém Thiêm Bình, thưởng cho người có công đều được tước ba tư (5). Hồ Xạ vì cớ không bắt được Hoàng Trung nên chỉ được thưởng tước 2 tư. Các quan văn võ dâng biểu mừng, Hán Thương từ chối không nhận."

Sau khi giết Thiêm Bình, Hồ Hán Thương sai Sứ thần sang nhà Minh, nhưng bị triều Minh giữ lại, rồi chuẩn bị mang quân sang xâm lăng nước ta:

"Sau khi Hán Thương đã giết Thiêm Bình, liền dùng An phủ sứ ở Tam Giang là Trần Cung Túc làm chánh sứ và thông phán ở Ái Châu là Mai Tú Phu làm phó sứ, Thiêm phán là

Tưởng Tư làm tòng sự, cùng đi sang nhà Minh biện bạch việc gian trá giả mạo của Thiêm Bình và xin được đi lại cống nạp như cũ. Nhà Minh giữ cả sứ giả lại, không cho về." **Cương Mục**, Chính Biên q. 12.

Chú thích:

1. Kết cỏ: tả Truyện chép Ngụy Vũ Tử có người thiếp yêu, lúc về già dặn con là Ngụy Khỏa rằng nếu chết cho người thiếp lấy chồng; lúc bị bệnh nặng lại dặn đem người thiếp ấy chôn cùng. Lúc cha chết, Khỏa quyết định cho người thiếp lấy chồng, vì cho rằng đó là lời dặn lúc cha còn sáng suốt. Sau này Khỏa đi đánh giặc, gặp viên mãnh tướng xông vào, thì tự nhiên viên tướng này bị cỏ quấn ngã xuống, rồi bị Khỏa bắt. Đêm đó Khỏa nằm mộng thấy ông già cho biết, vì cảm ơn Khỏa cứu người con gái, nên trả ơn bằng cách quấn cỏ.

2. Nhật ký về chuyến đi sang nước ta của Thượng thư Hoàng Phúc thời nhà Minh, cho biết khoảng cách giữa các địa danh này như sau:

- Sáng sớm từ ải Pha Lũy [Nam Quan] tại biên giới đi ngựa đến giờ Ngọ đến đồn Khâu Ôn.

- Ngày hôm sau khởi hành từ sáng tại Khâu Ôn đến giờ Ngọ đến Ải Lưu, tiếp tục đến chiều đến đồn Kê Linh [Lăng] . Đi tiếp 2 ngày đến đồn Cần Trạm.

3. 6 quân: Theo binh chế ngày xưa, Thiên tử có 6 quân.

4. Lãnh Kinh: Theo **Dư Địa Chí** của Nguyễn Trãi, sông Lãnh Kinh thuộc tỉnh Thái Nguyên nay chưa biết đích ở chỗ nào.

5. Tư: số lượng thành tích được thưởng, căn cứ theo đó để thăng chức.

62.

Quân Minh chuẩn bị xâm lăng (1): chỉ huy, lực lượng, lương thực tiếp tế.

1. Bộ chỉ huy.

Minh Thái Tông là vị Vua túc trí đa mưu, tính toán trước mọi đường tiến thoái; nên khi Đô đốc Hoàng Trung triều kiến tâu trình việc quân An Nam giết Trần Thiên [Thiêm] Bình; sự việc không làm cho ông ngạc nhiên. Nhà Vua đã đặt sẵn con bài sắp sử dụng làm Tổng binh chinh phạt An Nam là Đô đốc Chu Năng, cho hiện diện trong buổi gặp mặt Hoàng Trung, Năng xin đánh dẹp cho kỳ được:

"Ngày 11 tháng 4 năm Vĩnh Lạc thứ 4 [29/4/1406]. Trấn thủ Đô đốc Thiêm sự bọn Hoàng Trung tâu về việc Hồ Đê nước An Nam giết Trần Thiên Bình. Thiên tử giận dữ bảo Thành quốc công Chu Năng rằng:

'Tên tiểu xú nước nhỏ bé kia tội ác đầy trời, dám ngầm mai phục, gian manh độc hại; Trẫm lấy lòng thành dung nạp, lại bị lừa dối; đến vậy mà không diệt đi, thì binh dùng để làm gì?'

Bọn Năng đều xưng:

"Nghịch tặc tội lớn, trời đất không dung; bọn thần nhờ

thiên uy, xin đánh dẹp chúng.

Thiên tử bèn quyết ý hưng binh." (**Minh Thực Lục** q. 53v. 10, tr. 791; Thái Tông q. 53, tr. 2a)

Mấy tháng trước đó Vua Thái Tông đã nghĩ đến việc ban tước Hầu cho một viên tướng giỏi là Trương Phụ, để viên này phụ tá cho Chu Năng trong tương lai. Trương Phụ vốn nhiều thành tích, nhưng còn trẻ tuổi, nên nhà Vua lấy cớ con không được vượt chức của cha, bèn xử ép chưa thăng cấp; nay nhân chiến tranh An Nam, bèn thăng cấp để giao chức Phó tổng binh:

"*Ngày 2 tháng 11 năm Vĩnh Lạc thứ 3* [23/11/1405]. *Gia phong Tín an bá Trương Phụ tước Phụng Thiên Tĩnh Nạn Suy Thành Tuyên Lực Vũ Thần đặc tiến Vinh Lộc Đại phu Trụ Quốc Tân thành hầu, hưởng lộc 1500 thạch; con cháu thế tập, nếu phạm tội được tha chết cho 2 người, riêng con được miễn chết 1 người.*

Nhân Thiên tử từng hỏi Kỳ quốc công Khâu Phúc, Thành quốc công Chu Năng rằng:

'*Các công thần thời Tĩnh Nạn* (1) *đều được ban thưởng, quần chúng bàn về việc này ra sao?*'

Hai người thưa rằng:

'*Thưởng ban cho đều hết sức công minh chính đáng, có phần dồi dào chứ không đến nỗi bất cập. Riêng việc phong cho Trương Phụ ý chung cho rằng chưa được thỏa đáng; vì rằng công của cha Phụ quá cao, đạo làm con nên nhường; nhưng công của Phụ nhiều, nên người ngoài nghĩ rằng Bệ hạ xử ép.*'

Thiên tử nói:

'Các khanh nói phải.'

Bèn ra lệnh gia phong." (**Minh Thực Lục** v. 10, tr. 729-730; Thái Tông q. 48, tr. 1a-1b)

Chỉ sau khi Hoàng Trung triều kiến hơn một tuần, Vua Thái Tông bèn triệu tập Chu Năng, Trương Phụ đến, cho biết sẽ đánh An Nam bằng 2 đường Quảng Tây, Vân Nam:

"*Ngày 23 tháng 4 năm Vĩnh Lạc thứ 4* [11/5/1406]. *Thiên tử thị triều xong, ngự tại cửa Hữu Thuận, triệu Thành quốc công Chu Năng, Tân thành hầu Trương Phụ đến và dụ rằng:*

'Tên giặc họ Lê tội cực đại ác, trời đất không dung, nay mệnh các ngươi mang binh đến đánh. Bọn ngươi từ tỉnh Quảng Tây tiến vào, Tây bình hầu từ tỉnh Vân Nam [Mộc Thạnh], ước tính dùng binh khoảng bao nhiêu thì đủ?'

Bọn Chu Năng tâu rằng:

' Thần nghe rằng quân nhân nghĩa không cần nhiều, vì rằng nhân nghĩa là vô địch trong thiên hạ. Bệ hạ dùng đạo quân cực nhân nghĩa để dẹp bọn cực bất nhân, bọn thần phụng mệnh biểu dương uy trời, một khi tiếng trống lệnh dấy lên là dẹp sạch. Còn quân nhiều ít là do Thiên tử định liệu.'

Vua khen là hùng tráng." (**Minh Thực Lục** v. 11 q. 53, tr. 796-797; Thái Tông q. 53, tr. 4b-5a)

Tháng 7 năm Vĩnh Lạc thứ 4 [1406], Vua Thái Tông lập xong bộ chỉ huy và tham mưu, chuẩn bị xuất chinh. Chu Năng giữ chức Tổng binh, Trương Phụ Hữu phó tướng quân, trực tiếp phụ tá cho Chu Năng; Mộc Thạnh Tả phó tướng quân, đặc trách cánh quân Vân Nam; Lý Bân, Trần

Húc giữ chức Tham tướng; Lưu Tuấn giữ chức Tham mưu. Dưới quyền có mấy chục Tướng quân trực tiếp chỉ huy các đạo quân; được xếp vào các loại như: Thần Cơ, Du Kích, Hoành Hải, Ưng Dương, Phiêu Kỵ.

Nhằm tăng lửa giận trước khi ra quân, Thái Tông lại nhắc nhở 6 điều hài tội nhà Hồ, An Nam; cùng gửi chiếu thư riêng dặn dò Mộc Thạnh tại Vân Nam:

"Ngày 4 tháng 7 năm Vĩnh Lạc thứ 4 [18/7/1406]. Mệnh Thành quốc công Chu Năng đeo ấn Chinh di Tướng quân sung chức Tổng binh, Tây bình hầu Mộc Thạnh đeo ấn Chinh di Phó Tướng quân giữ chức Tả Phó Tướng quân, Tân thành hầu Trương Phụ giữ chức Hữu Phó Tướng quân, Phong thành hầu Lý Bân giữ chức Tả Tham tướng, Vân dương bá Trần Húc giữ chức Hữu Tham tướng; mang quân chinh thảo giặc họ Lê đất An Nam. Mệnh Thượng thư bộ Binh Lưu Tuấn làm Tán tương quân vụ (2). Các Đô chỉ huy Đồng tri Trình Khoan, Chỉ huy Thiêm sự Chu Quý giữ chức Thần Cơ Tướng quân. Các Đô Chỉ huy Đồng tri Mao Bát, Đan Chu Quảng, Chỉ huy Thiêm sự Vương Thứ giữ chức Du kích Tướng quân. Các Đô Chỉ huy Đồng tri Lỗ Lân, Đô Chỉ Huy Thiêm sự Vương Ngọc, Chỉ huy sứ Cao Bằng giữ chức Hoành hải Tướng quân. Các Đô Chỉ huy Thiêm sự Lữ Nghị, Đô Chỉ huy sứ Chu Anh, Đô Chỉ huy Đồng tri Giang Hạo, Đô Chỉ huy Thiêm sự Phương Chính giữ chức Ưng Dương Tướng quân. Đô Chỉ huy Thiêm sự Chu Vinh, Đô Chỉ huy Đồng tri Kim Minh, Đô Chỉ huy Thiêm sự Ngô Vượng, Chỉ huy Đồng tri Lưu Tháp Xuất giữ chức chức Phiêu Kỵ Tướng quân.

Thiên tử dụ rằng:

"Trước đây Vương nước Nam là Trần Nhật Khuê (Trần Dụ Tông) còn sống, là nước đầu tiên quy thuận Thái Tổ Hoàng đế nước ta, cung kính giữ lễ cống, trước sau dốc một lòng thành; nước ta lấy ưu lễ đãi lại, dân An Nam nhờ đó được hưởng phúc. Sau khi Nhật Khuê mất, ba Vương đều bị cha con tặc thần Lê Quý Ly giết, rồi soán vị đổi họ tên, tiếm xưng đại hiệu, giết gần hết con cháu nhà Trần, mang binh đánh phá bốn phương, tàn hại sinh linh vô tội. Lại quấy nhiễu Chiêm Thành, xâm lược biên cảnh nước ta; cháu họ Trần là Thiên Bình, bị bức bách, bèn đến triều đình trần tình và xin quy phụ. Chúng ngụy xưng thỉnh Thiên Bình trở về để tôn làm vua. Lấy bụng quân tử đối đãi, Trẫm cho là do lòng thành nên không nghi ngờ, bèn sai đem về nước. Rồi bọn chúng âm mưu gây họa chém giết, làm nhục Thiên sứ, sát thương quan quân. Trong nước thì hình pháp tàn khốc, trưng thu nặng nề, tàn ngược thuế má, dân chúng oán đến tận cốt tủy, trời đất quỉ thần đều không thể dung tha. Trẫm cung kính nhận mệnh trời, nuôi dạy bốn phương như con, không thể không xoay chuyển tình thế đi theo nẻo chính; nay đặc sai bọn người xuất sư điếu phạt."

"Ôi! Dân An Nam là con đỏ của ta, nay tình cảnh như bị chúc đầu treo ngược, bọn người đáng gấp như cứu hỏa, vớt người chết đuối; không thể trì hoãn được! Chỉ bắt cha con họ Lê cùng đảng ác, còn bọn bị cưỡng bách và kẻ vô tội thì tha. Các người hãy thể theo lòng Trẫm chớ dưỡng giặc, chớ phá mồ mả nhà cửa, chớ hại lúa mạ, chớ cướp của cải, chớ tước đoạt vợ con người, chớ giết kẻ hàng; Nếu phạm một trong những lỗi này, thì tuy có công cũng không được tha thứ; các người phải cẩn thận. Đừng cẩu thả mạo hiểm, đừng tham lợi khinh địch tiến binh; phải thương yêu sĩ tốt, hãy mài dũa giáp binh, lấy cảnh giác thận trọng làm gốc, trang bị bằng trí dõng; các ngươi hãy gắng lên! Khi bọn tội nhân đã bắt, lập con cháu họ Trần cai trị một phương; mang quân trở về bố cáo thành công tại tông miếu, biểu dương công danh mãi vô cùng, đó là điều Trẫm kỳ vọng, các ngươi hãy gắng sức!"

Lúc bọn Chu Năng cúi đầu nhận mệnh, thì Tây bình hầu Mộc Thạnh vẫn còn trấn thủ tại Vân Nam; nên sai Tả Tham tướng Phong thành hầu Lý Bân đi trước, mang ấn Chinh di Phó tướng, chế dụ trao cho Thạnh; hợp với Thạnh từ Vân Nam xuất phát, để cùng với Chinh di Tướng quân Chu Năng từ Quảng Tây tiến quân một lượt, hai bên thanh thế ảnh hưởng lẫn nhau, hợp lực đi đến thành công. Lại dùng lời đã dụ Năng ban cho Thạnh, còn ban sắc thư như sau:

"Xưa cha ngươi thờ Hoàng khảo ta, đem hết sức cần lao phủ ngự Tây Vực, bình định Vân Nam, công trạng rất lớn; sau khi mất được truy phong đất Việt [Lưỡng Quảng], anh em ngươi được tập ấm tước Hầu; ngươi được cho cai quản một phương; mấy năm nay nơi biên thùy yên ổn, công việc tốt đẹp đáng khen. Tuy nhiên trượng phu quý ở chỗ tự lập công nghiệp, nay mệnh ngươi giữ chức Tả Phó Tướng quân Phó Tổng binh, cùng Thành quốc công Chu Năng chinh phạt giặc họ Lê tại An Nam. Ngươi cần cố gắng, đem hết lòng trung hoàn thành sự nghiệp, lập công trạng phi thường, để làm rạng rỡ tiền nhân, cùng mở đường cho con cháu, như vậy mới thực xứng đáng tốt đẹp. Phàm đạo làm tướng gồm trí, tín, nhân, dũng, nghiêm; hèn yếu sợ sệt thì không có công trạng; cần chuộng mưu kế thâm sâu, không theo thói quen trước mắt; chớ kiêu với thắng nhỏ, cần răn ngừa thiên vị riêng tư. Được như vậy mới xứng với sự ủy nhiệm của Trẫm, ngươi hãy gắng lên!" (**Minh Thực Lục quan hệ**

Trung Quốc Việt Nam, tập 1, trang 224)

2. Thành phần lực lượng:

Qua mục bộ chỉ huy, được biết quân Minh xâm lăng dùng 2 cánh Quảng Tây và Vân Nam. Nỗ lực chính thuộc cánh Quảng Tây, gồm quân chủ lực các vệ thuộc lưu vực sông Dương Tử, và các tỉnh Quảng Đông và Quảng Tây; tổng số 8 vạn tên:

"Ngày 1 tháng 5 năm Vĩnh Lạc thứ 4 [18/5/1406]. Sắc dụ Đô chỉ huy Sứ ty Chiết Giang, Phúc Kiến, Giang Tây, Quảng Đông, Quảng Tây, Hồ Quảng điều quân 80.000 đến Quảng Tây đợi lệnh chinh thảo." (**Minh Thực Lục quan hệ Trung Quốc Việt Nam**, tập 1, trang 221)

Cũng tại địa bàn lưu vực sông Dương Tử, tuyển thêm 1 vạn ky binh tinh nhuệ, nhắm tăng cường:

"Ngày 15 tháng 5 năm Vĩnh Lạc thứ 4 [1/6/1406]...Sắc cho 20 vệ: Trấn Giang, Tô Châu, Trấn Hải, Kim Sơn, Kiến Dương, Tân An, Cửu Giang, Nghi Chân, Cao Bưu, Hoài An, An Khánh, Lục An, Trừ, Thọ, Tứ, Dương, Phì, Từ, Lô, Tuyên, tuyển kỹ ky binh một vạn tên; điều đến Quảng Tây đợi lệnh chinh phạt An Nam." (**Minh Thực Lục quan hệ Trung Quốc Việt Nam**, tập 1, trang 221)

Ngoài ra Minh Thái Tông còn lưu ý đến các đạo binh thuộc dân tộc thiểu số, nổi tiếng chiến đấu gan dạ, bèn cho tuyển thêm 3 vạn tên thuộc tỉnh Quảng Tây, và 1 vạn 5 ngàn tên thuộc các tỉnh Hồ Quảng, Chiết Giang, Phúc Kiến. Lược qua các văn bản nêu trên, binh lực dùng cho cánh quân Quảng Tây, ghi nhận là 13 vạn 5 ngàn:

"Ngày 7 tháng 6 năm Vĩnh Lạc thứ 4 [22/6/1406]. Sắc dụ quan Đô đốc Đồng Tri Quảng Tây Hàn Quan, Đại Lý Tự khanh Trần Hiệp tập hợp 30.000 Thổ quân tại các nha môn thuộc tỉnh Quảng Tây, vào ngày mồng 10 tháng 9 đợi tại phủ Thái Bình (3) đi chinh thảo. Vẫn lệnh bọn Hàn Quan thăm dò quan sát sự động tĩnh tại An Nam để báo lên." (**Minh Thực Lục quan hệ Trung Quốc Việt Nam**, tập 1, trang 222)

"Ngày 10 tháng 6 năm Vĩnh Lạc thứ 4 [25/6/1406]. Sắc cho Đô chỉ huy Sứ ty Hồ Quảng, Chiết Giang, Phúc Kiến tăng điều động Thổ quân 15.000 tên. Các vệ tại Phúc Kiến, Chiết Giang tuyển quân Thát tinh nhuệ tráng kiện; tất cả đều điều đến Quảng Tây chờ lệnh." (**Minh Thực Lục quan hệ Trung Quốc Việt Nam**, tập 1, trang 223)

Quân chủ lực thuộc cánh quân Vân Nam, do Tây bình hầu Mộc Thạnh chỉ huy, gồm 7 vạn; lấy từ các Đô chỉ huy sứ ty Vân Nam. Quí Châu, Tứ Xuyên. Cánh quân này cũng được tăng cường 5 ngàn quân kỵ thuộc Tứ Xuyên. Như vậy cánh quân Quảng Tây 13 vạn 5 ngàn tên, cánh quân Vân Nam 7 vạn 5 ngàn tên; tổng kết đoàn quân xâm lăng là 21 vạn:

"Ngày 24 tháng 4 năm Vĩnh Lạc thứ 4 [12/5/1406]. Sắc dụ Thục vương Xuân tuyển 5000 quân kỵ binh và bộ binh, các Đô Chỉ huy Sứ ty Vân Nam, Quý Châu, Tứ Xuyên tuyển 70.000 quân ; tất cả lệ thuộc Tây bình hầu Mộc Thạnh thao luyện tại Vân Nam để chuẩn bị chinh phạt." (**Minh Thực Lục quan hệ Trung Quốc Việt Nam**, tập 1, trang 220)

Ngoài 2 cánh quân Quảng Tây và Vân Nam; nhà Minh không quên lập một nút chặn tại biên giới phía nam. Minh Thái Tông ra lệnh Đô chỉ huy Quảng Đông, sai quân vượt biển đến phối hợp với Chiêm Thành:

"*Ngày 13 tháng 7 nhuần năm Vĩnh Lạc thứ 4 [26/8/1406]. Sắc cho ty Đô chỉ huy Quảng Đông tuyển 600 quân tinh nhuệ, cùng 2 Thiên hộ, 6 Bách hộ có khả năng đảm đang công tác; lãnh lương thực, khí giới, binh giáp theo đường biển đến Chiêm Thành phối hợp với quân mã để phòng chặn giặc họ Lê.*" (Minh Thực Lục quan hệ Trung Quốc Việt Nam, tập 1, trang 232)

Vua Chiêm Thành, Chiêm Bà Đích Lại, vốn oán hận nhà Hồ từ trong cốt tủy; nay được dịp theo đóm ăn tàn, hăng hái tham gia:

"***Ngày 26 tháng 8 năm Vĩnh Lạc thứ 4 [7/10/1406].*** *Sai bọn Nội quan Mã Bân đem sắc dụ cho Quốc vương Chiêm Ba Đích Lại nước Chiêm Thành. Dụ rằng:*

'Ngươi sai bọn cháu là Bộ Pha Lượng Vi Giao, Lan Đắc Thắng Na Mạt đến triều cống phương vật; cùng tâu giặc họ Lê đất An Nam xâm lược biên giới, đuổi bắt người và súc vật, lăng loàn tàn ngược không kể xiết, xin đem binh đánh chúng. Trẫm cho rằng giặc họ Lê mấy lần giết quốc chúa, soán đoạt chức vị, tiếm hiệu, đổi triều đại, làm khổ dân, cả nước đều oán hận. Cháu Vương nước này là Trần Thiên Bình bị bức bách, bèn đến xin quy mệnh Thiên triều; rồi giặc họ Lê thỉnh cầu đón về nước để thờ làm vua. Trẫm cho là có lòng thành nên không nghi ngờ, bèn sai người hộ tống trở về. Đi đến nửa đường bị bọn chúng đón giết; kháng cự triều mệnh, tội ác đầy trời, không thể dung được! Đã ra lệnh bọn quan Tổng binh Chinh di Tướng quân Thành quốc công Chu Năng mang đại binh thảo phạt, tội ác phải bị tru diệt để yên lê dân. Ngươi nên cho đóng binh nghiêm nhặt tuần phòng ngăn chặn nơi biên giới, đối với người An Nam đã sinh sống tại nước ngươi thì không hỏi đến, kể từ hôm nay những người mới đến xin

trú ngụ thì không dung chứa. Nếu bắt được cha con giặc họ Lê cùng đồ đảng thì áp giải đến kinh sư, sẽ được hậu thưởng; ngươi hãy gắng lên!'

Nhân dịp ban cho ấn mạ vàng, bạc; mũ sa, dây đeo vàng, 100 lạng vàng, 500 lạng bạch kim, hai bộ y phục hàng the lụa nạm vàng; cùng các vật như gấm, lụa." (**Minh Thực Lục quan hệ Trung Quốc Việt Nam**, tập 1, trang 234)

3. Tiếp tế lương thực.

Thành ngữ có câu *"thực túc binh cường"* tức cơm no quân mạnh; để không lo lính đói, Vua Minh chủ trương phát lương bằng gạo:

"*Ngày 13 tháng 5 năm Vĩnh Lạc thứ 4* [30/5/1406]. *Mệnh bộ Hộ cấp cho tướng sĩ trong triều ngoài quận, đi tòng chinh An Nam, lương bổng phát toàn bằng gạo.*" (**Minh Thực Lục quan hệ Trung Quốc Việt Nam**, tập 1, trang 221)

Nhắm chu toàn lệnh này, cánh quân Vân Nam xa xôi, phải chuyên chở 22 vạn thạch lương, tức 17 ngàn 600 tấn lương thực, đến gần biên giới nước ta; rồi cho 1 vạn quân bảo vệ:

"*Ngày 12 tháng 7 nhuần năm Vĩnh Lạc thứ 4* [25/8/1406]. *Chinh thảo An Nam Tả Phó Tướng quân Tây bình hầu Mộc Thạnh xin cho các xứ tại Vân Nam chuyển vận 22 vạn thạch* (4) *lương đến Mông Tự* (5) *và Lâm An* (6) *tích trữ để đợi dùng; muối tại giếng muối Vân Nam cũng di chuyển đến Mông Tự ; lệnh Đô ty Vân Nam điều 1 vạn quân dưới quyền Đô Chỉ huy Vạn Trung, Bả Đô, đồn trú tại bắc Mông Tự bảo vệ việc vận lương cùng làm thế thanh viện. Thiên tử chấp thuận, nhân chỉ dạy Thạnh rằng:*

"Quan quân có tội đi tòng chinh, nếu liệt vào danh mục tội trọng cấp cho nửa lương, tội nhẹ có thể khôi phục nguyên chức và lương bổng; theo chinh phạt mà không lập được công thì bị giữ nguyên tội." (**Minh Thực Lục quan hệ Trung Quốc Việt Nam**, tập 1, trang 231)

Chú thích:

1. Tĩnh nạn: Chỉ giai đoạn từ năm 1401-1403, Yên vương Đệ mang quân dành ngôi của cháu là Huệ đế, rồi lên làm Vua, miếu hiệu Thái Tông.

2. Tán tương quân vụ: Chức tham mưu hành quân.

3. Phủ Thái Bình đời Minh vị trí tại sông Tả Giang, gần biên giới Việt Nam; Bằng Tường, Long Châu nằm trong phủ này.

4. Thạch: tức 10 đấu hoặc 100 thăng, tương đương 103.55 lít, tức 80 kg.

5. Mông Tự: nay vẫn còn huyện Mông Tự thuộc tỉnh Vân Nam, gần biên giới Việt Nam tại tỉnh Lai Châu.

6. Lâm An: phủ trị Lâm An tại huyện Kiến Thủy, thuộc châu tự trị Hồng Hà tỉnh Vân Nam hiện nay

63.
Quân Minh chuẩn bị xâm lăng (2) : Kế hoạch tổng quát.

Minh Thái Tông xua quân xâm lăng, với dã tâm vĩnh viễn đặt nước ta dưới ách cai trị; nên cử rất nhiều quan lại, như bọn Tham chính Vương Bình đi kèm với đoàn quân Chu Năng; liệu tính chiếm cứ được chỗ nào thì sẵn sàng cai trị chỗ đó:

"Ngày 18 tháng 7 năm Vĩnh Lạc thứ 4 [1/8/1406]. Sai bọn Tham chính Phúc Kiến Vương Bình theo Thành quốc công Chu Năng đến An Nam làm việc. Từ nay, phàm những nhân tài có thể đảm nhiệm được chức vụ được lần lượt sai đi." (**Minh Thực Lục Quan hệ Trung Quốc Việt Nam**, tập 1, trang 230)

Với nhu cầu đòi hỏi nhiều nhân lực, nhà Vua ra lệnh các quan văn võ có tội, cho phép đi theo đoàn viễn chinh để lập công chuộc tội:

"Ngày 12 tháng 5 năm Vĩnh Lạc thứ 4 [29/5/1406]. Đô chỉ huy Từ Chính Hà Nam có tội, bị biếm trích tòng chinh An Nam để lập công chuộc tội." (**Minh Thực Lục, quan hệ Trung Quốc Việt Nam**, tập 1, trang 221)

"Ngày 13 tháng 5 năm Vĩnh Lạc thứ 4 [30/5/ 1406]. Phục chức Tả Tham chính Trữ Ngẩu, Tả Tham chính Tô Cung

thuộc ty Bố chánh Giao Chỉ. Trước đây hai người phạm tội; Ngẫu bị giáng xuống Tả Tham nghị, Cung giáng làm Viên Ngoại lang bộ Hộ. Nay dùng binh tại An Nam, cần cung cấp nhiều quân nhu, Quảng Tây tâu rằng bọn Ngẫu lo việc này, nên cho trở lại chức cũ." (**Minh Thực Lục Quan hệ Trung Quốc Việt Nam**, tập 1, trang 221)

Kẻ đào thoát nhà Hồ, như Bùi Bá Kỳ, được ban áo mũ, theo đại quân trở về nước:

"*Ngày 18 tháng 5 năm Vĩnh Lạc thứ 4 [4/6/1406]. Ban cho Bùi Bá Kỳ người An Nam mũ và dây đai. Mệnh theo đại quân Nam chinh.*" (**Minh Thực Lục Quan hệ Trung Quốc Việt Nam**, tập 1, trang 222)

Nhằm mua chuộc người nước ta trong bước đầu cai trị, Minh Thái Tông ra lệnh không giết những người ra hàng, và tha những tù nhân bị nhà Hồ bắt:

"*Ngày 25 tháng 7 năm Vĩnh Lạc thứ 4 [8/8/1406]. Sắc dụ quan Tổng binh chinh phạt An Nam Thành quốc công Chu Năng:*

' *Sau khi quân khắc phục An Nam, phàm những người trong nước trước đó bị giặc họ Lê bắt đều được thả cho về.*" (**Minh Thực Lục Quan hệ Trung Quốc Việt Nam**, tập 1, trang 230)

"*Ngày 16 tháng 9 năm Vĩnh Lạc thứ 4 [27/10/1406]. Sắc dụ bọn Chinh thảo An Nam quan Tổng binh Thành quốc công Chu Năng rằng việc trong quân đã có sắc dụ dự liệu đầy đủ, các ngươi nên cân nhắc kỹ mà thi hành. Khi lâm địch, nếu bọn chúng cầm quân chống cự thì giết không tha; nếu đầu hàng, xin quy phục cùng trốn tránh thì đừng giết, thể theo lòng thương người của ta.*" (**Minh Thực Lục Quan hệ**

Trung Quốc Việt Nam, tập 1, trang 235)

Ngày 2 tháng 7 nhuần năm Vĩnh Lạc thứ 4 [15/8/1406] Minh Thái Tông ban sắc dụ cho Thành quốc công Chu Năng, về cách xử trí đối với thư tịch, bản đồ tịch thu tại An Nam, như sau:

"Sắc dụ chinh thảo An Nam quan Tổng binh Thành quốc công Chu Năng:

' Quân vào An Nam đánh chiếm các quận ấp, phàm tịch thu được thư tịch, bản đồ, đều không được hủy."(**Minh Thực Lục Quan hệ Trung Quốc Việt Nam**, tập 1, trang 231)

Về việc tịch thu sách, một số nhà nghiên cứu trong nước, dùng sử liệu từ sách **Việt Kiệu Thư** [越嶠书] của Lý Văn Phượng thời Gia Tĩnh triều Minh, trưng một sắc dụ khác cho là của Minh Thành Tổ [tức Minh Thái Tông được suy tôn là Thành Tổ thời Gia Tĩnh] đề ngày 8 tháng 7 nhuần năm Vĩnh Lạc thứ 4 [21/8/1406], nguyên văn như sau:

兵 入。除 釋 道 經 板 經 文 不 燬。外 一 切 書 板 文 字 以 至 俚 俗 童 蒙 所 習。如 上 大 人 丘 乙 已 之 類。片 紙 隻 字 悉 皆 燬 之。其 境 內 中 國 所 立 碑 刻 則 存 之。但 是 安 南 所 立 者 悉 壞 之。一 字 不 存.

(Khi quân vào, trừ các kinh sách Thích, Đạo thì không hủy; ngoài ra mọi thư tịch văn tự cho đến những câu nhà quê, sách dạy trẻ, như loại văn "Thượng đại nhân, Khâu ất dĩ" (1); *thì một tờ giấy, một chữ đều hủy. Trong nước có bia do Trung Quốc lập thì lưu giữ, nhưng do An Nam lập thì hủy hoại, một chữ cũng không giữ.).*

Hai sử liệu nêu trên, nội dung tương phản với nhau, bởi vậy nhà nghiên cứu cần dùng phương pháp khoa học để chứng minh sử liệu nào đáng tin cậy hơn. Phương pháp chúng tôi sử dụng, trước tiên đánh giá nguồn sử liệu, theo mẫu tự A, B, C, D; kế đến cân nhắc giá trị của sử liệu theo số thứ tự 1, 2, 3, 4.

Về đánh giá nguồn sử liệu; hãy xét đến sử liệu thứ nhất, xuất xứ từ **Minh Thực Lục**, sách này được biên soạn bởi những nguồn tài liệu sau đây :

1. *Khởi Cư Chú* (起 居 注) tức nhật ký ghi lại việc làm cùng lúc nghỉ ngơi của nhà vua. Truyền thống này bắt nguồn từ thời nhà Chu [-1100-221], do quan Tả sử chép lời, Hữu sử chép việc; nhiệm vụ ghi lại lời nói và việc làm của nhà vua trong triều.

2. *Nhật lịch* (日 曆) ghi chép sự việc hàng ngày theo trình tự thời gian.

3. Các văn kiện chính thức được thu thập từ chiếu dụ của Vua; cùng tấu, biểu của các quan và các nước chư hầu.

Sau khi vị Vua đương nhiệm mất, Sử quan có nhiệm vụ tổng hợp tài liệu để hoàn thành *Thực Lục* cho đời Vua này; việc làm được giám sát bởi quan Trung Thư tỉnh và Ngự sử. Bộ sử lúc làm xong chỉ chép thành hai bản; một bản dành cho Vua, để trong nội cung ; bản thứ hai dành cho các quan Đại thần cất tại nội các, dùng để tham khảo. Qua những điều đã trình bày, khẳng định **Minh Thực Lục** là chánh sử, độ tin cậy cao, đáng xếp vào loại A.

Nguồn cung cấp cho sử liệu thứ hai là **Việt Kiều Thư**; trang mạng **Bách Khoa** của Trung Quốc [baike. com] giới thiệu sách này và thân thế tác giả Lý Văn Phượng như sau:

《越峤书》明李文凤撰。文凤字廷仪，宜山人。嘉靖壬辰进士，官至云南按察司佥事。是书皆记安南事迹，朱彝尊《曝书亭集》有《越峤书跋》，称为有伦有要，於彼国山川、郡邑、风俗、制度、物产，以及书诏、制敕、移文、表奏之属，无不备载。而建置兴废之故，亦皆编次详明。然大致以黎崱《安南志略》为蓝本，益以洪武至嘉靖事耳。

*(Sách **Việt Kiệu Thư** do Lý Văn Phượng đời Minh soạn. Văn Phượng tự là Đình Nghi, người đất Nghi Sơn, đậu Tiến sĩ năm Nhâm Thìn đời Gia Tĩnh [1532], làm quan đến chức Án sát ty thiêm sự tỉnh Vân Nam. Sách này đều chép sự tích về An Nam. Chu Di Tôn trong sách **Bao Thư Đình Tập** có ghi lời bạt sách **Việt Kiệu Thư**; cho rằng sách có trình tự, chép điều quan yếu về sông núi, quận ấp, phong tục, chế độ, sản vật; cùng chiếu thư, chế sắc, di văn, biểu tấu các loại đều ghi đầy đủ; còn nguyên nhân kiến trí hưng phê cũng biên rành rẽ. Tuy nhiên phần lớn sách dùng **An Nam Chí Lược** của Lê Trắc làm lam bản [bản gốc làm căn cứ]; cộng thêm sự việc từ thời Hồng Vũ [Minh Thái Tổ] đến thời Gia Tĩnh [Minh Thế Tổ].)*

Qua những lời giới thiệu sách, thấy rằng **Việt Kiệu Thư** là dã sử do tư nhân làm ra, tư liệu thu thập từ dân chúng, chứ không phải từ **Khởi Cư Chú**, **Nhật Lịch**, là nguồn phát xuất ra sắc dụ; tác giả sống cách xa lúc xảy ra sự việc, đến khoảng 130 năm. Với những yếu tố này, đáng đánh giá nguồn sử liệu của tư liệu trong sách **Việt Kiệu Thư** vào loại B.

Công việc thứ hai là tìm hiểu giá trị của sử liệu. Sắc dụ trong **Minh Thực Lục** ra lệnh "*tịch thu được thư tịch, bản đồ, đều không được hủy*"; xin nêu lên một vài bằng cứ chứng minh một số tư liệu xưa, chưa hủy:

- Trong sắc dụ thành lập các phủ, huyện vào ngày 1 tháng 6 năm Vĩnh Lạc thứ 5 [5/7/1407], nhà Minh đã dựa vào địa lý chí An Nam thời Trần Hồ, đổi 38 địa danh hàm ý độc lập tự chủ, như phủ Long Hưng đổi thành Trấn Man; ngoài ra vẫn giữ nguyên tên 15 phủ và hàng trăm huyện. Làm được việc này, họ phải có tư liệu về địa lý chí thời Trần Hồ trong tay; đó là bằng cứ thư tịch không hủy. Chính Học giả Đào Duy Anh đã tham khảo tư liệu này để soạn địa lý chí thời Trần Hồ trong sách **Đất Nước Việt Nam Qua Các Đời**.

- Lại cần phải nói thêm, bộ **Việt Sử Lược** [越史略] hoàn thành tại nước ta vào cuối đời Trần vẫn được **Tứ Khố Toàn Thư** Trung Quốc lưu giữ. Thực tế tại trong nước, các bia đá thời Lý, Trần còn lưu lại không ít.

Những bằng chứng đã trình bày, có thể xếp giá trị sử liệu về *"thư tịch, bản đồ, đều không được hủy"* vào loại 1.

Với những bằng chứng nêu trên, đương nhiên phủ nhận sử liệu *"mọi thư tịch văn tự cho đến những câu nhà quê, sách dạy trẻ, như loại văn "Thượng đại nhân, Khâu ất dĩ"; thì một tờ giấy, một chữ đều hủy."* ghi trong **Việt Kiệu Thư** là không có cơ sở.

Đáng buồn cho Lý Văn Phượng, một khoa bảng triều Minh, nhưng không hiểu rõ lịch sử về triều đại này. Về mặt tàn ác, Minh Thái Tông vượt cả Tần Thủy Hoàng; về việc giết người, nhà Tần chỉ mới tru di đến 7 họ; riêng Minh Thái Tông chiếm kỷ lục tru di đến 10 họ; trang mạng **wikipedia. org/wiki/**族誅 chép như sau:

史上唯一一次"诛十族"的记载发生于中国明朝。明成祖朱棣誅方孝孺十族事件：燕王朱棣發動靖難之變，奪其侄子明惠帝的天子寶座，入主金陵。朱棣登基，命忠於皇室的方孝孺起草即位詔書。方孝孺不但寧死不從，更予以辱罵，於詔書上寫上「燕賊篡位」四字。朱棣怒以誅九族威嚇之。方孝孺卻訕笑似地說：「便十族奈我何！」朱棣便把其門生朋友歸入第十族，連同原來九族一併誅殺。最終共誅殺八百七十三人，

(Lịch sử Trung Quốc chỉ ghi 1 lần tru di thập tộc [giết 10 họ]; sự việc xảy ra dưới triều Minh; đó là sự kiện Minh Thành Tổ Chu Lệ tru di 10 họ Phương Hiếu Nhụ. Bấy giờ Yên vương Chu Lệ phát động binh biến đoạt ngôi Vua của cháu là Huệ Đế, vào làm chủ Kim Lăng. Khi Chu Lệ giữ ngai vàng, bèn sai trung thần Phương Hiếu Nhụ soạn chiếu thư lên ngôi. Phương Hiếu Nhụ không những chịu chết không tuân, lại còn nhục mạ bằng cách viết lên chiếu thư 4 chữ "Giặc Yên soán ngôi". Chu Lệ giận, doạ tru di 9 họ; Phương Hiếu Nhụ bèn cười ngạo rằng:

'Giết 10 họ cũng chẳng ăn nhằm gì!'

Chu Lệ bèn nghĩ ra cách, lấy bạn bè cuả học trò làm họ thứ 10; cộng thêm nguyên lai 9 họ; đều đem ra giết. Tổng kết tru giết 873 người.)

Một ông Vua hiếu sát như vậy, một khi ra lệnh, trên dưới đều phải răm rắp tuân theo. Ngay cả Tổng binh Trương Phụ, người chiếm công đầu trong chiến tranh An Nam; nhận lệnh Thái Tông, 4 lần lặn lội từ hai nước Hoa, Việt; đi về đường xa xôi vạn dặm, mà không dám có một lời than thở. Thế mà trong **Việt Kiệu Thư** sắc chỉ đề ngày 10 tháng 5 năm Vĩnh Lạc thứ 5 (15 - 6 - 1407), lại có hiện tượng *"Nay nghe trong quân tìm được văn tự, mà không ra lệnh quân lính đốt hủy"* (今 聞 軍 中 所 得 文 字 不 即 令 軍 人 焚 毀). Rồi nhà Vua lại ôn tồn bảo phải hủy đi *"Các ngươi ngày nay nên làm* *như sắc dụ trước; lệnh trong quân tại xứ đó nếu bắt gặp thư tịch văn tự thì lập tức hủy, không được lưu giữ"* (爾 今 宜 一 如 前 敕。號 令 軍 中 但 遇 彼 處 所 有 一 應 文 字 即 便 焚 毀。毋 得 存 留).

Thử hỏi Minh Thái Tông nổi tiếng độc tài, có lẽ nào năm Vĩnh Lạc thứ 4 [1406] ra lệnh hủy sách, mà đến năm thứ 5 [1407] kẻ dưới quyền vẫn chưa chịu hủy? Sau khi biết không chịu hủy, lại để yên, không trừng phạt tru di 10 họ như đã làm, thì lại càng lạ hơn!

Qua phân tích, thấy được giá trị sử liệu về việc đốt sách ghi trong **Việt Kiệu Thư** chỉ nên xếp vào loại 3 thôi. Tổng kết nguồn tư liệu trong **Minh Thực Lục** được đánh giá A1, tư liệu trong **Việt Kiệu Thư** chỉ đánh giá B3; nhà nghiên cứu chỉ biết dựa vào khoa học mà chọn lựa!

Cũng cần nói thêm, việc tịch thu, giữ kín thư tịch văn hóa nước ta, là điều thâm hiểm muôn đời. Đòi hỏi các nhà nghiên cứu yêu nước, cần rà soát các thư viện, viện bảo tàng khắp thế giới, lần lượt tìm tòi cho ra; vì không chỉ thư tịch dấu tại Trung Quốc, trong thời Bát quốc liên quân vào chiếm Bắc Kinh, cũng đã mang một số lượng không nhỏ ra nước ngoài.

Trở lại vấn đề, cuộc hành quân xâm lăng An Nam, Minh Thái Tông đã hoạch định sẵn nhật kỳ; thượng tuần tháng 10 vào biên giới, thượng tuần tháng 11 tổng tấn công phía bắc sông Hồng. Nhắm hoàn thành kế hoạch, Thái Tông ân cần dặn dò Tây bình hầu Mộc Thạnh luôn luôn giữ hòa khí với chủ tướng, báo cáo rõ ràng để tránh hiểu lầm:

"Ngày 6 tháng 7 năm Vĩnh Lạc thứ 4 [20/7/1406]. Sắc dụ Phó Tướng quân chinh thảo An Nam Tây Bình hầu Mộc

Thạnh:

'Cổ nhân dạy rằng quân thắng nhờ nội bộ hòa, bởi vậy quân môn được gọi là hòa môn. Người giữ chức Phó Tổng Chỉ huy, tùy cơ nghi, xét tình thế, không trở ngại thì có quyền điều động. Nếu quan Tổng binh mưu tính từ xa, vô tình gây trở ngại cho cánh quân của người, hoặc giả bọn người đang giao tranh với giặc, hay đường sá tắc nghẽn thế không đến được, thì phải báo cáo rõ ràng, không được cố tình vi phạm để đến nỗi tổn thương hòa khí. Tướng soái bất hòa là con đường dẫn đến thất bại, người nên cẩn thận!" (**Minh Thực Lục Quan hệ Trung Quốc Việt Nam**, tập 1, trang 227)

Về phía chủ tướng Thành quốc công Chu Năng, Thái Tông dặn phải hết sức cẩn thận, lúc chưa phối hợp được với đạo quân Vân Nam: chớ mắc mưu, thọc sâu nguy hiểm; hoặc nghe lời dụ dỗ nạp cống, rồi lơ là bị địch đánh úp:

"*Ngày 10 tháng 7 năm Vĩnh Lạc thứ 4* [24/7/1406]. *Dụ bọn chinh thảo An Nam quan Tổng binh bọn Thành quốc công Chu Năng rằng:*

' Nay quân của người từ Quảng Tây, cùng với quân của Tả Tướng quân Mộc Thạnh từ Vân Nam vào đánh, hai quân cần phải hợp lực để bình định cho xong. Nếu giặc thừa lúc hai đạo quân chưa gộp lại được, tìm cách ngăn trở bằng cách dùng lợi nhỏ để dụ, quân ta tự thị dõng mạnh lại tham, để quân đơn độc thọc sâu, đó là con đường nguy hiểm! Hoặc bọn giặc làm bộ quy phục xin nạp khoản (2) để làm giải đãi lòng quân; nhưng bí mật đặt mưu riêng như đánh úp, cậy hiểm đặt quân mai phục; nhắm vào chỗ ta không liệu tính được; hoặc bỏ thuốc độc vào thực phẩm nước uống đợi lúc quân ta đói khát. Mưu giặc quỉ quyệt ngàn phương vạn lối, không thể không cẩn thận. Tuy nói rằng quân Vương giả điếu dân phạt tội hành động chính đáng; nhưng đừng như Tống Tương công [đời Đông Chu] tự cho mình là nhân nghĩa, nước khác không thể dùng chước lạ mà đánh được, rốt cuộc bị bại vong. Bọn các ngươi hãy thận trọng, tùy cơ ứng biến, chọn điều lợi mà làm, ta không xen vào để ngăn cản. Sắc cho Tả Tướng quân Tây bình hầu Mộc Thạnh cùng biết." (**Minh Thực Lục quan hệ Trung Quốc Việt Nam**, tập 1, trang 227)

Thái Tông lại căn dặn Tây bình hầu Mộc Thạnh tìm cách liên lạc với đạo quân Quảng Tây, để tiến cùng nhịp độ; lúc chưa phối hợp được với lực lượng bạn, quân cô cần tránh giao tranh:

"*Ngày 16 tháng 7 năm Vĩnh Lạc thứ 4* [30/7/1406]

Sắc dụ chinh thảo An Nam Tả Phó Tướng quân Tây bình hầu Mộc Thạnh rằng:

'*Ngày hôm nay đạo quân của Tổng binh Thành quốc công Chu Năng đã khởi hành; định vào thượng tuần tháng mười từ Bằng Tường* (3) *Quảng Tây tiến quân vào ải Pha Luỹ* (4), *Kê Lăng; thượng tuần tháng 11 vượt sông Phú Lương* [Hồng Hà]. *Xem bản đồ tình hình giặc, quân ngươi gần với Tây Đô* (5) *của giặc hơn, sợ thừa cơ thuận tiện chúng đánh quân ngươi trước, nên phải liệu khi quân của Thành quốc công gần, mới tiến theo nhịp độ nhanh chậm, yểm trợ lẫn nhau, hoặc do đường khác đến ngay phía bắc sông Phú Lương, rồi hai quân gộp lại cũng là một cách; nhưng phải tiên liệu hành trình, ước tính kỳ hẹn rồi báo trước cho Thành quốc công hay. Nếu gặp chỗ hiểm yếu, giặc dùng khinh binh khiêu chiến, thì cứ án binh bất động; trường hợp quân ta bất đắc dĩ phải đối địch với binh lực lớn của giặc, thì phải cảnh giác* cẩn thận, nhằm bảo toàn lực lượng." (**Minh Thực Lục quan hệ Trung Quốc Việt Nam**, tập 1, trang 229)

Trái với các cuộc chiến tranh xâm lược từ thời Minh trở về trước, quân Trung Quốc có khuynh hướng dồn nỗ lực tại Bắc Ninh, vượt sông, đánh kinh thành Thăng Long. Lần này Minh Thái Tông chủ trương đem quân nhỏ đánh nhử tại Gia Lâm, dùng nỗ lực chính tập trung 2 đạo quân Quảng Tây, Vân Nam đánh dứt điểm thành Đa Bang tại tỉnh Sơn Tây:

"Ngày 1 tháng 8 năm Vĩnh Lạc thứ 4 [12/9/1406]. Sắc dụ chinh thảo An Nam bọn quan Tổng Binh Thành quốc công Chu Năng:

'An Nam là chốn cùng tịch nơi góc biển, xưa là quận huyện của Trung Quốc; từ đời Ngũ Quý trở về sau Trung Quốc lắm việc nên không chế ngự được. Đến đời Tống, Nguyên, chúng thường bội nghịch; đã dùng binh thôn tính, nhưng không thành công. Nay giặc họ Lê nghịch mệnh; Trẫm ra lệnh các ngươi mang binh thảo phạt, hãy định ngày thành công. Sở dĩ Tống, Nguyên trước kia vô công vì tướng kiêu, lính lười, tham của, hiếu sắc; các ngươi phải lấy đó làm răn.

Sông Phú Lương [Hồng Hà] gần thành Đông Đô của giặc, chúng ắt phải cố thủ; quân ta vào sâu lòng địch khó có thể dùng lối đánh dằng dai; nếu đến Gia Lâm (6) muốn vượt sông cần có đủ thuyền bè, lại phải giao tranh suốt ngày không khỏi mệt quân lính. Chi bằng lúc đại binh chưa tới, cho kỵ binh du kích đột kích Gia Lâm, đối ngạn với giặc; bắt đầu có thể dùng khoảng 100 tên, trong ngày tăng lên đến hàng ngàn, đêm đốt lửa bắn pháo chế ngự và lừa giặc. Còn đại quân hướng về thượng lưu sông Phú Lương, chọn nơi nước cạn cùng với quân Tây bình hầu Mộc Thạnh họp lại cùng vượt sông, nhắm yếu tố bất ngờ nên dễ thành công. Ý Trẫm như vậy, nhưng từ xa xôi khó tính toán chính xác; các ngươi cần tự mình lập mưu, vì từ xưa đến nay kẻ dùng binh giỏi, đều nhân nhược điểm của địch mà chế thắng."(**Minh Thực Lục quan hệ Trung Quốc Việt Nam**, tập 1, trang 232)

Sử Việt Nam, **Toàn Thư** chép vào tháng 6 năm Khải Đại thứ 4 [16/6-14/7/1406], nhà Hồ ra lệnh cho dân tại phía bắc sông Hồng, thực hiện vườn không nhà trống, chuẩn bị di cư sang phía nam sông, khi quân Minh đến:

"*Khi quân Minh mới vào cõi, ra lệnh cho nhân dân đều phá bỏ hết lúa má; các xứ Lạng Châu, Vũ Ninh, Bắc Giang, Gia Lâm, Tam Đái, đều nghiêm chỉnh làm vườn không nhà trống. Quân Minh rút đi, nhân dân lại phục nghiệp như cũ.*"**Toàn Thư**, Chính biên, quyển 8.

Kế đó vào tháng sau, Vua nhà Hồ ra lệnh đóng cọc gỗ phòng thủ tại phía nam sông Hồng và vùng Lạng Sơn đến hạ lưu sông Thương:

"*Mùa thu, tháng 7 [15/7-13/8/1406], Hán Thương ra lệnh cho các lộ đóng cọc gỗ ở bờ phía nam sông Cái, từ thành Đa Bang đến Lỗ Giang và từ Lạng Châu đến Trú Giang* (7) *để làm kế phòng thủ. Hán Thương hạ lệnh cho dân Tam Đái và Bắc Giang tích trữ lương thực, vượt sông sang làm nhà cửa ở chỗ đất hoang, chuẩn bị di cư đến đó.*" **Toàn Thư**, Bản Kỷ, quyển 8.

Chú thích:

1. Theo trang mạng **Bách Khoa** [baike. com] giải thích

Thượng đại nhân, Khâu Ất Dĩ ghi trong bộ bài giải trí, có các quân, mỗi quân có hình vẽ, biểu tượng như sau: "上大人，丘乙己，化三千，七十贤，八九子，佳作美，尔小生，可知礼" (*Thượng đại nhân, Khâu Ất Dĩ, hoá tam thiên, thất thập hiền, bát cửu tử, giai tác mỹ, nhĩ tiểu sinh, khả tri lễ*).

Trò chơi này ý chỉ: Khổng Tử thưa cha Thượng đại nhân, con là Khâu Ất Dĩ, dạy được 3000 học trò, trong đó có 72 người hiền, có 8, 9 trẻ (chỉ thập triết), đều là tốt; các ngươi trẻ nhỏ, có thể biết lễ nghĩa.

2. Nạp khoản: nước nhỏ nạp cống cho nước lớn để xin quy phục gọi là nạp khoản.

3. Bằng Tường: nay thuộc huyện Bằng Tường, tỉnh Quảng Tây, gần sát ải Nam Quan.

4. Pha Luỹ: tức ải Nam Quan.

5. Tây Đô: tại Thanh Hóa.

6. Gia Lâm: Thời Trần Hồ, Gia Lâm là một huyện thuộc lộ Bắc Giang, nay thuộc tỉnh Bắc Ninh.

7. Trú Giang: **Toàn Thư** chú thích rằng có lẽ thuộc hạ lưu sông Thương.

64.
Quân Minh xâm lăng.

Đúng như kế hoạch đã định sẵn, mặc dù trở ngại về việc Tổng binh Chu Năng mất vào đầu tháng 10; Tân thành hầu Trương Phụ lên thay thế, tiếp tục chuẩn bị hành quân xâm lăng:

"Ngày 2 tháng 10 năm Vĩnh Lạc thứ 4 [12/11/1406]. Chinh thảo An Nam quan Tổng binh Thành quốc công Chu Năng bị bệnh, mất tại Long Châu (1). Hữu Phó tướng quân Tân thành hầu Trương Phụ thay thế; điều toàn quân tiếp tục tiến và sai người về triều tâu." (**Minh Thực Lục quan hệ Trung Quốc Việt Nam**, tập 1, trang 235)

Bảy ngày sau khi Chu Năng mất, Trương Phụ điều binh từ Bằng Tường, vượt ải Nam Quan xâm lăng nước ta. Sau khi chiếm Ải Lưu; Phụ thừa lệnh Minh Thái Tông, công bố tờ hịch gồm 20 điều kết tội cha con Hồ Quí Ly; việc làm này gây ảnh hưởng tâm lý rất mạnh, vì lòng người lúc bấy giờ không có cảm tình với chế độ nhà Hồ:

"Ngày 9 tháng 10 năm Vĩnh Lạc thứ 4 [19/11/1406]. Ngày hôm nay bọn chinh thảo An Nam Hữu Phó Tướng quân Tân thành hầu Trương Phụ điều quân xuất phát từ Bằng Tường (2), vượt quan ải Pha Lũy hướng vào An Nam tế cáo sông núi nước này:

'Giặc họ Lê giết vua, bạo ngược với dân, tội lớn như

biển.'

Rồi sai Đô đốc Đồng tri Hàn Quan đóng quân tại quan
ải; đôn đốc quan binh các xứ tại tỉnh Quảng Tây vận lương,
sửa đường, chặt cây làm cầu. Lệnh du binh trinh sát, sai bọn
Ưng Dương Dương Tướng quân Đô đốc Thiêm sự Lữ Nghị
mang đạo quân tiền tiêu đến Ải Lưu. Chỗ này lực lượng giặc
hơn 3 vạn tên dựa vào núi đóng trại, đào hào đắp lũy; chúng
bắn tên độc, lăn đá, chặt cây cố thủ. Lữ Nghị đốc quân tiến
công, dùng thuẫn để che, xông lên; chém 40 thủ cấp, bắt sống
hơn 60 tên, số còn lại bỏ chạy. Đại quân vượt ải, rồi cho binh
chiếm giữ. Trương Phụ lãnh ý Thiên tử, truyền hịch cho quan
lại và quân dân An Nam như sau:

'An Nam kề cận Trung Quốc, từ khi Hoàng khảo Thái tổ
Hoàng đế lãnh mệnh trời thống nhất đất nước, Vương nước
này là Trần Nhật Khuê quy thuận trước tiên; được phong
tước ban ân, đời đời truyền cho con cháu. Rồi nghịch tặc,
cha con Lê Quý Ly làm đại thần phụ chính, chuyên quyền
phản phúc, giết chúa soán ngôi. Quý Ly đổi tên họ là Hồ Nhất
Nguyên, con Lê Thương đổi là Hồ Đê; mạo kết hôn nhân với
họ Trần để thừa cơ gây uy phúc, giết chúa hãm hại suốt cả
nhà; lăng loàn tàn bạo khắp nước, đến thảo mộc cầm thú
cũng không được yên, trời đất quỉ thần đều chung lòng giận
dữ.

Lúc Hoàng thượng mới lên ngôi, vốn rộng lòng quyến
luyến kẻ xa xôi. Cha con giặc họ Lê bèn rắp mưu gian, sai sứ
đến triều đình tâu rằng: con cháu họ Trần đã hết, y là cháu
ngoại, xin tạm quyền việc nước. Triều đình vốn cả tin cho là
có lòng thành, nên không nghĩ là dối trá. Rồi người cháu của
Vương An Nam bị bách bức, chạy trốn sang Lão Qua, đến
kinh sư tố cáo tội ác; lúc đầu triều đình chưa tin, sau nhân

Sứ thần An Nam biết được đó là sự thực, không quên chủ cũ, vui buồn lẫn lộn, tìm cách ủy lạo; Thiên tử bèn ban tỷ thư (3), định hưng binh thảo phạt. Cha con giặc họ Lê biết quốc chúa hiện còn, lại lo thiên binh sắp tru phạt, nên sai Sứ xin tha tội và gian dối xin đón về nước để tôn lên làm vua.

Triều đình vẫn tin và không nghi, bỏ qua tội cũ, khen là biết đổi mới; rồi chấp nhận lời xin, sai Sứ giả mang 5000 quân hộ tống trở về nước. Nhưng cha con nhà họ Lê rắp mưu gây họa, dùng quân mai phục chống lại Thiên binh, cản trở Thiên sứ, bắt giết cháu của viên Quốc vương xưa. Sứ thần về tâu, Thiên tử hết sức giận dữ, bèn sai tướng mang 80 vạn quân tiểu trừ nghịch tặc. Phàm đạo quân trừ bạo, cần kê rõ ràng mọi tội lỗi:

Cha con Lê Quý Ly hai lần giết Quốc vương An Nam để chiếm nước này, đó là tội thứ nhất.

Chúng giết sạch con cháu nhà Trần, tội thứ hai.

Không tuân theo lịch Chính Sóc của triều đình, tiếm gọi tên nước Đại Ngu, xưng càn tôn hiệu kỷ nguyên là Nguyên Thánh; tội thứ ba.

Xem người trong nước như cừu thù, đặt hình pháp tàn bạo giết kẻ vô tội, vơ vét thuế má, trưng thu phiền hà; bóc lột không ngừng khiến dân đói khổ, hoặc chết vùi nơi ngòi rãnh, hoặc bỏ trốn nơi tha phương; tội thứ tư.

Chúng vốn họ Lê, bội phản tổ tông đổi sang họ khác; tội thứ năm.

Lấy cớ bà con với họ Trần, xưng tạm quyền quốc sự để lừa dối triều đình; tội thứ sáu.

Nghe tin cháu Quốc vương cũ tại kinh sư, giả dối xin đem

về nước để tôn lên làm vua. Triều đình bỏ qua lỗi cũ, chấp nhận lời xin; rồi lập mưu gian, chống cự Thiên binh, cản trở Thiên sứ; tội thứ bảy.

Cháu Quốc vương An Nam bị bức bách trốn tránh, trải qua nguy hiểm trăm phần chết một phần sống; được Hoàng thượng thương xót tư cấp và cho hộ tống về nước. Cha con giặc họ Lê không biết cảm động hối hận, bèn dẫn dụ để giết. Việc làm nghịch với trời, hủy diệt đạo lý; tội thứ tám.

Châu Ninh Viễn đời đời triều cống Trung Quốc. Giặc họ Lê cậy mạnh chiếm 7 trại; rồi cai trị dân chúng, giết cả nam lẫn nữ; tội thứ chín.

Giết rể của Thổ quan Đèo Cát Hãn là Đèo Mãnh Mạn; bắt con gái y để dễ bề sai khiến, đòi nạp tiền, phục dịch trăm thứ; tội thứ mười.

Uy hiếp bức bách Thổ quan phục dịch, phát binh bắt bớ di dân khiến họ sợ phải bỏ trốn; tội thứ mười một.

Xâm chiếm đất thuộc phủ Tư Minh (4), Lộc châu, Tây Bình châu, trại Vĩnh Bình. Triều đình sai sứ đòi lại, thì dùng lời lẽ chống chế, chỉ trả lại không đến hai hoặc ba phần mười; tội thứ mười hai.

Sau khi trả đất, lại sai đồ đảng đến cướp giết mệnh quan của triều đình tại châu Tây Bình, cùng mưu cướp phá tại tỉnh Quảng Tây; tội thứ mười ba.

Trong lúc Quốc vương Chiêm Thành là Chiêm Ba Đích Lại đang lo việc tang cha, bèn mang quân đến đánh các đất Cách Liệt, châu cũ của Chiêm Thành; tội thứ mười bốn.

Lại đánh 4 châu của Chiêm Thành tại Bản Đạt Lang Bạch Hắc, cướp bắt dân chúng và súc vật; tội thứ mười lăm.

Lại mang quân đến Chiêm Thành, bắt hơn 100 con voi, cùng chiếm các đất Chiêm Sa, Ly Nha; tội thứ mười sáu.

Chiêm Thành đã là Phiên thần của Trung Quốc, nhận ấn chương phẩm phục của triều đình. Giặc họ Lê lại tự chế ấn mạ vàng bạc, cửu chương, phẩm phục, dây đeo ngọc để ép ban cho; tội thứ mười bảy.

Quốc vương Chiêm Thành chỉ tôn kính nhà Minh, không tôn trọng An Nam. Vì lý do này nên một năm hai lần, mang binh đến đánh; tội thứ mười tám.

Thiên sứ cùng sứ Chiêm Thành đến nước này. Giặc họ Lê dùng binh cướp tại bến cảng Thi Côn Nại [Thi Nại, Quy Nhơn]; tội thứ mười chín.

Triều cống Trung Quốc không dùng Bồi thần. Sai những tội nhân giả mạo làm quan chức đi sứ, thái độ khinh mạn bất kính; tội thứ hai mươi.

Đó là những tội lớn, kỳ dư không cần nói thêm; chỉ riêng cha con nhà họ Lê không theo đạo quân thần đã là tội tày trời, xét về lý không thể dung được. Dân trong nước lâm vào cảnh hà khắc, độc hại chất chứa từ năm này đến năm khác, tình cảnh thực đáng thương xót. Thiên binh đến để cứu dân bị khốn khổ, khôi phục con cháu họ Trần, nên đã nghiêm sức các tướng sĩ mảy may cũng không được xâm phạm; những nơi đi qua mọi người nên yên ổn như thường, chớ nên nghi ngờ sợ hãi. Những kẻ bị uy hiếp ra làm quan vẫn được giữ yên chức vụ, không bị bắt tội. Nếu cùng với kẻ ác hợp mưu; nay biết lỗi lầm, sửa theo điều thuận, được chấp thuận cho đổi mới và vẫn giữ quan chức như cũ. Những người tại nước khác đến kinh doanh buôn bán tại An Nam, hoặc bị câu lưu, hãy đến cửa quan tự trình bày để được hộ tống trở về nước;

những kẻ muốn lưu lại buôn bán, cũng được chấp thuận. Nếu vì dân nước này làm phúc, bắt sống được cha con giặc họ Lê đem đến cửa quân sẽ được ban tước hậu thưởng. Kẻ dám hôn mê bất tuân, theo ác cự mệnh, Thiên binh một lần hươi qua lên, sẽ quét sạch không để sót. Đợi ngày cha con Lê Quý Ly bị bắt, sẽ hội họp bách quan, tướng, lại, kỳ lão trong nước tuyển cầu con cháu nhà Trần, nối lại Vương tước, rửa sạch mối oan khiên vùi xuống đất, cởi bỏ sự đàn áp hành hạ trong nước, trên xứng với lòng nhân của Hoàng thượng, dưới đáp ứng được nguyện vọng của các ngươi."(**Minh Thực Lục quan hệ Trung Quốc Việt Nam**, tập 1, trang 235)

Toàn Thư ghi rằng bọn Phụ, Thạnh chép văn bản vào những tấm ván thả trôi theo dòng sông, quan quân ta đọc, vốn ghét sự hà khắc của nhà Hồ, cho là đúng nên không còn lòng dạ chiến đấu:

"*Trước đó, nhà Minh sai Thái tử thái phó Thành quốc công Chu Năng làm tổng binh đeo ấn Chinh Di tướng quân đem quân xâm lược phương Nam. Năng đến phủ Thái Bình ở Quảng Tây thì chết. Trước đó Năng đã làm bảng văn kể tội họ Hồ, rêu rao là tìm người họ Trần cho khôi phục lại vương tước. Đến đây, bọn Phụ, Thạnh viết lời bảng văn ấy vào nhiều mảnh gỗ thả theo dòng. Các quân người nào trông thấy thì cho là đúng như lời trong bảng, hơn nữa lại chán ghét chính sự hà khắc của họ Hồ, không còn bụng dạ chiến đấu nữa*" **Toàn Thư**, Bản Kỷ, quyển 8.

Sau khi chiếm được Ải Lưu, vào ngày 20/11/1406 Thiêm sự Chu Vinh mang quân chiếm Kê Lăng, tức huyện Chi Lăng, tỉnh Lạng Sơn:

"*Ngày 10 tháng 10 năm Vĩnh Lạc thứ 4 [20/11/1406].*

Ngày hôm nay chinh thảo An Nam Phiêu Kỵ Tướng quân Đô đốc Thiêm Sự Chu Vinh mang quân đến quan ải Kê Lăng. Nơi này quân giặc xây trại, đào hào sâu, cắm chông xung quanh, chia binh 3 vạn phòng thủ, trang bị súng, cung nỏ để chống cự. Tuy nhiên tàn quân tại Ải Lưu chạy về truyền lời rằng đại quân thế mạnh không chống được; nên khi quân Chu Vinh tấn công giết hơn 60 tên, số còn lại bỏ vũ khí mà chạy. Quân tiếp tục tiến 40 dặm, đánh một quan ải nhỏ, giặc theo nhau bỏ chạy." (**Minh Thực Lục quan hệ Trung Quốc Việt Nam**, tập 1, trang 240)

Bốn ngày sau đại quân Trương Phụ tiến tới Cần Trạm, tức vùng Kép phía bắc tỉnh Bắc Giang; tại đây chia một cánh nhỏ, vượt sông Cầu, cho toán tiền tiêu đến tận Gia Lâm, Bắc Ninh. Riêng đại quân theo hướng tây đến Phúc Yên, Vĩnh Phúc, liên lạc với đạo quân Mộc Thạnh, cùng nhân dịp tiếp xúc với bọn Mạc Thúy ra hàng; bọn này lập công, chỉ điểm nội bộ quân tình nhà Hồ:

"Ngày 14 tháng 10 năm Vĩnh Lạc thứ 4 [24/11/1406]. *Hữu Phó Tướng quân chinh thảo An Nam Tân thành hầu Trương Phụ mang binh vào ải Kê Lăng, rồi trên đường đến Cần Trạm. Điệp báo cho biết hai bên đường tại Cần Trạm* [Kép, Bắc Giang] *đều có quân mai phục, bèn ra lệnh Ưng Dương Tướng quân Đô đốc Thiêm Sự Lữ Nghị, cùng Đô đốc Thiêm Sự Hoàng Trung mang quân tìm diệt; giặc phải bỏ trốn. Cho quân tiền tiêu đến Xương Giang* [Thị xã Bắc Giang] *và Thị Cầu, làm cầu nối đóng đồn tại Thị Cầu, lại sai Ưng Dương Tướng quân Phương Chính, Du Kích Tướng quân Vương Thứ mang quân tuần thám đến huyện Gia Lâm, phía bắc sông Phú Lương* [Hồng Hà]. *Riêng đại quân dùng đường khác từ Cần Trạm theo hướng tây đến huyện Tân*

Phúc [Phúc Yên, Vĩnh Phúc] phủ Bắc Giang; rồi hay tin Phó Tướng quân Tây bình hầu Mộc Thạnh đến Bạch Hạc [Vĩnh Tường, Vĩnh Phúc], bèn sai Phiêu Kỵ Tướng quân Chu Vinh đến họp, Thạnh cũng sai Đô Chỉ huy Du Nhượng đến trại. Bọn Phụ tuân lệnh trên, răn thuộc cấp không được giết bừa, nên đến nơi nào dân cũng vui theo, các ngụy quan như Thiêm phán Đặng Nguyên; người châu Nam Sách, phủ Lạng Giang là Mạc Thúy, Mạc Viễn đến yết kiến. Bọn họ nói rằng:

'Giặc dựa vào Đông Đô, Tây Đô; cùng sự hiểm trở của các sông Tuyên, sông Thao, sông Đà, sông Phú Lương. Đường huyết mạch từ phủ Tam Giang, qua bờ phía nam sông Đà, núi Tản Viên, đến phía nam sông Phú Lương, qua sông Ninh đi sang phía đông. Lại từ bờ bắc sông Phú Lương theo sông Hải Triều [sông Luộc, Hưng Yên], sông Hy, sông Ma Lao đến Bàn Than, núi Khốn Mai, dọc sông xây đồn. Ải Đa Bang (4) cho xây thêm thành đất, đồn trại nối tiếp liên hoàn dài hơn 900 dặm ; bắt hết dân các châu tại Giang Bắc trên 200 vạn, gồm nam phụ lão ấu vào, để trợ thanh thế. Phía nam sông Phú Lương đều đóng cọc gỗ; tập trung các thuyền bè trong vũng nước đằng sau cọc, các cửa sông cũng đóng cọc gỗ để đề phòng công kích. Giặc phòng bị nghiêm nhặt tại Đông Đô, thường bày voi trận, lính tráng dọc thành; rêu rao đông đến 700 vạn."

Quân ta giới nghiêm tại bờ phía bắc để đợi; tuy nhiên giặc sợ hãi không muốn vượt sông, chỉ muốn giữ hiểm để làm nản lòng quân, nên ta cho chuyển quân từ huyện Tân Phúc đến chợ Cá Chiêu, châu Tam Đái (5) đóng thuyền để chuẩn bị tiến công. (**Minh Thực Lục quan hệ Trung Quốc Việt Nam**, tập 1, trang 240)

Toàn Thư cho biết thêm, bọn Mạc Thúy bất mãn với

nhà Hồ, đón quân Minh xin hàng, sau đó chúng được trọng dụng:

"*Bọn Mạc Địch, Mạc Thúy, Mạc Viễn và Nguyễn Huân mạo nhận là họ Mạc đều là những kẻ bất đắc chí, đón hàng quân Minh, người Minh đều trao cho quan chức. Sau Thúy làm đến tham chính; Địch làm đến chỉ huy sứ; Viễn làm đến diêm vận sứ; Huân làm đến bố chính.*" **Toàn Thư**, Bản Kỷ, quyển 8.

Lúc này tình thế nằm trong giai đoạn quyết liệt, Minh Thái Tông cổ động tướng sĩ, lệnh chủ tướng ghi công, hứa hậu thưởng lúc khải hoàn:

"*Ngày 4 tháng 11 năm Vĩnh Lạc thứ 4* [14/12/1406]. *Sắc dụ quan Tổng binh chinh thảo An Nam Chinh Di Tướng quân Tân thành hầu Trương Phụ, Tả Phó tướng Tây bình hầu Mộc Thạnh rằng các tướng sĩ tòng chinh được nuôi dưỡng lúc bình thời để dùng vào ngày hôm nay. Ai liều thân phấn đấu, phá quan ải giết tướng, xung đột đánh trận lập kỳ công, hãy ghi tên tuổi, đợi ngày quân về được thăng cấp, trọng thưởng để biểu dương công lao.*" (**Minh Thực Lục quan hệ Trung Quốc Việt Nam**, tập 1, trang 244)

Vào tháng mười một tình hình ở thế giằng co, Minh Thái Tông sợ mắc vào kế trì hoãn của kẻ địch, nên thúc giục ra tay gấp, mong đánh dẹp xong vào tháng 2 năm sau:

"*Ngày 26 tháng 11 năm Vĩnh Lạc thứ 4* [5/1/1407]. *Sắc dụ chinh thảo An Nam quan Tổng binh Chinh Di Tướng quân Tân thành hầu Trương Phụ cùng bọn Tả Phó tướng Tây bình hầu Mộc Thạnh:*

'*Nghe rằng quân hiện nay đang giằng co với giặc, ý đồ của chúng là muốn trì hoãn để đợi chướng lệ gây khó khăn.*

Hãy phá mưu này ngay, để tháng hai năm sau dẹp giặc ban sư."(**Minh Thực Lục quan hệ Trung Quốc Việt Nam**, tập 1, trang 244)

Toàn Thư chép vào đầu tháng chạp [1/1407] quân Minh chiếm được bờ sông Mộc Hoàn [sông Hồng vùng Việt Trì]; tướng Hồ Xạ phải rút quân về phía nam sông. Mấy ngày sau, quân Minh mang thuyền vượt sông tại hạ lưu, bị thua; những tên rút lui bị tử tội, nên chúng phải liều chết cố đánh:

"*Tháng 12, ngày mồng 2, người Minh chiếm được Việt Trì, bờ sông Mộc Hoàn và chỗ đóng cọc ở sông Bạch Hạc. Tướng chỉ huy quân Tả Thánh Dực Hồ Xạ không giữ nổi, phải dời hàng trận sang phía nam sông Cái.*"

"*Đêm mồng 7, người Minh cho khiêng thuyền ra bờ phía bắc bãi sông Thiên Mạc [hạ lưu sông Hồng]. Tướng quân Trần Đĩnh đánh bại quân Minh. Tướng Minh đem những tên thoát lui thi hành quân lệnh, binh lính chúng liều chết cố đánh, tự nguyện lập công*" **Toàn Thư**, Bản Kỷ, quyển 8.

Tại vùng Lâm Thao đối lũy với thành Đa Bang, đại quân Trương Phụ tấn công, làm cầu phao qua sông. Cùng lúc, sai Thiêm sự Chu Vinh mang quân khiêu khích vùng hạ lưu để đánh lừa:

"*Ngày 6 tháng 12 năm Vĩnh Lạc thứ 4 [14/1/1407]. Ngày hôm nay Chinh thảo An Nam Tả Phó tướng Tây bình hầu Mộc Thạnh chiếm quân thứ Tuyên Giang, bờ phía bắc sông Thao, đối lũy với thành Đa Bang. Chinh Di Tướng quân quan Tổng binh Tân thành hầu Trương Phụ sai Hữu Tham tướng Vân Dương bá Trần Húc mang quân tấn công vùng sông Thao, cùng làm cầu nối cho quân lính qua sông. Riêng bọn Phiêu Kỵ Đô đốc Thiêm sự Chu Vinh đánh bại giặc tụ tập tại bắc ngạn sông Gia Lâm [Hồng Hà].*

Trước đó quan Tổng binh bàn định cho quân vượt sông tại thượng lưu, bèn sai quân kỵ đột nhập phía hạ lưu cách 18 dặm. Quân cách sông đối diện với giặc. Suốt ngày tiếp tục tăng quân để đánh lừa, lại sắm thuyền bè giả bộ muốn vượt sông. Giặc mang binh vượt sông để đoạt thuyền bè, bị bọn Chu Vinh đánh tan." (**Minh Thực Lục quan hệ Trung Quốc Việt Nam**, tập 1, trang 244)

Dưới chân thành Đa Bang đất trống, có thể trú chân; đêm 19/1/1407 Trương Phụ phân công, ra lệnh chuẩn bị công cụ đánh thành. Vào canh tư, tức sau nữa đêm; Phụ cho thổi tù và làm hiệu, đồng loạt leo thang tấn công thành. Quân Minh xông vào thành, quân nhà Hồ dùng voi phản công nhưng thất bại, thành bị hãm:

"Ngày 11 tháng 12 năm Vĩnh Lạc thứ 4 [19/1/1407]. Chinh thảo An Nam bọn quan Tổng binh Tân thành hầu Trương Phụ chiếm được thành Đa Bang.

Trước hết Trương Phụ cho Cao Sĩ Văn cùng thủy quân lưu tại cửa sông chợ Cá Chiêu, để sẵn sàng tiếp ứng cho Chu Vinh tại Gia Lâm; riêng đích thân đốc suất đại quân cùng Phó Tướng quân Tây bình hầu Mộc Thạnh phối hợp tấn công. Tại đây giặc làm hàng rào ra đến tận bờ sông, còn ngay dưới thành Đa Bang thì đất bằng có thể trú quân. Tuy nhiên thành đất xây cao dốc, dưới thành đào hào sâu, trong hào bố trí chông tre dày đặc, ngoài hào có rất nhiều hố ngầm cắm chông để làm cạm bẫy người, ngựa. Trên thành phòng bị nghiêm nhặt, giặc đông như kiến.

Sau khi đã hoàn tất dụng cụ đánh thành, bèn hạ lệnh trong quân rằng:

'Giặc chỉ dựa vào thành này mà thôi; đại trượng phu báo đền quốc gia, công danh chính tại nơi này, ai leo lên trước không kể cấp bực cao thấp, lập tức được thăng thưởng.'

Do đó quân sĩ đều hăng hái liều mình. Ngày này bọn Trương Phụ hội ý phân công tại bãi cát, Phụ đánh thành phía tây nam, Thạnh đánh thành phía đông nam. Sau khi phân công xong, sai một số tướng sĩ nhắm cách mục tiêu định đánh khoảng 1 dặm, chuẩn bị dụng cụ để công thành gấp. Tối hôm đó dập tắt lửa, hẹn quân sĩ đến giờ trèo thành mới nổi lửa thổi tù và làm hiệu lệnh. Vào canh tư, Phụ sai Đô đốc Thiêm sự Hoàng Trung âm thầm mang công cụ vượt hào đến tây nam thành, dùng thang mây (6) dựa vào thành. Đô Chỉ huy Thái Phúc leo lên trước, dùng dao chém loạn xạ, bọn giặc kinh hoảng la báo động, trên thành lửa sáng rực, tiếng kèn, tù và huyên náo. Dưới thành quân sĩ hăng hái liều mình leo tiếp, bọn giặc kinh hoàng không kịp trở tay, gạch đá tên đạn không tung ra được, vội nhảy xuống thành bỏ chạy.

Quân ta tiến vào thành, tướng giặc từ thành nội dàn trận tiếp chiến, xua voi cho đi trước. Phụ sai Du kích Tướng quân Chu Quảng xua kỵ binh che hình nộm sư tử để ngăn voi, bọn Thần cơ Tướng quân La Văn bắn súng thần cơ yểm trợ. Voi sợ sệt, lại bị thương vì tên đạn nên chạy lui vào chỗ giặc tụ tập, khiến bọn chúng hoảng loạn tan rã. Quan quân đuổi dài; giết bọn tướng giặc Lương Dân Hiến; Thái Bá Nhạc; truy kích đến núi Tản Viên, giặc giẫm đạp lẫn nhau hoặc bị giết không kể xiết; thu 12 thớt voi, còn khí giới đếm không xuể." **(Minh Thực Lục Quan hệ Trung Quốc Việt Nam**, tập 1, trang 244).

Toàn Thư mô tả việc tấn công thành vào rạng ngày 20/1/1207, tức ngày 12 tháng chạp năm Khải Đại thứ 4 như sau:

"*Sáng ngày 12, người Minh là Trương Phụ dẫn đô đốc Hoàng Trung, đô chỉ huy Thái Phúc tiến công phía tây bắc thành Đa Bang. Mộc Thạnh dẫn bọn đề đốc Trần Tuấn, tiến công phí đông nam thành. Xác chết chất cao ngang với thành mà giặc vẫn tiến đánh, không tên nào dám dừng lại. Bọn Nguyễn Tông Đỗ, tướng chỉ huy quân Thiên Trường đào thành cho voi ra. Người Minh dùng hỏa tiễn bắn voi. Voi lui lại, người Minh theo voi đánh vào. Thành liền bị hạ. Các quân ở dọc sông đều tan vỡ, lui giữ Hoàng Giang hạ lưu sông Hồng.*" **Toàn Thư**, Bản Kỷ, quyển 8.

Chú thích:

1. Long Châu: vị trí gần biên giới Việt Nam, nay thuộc huyện Long Châu, Sùng Tả thị, tỉnh Quảng Tây.

2. Bằng Tường: nay thuộc huyện Bằng Tường, tỉnh Quảng Tây, sát ải Nam Quan.

3. Tỷ thư: Thư của vua có đóng dấu ấn tỷ.

4. Theo **Cương Mục** vị trí thành Đa Bang tại xã Cổ Pháp, huyện Tiên Phong, tỉnh Sơn Tây. Theo **Đ. N. V. N. Q. C. Đ. (Đất nước Việt Nam qua các đời**, tác giả Đào Duy Anh) hiện nay là huyện Quảng Oai, tỉnh Hà Tây.

5. Theo **Đ. N. V. N. Q. C. Đ.** châu Tam Đái gồm một phần tỉnh Vĩnh Phúc và Phú Thọ hiện nay, nằm giữa hai sông Hồng và Lô.

6. Thang mây tức vân thê, là loại thang xếp đặt trên bệ, bệ được gắn 6 bánh xe để tiện di chuyển. Khi thang dựng và

ráp dựa vào trục thẳng đứng với bệ, nên có thể leo lên từ bệ để quan sát trong thành, cũng có thể dựa vào thành để trèo vào. Vì thang cao trên mây nên gọi là vân thê.

65.

Quân Minh tiếp tục
xâm lăng miền Bắc.

Sau khi chiếm được thành Đa Bang, quân Minh tiến
dọc theo bờ sông Hồng xuống phía nam, chiếm nốt
thành Đông Đô, tức Hà Nội; quân nhà Hồ rút xuống vùng
núi Thiên Kiện tại tỉnh Hà Nam. Tiếp tục, quân Minh chiếm
xong các tỉnh thuộc vùng hạ lưu sông Thao, sông Đà, và
sông Lô:

*"Ngày 12 tháng 12 năm Vĩnh Lạc thứ 4 [20/1/1407].
Trước hết quân của quan Tổng binh chinh phạt An Nam Tân
thành hầu Trương Phụ tiếp tục tiến dọc sông Phú Lương
xuống phía nam, tấn công thành Đông Đô. Giặc bỏ thành
chạy, bèn đóng quân tại phía đông nam thành, chiêu tập
quan lại và dân, dung nạp kẻ hàng. Số quy thuận có đến cả
vạn người; bèn yết bảng thông cáo cho trở về chức nghiệp cũ.
Trong ngày Trương Phụ sai người khẩn tâu."* (**Minh Thực
Lục Quan hệ Trung Quốc Việt Nam**, tập 1, trang 247).

*"Ngày 18 tháng 12 năm Vĩnh Lạc thứ 4 [26/1/1407].
Chinh thảo An Nam Tả Tham Chính Phong thành hầu Lý
Bân, Hữu Tham tướng Vân dương bá Trần Húc mang quân
đánh giặc họ Lê tại Đông Đô. Giặc nghe tin thành Đa Bang
bị chiếm, bèn đốt phá cung thất kho tàng tại đây, rồi chạy ra*

biển. Bọn giặc dựa vào vùng đất tại núi Thiên Kiện (1), đưa quân từ sông Sinh Quyết, Đàm Xá đánh vào quân ta. Quan Tổng binh Tân thành hầu Trương Phụ sai Đô đốc Hoàng Trung mấy lần đánh bại giặc. Do vậy lộ Tam Giang, các châu huyện tại Tuyên Giang, Thao Giang lần lượt đến cửa quân xin hàng."(**Minh Thực Lục Quan hệ Trung Quốc Việt Nam**, tập 1, trang 247)

Tại các vùng Bắc Giang, Bắc Ninh, Hải Dương quân Minh vượt sông Trú giang, tức hạ lưu sông Thương; đánh chiếm Vạn Kiếp, Phả Lại tại huyện Chí Linh, Hải Dương; khiến cánh quân do Hồ Đỗ chỉ huy, phải rút lui đến cửa Muộn; một cửa sông Hồng thời xưa, thuộc tỉnh Nam Định:

"Ngày 1 tháng giêng năm Vĩnh Lạc thứ 5 [8/2/1407]. *Ngày hôm nay quan Tổng binh chinh thảo An Nam Chinh Di Tướng quân Tân Thành hầu Trương Phụ điều động Thanh viễn bá Vương Hữu, Tả Phó Tướng quân, Tây bình hầu Mộc Thạnh điều bọn Đô Chỉ huy Liễu Tông hợp binh dẹp giặc. Quan quân vượt sông Chú Giang tập kích quân giặc tại sách Trù Giang, lại làm khốn giặc tại Mai Sơn, sông Vạn Kiếp và núi Phả Lại; chém ba vạn bảy ngàn ba trăm chín mươi thủ cấp, bắt Đoàn phó là Đinh Bộ Khúc giết đi, dư đảng giặc tan rã. Lúc này tướng giặc Hồ Đỗ tụ thuyền tại sông Bình Than; Trương Phụ nhân dịp viên nhân sĩ châu Nam Sách là Đội chính Trần Phong đến xin hàng, bèn sai đi đánh Hồ Đỗ. Đỗ thua chạy đến sông cửa Muộn (2), tịch thu hết thuyền bè. Lại sai Trần Phong chiêu dụ dân chúng các xứ Lạng Giang và Đông Triều, nhân dân được yên nghiệp, do đó quận ấp Châu Phong tiếp tục đầu hàng, sĩ phu dâng thư kết tội giặc họ Lê độc ác trăm cách."* (**Minh Thực Lục Quan hệ Trung Quốc Việt Nam**, tập 1, trang 247)

Lúc này Minh Thái Tông hay tin đã chiếm được thành Đông Đô, tịch thu nhiều lương thảo; nên ra lệnh đình chỉ vận lương tiếp tế từ Quảng Tây:

"Ngày 9 tháng giêng năm Vĩnh Lạc thứ 5 [16/2/1407]. Sắc dụ quan Tổng binh chinh thảo An Nam Tân thành hầu Trương Phụ rằng:

' Nghe tin ngươi đánh được Đông Đô, tịch thu nhiều lương đủ cho quân dùng. Hãy tiết kiệm, chớ hoang phí! Ra lệnh đình chỉ việc Quảng Tây vận lương, nếu đang vận chuyển trên đường thì chuyển đến thành, đồn, trên đường đi đến gần nhất, trữ tại đó; chiếu theo pháp lệnh canh gác. Cho những quân dân lo việc vận tải trở về." (**Minh Thực Lục Quan hệ Trung Quốc Việt Nam**, tập 1, trang 248)

Sau khi chiến thắng tại vùng Bắc Giang, Hải Dương; quân Minh tiếp tục càn quét tại hạ lưu sông Hồng, vùng Thái Bình, Nam Định; có bọn Mạc Thúy đưa người từ châu Nam Sách, Hải Dương đến theo:

"Ngày 14 tháng giêng năm Vĩnh Lạc thứ 5 [21/2/1407]. Ngày hôm nay quan Tổng binh chinh thảo An Nam Tân thành hầu Trương Phụ, Tả Phó tướng Tây bình hầu Mộc Thạnh đánh bại giặc họ Lê tại sông Mộc Hoàn.

Khởi đầu Phụ nhận được tin từ điệp báo cho biết thuyền giặc qua lại tại vùng sông Phú Lương [Hồng Hà], hạ lưu đất Giao Châu khoảng hơn 20 dặm. Lại có tin Quý Ly và con là Trừng tụ tập thuyền bè tại sông Hoàng Giang (3), rồi đem quân đóng tại sông Mộc Hoàn. Thạnh cùng Tham tướng Phong thành hầu Lý Bân suất quân bộ, ky, chiến thuyền từ sông Phú Lương đến đóng tại sông Lỗ. Giặc họ Lê dùng khoảng hơn 500 chiến thuyền đánh vào quân ta. Quân của

Phụ thủy lục cùng tiến; bọn Đô đốc Liễu Thăng hăng hái đánh thuyền giặc tại Giao Thiển [Thủy], khiến giặc đại bại. Tịch thu hơn 10 thuyền giặc, giết tướng giặc là Nguyễn Nhân Tử, Nguyễn Lỗi, Nguyễn Liệt, chém hơn một vạn đầu, bắt sống tướng giặc Hoàng Thế Cương, Đồng Văn Kiệt, Phùng Tông Thực, Mạc Thiết, Phạm Hài, Nguyễn Lợi hơn trăm tên, tất cả đều bị chém; riêng bọn giặc chết trôi không kể xiết. Lúc này người châu Nam Sách tên là Mạc Thúy, vốn giận giặc họ Lê, bèn mang lính địa phương vạn người đến theo, nhiều lần gắng sức lập công." (**Minh Thực Lục Quan hệ Trung Quốc Việt Nam**, tập 1, trang 248)

Toàn Thư chép đạo quân nhà Hồ, do Hồ Nguyên Trừng chỉ huy bị thua tại hạ lưu sông Hồng, phải rút lui về cửa Muộn, Nam Định. Riêng cánh quân Hồ Đỗ bị thua tại Bình Than, Chí Linh, cũng tập trung tại nơi này:

"Mùa xuân, tháng 2, ngày 20, Tả tướng quốc Hồ Trừng tiến quân đến sông Lô, quân Minh giữ hai bên bờ sông đánh kẹp lại, quân Trừng thất bại, lui giữ cửa Muộn. Quý Ly và Hán Thương đều trở về Thanh Hóa. Kinh lộ phần nhiều theo giặc làm phản. Hồ Đỗ, Hồ Xạ bỏ Bình Than qua Thái Bình, Đại Toàn đến cửa Muộn, hợp sức đắp lũy, đúc hỏa khí, đóng thuyền chiến để chống giặc. Quyên mộ tiền của, ai đóng góp thì được lấy con gái tôn thất và được cấp 10 mẫu ruộng." **Toàn Thư**, Bản Kỷ, quyển 9.

Theo kế sách đã định sẵn, Trương Phụ giả bộ sai Mạc Thúy đi tìm một Tôn thất họ Trần, để đem về kinh đô ban tước Vương; đây là một trò lừa bịp, nhằm che tội cướp nước. Vào tháng sau Mạc Thúy đem đồng bọn đến khai rằng con cháu họ Trần đã bị cha con Hồ Quí Ly giết hết; An Nam xưa là đất cũ của Trung Quốc, xin được chia thành quận huyện, nhập vào bản đồ Trung Quốc:

"Ngày 1 tháng 2 năm Vĩnh Lạc thứ 5 [10/3/1407]. Ngày hôm nay quan Tổng binh chinh thảo An Nam Tân thành hầu Trương Phụ sai người châu Nam Sách là bọn Mạc Thúy tuyên cáo lòng nhân đức của Thiên tử. Tập hợp các quan lại quân nhân các quận huyện, lệnh cho quan trở về nguyên sở, lính trở về nguyên đơn vị, dân trở về với nghề cũ. Thăm hỏi tìm họ hàng nhà Trần, chọn một người hiền tài thuộc dòng đích đưa về kinh sư, để xin mệnh khôi phục tước Vương." **(Minh Thực Lục Quan hệ Trung Quốc Việt Nam**, tập 1, trang 249)

"Ngày 10 tháng 3 năm Vĩnh Lạc thứ 5 [17/4/1407]. Ngày hôm nay quan Tổng binh chinh thảo An Nam Tân Thành hầu Trương Phụ cho biết những người được sai đi chiêu dụ dân là bọn Mạc Thúy và những người tại các phủ như Bắc Giang, các huyện như An Việt (4) gồm bọn kỳ lão Duẫn Bái, cùng 1.120 người đến cửa quân thưa rằng:

"Được ơn cấp bảng dụ khắp trong nước, tuyên bố đức ý của thánh Thiên tử cho quan trở lại nguyên chức, lính trở lại nguyên đơn vị, dân trở về nghiệp cũ; hỏi tìm con cháu nhà Trần chọn một người hiền, tấu xin tước Vương để làm chủ nước; lại chia người đi các nơi phủ dụ quan lại quân dân yên nghiệp như cũ. Duy con cháu nhà Trần trước đây bị giặc họ Lê tru diệt hết, không còn sót ai, không thể kế thừa. An Nam vốn là đất cũ của Trung Quốc, sau đó bị chôn vùi vào tục man di, không được nghe dạy dỗ lễ nghĩa. Nay may mắn được Thánh triều tảo trừ hung nghiệt, quân dân già trẻ được chiêm ngưỡng áo khăn thịnh trị, hân hạnh không kể xiết; xin được duy trì trở lại quận huyện cũ, ngõ hầu sửa đổi tục man di, vĩnh viễn thấm nhuần Thánh hóa."

Thúy kính cẩn cùng các bậc kỳ lão soạn sẵn biểu văn, xin dâng lên triều đình để lòng kẻ dưới được đề đạt. Quan Tổng binh Tân thành hầu Trương Phụ cho rằng cha con giặc họ Lê chỉ trong sớm tối sẽ bị tru lục, các phủ huyện đều được bình định, cần có sự thống trị để phủ ngự dân này, nên ngay ngày hôm nay cho người ruổi về kinh đô tâu trình." (**Minh Thực Lục Quan hệ Trung Quốc Việt Nam**, tập 1, trang 250)

Chính sách xâm lược của nhà Minh thâm độc, lúc quân mới xuất chinh ra lệnh tịch thu thư tịch nước ta, nay lại ép buộc đem nhân tài về Trung Quốc; nhắm vét sạch tinh hoa văn hóa Đại Việt:

"*Ngày 8 tháng 2 năm Vĩnh Lạc thứ 5* [17/3/1407]. *Sắc dụ quan Tổng binh chinh thảo An Nam Tân thành hầu Trương Phụ:*

'*Khi quân chiếm được An Nam, hãy thăm dò rộng rãi toàn nước để tìm người tài đức, hoặc có một điều hay, một nghề giỏi. Hãy dùng lễ để sai khiến, tìm cách đưa về kinh đô.*"(**Minh Thực Lục Quan hệ Trung Quốc Việt Nam**, tập 1, trang 250)

Vào trung tuần tháng giêng bọn Trương Phụ, Liễu Thăng càn quét tại vùng Giao Thủy, Nam Định; nhưng vì nơi này ẩm thấp nên rút đại quân về đóng tại Hàm Tử, Hưng Yên. Tại đây xảy ra trận đánh lớn; quân Minh thừa thắng đuổi dài, khiến nhiều quan lại nhà Hồ ra hàng:

"*Ngày 27 tháng 3 năm Vĩnh Lạc thứ 5* [4/5/1407]. *Ngày hôm nay quan Tổng binh chinh thảo An Nam Chinh di Tướng quân Tân thành hầu Trương Phụ, Tả Phó Tướng quân Tây bình hầu Mộc Thạnh đánh bại giặc tại sông Phú Lương* [Hồng Hà]. *Trước đây bọn Trương Phụ truy kích giặc đến cửa*

Muộn huyện Giao Thủy (5), giặc chạy trốn. Đất này ẩm thấp không thể trú quân, nên bàn định rút lui để dụ giặc. Đến Hàm Tử xây đồn, lệnh Đô đốc Liễu Thăng trấn giữ. Lúc này Thăng báo rằng lực lượng giặc vào sông Phú Lương, Trương Phụ mang quân đến đánh. Thuyền giặc liên tiếp hơn mười dặm, thêm quân bộ hàng vạn tinh binh đến đánh. Quan quân hai bên bờ tấn công. Giặc dùng thuyền bè ngăn sông, lấy gỗ ván thuyền làm trại để cự quan quân. Phụ thừa lúc trại giặc chưa hoàn bị, bèn đốc thúc quan quân ra sức đánh, giặc không chống nổi. Thăng lại dùng thủy quân đánh chéo, giặc thua to, bắt sống Thượng thư bộ Công Nguyễn Hy Chu, chém Dực Vệ Tướng quân ngụy Hồ Xạ cùng tướng lính vài vạn người, khiến nước sông trở nên đỏ vì máu. Thừa thắng đuổi dài qua Hoàng Giang đến cửa Muộn; tại cửa sông bắt gặp thuyền giặc nhiều không kể xiết. Cha con giặc họ Lê chỉ còn vài chiếc thuyền trốn chạy thoát thân. Thượng thư bộ Lại của ngụy là Phạm Nguyên Lãm, Đại Lý Tự khanh Nguyễn Phi Khanh, Thiên Vệ Tướng quân Trần Nhật Chiêu, Hoa Ngạch Tướng quân Lê Uy đều đến đầu hàng Trương Phụ." (**Minh Thực Lục Quan hệ Trung Quốc Việt Nam**, tập 1, trang 251)

Trận đánh tại cửa Hàm Tử, **Cương Mục** nước ta chép như sau:

"Nguyên Trừng, Hồ Đỗ và Đỗ Mẫn lại đem quân thủy, quân bộ nhất tề từ Hoàng Giang tiến lên. Hồ Xạ, Trần Đĩnh quản lĩnh đạo quân đóng ở bờ phía nam; Đỗ Nhân Giám, Trần Khắc Trang quản lĩnh đạo quân đóng ở bờ phía bắc; Đỗ Mẫn và Hồ Vấn quản lĩnh đạo thủy quân, tất cả bảy vạn người, nói phao là hai mươi mốt vạn, cùng nhau tiến đến cửa Hàm Tử. Thuyền chiến nối liền nhau hơn mười dặm, chắn ngang giữa sông. Nhà Minh đặt quân mai phục, rình khi quân nhà Hồ *trễ nải, đem hai cánh quân thủy và bộ xông ra. Quân bộ của nhà Hồ không thể đối địch được, cùng nhau trốn chạy, gặp phục binh nhà Minh, đều quay giáo, nhảy xuống sông chết, chỉ có cánh quân thủy được thoát thân. Thuyền tải lương chìm đắm hầu hết. Lúc ấy đạo quân của Hồ Xạ còn ở lại sau, biết mặt trước có quân mai phục, không chịu tiến lên, Hồ Đỗ sai người trách móc, Hồ Xạ mới tiến quân, cũng đều bị thua. An phủ sứ Bắc Giang là Nguyễn Hi Chu bị bắt, Hi Chu mắng nhiếc Trương Phụ là giặc tàn bạo, Phụ sai giết đi."* **Cương Mục**, Chính Biên, quyển 12.

Tổng binh Trương Phụ nhận định thế lực nhà Hồ trên đà kiệt quệ, miền châu thổ sông Hồng đã chiếm xong; bèn tâu xin chính thức cai trị An Nam, lập tam ty (6), chia nước ta thành quận huyện. Nhưng vua Minh cẩn thận hơn, muốn chờ đến lúc bắt được cha con Hồ Quí Ly sẽ thi hành:

"Ngày 19 tháng 4 năm Vĩnh Lạc thứ 5 [26/5/1407]. Tổng binh chinh thảo An Nam Tân thành hầu Trương Phụ tâu:

'Trước đây thể theo lời Thiên tử, lúc bình định An Nam hỏi tìm con cháu nhà Trần, để kế tục tước Vương. Thần tuân lệnh mang quân chinh thảo, các phủ huyện đều lần lượt quy phụ. Bèn sai người châu Nam Sách đến hàng là bọn Mạc Thúy, mang văn bảng hiểu dụ các nơi; rồi các quân nhân, kỳ lão, quan lại gồm một ngàn một trăm hai mươi người đến gặp thần trình bày sự tình nói rằng lúc giặc họ Lê thoán đoạt, tìm bắt con cháu họ Trần giết hết, không còn người để kế thừa. Lại bảo An Nam là đất cũ của Trung Quốc, sau đó bị luân lạc trở thành loài khác; nay may mắn trừ được giặc, được nhìn lại y quan (7) cũ, xin được lập lại quận huyện, đặt quan cai trị, để được tắm gội thánh hóa, tẩy trừ di tục. Bọn

Thúy làm tờ biểu dâng lên, thuật đầy đủ ý nguyện của dân.

Thần quan sát rõ lòng dân chúng, thấy được tấm lòng thành thực nên có lời tâu. Vào ngày 29 tháng 3 thần lại ra quân truy tiểu bọn giặc đến cửa Muộn huyện Giao Thủy, giết vô số giặc, cha con Hồ Quý Ly chỉ còn một thân trốn tránh. Nay lại truy kích tiếp, thế giặc như cá nằm trong nồi, sớm chiều sẽ chết. Nay quận ấp đã được bình định, con cháu nhà Trần tuyệt dòng tìm không ra; đúng là lúc nên lập Đô Chỉ huy Sứ ty, Bố chánh Sứ ty, Án sát Sứ ty để cai trị các quận huyện, chiêu phủ bình dân.; vậy xin kính cẩn dâng tờ tấu này. Quần thần cũng đều nhất trí như vậy.”

Thiên tử phán:

“Chờ đến lúc bắt hết cha con họ Hồ sẽ xử trí sau.”

(Minh Thực Lục Quan hệ Trung Quốc Việt Nam, tập 1, trang 252)

Chú thích:

1. Theo **Cương Mục** núi Thiên Kiện còn có tên là núi Địa Cận, ở xã Thiên Kiện, huyện Thanh Liêm; nay thuộc tỉnh Hà Nam.

2. Cửa Muộn: cửa sông Hồng tại huyện Giao Thủy, tỉnh Nam Hà, nay đã bị lấp.

3. Hoàng Giang: khúc sông Hồng ở phía trên Nam Định, phía trên là sông Thiên Mạc, phía dưới giáp sông Giao Thủy.

4. Huyện An Việt, thời nhà Minh thuộc phủ Bắc Giang.

5. Giao Thủy:Thời thuộc Minh là một huyện thuộc phủ Phụng Hóa; nay tương đương với huyện Xuân Trường, tỉnh

Nam Định.

 6. Tam ty: Đô chỉ huy sứ ty, Bố chánh ty, Án sát ty.

 7. Y quan: Y phục và khăn đội đầu.

66.

Triều đại Hồ sụp đổ, nhà Minh đặt ách cai trị (1)

Sau khi thua bại tại Hàm Tử, cha con Hồ Quí Ly chạy về Tây Đô vùng Lỗi Giang (1), huyện Vĩnh Lộc, Thanh Hoá; quân Minh truy kích bén gót, bấy giờ lòng người suy sụp, dựa vào thành hiểm cũng vô ích, không đánh mà tan:

"Ngày 23 tháng 4 [30/5/1407], quân Minh đánh vào Lỗi Giang, quân Hồ không đánh mà tan." **Toàn Thư**, Bản Kỷ, quyển 9.

Mấy hôm sau quân Minh chiếm cửa biển Điển Canh tại huyện Tĩnh Gia, Thanh Hóa; quân nhà Hồ phải bỏ thuyền chạy bộ; định đến đóng tại Thâm Giang tức Ngàn Sâu, Hà Tĩnh, nhưng việc không thành:

"Ngày 29 [5/6/1407], quân Minh đánh vào cửa biển Điển Canh (2), quân Hồ bỏ thuyền tự tan vỡ. Hai cha con họ Hồ định lánh đến Thâm Giang (3) nhưng không thành. Nguy Thức xin hai cha con họ Hồ tự thiêu. Ông nói:

'Nước đã sắp mất, bậc vương giả không chết bởi tay kẻ khác'.

Quý Ly giận, chém chết." **Toàn Thư**, Bản Kỷ, quyển 9.

Quân Minh thủy bộ tiếp tục truy kích đến huyện Kỳ Anh,

Hà Tĩnh; trước sau trong vòng 7 ngày, cha con Hồ Quí Ly đều bị bắt:

"Tháng 5, ngày mồng 5 [16/6/1407], quân Minh đánh vào cửa biển Kỳ La (4), châu Nhật Nam. Nguyễn Đại trước thờ họ Hồ, sau phản lại đầu hàng quân Minh, đến đây dẫn người Minh sang xâm lược bắt được Hữu tướng quốc Quý Tỷ và con ông là Phán trung đô Nguyễn Cửu.

Ngày 11 [22/6/1407], quân Minh xâm phạm; bọn Vương Sài Hồ 7 người thuộc vệ Vĩnh Định (5), bắt được Quý Ly ở bãi Chỉ Chỉ; Giao Châu hữu vệ quân là bọn Quý Bảo 10 người bắt được Tả tướng quốc Trừng ở cửa biển Kỳ La.

Ngày 12 [23/6/1407], đầu mục bộ hạ của Mạc Thúy là bọn Nguyễn Như Khanh bắt được Hán Thương và thái tử Nhuế ở núi Cao Vọng (6)." **Toàn Thư**, Bản Kỷ, quyển 9.

Minh Thực Lục cũng xác nhận sự kiện tương tự, qua 2 văn bản dưới đây:

*"**Ngày 11 tháng 5 năm Vĩnh Lạc thứ 5** [16/6/1407]. Ngày hôm nay quan quân chinh thảo An Nam bắt được đầu sỏ Lê Quý Ly cùng con là Trừng. Trước hết bọn quan Tổng binh Tân thành hầu Trương Phụ truy kích giặc tới cửa biển Điển Canh, gặp chỗ nước trong mà cạn, nên giặc phải bỏ thuyền chạy trốn. Khi quan quân đến, nhân lúc trời mưa to, nước dâng lên mấy thước, thuyền đi lại dễ dàng; quân lính đều mừng nói rằng trời phù hộ Vương sư. Khi Trương Phụ điều quân kỵ đến Long Trà, thì thủy quân cũng tới nơi. Viên Tứ phụ Đại duẩn ngụy là Nguyễn Cẩn đến xin hàng, nói rằng giặc họ Lê đã vào Nghệ An; bèn điều Đô đốc Thiêm sự Liễu Thăng mang thủy quân tiến trước. Quân Trương Phụ cùng Tây bình hầu Mộc Thạnh vượt qua Quyết Giang, tiến đến*

cửa biển Kỳ La thuộc châu Nhật Nam. Thăng đánh giết, bắt được 300 chiếc thuyền, số còn lại trốn. Trương Phụ thừa thắng truy kích. Thăng lại mang quân ra cửa biển Kỳ La, bọn quân thuộc vệ Vĩnh Định Vương Sài Hồ, gồm 7 người, gặp giặc đánh nhau, giặc bỏ chạy, bắt sống đầu sỏ là Lê Quý Ly; bọn Lý Bảo Bảo mười người, lại bắt được Trừng trong rừng, nơi gần cửa biển."(**Minh Thực Lục Quan hệ Trung Quốc Việt Nam**, tập 1, trang 253)

"Ngày 12 tháng 5 năm Vĩnh Lạc thứ 5 [17/6/1407]. Dân bản xứ An Nam là bọn Vũ Như Khanh bắt được ngụy Quốc vương Lê Thương, ngụy Thái tử Lê Nhuế, con cháu giặc họ Lê, ngụy Lương quốc vương Lê Kích, cùng tướng ngụy Trụ quốc Đông Sơn Hương hầu Hồ Đỗ tại núi Vọng Cao [Cao Vọng], cửa biển Vĩnh Áng. An Nam được bình định ."(**Minh Thực Lục Quan hệ Trung Quốc Việt Nam**, tập 1, trang 254)

Bọn quan lại nhà Hồ như Hồ Đỗ, Phạm Lục Tài đều bị bắt; còn Trần Nhật Chiêu, Nguyễn Phi Khanh ra đầu hàng từ trước. Duy có Hành khiển tham tri chính sự Ngô Miễn, trực trưởng Kiều Biểu nhảy xuống nước chết, vợ Miễn cũng chết theo:

"Khi Miễn chết, vợ là Nguyễn thị ngửa mặt lên trời than rằng:

'Chồng ta thờ chúa, một đời ăn lộc, ngày nay giữ tiết nghĩa mà chết, thế là chết xứng đáng, còn oán hận gì nữa? Nếu thiếp muốn sống cho qua ngày, chẳng lẽ lại không còn chỗ đến nữa hay sao? Nhưng đạo chồng, ơn vua, một chốc mà phụ bạc thì thiếp không nỡ nào! Chi bằng, xin theo nhau!' **Toàn Thư**, Bản Kỷ, quyển 9.

Sự việc tại châu Thăng Hoa [Quảng Nam] và Hóa Châu [Thừa Thiên], **Toàn Thư** chép nội dung như sau: Trước đây Hoàng Hối Khanh nhận lệnh cai trị; dùng thổ quan là Đặng Tất và Phạm Thế Căng làm tâm phúc. Tất và Tả châu phán Nguyễn Rỗ vốn ghen ghét nhau vì công trạng. Gặp lúc họ Hồ bị quân Minh đánh gấp, viết thư báo Hối Khanh lấy một phần ba số dân di cư khi trước, gộp với quân lính địa phương giao cho Rỗ chỉ huy để làm quân cần vương, lại sắc phong cho Cổ Lũy huyện thượng hầu Chế Ma Nô Đà Nan làm Thăng Hoa quận vương, để vỗ yên dân Chiêm Thành. Hối Khanh đều giấu đi không cho mọi người biết. Đến khi Chiêm Thành cất quân định thu lại đất cũ, dân Việt di cư sợ chạy tan cã, bọn Hối Khanh trở về Hóa Châu, chỉ một mình Ma Nô Đà Nan ở lại chống nhau với Chiêm Thành; nhưng thế cô sức yếu, bị người Chiêm giết chết.

Hối Khanh trở về Hóa Châu, Rỗ đưa dân di cư đi đường bộ đến chậm, Tất đi đường thủy đến trước, Trấn phủ sứ lộ Thuận Hóa là Nguyễn Phong ngăn không cho vào. Tất cố sức đánh, giết Phong, vào được thành, lại đánh nhau với Rỗ hơn một tháng. Rỗ không có viện binh, bèn đem gia quyến sang Chiêm Thành; Hối Khanh bèn giết mẹ và gia thuộc của Rỗ. Chiêm Thành cho Rỗ làm quan to. Sau nhà Minh đòi Rỗ đến Kim Lăng, giả cách cho làm Hồ Quảng chỉ huy sứ, rồi giết đi. Sau khi họ Hồ đã thất bại, Thế Căng trở về Tân Bình, đón hàng người Minh ở Nghệ An và nhận chức Tri phủ của Trương Phụ. Chiêm Thành lại chiếm cứ Thăng Hoa, rồi sang cướp Hóa Châu. Tất xin với Phụ cho làm quan để cai quản Hóa Châu, Chiêm Thành dẫn quân rút về. Đến đây, Tất sai người đưa Hối Khanh về, đến cửa biển Đan Thai [cửa Hội, Hà Tĩnh] thì Hối Khanh tự vẫn; Phụ đem đầu Khanh ra bêu ở chợ Đông Đô.

Sau khi chiếm nước Đại Việt, Minh Thái Tông theo kế hoạch đã định sẵn, đặt nước ta vào ách đô hộ. Y dựa vào biểu văn trước đó của bọn Mạc Thúy xưng rằng con cháu nhà Trần đã bị giặc họ Lê sát hại, không còn người kế thừa; xin theo chế độ xưa, lập quận huyện. Bèn ra lệnh thiết lập tam ty tức Đô chỉ huy sứ ty, Bố chánh ty, Án sát ty, để cai trị. Đô chỉ huy sứ ty do Lữ Nghị quản lãnh; Bố chánh, Án sát ty, cử Hoàng Phúc kiêm nhiệm.

Minh Thái Tông lập guồng máy cai trị mới nghiệt ngã tàn bạo, với những đặc điểm sau đây:

Thứ nhất, đổi 38 tên đất dưới thời Trần Hồ mang ý nghĩa tự cường tự chủ thành tên mới với ý nghĩa lệ thuộc; như đổi phủ Long Hưng thành phủ Trấn Man.

Thứ hai, chia nước ta ra 15 phủ, 5 châu, cùng hàng trăm huyện.

Thứ ba, lập kho tàng, ty chuyên môn như y dược, các ty, cục thuế khoá tại phủ, châu, huyện và địa điểm quan trọng.

Thứ tư, đặt 21 bến thuyền bè, để tiện việc chuyên chở giao thông.

Thứ năm, thiết lập 67 ty tuần kiểm các nơi, chuyên trách kiểm soát và trấn áp.

Thứ sáu, hoàn thành hệ thông giao thông đường bộ từ thành Đông Đô đến ải Nam Quan, với 7 dịch trạm ngựa, và 5 sở vận chuyển.

Thứ bảy, thiết lập ty Tăng Hội, ty Đề Cử diêm khóa (7); đổi Kê Lăng quan tức ải Chi Lăng, thành Trấn Di quan. Chi tiết, xin xem văn bản dưới đây:

"Ngày 1 tháng 6 năm Vĩnh Lạc thứ 5 [5/7/1407]. Sắc dụ quan Tổng binh Chinh Di Tướng quân Tân thành hầu Trương Phụ, Tả Phó Tướng quân Tây bình hầu Mộc Thạnh, Tả Tham tướng Phong thành hầu Lý Bân, Hữu Tham tướng Vân dương bá Trần Húc, cùng các tiểu tướng hiệu:

' Giặc họ Lê giết vua cướp nước, tiếm hiệu xưng kỷ nguyên, tàn bạo bất nhân, làm đau khổ cả một nước; lại xâm phạm lân bang, kháng cự triều mệnh, không làm tròn chức cống. Trẫm bất đắc dĩ sai các ngươi mang quân phạt tội. Nhờ trời đất tổ tông phù hộ, tướng sĩ hết sức liều mình, binh uy tới mọi nơi đều được tiểu bình; bắt sống cha con nghịch tặc Lê Quý Ly cùng bọn ngụy quan; chiêu tập dân lương thiện, dung nạp kẻ hàng; không mảy may xâm phạm của dân, chợ búa vẫn bình yên hội họp. Tin chiến thắng đưa về, hết sức mừng vui khen thưởng. Trước đây dưới thời Tống, Nguyên; An Nam nghịch mệnh, mang quân đi đánh đều không lập được thành tích. Việc làm hôm nay thực hơn hẳn người xưa, danh thơm vĩ đại truyền mãi trăm đời. Nay đặc sai sứ mang sắc văn ủy lạo, nhân trời viêm nhiệt hãy chọn nơi cao ráo thoáng mát đóng quân để dưỡng người và ngựa, đợi lúc thời tiết trong mát sẽ cho ban sư trở về nước.'

Lại ban sắc dụ bọn Phụ:

'Ngươi trước đây đã gửi trình biểu văn của bọn kỳ lão Mạc Thúy. Biểu văn xưng rằng con cháu nhà Trần bị giặc họ Lê sát hại, không còn người kế thừa; xin theo chế độ xưa, lập quận huyện để cai trị. Bèn ra lệnh các ngươi lưu ý tìm thêm, lại nhận được lời tâu họ Trần quả đã tuyệt tự, quận huyện không thể không lập, vậy xin thiết lập tam ty để cai trị quân dân.

Nay chấp nhận theo lời xin, cho lập Giao Chỉ Đô Chỉ huy Sứ Ty, sai Đô đốc Thiêm sự Lữ Nghị cai quản, Hoàng Trung giữ chức Phó, tuyển thêm 2 Đô Chỉ huy có năng lực cùng lãnh chức Phó. Cử Thượng thư Hoàng Phúc kiêm nhiệm chức Bố chánh ty và Án sát ty. Nguyên Thị lang bộ Công Trương Hiến Tông, Bố chính ty Phúc Kiến Tả Tham chính Vương Bình lãnh chức Tả, Hữu Bố chánh sứ. Nguyên Bố chánh ty Hà Nam Tả Tham Chính Lưu Bản, Hữu Tham chính Lưu Dục giữ chức Tả, Hữu Tham chính. Nguyên Án sát sứ Giang Tây Chu Quan Chính, người An Nam quy phụ tên Bùi Bá Kỳ giữ chức Tả, Hữu Tham chính. Nguyên Án sát sứ Hà Nam Nguyễn Hữu Chương, Án Sát Phó sứ Dương Trực giữ chức Án Sát Phó sứ. Nguyên Tri phủ Thái Bình Lưu Hữu Niên giữ chức Án sát Thiêm sự. Lại riêng tuyển các quan cho điều đi, lãnh nguyên chức vụ tại các phủ, châu, huyện; nếu danh sách không đủ số sẽ ra lệnh bộ Lại thuyên chuyển đến. Nay gửi ấn tín ban cấp cho các ngươi.'

Đổi tên các địa danh sau đây của Giao Chỉ:

- Đổi phủ Long Hưng thành phủ Trấn Man.

Đổi phủ Kiến Hưng thành phủ Kiến Bình.

Đổi phủ Thiên Trường thành phủ Phụng Hóa.

Đổi phủ Tân Hưng thành phủ Tân An.

Đổi châu Quốc Oai thành châu Oai Man.

- Đổi châu Tuyên Quang thành châu Tuyên Hóa.

Đổi châu Thượng Phúc thành châu Phúc Yên.

Đổi châu An Bang thành châu Tĩnh An.

Đổi châu Nhật Nam thành châu Nam Tĩnh.

Đổi châu Bố Chính thành châu Chính Bình.

Đổi châu Minh Linh thành châu Nam Linh.

Đổi huyện Long Nhãn thành huyện Thanh Viễn.

Đổi huyện Yên Thế thành huyện Thanh An.

Đổi huyện Ứng Thiên thành huyện Ứng Bình.

Đổi huyện Sơn Minh thành huyện Sơn Định.

Đổi huyện Thượng Phúc thành huyện Bảo Phúc.

Đổi huyện Long Đàm thành huyện Thanh Đàm.

Đổi huyện Đan Phượng thành huyện Đan Sơn.

Đổi huyện Long Bạt thành huyện Lũng Bạt.

Đổi huyện Thiên Thi thành huyện Thi Hóa.

Đổi huyện Cổ Chiến thành huyện Cổ Bình.

Đổi huyện Thống Binh thành huyện Thống Ninh.

Đổi huyện Phật Thệ thành huyện Thiện Thệ.

Đổi huyện Thiên Bản thành huyện An Bản.

Đổi huyện Độc Lập thành huyện Bình Lập.

Đổi huyện Lê Gia thành huyện Lê Bình.

Đổi huyện Ngự Thiên thành huyện Tân Hóa.

Đổi huyện Phí Gia thành huyện Cổ Phí.

Đổi huyện An Bang thành huyện Đồng An.

Đổi huyện An Hưng thành huyện An Hòa.

Đổi huyện Trà Long thành huyện Trà Thanh.

Đổi huyện Đỗ Gia thành huyện Cổ Đỗ.

Đổi huyện Thượng Lộ thành huyện Lộ Bình.

Đổi huyện Thượng Phúc thành huyện Phúc Khang.

Đổi huyện Bố Chính thành huyện Chính Hòa.

Đổi huyện Đặng Gia thành huyện Cổ Đặng.

Đổi huyện Tả Bố thành huyện Tả Bình.

Đổi huyện Thế Vinh thành huyện Sĩ Vinh.

Những địa danh còn lại, được giữ y như cũ.

Đặt các phủ, châu, huyện thuộc Giao Chỉ.

Tất cả gồm 15 phủ: *Giao Châu, Bắc Giang, Lạng Giang, Tam Giang, Kiến Bình, Tân An, Kiến Xương, Phụng Hóa, Thanh Hóa, Trấn Man, Lạng Sơn, Tân Bình, Diễn Châu, Nghệ An, Thuận Hóa.*

1. Phủ Giao Châu [Hà Nội] *gồm 5 châu: Oai Man, Phúc An, Tam Đái, Từ Liêm, Lợi Nhân. Bản phủ trực tiếp lãnh 2 huyện: Đông Quan, và Từ Quảng. Các châu dưới quyền gồm các huyện liệt kê như sau:*

- Châu Oai Man lãnh 4 huyện: Sơn Định, Thanh Oai, Ứng Bình, Đại Đường.

- Châu Phúc An lãnh 3 huyện: Bảo Phúc, Phù Lưu, Thanh Đàm.

- Châu Tam Đái lãnh 6 huyện: Phù Long, An Lãng, Phù Ninh, An Lạc, Lập Thạch, Nguyên Tức.

- Châu Từ Liêm lãnh 2 huyện: Đan Sơn, Thạch Thất.

- Châu Lợi Nhân lãnh 6 huyện: Thanh Liêm, Bình Lục, Cổ Bảng, Cổ Lễ, Lợi Nhân, Cổ Giả

2. *Phủ Bắc Giang* [Bắc Ninh, Bắc Giang] *gồm 3 châu: Gia Lâm, Vũ Ninh, Bắc Giang. Bản phủ trực tiếp lãnh 2 huyện: Siêu Loại, và Gia Lâm. Các châu dưới quyền gồm các huyện liệt kê như sau:*

- Châu Gia Lâm lãnh 3 huyện: An Định, Tế Giang, Thiện Tài.

- Châu Vũ Ninh lãnh 5 huyện: Tiên Du, Vũ Ninh, Đông Ngàn, Từ Sơn, Yên Phong.

- Châu Bắc Giang lãnh Tân Phúc, Thiện Thệ, An Việt.

3. *Phủ Lạng Giang* [Quảng Ninh, Hải Dương] *gồm 3 châu: Lạng Giang, Nam Sách, Thượng Hồng. Bản phủ trực tiếp lãnh 5 huyện: Thanh Viễn, Cổ Dõng, Phượng Sơn, Na Ngạn, Lục Na. Các châu dưới quyền gồm các huyện liệt kê như sau:*

- Châu Lạng Giang lãnh 4 huyện: Thanh An, An Ninh, Cổ Lũng, Bảo Lộc.

- Châu Nam Sách lãnh 3 huyện: Thanh Lâm, Chí Linh, Bình Hà.

- Châu Thượng Hồng lãnh 3 huyện: Đường Hào, Đường An, Đa Cẩm.

4. *Phủ Tam Giang* [Phú Thọ, Sơn Tây, Vĩnh Phúc] *gồm 3 châu: Thao Giang, Tuyên Giang, Đà Giang.*

- Châu Thao Giang lãnh 4 huyện: Sơn Vi, Ma Khê, Thanh Ba, Hạ Hoa.

- Châu Tuyên Giang lãnh 3 huyện: Đông Lan, Tây Lan, Hổ Nham.

- Châu Đà Giang lãnh 2 huyện: Lũng Bản, Cổ Nông.

5. *Phủ Kiến Bình* [Ninh Bình] gồm 1 châu: Trường Yên. Bản phủ thân lãnh 5 huyện: Ý Yên, Yên Bản, Bình Lập, Đại Loan, Vọng Doanh.

- *Châu Trường Yên lãnh 4 huyện: Uy Viễn, Yên Mô, An Ninh, Lê Bình.*

6. *Phủ Tân An* [Quảng Ninh, Hải Phòng, Hải Dương] gồm 3 châu: Đông Triều, Tĩnh An, Hạ Hồng. Bản phủ thân lãnh 5 huyện: Hiệp Sơn, Thái Bình, Đa Dực, A Khôi, Tây Quan. Các châu dưới quyền gồm các huyện liệt kê như sau:

- *Châu Đông Triều lãnh 4 huyện: Đông Triều, An Lão, Cổ Phí, Thủy Đường.*

- *Châu Tĩnh An lãnh 8 huyện: Đồng An, Chi Phong, An Lập, An Hòa, An Đại, Độc, Vạn Ninh, Vân Đồn.*

- *Châu Hạ Hồng lãnh 4 huyện: Trường Tân, Tứ Kỳ, Đồng Lợi, Thanh Miện.*

7. *Phủ Kiến Xương* [Hưng Yên] gồm Khoái Châu. Bản phủ trực tiếp lãnh 4 huyện: Bổng Điền, Kiến Xương, Bố, Chân Lợi.

- *Châu Khoái lãnh 5 huyện: Tiên Lữ, Thi Hóa, Đông Kết, Phù Dung, Vĩnh Cô.*

8. *Phủ Phụng Hóa* [Nam Định] gồm 4 huyện: Mỹ Lộc, Giao Thủy, Tây Chân, Thuận Vi.

9. *Phủ Thanh Hóa* [tỉnh Thanh Hoá] gồm 3 châu: Thanh Hóa, Ái, Cửu Chân. Bản phủ lãnh 7 huyện: Cổ Đằng, Cổ Hoằng, Đông Sơn, Cổ Lôi, Vĩnh Ninh, An Định, Lương Giang.

- *Châu Thanh Hóa lãnh 4 huyện: Nga Lạc, Tế Giang, An Lạc, Lỗi Giang.*

- *Châu Ái lãnh 4 huyện: Hà Trung, Thống Ninh, Tống Giang, Chi Nga.*

- *Châu Cửu Chân lãnh 4 huyện: Cổ Bình, Kết Duyệt, Duyên Giác, Nông Cống.*

10. Phủ Trấn Man [Thái Bình] *gồm 4 huyện: Tân Hóa, Đình Hà, Cổ Lan, Thần Khê.*

11. Phủ Lạng Sơn [Cao Bằng, Lạng Sơn] *gồm 7 châu: Thất Nguyên, Thượng Văn, Hạ Văn, Vạn Nhai, Quảng Nguyên, Thượng Tư, Hạ Tư Lang. Bản phủ trực tiếp lãnh 7 huyện: Tân An, Như Ngao, Đan Ba, Khâu Ôn, Trấn Di, Uyên, Đồng.*

- *Châu Thất Nguyên gồm 6 huyện: Thủy Lãng, Cằm, Thoát, Dung, Pha, Bình.*

- *Thượng Văn lãnh 3 huyện: Bôi Lan, Khánh Viễn, Khố.*

12. Phủ Tân Bình [Quảng Bình] *gồm 2 châu: Chính Bình, Nam Linh. Bản phủ trực tiếp lãnh 3 huyện: Phúc Khang, Nha Nghi, Tri Kiến.*

- *Châu Chính Bình lãnh 3 huyện: Chính Hòa, Cổ Đặng, Tòng Chí.*

- *Châu Nam Linh lãnh 3 huyện: Đan Duệ, Tả Bình, Dạ Độ.*

13. Phủ Diễn Châu [Bắc Nghệ An] *gồm 1 châu: Diễn Châu. Diễn Châu lãnh 4 huyện: Thiên Đông, Phù Dung, Phù Lưu, Quỳnh Lâm.*

14. Phủ Nghệ An [Nghệ An, Hà Tĩnh] *gồm 2 châu: Nam Tĩnh, Hoan. Bản phủ lãnh 8 huyện: Nha Nghi, Phi Lộc, Cổ Đỗ, Chi La, Chân Phúc, Thổ Do, Kệ Giang, Thổ Hoàng*

- *Châu Nam Tĩnh lãnh 4 huyện: Hà Hoàng, Nham Thạch, Hà Hoa, Kỳ La.*

- *Châu Hoan lãnh 4 huyện: Thạch Đường, Đông Ngạn, Lộ Bình, Sa Nam.*

15. Phủ Thuận Hóa [Thừa Thiên, Quảng Trị] *gồm 2 châu: Thuận, Hóa.*

- *Châu Thuận lãnh 3 huyện: Ba Lãng, Lợi Điều, An Nhân.*

- *Châu Hóa lãnh 7 huyện: Lợi Bồng, Sĩ Vinh, Sạ Lệnh, Trà Kệ, Tư Dung, Bồ Đài, Bồ Lãng.*

Đổi 5 trấn thành 5 châu:

Riêng 5 trấn cũ như Thái Nguyên được đổi thành 5 châu: Thái Nguyên, Tuyên Hóa, Gia Hưng, Quy Hóa, Quảng Oai; tất cả trực thuộc vào ty Bố Chính.

- ***Châu Thái Nguyên*** [Thái Nguyên, Bắc Kạn] *lãnh 11 huyện: Phú Lương, Ty Nông, Vũ Lễ, Động Hỷ, Vĩnh Thông, Tuyên Hóa, Lộng Thạch, Đại Từ, An Định, Cảm Hóa, Thái Nguyên.*

- ***Châu Tuyên Hóa*** [Tuyên Quang, Hà Giang] *lãnh 9 huyện: Khoáng, Đương Đạo, Văn Yên, Bình Nguyên, Để Giang, Thu Vật, Đại Man, Dương, Ất.*

- ***Châu Gia Hưng*** [Sơn La, Phú Thọ] *lãnh 3 huyện: Lung, Mông, Tứ Mang.*

- ***Châu Quy Hóa*** [Yên Bái, Lao Kay] *lãnh 4 huyện: An Lập, Văn Bàn, Văn Chấn, Thủy Vĩ.*

- ***Châu Quảng Oai*** [Sơn Tây] *lãnh 2 huyện: Ma Lung, Mỹ Lương.*

Lập các kho tàng; ty, cục thuế khóa:

Lập kho Vĩnh Doanh tại ty Bố chính Giao Chỉ.

Lập ty đặc trách về y học và tăng cang tại phủ Giao Châu.

Xây trại nuôi ngựa trạm Phong Doanh và kho lúa Vĩnh Phong tại sông Lô.

Lập kho Vĩnh Doanh, cùng kho lúa Thường Phong tại phủ Kiến Bình.

Lập kho lúa Phong Tế tại phủ Tam Giang.

Xây trường nho học tại châu Gia Lâm.

Lập ty thuế khóa tại 4 phủ: Giao Châu, Bắc Giang, Lạng Giang, Kiến Bình.

Lập cục thuế khóa tại 8 châu: Phúc An, Tam Đái, Từ Liêm, Lợi Nhân, Gia Lâm, Vũ Ninh, Bắc Giang. Tuyên Hóa.

Lập cục thuế khóa tại 20 huyện: Ứng Bình, Đại Đường, Sơn Định, Thanh Oai, Ninh, Tế Giang, Thiện Tài, Vũ Ninh, Đông Ngàn, Thanh Lâm, Chí Linh, Bình Hà, Cổ Dõng, Thanh An, Thái Bình, Đa Dực, A Côi, Tây Quan, Trường Tân, Đồng Lợi.

Lập cục thuế khóa tại 5 địa phương: xứ Ma Lãng huyện Đa Cẩm, xứ Hạ Xương huyện Bảo Lộc, xứ Kim Lũ huyện Đường Hào, xứ Tư Vương huyện Đường An, xứ Giáp Sơn huyện Giáp Sơn.

Bến thuyền bè đậu gồm 21 nơi:

1. Dọc trường giang từ phủ Bắc Giang cho đến châu Tam Đái.

2. Tại Thượng Cổ, châu Từ Liêm.

3. Tại Dưỡng Ngoạn, châu Lợi Nhân

5. Vùng trường giang thuộc châu Tuyên Hóa.

6. *Tại Bình Thần, huyện Từ Liêm.*

7. *Tại Giang Đàm thuộc huyện Đại Đường.*

8. *Tại Sơn Định, huyện Sơn Định.*

9. *Tại Thanh Oai, huyện Thanh Oai.*

10. *Tại Kinh Thai, huyện Đường An.*

11. *Tại Ông La, huyện Thanh Viễn.*

12. *Cửa biển Yên Mô, huyện Yên Mô.*

13. *Tại Xa Lật, huyện Đông Kết.*

14. *Tại Viên Quang, huyện Giao Thủy.*

15. *Tại Phần Trì, huyện Cổ Dõng.*

16. *Tại Đống Mỹ, huyện Bình Hà.*

17. *Tại Cổ Trai Trường, huyện An Lão.*

18. *Xã A Niếp, huyện Chi Phong.*

19-20-21. *Xã Tứ Kỳ, xã vực Cá Lũ, xã An Định thuộc huyện Tứ Kỳ.*

Đặt 67 ty tuần kiểm:

Bà Gia, thuộc huyện Từ Liêm.

Sông Tam Nghị, huyện Ứng Bình.

3-4. *Cửa sông Tam Giang, cầu Trường Tân, thuộc huyện Đại Đường*

5-6. *Cửa sông Hà Lỗ, cầu Đường Giang, thuộc huyện Phù Dung.*

Trấn tại cửa sông, huyện Phù Long.

Trấn Viên Sơn, huyện Phù Ninh.

Trấn Xa Lang, huyện Lập Thạch.

Cửa sông Hát Giang, huyện Đan Sơn.

Kinh Thừ, huyện Thanh Liêm.

Sông Ninh Giang, huyện Bình Lục.

13-14. Cầu Pháo, cửa sông Vĩnh Giang, thuộc huyện Cổ Bảng.

15-17. Cửa sông Tam Giang, Xá Thượng, Cửu Lan, thuộc huyện Gia Lâm.

Cửa sông Bình Than, huyện Thanh Lâm.

Bến đò Cổ Pháp, huyện Chí Linh.

20-22. Cửa biển Đa Ngư, cửa Đôi, cửa sông An Phố, thuộc huyện Bình Hà.

23. Cửa sông A Lao, huyện Đa Cẩm.

Trần Xá, huyện Sơn Vi.

Núi Hoa Nguyên, huyện Ma Khê.

Đãng Hôi, huyện Hạ Hoa.

Cửa sông Cổ Lưu, huyện Đông Lan.

Hiên Quan, huyện Tây Lan.

Cửa sông Tam Kỳ, huyện Hổ Nham.

Phí Xá, huyện Lũng Bản.

Sái Xá, huyện Cổ Nông.

Sông Lộ Bái huyện Ý Yên.

Cửa bể Đại An, huyện Đại Loan.

Sông Sơn Thủy, huyện An Ninh.

35. *Núi Sinh Dược, huyện Lê Bình.*

Cửa biển Thần Đầu, huyện Yên Mô.

37-38. *Sông Liêu, cửa kênh Đa Các, thuộc huyện Thái Bình.*

Lật Giang, huyện Đa Dực.

40. *Bến Chi Long, huyện A Khôi.*

41. *Xã Chi Lai, huyện Tây Quan.*

42. *Sông Thiên Liêu, Đồn Sơn thuộc châu Đông Triều.*

43. *Cửa biển xã Phù Đái, huyện Cổ Phí,*

44. *Cửa Lão, cửa biển Đa Hốn, thuộc huyện An Lão.*

45. *Cửa biển Đồng An, huyện Đồng An.*

46. *Cửa biển xã Đa Lý, huyện Chi Phong.*

47. *Cửa biển Tiểu Bạch Đằng, huyện An Hòa.*

48. *Xã Ba Liễu, huyện Trường Tân.*

49. *Đội Vực Cá Lâu, đội Du Giang, đội Chúc Thủy; huyện Tứ Kỳ.*

50. *Đa Dặc, huyện Đồng Lợi.*

51. *Bổng Điền, huyện Bổng Điền.*

52. *Cửa sông Hoàng Giang, huyện Kiến Xương.*

53. *Cửa Hải Môn, huyện Chân Lợi.*

54. *Cửa khẩu Xa Lật, huyện Đông Kết.*

55. *Cửa khẩu sông Ninh Giang, huyện Mỹ Lộc.*

56. *Cửa khẩu Đái Giang, huyện Tây Chân.*

57-58. *Cửa sông A Giang, Hội Giang, thuộc huyện Thuận Vị.*

59-60. *Cửa biển Thiêm Phúc, cửa Giao, thuộc huyện Giao Thủy.*

61. *Hương Thạch Tư, thuộc huyện Thu Vật.*

62. *Cầu Bắc Quả, huyện Đại Man.*

63. *Xã Chi Lan, huyện Đương Đạo.*

64. *Cửa sông Vị Long, huyện Văn Yên.*

66. *Bắc Cù, huyện Bình Nguyên.*

67. *Trấn Tích Sơn, huyện Để Giang.*

Lập 7 trạm dịch dùng ngựa, gồm:

Trạm Khương Kiều, huyện Thanh Liêm.

Trạm Bảo Phúc, huyện Bảo Phúc.

Trạm Gia Lâm, huyện Gia Lâm.

Trạm Thị Cầu, huyện Vũ Ninh.

Trạm Vĩnh An, huyện Bình Lục.

Trạm Sinh Dược, huyện Lê Bình.

Trạm Cần Trạm, huyện Bảo Lộc.

Lập 5 sở chuyển vận, gồm:

Sông Lô, tại phủ Giao Châu.

Thị Cầu, tại huyện Vũ Ninh.

Cần Trạm, tại huyện Bảo Lộc.

Kê Lăng.

Khâu Ôn.

Thiết lập ty Tăng Hội tại huyện Thạch Thất, ty Đề Cử diêm khóa (7) Giao Chỉ, hai công trường diêm khóa Quảng Tử và Đại Hoàng. Cải Kê Lăng quan thành Trấn Di quan. (**Minh Thực Lục Quan hệ Trung Quốc Việt Nam**, tập 1, trang 259)

Chú thích:

1. Lỗi Giang: một nhánh của sông Mã ở huyện Vĩnh Lộc, tỉnh Thanh Hóa, hạ lưu thông với sông Đại Lại.

2. Điển Canh: sau là cửa Ghép hay cửa Mom thuộc huyện Tĩnh Gia, tỉnh Thanh Hóa.

3. Thâm Giang: Tức cửa sông Ngàn Sâu ở tỉnh Hà Tĩnh.

4. Cửa Kỳ La: ở huyện Kỳ Anh, tỉnh Hà Tĩnh.

5. Vệ Vĩnh Định: Thời Minh Kiến Văn [1399-1402] đổi vệ Đại Dung thành vệ Vĩnh Định, thuộc Đô ty Hồ Quảng.

6 Núi Cao Vọng: ở huyện Kỳ Anh, tỉnh Hà Tĩnh.

7. Ty đề cử diêm khoá: Ty quản lý về muối.

67.

Triều đại nhà Hồ sụp đổ, nhà Minh đặt ách cai trị (2)

Nhằm bảo vệ guồng máy cai trị hoạt động hữu hiệu, nhà Minh bố trí các vệ, sở, khắp nước ta. Theo quy chế tổ chức thời Vĩnh Lạc, quân số mỗi vệ là 5.600 người, tương đương với một lữ đoàn ngày nay; một thiên hộ sở là 1.120 người; một bách hộ sở là 120 người. Khởi đầu Minh Thái Tông dùng đơn vị lớn gồm 4 vệ: Tả, Trung, Hữu, Tiền đặt tại thành Giao Châu [Hà Nội]; cùng với 2 vệ tại Xương Giang [Bắc Giang], Trấn Di [Lạng Sơn], 2 Thiên hộ sở tại Thị Cầu; nhằm bảo vệ con đường huyết mạch từ thành Giao Châu đến biên giới phía bắc:

"Ngày 11 tháng 6 năm Vĩnh Lạc thứ 5 [15/7/1407].
Thiết lập các Tả Hữu vệ Chỉ huy sứ ty tại Giao Chỉ, Giao
Châu. Sắc dụ quan Tổng binh Tân thành hầu Trương Phụ
cùng Binh bộ Thượng thư Lưu Tuấn rằng:

"Trong thành Giao Chỉ lập Giao Châu Tả, Trung, Hữu, 3
vệ; phía bắc sông Phú Lương [Hồng Hà] lập Giao Châu Tiền
vệ; Xương Giang, Khâu Ôn mỗi nơi lập một vệ; Thị Cầu, Ải
Lưu quan, mỗi nơi lập Thủ ngự Thiên hộ sở; tại Thị Cầu đóng
hai sở để phòng thủ. Về vấn đề lương thực dự trữ, đã ra lệnh
bọn Đô đốc Hàn Quan đốc suất thổ binh Quảng Tây chuyển

vận cung cấp đến lúc được mùa thì dừng; hiện tại phân bố quân sĩ trấn thủ tại địa phương canh tác, lại được cung cấp phụ thêm bằng cách thu thuế của dân." (**Minh Thực Lục. Quan hệ Trung Quốc Việt Nam**, tập 1, trang 272)

Tháng sau, Trương Phụ xin đặt thêm vệ Thanh Hóa:

"***Ngày 21 tháng 7 năm Vĩnh Lạc thứ 5*** [23/8/1407]. *Bọn quan Tổng binh Trương Phụ tâu rằng thành Đô ty Giao Chỉ [thành Đông Đô, Hà Nội] bị nghiêng và sụp, cần xây và tu bổ; nên lập vệ tại Thanh Hóa, lưu giữ quan quân thủ ngự tại hai quan ải Khâu Ôn và Ải Lưu. Tất cả đều được chấp thuận.*" (**Minh Thực Lục. Quan hệ Trung Quốc Việt Nam**, tập 1 trang 274)

Qua lời thỉnh cầu của Trương Phụ, không những chấp thuận cho lập vệ tại Thanh Hóa, mà còn lập thêm 5 vệ tại các tỉnh quan trọng phía nam, và vùng Tam Giang, hạ lưu sông Thao:

"***Ngày 16 tháng 11 năm Vĩnh Lạc Thứ 5*** [15/12/1407]. *Lập 5 vệ tại Giao Chỉ gồm: Tam Giang, Thanh Hóa, Nghệ An, Tân Bình, Thuận Hóa. Cùng lập 2 Thủ Ngự Thiên Hộ sở tại Diễn Châu, Nam Tĩnh.*" (**Minh Thực Lục. Quan hệ Trung Quốc Việt Nam**, tập 1 trang 288)

Chưa đầy một tháng sau, thời gian còn quá sớm chưa kịp nhận chỉ thị lập 5 vệ; Trương Phụ xin lập thêm hậu vệ cho thành Giao Châu, cùng đặt thêm 15 thiên hộ sở, để bảo vệ đường huyết mạch biên giới phía bắc:

"***Ngày 10 tháng 12 năm Vĩnh Lạc Thứ 5*** [7/1/1408]. *Bọn quan Tổng binh Giao Chỉ Tân thành hầu Trương Phụ tâu xin:*

'*Ngoài 7 vệ đã được thiết lập, xin điều bát quan quân gồm*

5. 600 người để lập Giao Châu hậu vệ. Lại xin từ 2 vệ Trấn Di và Lạng Sơn đặt thêm 15 Thiên hộ sở, tổng cộng dùng quan quân hơn 22.700 người'

Tất cả đều được chuẩn theo. Thiên tử ban sắc như sau:

'Xứng đáng làm Đại tướng! Phàm việc quân vụ nơi biên thùy, xem nhân tình xét sự việc, thế phải làm là làm. Đáng làm mẫu mực theo danh tướng thời xưa." (**Minh Thực Lục Quan hệ Trung Quốc Việt Nam** , tập 1, trang 289)

Giai đoạn chuẩn bị về nước, Tổng binh Trương Phụ xin tăng cường thiên hộ sở cho các vệ, để quân số được đầy đủ:

"*Ngày 17 tháng 2 năm Vĩnh Lạc thứ 6* [14/3/1408]. Đặt thêm hai Thiên Hộ sở trung và hữu cho tả Vệ Giao Châu; cùng 2 Thiên hộ sở Trung, Tả cho 3 Vệ Trung, Hữu, Tiền Giao Châu, vệ Xương Giang ; 5 Thiên hộ sở gồm trung hữu, trung trung, trung tiền, trung hậu, thủy quân cho Vệ Thanh Hóa; 3 Thiên Hộ sở gồm trung, tiền, hậu cho vệ Tam Giang." (**Minh Thực Lục Quan hệ Trung Quốc Việt Nam**, tập 1, trang 292)

Tháng 6 năm Vĩnh Lạc thứ 6 [7/1408] Trương Phụ về nước, dâng thành tích của y đã chinh phục được nước An Nam, với bản đồ chiều ngang đông tây 1.760 dặm [880km], chiều dọc nam bắc 2.800 dặm [1.400km]. Nếu đem so sánh với hiện tại, chiều ngang biên giới đất liền Việt Trung khoảng 1.500 km, lớn hơn con số 880 km thời Minh, bởi lẽ dưới thời Hậu Lê mở nước phía tây bắc, chiếm thêm một số tỉnh. Chiều dọc nước ta đo theo đường chim bay hiện nay là 1.650 km; Phụ thể theo con đường Thiên lý quanh co tâu rằng nam bắc 1.400 km; do lãnh thổ bấy giờ chỉ mới giáp ranh tỉnh Quảng Nam mà thôi:

"*Ngày 10 tháng 6 năm Vĩnh Lạc thứ 6* [3/7/1408].
*Quan Tổng binh Tân thành hầu Trương Phụ, Tây bình hầu
Mộc Thạnh mang quân trở về kinh đô. Bọn Trương Phụ dâng
địa đồ Giao Chỉ từ phía đông đến phía tây rộng 1760 dặm* (1),
*từ phía nam đến phía bắc dài 2800 dặm, Thiên tử khen ủy
lạo; ban yến cho bọn Phụ cùng các tướng tại Trung quân Đô
đốc phủ, quân cầm cờ được ban mỗi người 5 đĩnh* (2) *bạc
giấy.*" (**Minh Thực Lục Quan hệ Trung Quốc Việt Nam**,
tập 1, trang 296)

Cũng căn cứ vào tờ trình của sáu bộ (3) nhà Minh, về
thành tích đạo quân xâm lăng dưới quyền Trương Phụ lập
được gồm: kiểm soát trên 5 triệu dân, tịch thu hơn 1 triệu
tấn lương thực, trên 2 triệu rưỡi vũ khí; thấy được tiềm lực
đất nước ta vào đầu thế kỷ thứ 15, cũng không phải là yếu
kém:

"*Ngày 12 tháng 6 năm Vĩnh Lạc thứ 6* [5/7/1408].
*Thượng thư bộ Lại bọn Kiển Nghĩa, cùng Thượng thư 6 bộ
tâu:*

'*Tân thành hầu Trương Phụ bình định Giao Chỉ lập 472
vệ môn (4) cho quân dân; mỗi Đô ty, Bố chánh ty, Án sát ty
lập 1 ty; 10 vệ, 2 Thiên hộ sở, 15 phủ, 41 châu, 208 huyện, 1 Thị
bạc đề cử ty, 100 tuần kiểm ty, 92 vệ môn cho ty cục thuế
khóa, đặt 12 thành trì, chiêu an hơn 3.120.000 nhân dân, bắt
được dân man hơn 2.087.500 người [3.120.000+2.087.500=
5.207.500]; trữ lương 1360 vạn thạch [13.600.000 thạch .
80kg. =1.088.000.000kg = 1.088.000 tấn]; voi, ngựa, trâu bò
cộng hơn 235.900 con, 8677 chiếc thuyền, hơn 2.539.850 vũ
khí.*'

Thiên tử phán:

'Trẫm là vị chúa nhân dân trong bốn bể, há lại ưa dùng binh đến cùng, tham giàu có đất đai nhân dân ư! Vì nghịch tặc không thể không tru diệt, dân cùng khổ không thể không giúp. Bọn Phụ tuân theo mệnh của Trẫm, phấn dõng ra mưu, giết bắt bọn hung đồ, bình định một phương, công đó có thể gọi là hùng vĩ phi thường vậy!'

Trương Phụ bước ra cúi đầu tạ ân và tâu:

'Do Hoàng thượng trù hoạch cùng uy linh của quốc gia, còn kẻ ngu thần này có công gì?'

Thiên tử phán:

'Công của ngươi sẽ được vĩnh viễn ghi trong sử sách không bao giờ lu mờ, tuy Hán Phục ba (5) cũng không hơn vậy.'

Rồi ra lệnh cho Nghĩa cùng với bộ Lễ bình nghị công lao thăng thưởng cho các tướng sĩ; chiếu theo lệ bình Vân Nam có tăng thêm." (**Minh Thực Lục Quan hệ Trung Quốc Việt Nam**, tập 1, trang 298)

Sau khi chiếm xong nước Việt, Trương Phụ sai Đô đốc Liễu Thăng dâng thư báo thắng trận và tù binh đến kinh đô Nam Kinh. Tù binh gồm gia đình con cháu Hồ Quí Ly, cùng các quan văn võ trọng thần nhà Hồ, cho trình diện Vua Minh Thái Tông:

"Ngày 5 tháng 9 năm Vĩnh Lạc thứ 5 [5/10/1407]. Quan Tổng binh Giao Chỉ Tân thành hầu Trương Phụ, Tả Phó Tướng quân Tây bình hầu Mộc Thạnh sai bọn Đô đốc Thiêm Sự Liễu Thăng dâng thư báo thắng trận cùng tù binh đến kinh đô. Văn thư như sau:

'Thánh nhân đối xử một đức nhân từ, thể theo lượng

trời đất che chở; Đế Vương dùng chín phép chinh phạt (6), nghiêm trừng lũ man mạch xâm lăng; vì cứu dân không gì gấp hơn trừ hung, trị nước không quên yên cõi ngoại.

Tên nghịch tặc An Nam Lê Quý Ly đổi tên họ là Hồ Nhất Nguyên, cùng con Lê Thương đổi là Hồ Đê; chúng vốn là Bồi thần, bẩm sinh ác đức, đem lòng rắn rết, buông tuồng quỉ quái gian hùng; mấy lần xâm phạm biên cương, bạo ngược giành đất đai lân quốc. Giết vua lấy nước, tranh ngôi với họ Trần; thay đổi kỷ nguyên, dối xưng cháu con Ngu Thuấn! Nhà nhà bị đòi hỏi sách nhiễu, người người sợ bị tru lục, tội ác đầy trời, tiếng oan dấy đất.

Hoàng thượng nhân từ gia ân điển, tỷ thư mấy lượt sắc phong; đức rộng bao la tựa trời, nhưng yêu quái xảo trá vẫn không hết. Ngụy xưng đón cháu chủ cũ [Trần Thiên Bình] rồi đem giết; chốn biên cương lấn át Sứ thần Thiên triều; chất đầy tội phản nghịch, thần linh giận dữ, xa gần tổn thương, Vương pháp tất phải tru lục, nào phải lòng riêng của Thiên tử.

Bọn thần kính tuân Đế mệnh, phụng thừa Thiên uy; năm ngoái ngày 14 tháng 10 cất quân đến Cần Trạm, vượt sông Phú Lương, tướng tá phấn khởi tranh dẫn đầu, sĩ tốt dốc lòng trung liều chết; phá lũy Đa Bang, hạ tiếp hai đô [Đông Đô, Tây Đô], sĩ thứ hoan nghênh, chợ búa không ngừng buôn bán. Truy tầm nơi đầm rạch, mấy lần đánh dẹp nơi biển sông; kẻ quy phụ được sống an toàn, bọn chống cự đều bị tiêu diệt. Kiếm khí sáng ngời nơi ngưu đẩu, quân thanh chấn động chốn man di, đảng ác đều bị tru di, đầu sỏ tìm cách trốn chui nín thở. Bọn thần Phụ, Thạnh, thủy bộ ngày đêm cùng tiến; Du Kích Tướng quân Chu Quảng, Vương Thứ, truy kích đến châu Nhật Nam; Đô đốc Thiêm Sự Liễu Thăng,

Hoành Hải Tướng quân Lỗ Lân càn tại cửa bể Kỳ La; cờ bay chói lọi, thảo mộc nơi sông bãi đều hồng; trống chiêng huyên náo, kình ngư chốn biển sông sợ nhảy; tanh hôi hết vùng vẫy, muỗi độc không chốn dựa nương, thôn dã lửa cháy nước sôi, sài lang chịu trói; cha con nghịch tặc cùng tướng ngụy đều bị bắt. Bọn thần biểu dương Thánh chỉ, tuyên bố ân sâu, chiêu tập kẻ lưu ly, khoan hồng người bị bức hiếp; nhà nhà vui mừng thoát thân khỏi cảnh nước lửa, chốn thôn dã âu ca thỏa lòng mong ngóng trời mây; yêu khí bay xa, chướng lệ tiêu diệt. Kính cẩn đem bọn bị bắt gồm:

Đầu sỏ giặc ngụy Thượng hoàng nước Đại Ngu Lê Quý Ly.

Ngụy quốc chúa Đại Ngu Lê Thương.

Con trai đầu sỏ giặc ngụy Suy Thành Thủ Chính Dực Tán Hoằng Hóa Công thần, Vân Đồn, Quy Hóa, Gia Hưng trấn Chư Quân sự, lãnh Đông Lộ, Thiên Trường phủ lộ Đại Đô đốc, đặc tiến Khai Phủ Nghi đồng Tam Ty nhập nội Kiểm hiệu Tả Tướng quốc Bình Chương Quân Quốc sự, ban bao Kim Ngư, Thượng Trụ quốc Vệ Quốc Đại vương Lê Trừng.

Ngụy Thái Nguyên kiêm Thiên Quan trấn Phiêu Kỵ Thượng tướng Lương Quốc vương Lê Đôn.

Ngụy Tân Hưng trấn Phiêu Kỵ Đại Tướng quân Tân Điền Quận vương Lê Uông.

Cháu nội đầu sỏ giặc ngụy Thái tử Lê Nhuế.

Ngụy Quận Tự vương Lê Lỗ.

Ngụy Quận Á vương Lê Nê.

Cháu nhỏ Ngũ Lang

Em đầu sỏ Ngụy Lâm An trấn kiêm Đại An Hải trấn, Phiêu Kỵ Đại Tướng quân, khai phủ nghi đồng Tam ty, Nhập Nội Tướng quốc Bình Chương sự, ban bao Kim Ngư, Thượng Trụ quốc Đường Lâm Quận vương Lê Quý Tỷ.

Cháu [xưng chú bác] đầu sỏ ngụy Vọng Giang trấn, Phụ Quốc Đại Tướng quân, Nhập Nội Phán Trung Đô phủ, Hà Dương quận Á công Lê Nguyên Cửu.

Ngụy Long Hưng lộ Đô Thống phủ, Bình Lục huyện Thượng hầu Lê Tử Tuynh.

Cháu [xưng chú bác] đầu sỏ Ngự Liễn Thự Nhất Cục Chánh chưởng Hương hầu Lê Thúc Hoa.

Ngụy Thanh Đình hầu Lê Bá Tuấn.

Ngụy Thạch Đường Hương hầu Lê Đình Đạn.

Ngụy Vĩnh Lộc Đình hầu Lê Đình Quảng.

Tướng giặc Nhập Nội Thiêm Văn Triều chính, kiêm Nội Thị Tỉnh Đô tri, Tri Tả Ban sự, Lạng Sơn trấn quyền Thiêm Hàng Quân hành, Lạng Sơn lộ Đồng Tri Tổng quản Phủ sự, ban bao Kim Ngư, Trụ Quốc Đông Sơn Hương hầu Hồ Đỗ.

Ngụy Nhập Nội Hành khiển, Đồng Tri Thượng thư, Tả Ty Sự Khu Mật Viện Phó sứ Nguyễn Ngạn Quang.

Ngụy Chính Phụng Đại phu, Nhập Nội Hành khiển, Môn Hạ Tả Gián Nghị Đại phu, Đồng Trung Thư Công sự, kiêm Tam Giang lộ Thái Thú, Tân An trấn Chế Trí sứ, Quốc Tử Học Tế tửu, ban bao Kim Ngư, Hộ quân Lê Cảnh Kỳ.

Ngụy Ninh Vệ Tướng quân Tri Uy Vệ sự, Quản Hữu Thánh Dực quân, ban phù Kim Đoàn, Huyện bá Đoàn Bồng.

Ngụy Doanh Thần Kính Doanh Đình bá Trần Thang Mộng.

Ngụy Câu Kiểm Vệ Trung Tức tướng, lãnh Long Tiệp quân, kiêm lãnh Tráng Dõng doanh Phạm Lục Tài.

Kính cẩn sai Đô đốc Thiêm Sự Liễu Thăng, Hoành Hải Tướng quân Lỗ Lân, Thần Cơ Tướng quân Trương Thắng, Đô Chỉ huy Thiêm Sự Du Nhượng, Chỉ huy Đồng Tri Lương Đỉnh, Chỉ huy Thiêm Sự Thân Chí Giám giải đến kinh sư cùng dâng dưới cửa khuyết ấn vàng, đồ thư gồm 16 món. Bọn thần ngu dốt, chỉ biết hết sức xông pha, ngưỡng nhờ thần minh tông miếu, uy phong của Hoàng thượng; như gió cuốn cỏ rạp, trời mở khiến ngày sáng, chinh phục toàn phong cương cũ, trở lại cảnh vĩnh lạc thái bình thịnh thế; niềm vui không ngớt hoan hô, bèn dâng thư chiến thắng này.'

Thiên tử ngự tại cửa Phụng Thiên, các quan văn võ quần thần hầu xung quanh, khi nghe viên Binh bộ Thị lang Phương Tân đọc văn bản đến đoạn 'Giết chúa lấy nước, tranh ngôi với họ Trần; thay đổi kỷ nguyên'; Thiên tử bèn sai người hỏi Lê Quý Ly rằng:

'Đó có phải là đạo của bề tôi không?'

Cha con Hồ Quý Ly đáp không được. Sau khi Tân đọc xong, xuống chiếu giam bọn Quý Ly, con là Thương, ngụy tướng Hồ Đỗ vào ngục và tha bọn con, cháu là Trừng, Nhuế; mệnh ty sở quan cấp đồ ăn mặc." (**Minh Thực Lục. Quan hệ Trung Quốc Việt Nam**, tập 1, trang 277)

Số phận những tù binh này phần đông không được đề cập tới, chắc sau đó bị giết; duy dòng dõi Hồ Nguyên Trừng có công giúp chế súng thần công, nên được Minh Thái Tông trọng dụng. Có lẽ nhờ đó cha Trừng là Hồ Quí Ly, cũng được ân sủng lây, nên được toàn mạng sống; sách **Dã Ký** chép:

"Quý Ly chết chôn tại kinh sư, sau đó con cháu dời chôn tại bên cạnh núi Chung Sơn."

(季犛死葬京師，其子後遷葬於鍾山之旁。)

Riêng dòng dõi Hồ Nguyên Trừng được trọng dụng đến 3 đời; Hồ Nguyên Trừng [nhà Minh ghi họ Lê] giữ chức Thượng thư bộ Công, con là Lê Thúc Lâm giữ chức Hữu thị lang, tương đương với Thứ trưởng ngày nay; cháu nội là Thế Vinh cũng được chức Trung thư xá nhân:

*"**Ngày 11 tháng 4 năm Thành Hoá thứ 5** [21/5/1469]. Dùng con của viên Hữu thị lang bộ Công Lê Thúc Lâm, tên Thế Vinh, làm Trung thư xá nhân.*

Thúc Lâm gốc người Giao Chỉ; cha là Trừng, con Lê Quý Ly, em Lê Thương, vốn là tù binh bị bắt về, Thái Tông văn hoàng đế tha tội cho, ban cho chức quan, chuyên chế tạo súng đạn, thuốc nổ, tại cục Binh trượng, cuối cùng giữ chức Thượng thư bộ Công. Thúc Lâm kế nghiệp, vẫn tiếp tục chế tạo quân khí. Đến nay xin cho con là Thế Vinh được làm quan tại kinh đô, để tiện bề phụng dưỡng.

Hoàng thượng nghĩ đến người phương xa nên chấp thuận."(**Minh Thực Lục Quan hệ Trung Quốc Việt Nam**, tập 2, trang 81).

Đối với nhà Trần, lúc khởi đầu xâm lăng nước ta vào ngày 9 tháng 10 năm Vĩnh Lạc thứ 4 [19/11/1406]; Tổng binh

Trương Phụ truyền hịch long trọng hứa: *"Thiên binh đến để cứu dân bị khốn khổ, khôi phục con cháu họ Trần".* Nhưng khi vào chiếm nước, sai bọn đầu hàng là Mạc Thúy khai rằng con cháu họ Trần đã bị giết hết; để rồi giả nhân nghĩa truy tặng 7 Tôn thất sau đây:

"Ngày 23 tháng 10 năm Vĩnh Lạc thứ 5 [22/11/1407]. Truy tặng con cháu cố An Nam Quốc vương họ Trần gồm 7 người: Trần Thúc Thích chức Á Trung Đại phu Giao Chỉ Thừa Tuyên Bố chánh ty Tham chính, Trần Kháng chức Á Trung Đại phu Giao Chỉ Bố chánh ty Hữu Tham chính, Trần Uyên Tế chức Triều Liệt Đại phu Giao Chỉ Bố chánh ty Hữu Tham chính; Trần Viết Chương, Trần Kháng Dận, Trần Quốc Quế chức Triều Liệt Đại phu Giao Chỉ Bố chánh ty hữu Tham chính. Trước đây ban chiếu chỉ về việc con cháu họ Trần bị giặc họ Lê giết hại nên gia phong truy tặng; nay các quan liên hệ gửi danh sách đến, bèn có chiếu mệnh này." (**Minh Thực Lục. Quan hệ Trung Quốc Việt Nam**, tập 1, trang 287)

Đối với đại bộ phận dân ta, Vua Minh ra lệnh quan quân cưỡng bách những người có tài nghệ đưa về nước. Chính sách này nhất cử lưỡng tiện; đối với những người đại dột hợp tác, thì giúp cho chúng làm các công trình lớn như xây thành Bắc Kinh, chế súng thần công, hoặc trở về quê làm quan. Đối với những người đối lập thì bị chúng lưu đày, thủ tiêu; để không còn có dịp tham gia khởi nghĩa sau này. Sử nước ta chép về việc này như sau:

"Người Minh lùng tìm những người ẩn dật ở rừng núi, người có tài có đức, thông minh chính trực, giỏi giang xuất chúng, thông kinh giỏi văn, học rộng có tài, quen thuộc việc quan, chữ đẹp tính giỏi, nói năng hoạt bát, hiếu để lực điền, tướng mạo khôi ngô, khỏe mạnh dũng cảm, quen nghề đi

biển, khéo các nghề nung gạch, làm hương... lục tục đưa dần bản thân họ về Kim Lăng, trao cho quan chức, rồi cho về nước làm quan phủ, châu, huyện. Những người có tiếng tăm một chút đều hưởng ứng. Duy có Bùi Ứng Đẩu từ chối, lấy cớ đau mắt, bọn hạ trai học sinh Lý Tử Cấu mấy người lui ẩn không chịu ra mà thôi. Bấy giờ có câu ngạn ngữ: "Muốn sống vào ẩn núi rừng, muốn chết làm quan triều Ngô." **Toàn Thư**, Bản Kỷ, quyển 9.

Phía nhà Minh, Thái Tông ban dụ cho các quan văn võ tại Giao Chỉ thực thi cưỡng bạch, như sau:

"Ngày 21 tháng 6 năm Vĩnh Lạc thứ 5 [28/7/1407]. *Sắc dụ quan Tổng binh Tân thành hầu Trương Phụ, Tả Phó tướng quân Tây bình hầu Mộc Thạnh, Binh bộ Thượng thư Lưu Tuấn rằng:*

"Đất Giao Chỉ chắc có những người tài đức song toàn ẩn dật tại núi rừng, rành kinh điển văn hay học rộng, có tài hiền lương đứng đắn; nông dân hiếu để thông minh chính trực; kẻ thư lại có khả năng được việc, thông thạo sách vở; người luyện tập binh pháp vũ nghệ trí mưu, dung mạo khôi ngô cao lớn, ăn nói lưu loát, có sức vóc dõng cảm; kẻ biết thuật số âm dương, rành y dược chẩn mạch. Hãy hỏi han tìm cho được, dùng lễ sai khiến để mang về kinh dùng."(**Minh Thực Lục. Quan hệ Trung Quốc Việt Nam,** tập 1, trang 274)

Không kể những đợt đưa đi lẻ tẻ, trong hai tháng 9 và 10 năm Vĩnh Lạc thứ 5 [10-11/1047]; đem về Tàu 2 đoàn, mỗi đoàn gần 10 ngàn người:

"Ngày 23 tháng 9 năm Vĩnh Lạc thứ 5 [23/10/ 1407]. *Quan Tổng binh Tân thành hầu Trương Phụ sai người đưa các loại thợ gồm 7700 người đến kinh đô. Thiên tử nghĩ bọn*

họ từ nơi xa xôi đến, không quen khí hậu lạnh, nên ra lệnh bộ Công cấp phát áo bông." (**Minh Thực Lục. Quan hệ Trung Quốc Việt Nam**, tập 1, trang 282)

"*Ngày 7 tháng 10 năm Vĩnh Lạc thứ 5* [6/11/1407]. *Quan Tổng binh Giao chỉ Tân thành hầu Trương Phụ tâu rằng đã thăm hỏi các quận huyện tại Giao Chỉ để đề cử những người tài đức, rành kinh điển, giỏi văn chương, học rộng tài cao, thông minh chính trực, lực điền hiếu để, hiền lương đoan chính, thông thạo việc quan, hiểu rành binh pháp và tài nghệ các mặt gồm 9000 người, đang lục tục đến kinh đô. Thiên tử nghĩ rằng mùa đông trời lạnh, người phương nam chịu không quen, nên sai bộ Công cho các quan mang áo bông, dày dép ban phát dọc đường.*" (**Minh Thực Lục. Quan hệ Trung Quốc Việt Nam**, tập 1, trang 285).

Đối với những người Việt trong giai đoạn đầu hợp tác, nhưng sau đó tỏ ra bất mãn, nhà Minh bèn giả vờ đổi đi làm quan tại Trung Quốc, rồi tìm cách giết; như trường hợp Vương Nhữ Tương, Đồng Ngạn Hú:

"*Nhà Minh vờ cho Vương Nhữ Tương, Đồng Ngạn Hú, Nguyễn Quân, Lê Sứ Khải làm Kinh Bắc* [Bắc Kinh] *Thị lang và Tham chính ở Sơn Tây, Thiểm Tây, Sơn Đông; sai người đưa đi, đến nửa đường thì giết.*" **Toàn Thư**, Bản Kỷ, quyển 9, trang 5b.

Sử Trung Quốc ghi những người nêu trên được cử đi làm quan tại Sơn Đông, Bắc Kinh, nhưng sau đó tuyệt vô âm tín; riêng tên Ngạn Hú thì đổi thành Ngạn Dực, có lẽ viết lầm; vì chữ Nho, Hú [栩] và Dực [翊] viết gần giống nhau:

"*Ngày 24 tháng 2 năm Vĩnh Lạc thứ 6* [21/3/1408]. *Quan địa phương người Giao Chỉ gồm Tri phủ Giao Châu*

Nguyễn Quân, Tri phủ Kiến Xương Đồng Ngạn Dực, Đồng tri phủ Diễn Châu Lê Tư Khải đến triều yết. Thăng cho Quân chức Tả Thị lang bộ Hình Bắc Kinh; Ngạn Dực, Tư Khải làm Hữu Thị lang." (**Minh Thực Lục. Quan hệ Trung Quốc Việt Nam**, tập 1, trang 293)

"*Ngày 3 tháng 5 năm Vĩnh Lạc thứ 6* [28/5/1408]. *Thăng phủ Đồng tri Vương Nhữ Tường chức Tả Tham chính ty Bố chánh Sơn Đông, châu Đồng tri Vương Ha Lỗ chức Tả Tham nghị ty Bố chánh Sơn Tây. Bọn Nhữ Tường đều là người Giao Chỉ; khi đại quân đến chúng ra quy phụ trước tiên. Quan Tổng binh Tân thành hầu Trương Phụ theo chế độ ban chức quan, rồi sai đưa về kinh, nên đặc cách được thăng.*" (**Minh Thực Lục. Quan hệ Trung Quốc Việt Nam**, tập 1, trang 295).

Riêng Bùi Bá Kỳ từng theo quân Minh về nước, được phong chức Tả hữu tham chính; nhưng khi thấy được dã tâm xâm lược, thì không hợp tác với đám quan lại Minh; nên bị nghi ngờ, bắt đưa về Kim Lăng an trí:

"*Người Minh ngờ viên thổ quan là Hữu tham nghị Bùi Bá Kỳ có bụng khác, bắt đưa về Kim Lăng. Bá Kỳ* [người Phù Nội, Hạ Hồng, Hải Dương] *vốn là phe Trần Khát Chân, tự xưng là bề tôi trung nghĩa của Nam triều, trốn sang nước Minh, vừa gặp tên Trần vương nguy là Thiêm Bình đến trước, người Minh hỏi có biết không, Bá Kỳ trả lời là không biết. Đến khi nhà Minh đưa Thiêm Bình về nước, hỏi Thiêm Bình cần bao nhiêu quân, Thiêm Bình nói:*

'*Chẳng qua vài nghìn thôi, đến đó người ta tự nguyện hàng phục.*"

Bá Kỳ nói rằng không thể được. Vua Minh giận, phế bỏ Bá Kỳ, đem an trí tại Thiêm Tây, Cam Túc. Đến khi Thiêm

Bình thất bại, vua Minh gọi Bá Kỳ về ban sắc cho, ân cần hứa hẹn lập con cháu nhà Trần và để Bá Kỳ làm phụ thần, rồi sai Kỳ đi theo quân, nên trao cho chức ấy. Bá Kỳ không dự với đồng liêu ở nha môn, chỉ ở nhà riêng thu nạp các viên quan cũ bị sa cơ lỡ bước. Bấy giờ viên thổ hào ở Đông Triều là Phạm Chấn lập Trần Nguyệt Hồ làm vua ở Bình Than, đề cờ chiêu an gọi là Trung nghĩa quân, cho nên người Minh ngờ Bá Kỳ.” **Toàn Thư**, Bản Kỷ, quyển 9.

Những kẻ tình nguyện làm tay sai; có kẻ mang của cải kiếm được trong buổi loạn lạc, lặn lội sang triều cống; được Vua Minh ban thưởng, hoặc cho về nước làm quan. Nhưng số phận chúng không bền, phần lớn sau này bị Vua Lê Lợi trừng phạt. Xin lược kê như sau:

“*Ngày 1 tháng 10 năm Vĩnh Lạc thứ 5* [31/10/1407]. *Giao Chỉ đề cử kẻ sĩ Minh Kinh* (7) *gồm bọn Cam Nhuận Tổ 11 người, cho giữ chức Đồng tri tại các phủ như Lạng Giang vv.. Vua ban sắc khuyến miễn và làm thơ ban cho.*” (**Minh Thực Lục. Quan hệ Trung Quốc Việt Nam**, tập 1, trang 284)

“*Ngày 19 tháng 11 năm Vĩnh Lạc Thứ 5* [18/12/1407]. *Viên quan Giao Châu Hữu vệ Chỉ huy Đồng tri người địa phương tên là Trần Phong, cùng bọn Thiên hộ Nguyễn Chính, Bách hộ Tống Như Lộ tất cả 20 người đến kinh sư cống phương vật; bèn ban tiền 80 nén, 1 bộ tơ gai; cùng ban cho bọn tùy tòng tiền, có sai biệt.*” (**Minh Thực Lục. Quan hệ Trung Quốc Việt Nam**, tập 1, trang 289)

“*Ngày 28 tháng 11 năm Vĩnh Lạc thứ 5* [27/12/1407]. *Dân Giao Chỉ gồm bọn Trần Trữ, Trần Quang Chỉ, Trần Sâm 67 người đến triều cống vàng, bạc, khí vật,* cùng sản vật địa phương. Ban cho tiền giấy, y phục." (**Minh Thực Lục. Quan hệ Trung Quốc Việt Nam**, tập 1, trang 289)

"*Ngày 16 tháng 12 năm Vĩnh Lạc thứ 5* [13/1/1408]. *Thổ quan Giao Chỉ bọn Tri phủ Đồng Ngạn Tường 58 người đến triều cống vàng, bạc, khí mãnh. Ban cho tiền giấy và y phục.*" (**Minh Thực Lục Quan hệ Trung Quốc Việt Nam**, tập 1, trang 290)

"*Ngày 17 tháng 5 năm Vĩnh Lạc thứ 6* [11/6/1408]. *Bọn Thổ quan Tri phủ Lạng Giang đất Giao Chỉ tên là Mạc Thúy đến triều cống sản vật địa phương, ban thưởng có sai biệt.*" (**Minh Thực Lục. Quan hệ Trung Quốc Việt Nam**, tập 1, trang 290)

"*Ngày 19 tháng 5 năm Vĩnh Lạc thứ 6* [13/6/1408]. *Bọn người tại phủ Giao Châu là Trần Thúc Bình đem vợ con gia thuộc 98 người đến triều cống các vật như san hô; ban cho tiền giấy cùng quần áo.*" (**Minh Thực Lục. Quan hệ Trung Quốc Việt Nam**, tập 1, trang 296)

Xét về các nước lân bang An Nam; như nước Chiêm Thành, sau khi nhà Hồ sụp đổ, vào hạ bán niên năm Vĩnh Lạc thứ 5 [1407], lấy lại được đất Thăng Hoa [Quảng Nam]; bèn sai Sứ thần Tế My đến triều Minh tiến dâng tù binh cùng phương vật:

"*Ngày 18 tháng 8 năm Vĩnh Lạc thứ 5* [19/9/1407]. *Quốc vương Chiêm Thành Chiêm Ba Đích Lại tâu:*

'*Thần ngưỡng vọng thiên uy, tháng 5 năm nay đã lấy được đất bị xâm lấn, bắt đồ đảng giặc là bọn Hồ Liệt, Phan Ma Na; bèn sai Đầu mục Tế My đến kinh sư hiến tù và dâng biểu, tiến cống phương vật, tạ ân.*'

Thiên tử khen, cho thu nạp." (**Minh Thực Lục. Quan hệ Trung Quốc Việt Nam**, tập 1, trang 275)

Lúc trở về nước bọn Sứ thần Tế Mỹ được Vua Minh ban cho y phục và tiền:

"*Ngày 3 tháng 9 năm Vĩnh lạc thứ 5 [3/10/1407]. Quốc vương Chiêm Thành sai Sứ thần, bọn Tế Mị từ giã bệ rồng. Ban cho y phục lụa văn ỷ cùng tiền giấy có sai biệt.*" (**Minh Thực Lục. Quan hệ Trung Quốc Việt Nam**, tập 1, trang 277**

Ngoài ra nhà Vua Minh còn đặc cách sai Sứ giả đến gặp vua Chiêm, khen về việc mang quân giúp đánh An Nam, cùng ban cho phẩm vật:

"*Ngày 30 tháng 9 năm Vĩnh Lạc thứ 5 [30/10/1407]. Sai Thái giám Vương Quý Thông mang sắc đến ủy lạo Quốc vương Chiêm Thành Chiêm Ba Đích Lại. Ban cho Vương 300 lạng bạch kim, 20 tấm lụa quyên; khen về việc từng mang binh giúp đánh An Nam.*" (**Minh Thực Lục. Quan hệ Trung Quốc Việt Nam**, tập 1, trang 284)

Năm sau Quốc vương Chiêm Thành sai cháu đến cống voi và sản vật địa phương; Vua Minh ân cần nhắc đến công lao cũ, cùng hậu thưởng Quốc vương và người cháu:

"*Ngày 1 tháng 10 năm Vĩnh Lạc thứ 6 [19/10/1408]. Quốc vương Chiêm Thành Chiêm Ba Đích Lại sai cháu là Xá Dương Cai dâng biểu cống voi và phương vật để tạ ơn. Thiên tử bảo quan bộ Lễ rằng:*

'*Mới đây đánh Giao Chỉ, Vương Chiêm Thành thường mang quân hiệp trợ khống chế giặc. Nay sai người cháu đến, nên trọng thưởng.*'

Vậy nên ban cho Xá Dương Cai 200 lạng bạch kim, 100 nén tiền giấy, y phục lụa là màu xanh, hàng dệt kim tuyến; cho tùy tòng có sai biệt. Lại ban cho Quốc vương Chiêm Ba Đích Lại ấn vàng, 100 lạng hoàng kim, 500 lạng bạch kim, 50 tấm lụa gấm, 100 tấm lụa quyến và ban sắc khen ngợi.” (**Minh Thực Lục. Quan hệ Trung Quốc Việt Nam**, tập 1, trang 312)

Riêng đối với nước Lão Qua tức Ai Lao, bị ngờ rằng có thông đồng với nhà Hồ; nên Vua Minh sai Sứ mang chỉ dụ đến nghiêm khắc cảnh cáo:

*“**Ngày 8 tháng 10 năm Vĩnh Lạc thứ 5** [7/11/1407]. Sai sứ mang sắc dụ Tuyên ủy sứ Lão Qua Đao Tuyến Ngạt rằng:*

“Ta từ khi lên ngôi đến nay, cai trị người xa xôi, không phân biệt kẻ này người khác, đều đối xử với một dạ chí thành; vì vậy 9 Di, 8 Man đều đến triều cống. Ngươi nhận mệnh triều đình, đứng đầu coi giữ đất; mà mấy năm gần đây không lo sửa soạn chức cống, coi việc đó tự nhiên như không! Cha con giặc họ Lê tại An Nam, trái mệnh gây họa; thần và người đều phẫn nộ; Trẫm mệnh tướng ra quân, thay trời thảo phạt, ngươi đã không vì triều đình mà căm giận chúng, lại ngầm thông đồng giúp quân; gian dối như vậy, làm sao mà chạy tội được.

Ta muốn mang quân hỏi tội ngay, nhưng sợ tổn thương đến người dân vô tội, nên nay đặc sai sứ giả đến dụ ngươi hãy mau hối lỗi xưa, ngõ hầu mưu đồ sự bảo toàn; nếu không thì trời trách, người phạt, hối sẽ không kịp nữa!”(**Minh Thực Lục. Quan hệ Trung Quốc Việt Nam**, tập 1, trang 285)

Nước Tiêm La tức Thái Lan, tuy sai Sứ đến cống; nhưng bị tố cáo rằng đã từng cậy mạnh bắt giữ Sứ thần các nước lân bang đến cống Trung Quốc; do đó bị Vua Minh cảnh cáo nặng nề, bằng cách nhắc đến số phận An Nam ra để răn đe:

"Ngày 21 tháng 10 năm Vĩnh Lạc Thứ 5 [20/11/1407]. Quốc vương Tiêm La Chiêu Lộc Quần Ưng Đá La Đế Thứ sai bọn Sứ giả Nại Bà Tức Trực Sự Thế dâng biểu cống voi thuần, chim anh vũ, khổng tước; ban cho tiền giấy, y phục. Mệnh bộ Lễ ban cho Vương nước này lụa ỷ dệt kim, lụa là.

Trước đó nước Chiêm Thành sai sứ triều cống, lúc trở về gặp bão phiêu dạt đến nước Bành Hanh [Pahang, tên cũ của Mã Lai]. Tiêm La cậy mạnh áp lực Bành Hanh bắt Sứ giả câu lưu, sự việc có kẻ báo cho triều đình biết. Vương các nước Tô Môn Đáp Thứ [Sumatra, thuộc quần đảo Nam Dương], Mãn Thứ Gia [Melaka, bang của Mã Lai] cũng sai người tố cáo Tiêm La cường bạo, sai lính đoạt ấn tín và bản chế cáo nhận từ triều đình; người trong nước kinh hãi vì không được sống yên ổn. Do đó ban sắc dụ Chiêu Lộc Quần Ưng Đá La Đế Thứ rằng:

'Chiêm Thành, Tô Môn Đáp Thứ, cùng nước ngươi bình đẳng nhận mệnh của triều đình; sao ngươi dám tự thị mạnh bắt Sứ giả đến triều đình, chiếm đoạt ấn và bản chế cáo. Đạo trời rành rành làm thiện được phúc, ác gặp tai họa; vết bánh xe đổ của cha con nhà họ Lê tại An Nam còn rõ ràng trước mắt, có thể lấy đó mà soi. Hãy lập tức phóng thích ngay Sứ giả Chiêm Thành, cùng trả ấn, cáo cho Tô Môn Đáp Thứ, Mãn Thứ Gia. Từ nay phải an phận giữ lễ, hòa mục với lân bang, ngõ hầu hưởng được thái bình mãi mãi."(**Minh Thực Lục. Quan hệ Trung Quốc Việt Nam**, tập 1, trang 286)

Bước đầu bắt tay vào việc cai trị, nhà Minh chủ trương khai thác tài nguyên, tìm cách vơ vét của cải. Vùng biển An

Nam sản xuất nhiều muối, bèn cho lập nhiều công trường, đặt ty Đề cử thu thuế muối:

"Ngày 4 tháng 9 năm Vĩnh Lạc thứ 5 [4/10/1407]. Đặt ty Đề cử về thuế muối, gồm Đề cử, đồng Đề cử, phó Đề cử, Thư lại; mỗi loại một viên." (**Minh Thực Lục. Quan hệ Trung Quốc Việt Nam**, tập 1, trang 277)

Nhân Tổng binh Trương Phụ tâu rằng trước đây các nước lân bang như Lão Qua thường mang vàng đến An Nam đổi muối, bèn cử một viên quan trông coi ngành muối cả nước, để gia tăng sản xuất:

"Ngày 18 tháng 10 năm Vĩnh Lạc thứ 5 [17/11/1407]. Mệnh Viên ngoại lang bộ Hộ Hoàng Thông Lý trông coi ngành muối tại Giao Chỉ. Lúc bấy giờ quan Tổng binh Giao Chỉ nói rằng đất này sản xuất muối, hàng năm các xứ khác như Lão Qua mang vàng đổi muối. Mệnh theo nếp cũ, sai các ngươi 3 người đến trông coi việc mậu dịch. Ban cho tiền giấy 70 đĩnh (8)." (**Minh Thực Lục. Quan hệ Trung Quốc Việt Nam**, tập 1, trang 286)

Nhà Minh còn chú ý đến việc khai thác vàng, lập 7 cục khai thác tại các vùng thượng du, trung du Bắc phần và phía bắc Trung phần:

"Ngày 19 tháng giêng năm Vĩnh Lạc thứ 6 [15/2/1408]. Lập cục khai mỏ vàng tại 7 trấn: Thái Nguyên, Gia Hưng [Sơn La, Phú Thọ], Quảng Oai [Sơn Tây], Thiên Quan [Ninh Bình], Vọng Giang [bắc Nghệ An], Lâm An, Tân Ninh; đặt Đại sứ 2 viên, Phó sứ 4 viên; lại tuyển tri châu, tri huyện 21 viên; mỗi trấn 3 viên Đề đốc Áp biện; lại dùng 2 viên Tổng đốc tại phủ. Sai bộ Lễ đúc ấn ban cấp." (**Minh Thực Lục. Quan hệ Trung Quốc Việt Nam**, tập 1, trang 291)

Về việc thông thương với nước ngoài, cho đặt Đề cử ty tại cảng Vân Đồn để lo việc giao dịch:

"Ngày 19 tháng giêng năm Vĩnh Lạc thứ 6 [15/2/1408]. Thiết lập tại Giao Chỉ, Vân Đồn Thị bạc (9) Đề cử ty. Đặt Đề cử, Phó Đề cử mỗi chức một viên." (**Minh Thực Lục. Quan hệ Trung Quốc Việt Nam**, tập 1, trang 291)

Bấy giờ quan lại Minh tại các phủ, châu, huyện tự động thu thuế, cao thấp không đều; Thượng thư Hoàng Phúc cảm thấy không ổn, bèn tấu xin giảm nhẹ, được vua Thái Tông chấp nhận:

"Ngày 11 tháng 3 năm Vĩnh Lạc thứ 6 [7/4/1408]. Thượng thư Hoàng Phúc cầm đầu ty Bố chánh Giao Chỉ tâu rằng:

'Giao Chỉ mới được bình định, việc trưng thu tại đất này không thống nhất; nên ước lượng một định chế thu nhẹ hay nặng?'

Thiên tử phán:

'Lúc mới đặt quan tại quận huyện Giao Chỉ, Trẫm mấy lần dụ rằng nên có chính sách khoan hồng, nhắm khoan và giản để phủ trị dân mới quy phụ. Đừng trưng thu nặng, trưng thu nặng là phương sách đuổi dân đi. Lời của Phúc hợp với ý Trẫm.'

Bèn mệnh bộ Hộ họp quan bàn định, nhắm theo chính sách nhẹ và giản dị." (**Minh Thực Lục. Quan hệ Trung Quốc Việt Nam**, tập 1, trang 293)

Sau khi chiếm được nước ta, vào ngày 5/7/1407 Vua Minh ban sắc dụ chia thành 15 phủ, 41 châu;, 208 huyện.

Trải qua gần một năm thử thách, thấy rằng châu không có dân trực tiếp cai trị, rất khó khăn khi cần sai phái gấp. Bèn theo lời tâu của viên Thiêm sự Án sát Lưu Hữu Niên, làm cuộc cải đổi đơn vị hành chánh, bỏ những huyện gần châu thành cho trực thuộc thẳng vào châu

"Ngày 10 tháng 2 năm Vĩnh Lạc thứ 6 [7/3/1408]. Ty Án Sát Giao Chỉ Thiêm sự Lưu Hữu Niên tâu:

' Trước đây các châu tại Giao chỉ không gần với dân, vì vùng đất gần thành do huyện cai trị. Nay xin theo lệ nội địa, bỏ huyện vùng gần thành để châu trực tiếp cai quản." (**Minh Thực Lục. Quan hệ Trung Quốc Việt Nam**, tập 1, trang 292)

Thực hiện việc này Vua Minh ban chỉ dụ bỏ các huyện tại châu thành cho trực thuộc vào châu; lại đem hết các cơ quan trong huyện như ty tuần kiểm, dịch trạm, cục thuế khóa sáp nhập luôn vào châu:

"Ngày 5 tháng 10 năm Vĩnh Lạc thứ 6 [23/10/1408]. Thăng châu Thái Nguyên thành phủ Thái Nguyên; châu Tuyên Hóa thành phủ Tuyên Hóa. Đổi cục thuế khóa châu Tuyên Hóa thành ty; lập ty thuế khóa phủ Thái Nguyên.

Bỏ huyện Sơn Định châu Oai Man, huyện Bảo Phúc châu Phúc An, huyện Phù Long châu Tam Đái, huyện Thanh Liêm châu Lợi Nhân, huyện Đan Sơn châu Từ Liêm, huyện An Định châu Gia Lâm, huyện Tiên Du châu Vũ Ninh, huyện Tân Phúc châu Bắc Giang, huyện Thanh An châu Lạng Giang, huyện Thanh Lâm châu Nam Sách, huyện Đường Hào châu Thương Hồng, huyện Sơn Vi châu Thao Giang, huyện Đông Lan châu Tuyên Giang, huyện Lũng Bạt châu Đà Giang, huyện Uy viễn châu Trường An, huyện Đông Triều châu Đông Triều, huyện

Đồng An châu Tĩnh An, huyện Trường Tân châu Hạ Hồng.

Cũng các đất này: đổi ty tuần kiểm trấn Giang Khẩu huyện Phù Long trực thuộc vào châu Tam Đái; ty tuần kiểm Kinh Thử, dịch trạm ngựa tại Khương Kiều huyện Thanh Liêm trực thuộc châu Lợi Nhân; ty tuần kiểm tại cửa sông Hát Giang huyện Đan Sơn trực thuộc châu Từ Liêm; dịch trạm ngựa Bảo Phúc huyện Bảo Phúc trực thuộc châu Phúc An; cục thuế khóa cùng bến đò huyện Sơn Định trực thuộc châu Oai Man; cục thuế khóa huyện Tĩnh An trực thuộc châu Lạng Giang; cục thuế khóa huyện Thanh Lâm cùng ty tuần kiểm tại cửa sông Bình Than trực thuộc châu Nam Sách; cục thuế khóa Kim Lũ tại huyện Đường Hào trực thuộc châu Thượng Hồng; ty tuần kiểm Trần Xá huyện Sơn Vi trực thuộc châu Thao Giang; ty tuần kiểm cửa sông Cổ Lôi huyện Đông Lan trực thuộc vào châu Tuyên Giang; ty tuần kiểm Phí Xá huyện Lũng Bạt trực thuộc vào châu Đà Giang; ty tuần kiểm sông Thiên Liêu, Đồn Sơn huyện Đông Triều trực thuộc vào châu Đông Triều; ty tuần kiểm cửa biển Đồng An, huyện Đồng An trực thuộc vào châu Tĩnh An; cục thuế khóa Trường Tân, cùng ty tuần kiểm xã Ba Liễu trực thuộc vào châu Hạ Hồng.

Lập kho Thường Trữ tại phủ Bắc Giang, kho Thường Tích tại phủ Tân An, kho Thường Ích tại phủ Lạng Giang; mỗi kho đặt một viên Đại sứ, một viên Phó sứ." (**Minh Thực Lục. Quan hệ Trung Quốc Việt Nam**, tập 1, trang 312)

Chú thích:

1. Dặm: 1 dặm xưa bằng 0.50 Km

2. Đĩnh: tức nén, có nén 5 lượng, có nén 10 lượng.

3. Sáu bộ: Tức lục bộ đặt ra thời quân chủ, gồm: Bộ Lại, tức bộ Nội vụ; bộ Lễ, coi về lễ nghi, giáo dục; bộ Hộ, coi về tài chánh, nhân khẩu; bộ Binh, tức Quốc phòng; bộ Hình, bộ Tư pháp; bộ Công, bộ Xây dựng.

4. 472 vệ môn cho quân dân tức 472 cơ quan quân sự và dân sự. Gồm: 1 Đô ty + 1 Bố chánh ty + 1 Án sát ty + 10 vệ + 2 Thiên hộ sở + 15 phủ + 41 châu + 208 huyện + 1 ty Thị bạc + 100 ty Tuần kiểm + 92 ty cục thuế khóa = 472 vệ môn

5. Hán Phục ba tức Mã Viện, đánh dẹp hai bà Trưng nước ta, nên được nhà Hán phong là Phục ba Tướng quân.

6. Chín phép chinh phạt: sách Chu Lễ ghi 9 trường hợp phong kiến Trung Quốc mang quân chinh phạt các nước lân bang, gọi là cửu phạt.

7. Đậu kỳ thi về Kinh Nghĩa gọi là Minh Kinh.

8. Đĩnh: tức nén, có nén 5 lượng, có nén 10 lượng.

9. Thị bạc: bến cảng, nơi tàu bè ghé để buôn bán.

Bảng tra cứu

•	An Hòa	975, 978, 984,
•	An Hưng	643, 975,
•	An Lạc	976, 978,
•	An Lãng	976,
•	An Lão	978, 982, 984,
•	An Lập	978, 980,
•	An Lỗ Uy	709,
•	An Lộc Sơn	588,
•	An Nam	515, 516, 517, 531, 532, 533, 540, 542, 544, 550, 551, 557, 560, 562, 566, 570, 573, 574, 576, 583, 584, 608, 609, 611, 614, 615, 618, 620, 624, 629, 632, 634, 636, 643, 653, 661, 664, 668, 674, 675, 676, 677, 678, 670, 684, 695, 700, 711, 714, 716, 717, 718, 719, 723, 724, 725, 730, 732, 742, 746, 771, 772, 773, 774, 775, 776, 777, 778, 779, 785, 786, 789, 793, 794, 795, 796, 798, 799, 808, 809, 810, 811, 812, 813, 815, 820, 821, 825, 826, 830, 833, 837, 838, 846, 847, 853, 854, 857, 859, 863, 864, 865, 866, 890, 891, 892, 893, 894, 895, 896, 898, 899, 900, 901, 902, 903, 904, 906, 907, 908, 909, 910, 911, 912, 913, 920, 921, 922, 923, 924, 925, 926, 927, 928, 929, 932, 933, 935, 936, 938, 940, 944, 945, 946, 947, 948, 950, 952, 953, 958, 959, 961, 962, 963, 965, 969, 973, 974, 989, 992, 1001, 1003, 1004, 1005, 1006,

- Tam Đái   775, 889, 942, 951, 976, 981, 1008, 1009,
- Tam Giang   861, 888, 917, 951, 959, 976, 981, 982, 983, 988, 989,
- Tam Kỳ   819, 983,
- Tam Nghị   982,
- Tam Trĩ nguyên   599,
- Tân An   861, 974, 976, 978, 979, 1009,
- Tân Bình   798, 801, 811, 818, 839, 860, 885, 971, 976, 979, 988,
- Tán Chỉ Ngõa   741, 742,
- Tân Gia Xuất   826, 827,
- Tân Hóa   975, 979,
- Tân Hội   569,
- Tân Hưng   974,
- Tần Lĩnh   617,
- Tân Ninh   883, 1006,
- Tân Phúc   950, 951, 977, 1008,
- Tần Thủy Hoàng   515, 936,
- Tản Viên   488, 860, 951, 955,
- Tăng Lỗ   789,
- Tát Hồng Cát Lý Đặc   653,
- Tất Lệ Cơ Thiểm   654,
- Tất Nguyên   531, 550, 676, 747,
- Tát Tháp Nhi   617,
- Tây Bình   899, 900, 901, 947,
- Tây Chân   496, 978, 984,
- Tây đô*   859, 862, 882, 883, 885, 940, 951, 968,
- Tây Dương*   845, 890,
- Tây Kết   600, 601, 603,
- Tây Lan   977, 983,
- Tây Quan   978, 981, 984,
- Tây Vực   925,
- Tế Giang   977, 978, 981,

MỤC LỤC TẬP HAI

Nhân Ảnh

2023

Liên lạc tác giả:
Email: thao. b. ho@gmail. com

Liên lạc Nhà xuất bản
Nhân Ảnh
E. mail: han. le3359@gmail. com
(408) 722-5626

9 798869 086440